ಅನಾಥ ಹಕ್ಕಿಯ ಕೂಗು

(ಮನೋವೈಜ್ಞಾನಿಕ ಕಾದಂಬರಿ)

ಗಿರಿಮನೆ ಶ್ಯಾಮರಾವ್

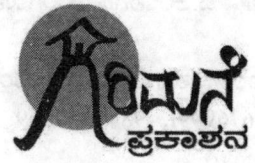

ಗಿರಿಮನೆ
ಪ್ರಕಾಶನ

ಗಿರಿಮನೆ ಪ್ರಕಾಶನ
286/3, ಲಕ್ಷ್ಮೀಪುರಂ ಬಡಾವಣೆ
ಸಕಲೇಶಪುರ– 573134

ದೂ: 08173249308, ಮೊ: 9739525514

Email : shyamarao@girimane.com

Web : www.girimane.com

ಡಿ.ಟಿ.ಪಿ. : ಶಶಿಕಲ ಎಸ್.ರಾವ್
ಸಹಕಾರ : ಚೇತನ್‌ಶರ್ಮ, ಮಧುರ

ಲೇಖಕ/ಪ್ರಕಾಶಕ: ಗಿರಿಮನೆ ಶ್ಯಾಮರಾವ್

Anatha Hakkiya Koogu by Girimane shyamarao,
Published by Girimane prakashana, 286/3, Lakshmipuram Ext,
Sakaleshpur- 573134

ಮುದ್ರಣಗಳು: 2017, 2018, 2020
ಕಾಗದ ಬಳಕೆ: 70 ಜಿ.ಎಸ್.ಎಮ್. ಮ್ಯಾಪ್‌ಲಿತೊ, ಗಾತ್ರ : 1/8 ಡೆಮ್ಮಿ,
ಪುಟಗಳು: 152, ಬೆಲೆ : ರೂ : 130/–
ಪುಟ ವಿನ್ಯಾಸ: ಪ್ರತಿಷ್ಠ ಪ್ರಿ–ಪ್ರೆಸ್, ಟಿ.ಆರ್.ನಗರ, ಬೆಂಗಳೂರು–28, ಮೊ:9902235581
ಮುಖಪುಟ : ಶಂಭುರಿತ್ತಿ
ಮುದ್ರಣ: ಶಂಕರ್ ಗ್ರಾಫಿಕ್ಸ್ ಇಂಕ್, ತ್ಯಾಗರಾಜನಗರ, ಬೆಂಗಳೂರು–28
ಫೋನ್ : 080–26769991, 9845220049

ಗಿರಿಮನೆ ಶ್ಯಾಮರಾವ್ ಕೃತಿಗಳು

ಹೆಸರು	ವರ್ಗ	ಮುದ್ರಿಸಿದ ಪತ್ರಿಕೆ	ಮುದ್ರಣ	ಬೆಲೆ
1. ಮಕ್ಕಳನ್ನು ಬೆಳೆಸುವುದು ಹೇಗೆ?	ವ್ಯಕ್ತಿತ್ವ ವಿಕಸನ	ವಿ.ಕರ್ನಾಟಕ	17	180
2. ಮಾತು ಹೇಗಿದ್ದರೆ ಚೆನ್ನ?	ವ್ಯಕ್ತಿತ್ವ ವಿಕಸನ	ಪ್ರಜಾವಾಣಿ	12	120
3. ಮಕ್ಕಳೊಡನೆ ಆಟ ಪಾಠ ಒಡನಾಟ	ವ್ಯಕ್ತಿತ್ವ ವಿಕಸನ	ಪ್ರಜಾವಾಣಿ	10	140
4. ಮನುಷ್ಯರ ಮನಸ್ಸು ಮತ್ತು ಸ್ವಭಾವಗಳು-1	ವ್ಯಕ್ತಿತ್ವ ವಿಕಸನ	ಸಂ.ಕರ್ನಾಟಕ	6	120
5. ಮನುಷ್ಯರ ಮನಸ್ಸು ಮತ್ತು ಸ್ವಭಾವಗಳು-2	ವ್ಯಕ್ತಿತ್ವ ವಿಕಸನ	ಸಂ.ಕರ್ನಾಟಕ	6	120
6. ಮನುಷ್ಯರ ಮನಸ್ಸು ಮತ್ತು ಸ್ವಭಾವಗಳು-3	ವ್ಯಕ್ತಿತ್ವ ವಿಕಸನ	ಸಂ.ಕರ್ನಾಟಕ	4	120
7. ಹಕ್ಕಿಯ ಹೆಗಲೇರಿ	ವ್ಯಕ್ತಿತ್ವ ವಿಕಸನ	---	1	90
8. ಆಕಾಶಕ್ಕೆ ಏಣಿ	ವ್ಯಕ್ತಿತ್ವ ವಿಕಸನ	---	1	90
9. ಗೆಲುವಿನ ಗುಟ್ಟು	ವ್ಯಕ್ತಿತ್ವ ವಿಕಸನ	---	3	90
10. ಮೂಢನಂಬಿಕೆ ಮತ್ತು ದೇವರು (ವೇದ ಮತ್ತು ವ್ಯಕ್ತಿತ್ವ ವಿಕಸನ ಭಾಗ-1)	ವ್ಯಕ್ತಿತ್ವ ವಿಕಸನ	---	6	110
11. ವೇದಮಂತ್ರಗಳ ಅದ್ಭುತ ರಹಸ್ಯ (ವೇದ ಮತ್ತು ವ್ಯಕ್ತಿತ್ವ ವಿಕಸನ ಭಾಗ-2)	ವ್ಯಕ್ತಿತ್ವ ವಿಕಸನ	ಮಲ್ಲಾರ	5	200
12. ಜಗತ್ತಿನ ಅದ್ಭುತ ನಿಯಮಗಳು (ವೇದ ಮತ್ತು ವ್ಯಕ್ತಿತ್ವ ವಿಕಸನ ಭಾಗ-3)	ವ್ಯಕ್ತಿತ್ವ ವಿಕಸನ	---	4	90
13. ನಾವು ಮಕ್ಕಳು ಮತ್ತು ಶಿಕ್ಷಣ	ವ್ಯಕ್ತಿತ್ವ ವಿಕಸನ	---	3	120
14. ನುಡಿ ನಡೆ	ವ್ಯಕ್ತಿತ್ವ ವಿಕಸನ	ಪ್ರಜಾವಾಣಿ/ಕ.ಪ್ರಭ	1	120
15. ಮಲೆನಾಡಿನ ರೋಚಕ ಕತೆಗಳು:ಭಾಗ-1	ಕಥನ ಸಾಹಿತ್ಯ	ಸುಧಾ	12	160
16. ಅರಮನೆ ಗುಡ್ಡದ ಕರಾಳ ರಾತ್ರಿಗಳು (ಮಲೆನಾಡಿನ ರೋಚಕ ಕತೆಗಳು ಭಾಗ-2)	ಕಾದಂಬರಿ	ಕರ್ಮವೀರ	9	160
17. ಪಶ್ಚಿಮ ಘಟ್ಟದ ತಪ್ಪಲಿನಲ್ಲಿ (ಮಲೆನಾಡಿನ ರೋಚಕ ಕತೆಗಳು ಭಾಗ-3)	ಕಾದಂಬರಿ	ಸಂ.ಕರ್ನಾಟಕ	3	130
18. ಜೇನುಕಲ್ಲಿನ ರಹಸ್ಯ ಕಣಿವೆ (ಮಲೆನಾಡಿನ ರೋಚಕ ಕತೆಗಳು ಭಾಗ-4)	ಕಾದಂಬರಿ	ಕನ್ನಡ ಪ್ರಭ	3	130
19. ಒಂದು ಆನೆಯ ಸುತ್ತ (ಮಲೆನಾಡಿನ ರೋಚಕ ಕತೆಗಳು ಭಾಗ-5)	ಕಾದಂಬರಿ	ಕರ್ಮವೀರ	4	160
20. ಹುಡುಗಾಟ ಹುಡುಕಾಟ (ಮಲೆನಾಡಿನ ರೋಚಕ ಕತೆಗಳು ಭಾಗ-6)	ಕಾದಂಬರಿ	ತರಂಗ	4	150
21. ಮುಂಗಾರಿನ ಕರೆ (ಮಲೆನಾಡಿನ ರೋಚಕ ಕತೆಗಳು ಭಾಗ-7)	ಕಾದಂಬರಿ	ಮಂಗಳ	3	160
22. ಮಲೆನಾಡಿನ ಮರೆಯದ ನೆನಪುಗಳು (ಮಲೆನಾಡಿನ ರೋಚಕ ಕತೆಗಳು ಭಾಗ-8)	ಕಥನ ಸಾಹಿತ್ಯ	---	2	160
23. ಹೇಮಾವತಿ ತೀರದ ಕೌತುಕ ಕತೆಗಳು (ಮಲೆನಾಡಿನ ರೋಚಕ ಕತೆಗಳು ಭಾಗ-9)	ಕಥನ ಸಾಹಿತ್ಯ	---	1	180
24. ಅನ್ವೇಷಣೆ (ಮಲೆನಾಡಿನ ರೋಚಕ ಕತೆಗಳು ಭಾಗ-10)	ಕಾದಂಬರಿ	ಮಂಗಳ	1	....
25. ಅನಾಥ ಹಕ್ಕಿಯ ಕೂಗು	ಕಾದಂಬರಿ	ಮಂಗಳ	3	130
26. ಕಾಡು ತಿಳಿಸಿದ ಸತ್ಯಗಳು	ವೈಚಾರಿಕ ಕಾದಂಬರಿ	---	1	200
27. ಸುಖ ಯಾರ ಸೊತ್ತು?	ವ್ಯಕ್ತಿತ್ವ ವಿಕಸನ	---	2	100
28. ಮಕ್ಕಳ ಪ್ರತಿಭೆಯನ್ನು ಗುರುತಿಸಿ ಬೆಳೆಸಿ	ವ್ಯಕ್ತಿತ್ವ ವಿಕಸನ	---	5	70
29. ಮಧುರವಾಗಲಿ ದಾಂಪತ್ಯ	ವ್ಯಕ್ತಿತ್ವ ವಿಕಸನ	---	2	120
30. ಹದಿಹರೆಯದ ಕನಸುಗಳು	ವ್ಯಕ್ತಿತ್ವ ವಿಕಸನ	---	1	120
31. ಚಿಂತನ	ಚಿಂತನ	---	1	110

ಮುಖ್ಯ ವಿತರಕರು:

ನವಕರ್ನಾಟಕ ಪಬ್ಲಿಕೇಷನ್ಸ್, ಬೆಂಗಳೂರು, (ದೂ: 080-22203580, 30578028)

ಸಪ್ನ ಬುಕ್ ಹೌಸ್, ಬೆಂಗಳೂರು (ದೂ: 080-4011 4455)

ಹಾಗೂ ಅಂಕಿತ ಪುಸ್ತಕ ಬೆಂಗಳೂರು, ಸಾಹಿತ್ಯ ಪ್ರಕಾಶನ ಹುಬ್ಬಳ್ಳಿ, ಡಯಾನ ಬುಕ್ ಗ್ಯಾಲರಿ-ಶಿವಮೊಗ್ಗ ಇತ್ಯಾದಿ ಕರ್ನಾಟಕದ ಎಲ್ಲಾ ಪುಸ್ತಕ ಮಳಿಗೆಗಳಲ್ಲೂ ಪ್ರತಿಗಳು ಲಭ್ಯ.

ಪೋಸ್ಟ್ ಮುಖಾಂತರ ತರಿಸಿಕೊಳ್ಳಲು - ಮೊ: 9739525514

ಓದುವ ಮೊದಲು –

ಇದೊಂದು ಮನೋವೈಜ್ಞಾನಿಕ ಕಾದಂಬರಿ. ಬಾಲ್ಯದಲ್ಲಿ ಮಕ್ಕಳ ಮನಸ್ಸಿನ ಮೇಲಾಗುವ ಪರಿಣಾಮ ಅಗಾಧ. ದೊಡ್ಡವರ ಕಲ್ಪನೆಗೇ ಬಾರದಷ್ಟು! ನಮ್ಮ ವೈರುಧ್ಯ ಗುಣ--ಸ್ವಭಾವ, ಸ್ವಚ್ಛಂದ ಪ್ರವೃತ್ತಿ, ದಂಪತಿಗಳಲ್ಲೊಬ್ಬರ ದುರ್ನಡತೆ ಇತ್ಯಾದಿಗಳಿಂದ ಈಗ ಕ್ಷುಲ್ಲಕ ಕಾರಣಕ್ಕೂ ದಾಂಪತ್ಯದಲ್ಲಿ ಬಿರುಕು ಹೆಚ್ಚಾಗುತ್ತಿದೆ. ಮಹಿಳೆಗೆ ಸಿಗುವ ವಿದ್ಯೆಯೂ ಅವಳ ಸ್ವಾಭಿಮಾನವನ್ನು ಹೆಚ್ಚಿಸಿ ಗಂಡಿನ ದಬ್ಬಾಳಿಕೆಗೆ ವಿರುದ್ಧವಾಗಿ ಸೆಟೆದು ನಿಲ್ಲುವ ಹಂಬಲ ದಾಂಪತ್ಯವನ್ನು ವಿಚ್ಛೇದನಕ್ಕೆ ತಂದು ನಿಲ್ಲಿಸುತ್ತಿದೆ. ಹಾಗೇ ಕೆಲವು ತಂದೆ ತಾಯಂದಿರ ಸ್ವಚ್ಛಂದ ಪ್ರವೃತ್ತಿ ಕೂಡಾ ಅಪ್ಪ-ಅಮ್ಮ ಇದ್ದೂ ಮಕ್ಕಳನ್ನು ಅನಾಥರನ್ನಾಗಿಸುತ್ತಿದೆ. ಅವರ ಪ್ರತಿಷ್ಠೆ, ಹಠ, ದುರಾಚಾರ, ಸ್ವಚ್ಛಂದ ಪ್ರವೃತ್ತಿಗಳ ಪರಿಣಾಮವನ್ನು ಮಕ್ಕಳು ಅನುಭವಿಸುವಂತಾಗಿದೆ. 'ನಮ್ಮ ಬದುಕೇ ಕಷ್ಟಕ್ಕೆ ಸಿಕ್ಕಿರುವಾಗ ಮಕ್ಕಳ ಬದುಕನ್ನು ಕಟ್ಟಿಕೊಂಡು ಆಗಬೇಕಾದ್ದೇನು?' ಎನಿಸುತ್ತದೆ ಆಗ! ಆದರೆ ಅದು ಆ ಘಳಿಗೆಯಲ್ಲಿ ಉತ್ಪತ್ತಿಯಾಗುವ ಭಾವ. ಮನಸ್ಸು ಮತ್ತು ದೇಹ ಬೇರೆಯಾದರೂ ಮಕ್ಕಳು ನಮ್ಮ ರಕ್ತ ಹಂಚಿಕೊಂಡ ನಮ್ಮದೇ ಭಾಗ. ಅವರಿಗೆ ನೋವಾದರೆ ನಮ್ಮ ಕರುಳು ಚುರುಗುಟ್ಟುತ್ತದೆ. ಅವರ ಬದುಕು ಹಾಳಾದರೆ ನಮ್ಮ ಖುಷಿ ನಾಶವಾಗುತ್ತದೆ. ಅವರ ಬದುಕು ಸುಖವಾದರೆ ನಮ್ಮ ಬದುಕೂ ಸುಖ ಎನಿಸುತ್ತದೆ. ಮಕ್ಕಳು ಹಾಳಾದರೆ ಆಗುವ ಸಂಕಟ ಅದನ್ನು ಅನುಭವಿಸಿದವರಿಗೇ ಗೊತ್ತು. ಅದರಲ್ಲೂ ತಾಯಿಗೆ!

ಹಾಗಾದರೆ ವಿಚ್ಛೇದನವೇ ಬೇಡವಾ ಎಂಬ ಪ್ರಶ್ನೆಯೂ ಏಳಬಹುದು. ಅದು ಬೇರೇನೂ ಸಾಧ್ಯತೆ ಇಲ್ಲ ಎಂದಾದಾಗ ಬರುವ ಕೊನೆಯ ಚಿಂತನೆಯಾಗಬೇಕು. ನಾನಾ ತರಹದ ಜನರಿರುವಲ್ಲಿ 'ನಾನು ಹೊಡೆಯುತ್ತಲೇ ಇರುತ್ತೇನೆ; ನೀನು ತಿನ್ನುತ್ತಲೇ ಇರು' ಎನ್ನುವ ಮನೋಭಾವದವರೊಂದಿಗೆ ಬದುಕು ಕಷ್ಟವೇ.

ವಿವೇಚನೆ ಇಲ್ಲದೆ ಒಂದು ಕ್ಷುಲ್ಲಕ ಕಾರಣಕ್ಕೆ ವಿಚ್ಛೇದನ ಪಡೆದ ದಂಪತಿಯ ಮಗು ಈ ಸಮಾಜದಲ್ಲಿ ಏನೆಲ್ಲಾ ಕಷ್ಟ ಅನುಭವಿಸಬೇಕಾಗಿ ಬರುತ್ತದೆ ಎನ್ನುವ ಚಿತ್ರಣ ಇದರಲ್ಲಿದೆ. ಎಷ್ಟೋ ಜನ ಹೆತ್ತವರಿಗೆ ಮಕ್ಕಳ ಮನಸ್ಸೇ ಅರ್ಥವಾಗುವುದಿಲ್ಲ. ಕೆಲವರು ಅವರನ್ನು ದೊಡ್ಡವರ ಮಟ್ಟಕ್ಕೆ ತೂಗಿ ನೋಡಿದರೆ ಇನ್ನು ಕೆಲವರು ಅವರನ್ನು ಮತ್ತೂ ಚಿಕ್ಕವರಾಗಿಸಿ ನೋಡುತ್ತಾರೆ. ಆಯಾ ವಯಸ್ಸಿನ ಮಕ್ಕಳ ಮನೋಭಾವಕ್ಕೆ ತಕ್ಕಂತೆ ಅವರನ್ನು ಅಳತೆ ಮಾಡಿ ಅವರೊಂದಿಗೆ ಬೆರೆಯಬೇಕು. ಅವರ ನೋವು ನಲಿವುಗಳನ್ನು ಅರ್ಥಮಾಡಿಕೊಂಡು ಅವರನ್ನು ಬೆಳೆಸಬೇಕು. ಬದುಕಿನಲ್ಲಿ ಸಾರ್ಥಕತೆಯ ಭಾವ ಎನ್ನುವುದಿರುತ್ತದೆ. ಅದು ಮಕ್ಕಳನ್ನು ಚೆನ್ನಾಗಿ ಬೆಳೆಸುವುದರಿಂದಲೂ ಸಿಗುತ್ತದೆ.

ಶಾಲಾಕಾಲೇಜುಗಳಲ್ಲಿ ಉಪನ್ಯಾಸಕ್ಕೆ ಹೋಗುವ ನನಗೆ ಒಂದೆಡೆ ಗಮನಕ್ಕೆ ಬಂದ ಸಂಗತಿ ಈ ಕೃತಿ ಬರೆಯಲು ಪ್ರೇರಕ. 'ಮಕ್ಕಳನ್ನು ಬೆಳೆಸುವುದು ಹೇಗೆ?' 'ಮಕ್ಕಳೊಡನೆ ಆಟ–ಪಾಠ, ಒಡನಾಟ' 'ಮಕ್ಕಳ ಪ್ರತಿಭೆಯನ್ನು ಗುರುತಿಸಿ; ಬೆಳೆಸಿ' 'ನಾವು ಮಕ್ಕಳು ಮತ್ತು ಶಿಕ್ಷಣ' 'ಹದಿ ಹರೆಯದ ಕನಸುಗಳು' ಇತ್ಯಾದಿ ಮಕ್ಕಳ ಏಳಿಗೆಗಾಗಿ ವ್ಯಕ್ತಿತ್ವ ವಿಕಸನ ಕೃತಿಗಳನ್ನು ರಚಿಸಿದ ಮೇಲೆ ಈಗಿನ ಬಹಳಷ್ಟು ಅನಗತ್ಯ ಡಿವೋರ್ಸ್‌ಗಳಿಂದ ಮಕ್ಕಳ ಮನಸ್ಸಿನ ಮೇಲಾಗುವ ಪರಿಣಾಮದ ಬಗ್ಗೆ ನನ್ನಿಂದಾದಷ್ಟು ತಿಳಿಸಲು ಈ ಕಾದಂಬರಿಯನ್ನು ರಚಿಸಿದ್ದೇನೆ. ಇದು ಮಂಗಳ ವಾರಪತ್ರಿಕೆಯಲ್ಲಿ ಬಂದ ಜನಪ್ರಿಯ ಧಾರಾವಾಹಿ. ಅದರ ಓದುಗರಿಗೂ ಪ್ರಕಟಿಸಿದ ಸಂಪಾದಕ ಮಿತ್ರರಾದ ಎನ್ನೇಬಿ ಮೊಗ್ರಾಲ್‌ರವರಿಗೂ ಕೃತಜ್ಞತೆಗಳು.

ನಿಮ್ಮವ

ಗಿರಿಮನೆ ಶ್ಯಾಮರಾವ್

ಅನಾಥ ಹಕ್ಕಿಯ ಕೂಗು

ಅಂದು ಶನಿವಾರ. ನನಗೆ ಆ ದಿನ ಚೆನ್ನಾಗಿ ನೆನಪಿದೆ. ಏಕೆಂದರೆ ಅದಕ್ಕಾಗಿ ನಾನು ನಾಲ್ಕು ದಿನಗಳಿಂದ ಕಾಯುತ್ತಿದ್ದೆ. ಅಂದು ಅಪ್ಪ ಮತ್ತು ಅಮ್ಮ ನನ್ನನ್ನು ಮೈಸೂರಿಗೆ ಕರೆದುಕೊಂಡು ಹೋಗುವವರಿದ್ದರು. "ಶನಿವಾರ ಮಧ್ಯಾಹ್ನಕ್ಕೆ ನಿಂಗೆ ನರ್ಸರಿ ಕ್ಲಾಸ್ ಮುಗಿಯುತ್ತಲ್ಲ ಪುಟ್ಟಾ, ನಾವು ಮೈಸೂರಿಗೆ ಜಿ.ಆರ್.ಎಸ್. ಪಾರ್ಕಿಗೆ ಹೋಗಿಬರೋಣ. ಅಲ್ಲಿ ನಿಂಗೆ ಆಡೋದಕ್ಕೆ, ನೋಡೋದಕ್ಕೆ ತುಂಬಾ ಇದೆ. ಹಾಗೇ ಅಲ್ಲಿ 'ಝೂ' ಇದೆ, ಪ್ಯಾಲೇಸ್ ಇದೆ, ಎಲ್ಲಾ ನೋಡ್ಕೊಂಡು ಬರೋಣ" ಎಂದು ನಾಲ್ಕು ದಿನಗಳ ಮೊದಲೇ ಹೇಳಿದ್ದಳು ಅಮ್ಮ. ನಾನು ಜಿ.ಆರ್.ಎಸ್. ಪಾರ್ಕಿನ ಹೆಸರು ಕೇಳಿದ್ದೆ. ಆದರೆ ಅಲ್ಲೇನಿದೆ ಎಂದು ಗೊತ್ತಿರಲಿಲ್ಲ. ಅದು ಮಕ್ಕಳು ಆಡುವ ಜಾಗ ಎಂದು ಟಿ.ವಿ.ಯಲ್ಲಿ ಜಾಹೀರಾತು ನೋಡಿ ತಿಳಿದಿದ್ದೆ. ಅದಕ್ಕಿಂತ ಹೆಚ್ಚಿಗೆ ತಿಳಿಯಲು ನಾನೇನು ದೊಡ್ಡವನಾ? ನಾನು, ಅಪ್ಪ, ಅಮ್ಮ ಅಂತೂ ಹೋಗುವುದು ಗ್ಯಾರಂಟಿ. ಅಜ್ಜ ಮನೆಗೆ ಬಂದಿದ್ದರು. ಅವರೂ ನಮ್ಮ ಜೊತೆಗೆ ಬಂದರೆ ಚೆನ್ನ ಎನಿಸಿ "ಯಾರೆಲ್ಲಾ ಹೋಗೋದು?" ಎಂದೆ. "ಇನ್ಯಾರು? ನಾನು, ನೀನು, ಡ್ಯಾಡಿ ಮಾತ್ರ. ಅಜ್ಜ ಬರೋದಿಲ್ಲ. ಅವರಿಗೆ ಅಲ್ಲೆಲ್ಲಾ ತಿರುಗಾಡೋದಕ್ಕೆ ಆಗೋದಿಲ್ವಂತೆ" ಎಂದಳು ಅಮ್ಮ. "ನಾನು ಅವರ ಕೈ ಹಿಡಿದು ಕರ್ಕೊಂಡು ಹೋಗ್ತೀನಿ" ಎಂದೆ ಉತ್ಸಾಹದಿಂದ.

"ನೀನು ಕೈಯೇನೋ ಹಿಡೀತೀಯ. ಕಾಲಿಗೇನು ಮಾಡೋದು? ಅದು ಬರೋದಿಲ್ಲ ಅನ್ನುತ್ತೆ. ಮನೆಯೊಳಗೆ ನಡೆಯೋದೇ ಕಷ್ಟ; ಇನ್ನು ಅಲ್ಲೆಲ್ಲಾ ಓಡಾಡೋದಕ್ಕೆ ಆಗುತ್ತಾ? ನೀವೇ ಹೋಗಿ ಬನ್ನಿ" ಎಂದರು ಕೇಳುತ್ತಿದ್ದ ಅಜ್ಜ.

ನನಗೆ ಬೇರೆಲ್ಲವೂ ಮರೆತುಹೋಯಿತು. ಮಧ್ಯಾಹ್ನ ಊಟ ಯಾವಾಗ ಮುಗಿಯುತ್ತದೆ? ಕಾರಲ್ಲಿ ಯಾವಾಗ ಮುಂದಿನ ಸೀಟಿನಲ್ಲಿ ಕುಳಿತುಕೊಳ್ಳುವುದು? ಎನ್ನುವುದರ ಹೊರತು ಬೇರೇನೂ ಯೋಚನೆ ಬರಲಿಲ್ಲ. ಊಟ ಮುಗಿಸಿದ್ದೇ ತಡ ಕಾರಿನ ಮುಂದಿನ ಸೀಟು ನನ್ನದಾಯಿತು. ದಾರಿಯುದ್ದಕ್ಕೂ ಅಪ್ಪ ಮೈಸೂರಿನ ಬಗ್ಗೆ, ಅರಮನೆ ಬಗ್ಗೆ, ಜಿ.ಆರ್. ಎಸ್. ಪಾರ್ಕಿನ ಬಗ್ಗೆ, ಅಲ್ಲಿರುವ ಮೃಗಾಲಯದ ಬಗ್ಗೆ ಗೊತ್ತಿರುವುದನ್ನೆಲ್ಲಾ ಹೇಳಿದರು. ಅದನ್ನೆಲ್ಲಾ ನೋಡಿ ಬಂದ ನಂತರ ನನ್ನ ಸ್ನೇಹಿತರಿಗೂ ಅದನ್ನು ವಿವರಿಸಿ ಹೇಳಬೇಕು ಎಂದುಕೊಂಡೆ. ಅಂದೇ ಮೈಸೂರು ತಲುಪಿ ಹೋಟೆಲ್ಲಿನಲ್ಲಿ ರೂಮ್ ಮಾಡಿ ಅಂದೇ ಸಂಜೆ ಜಿ.ಆರ್.ಎಸ್. ಪಾರ್ಕಿಗೆ ಹೋಗಿದ್ದೂ ಆಯಿತು. ಅಂದು ಮತ್ತು ಅದರ ಮರುದಿನ ನನ್ನ ಬದುಕಿನ ಅತ್ಯಂತ ಸಂಭ್ರಮದ ದಿನಗಳು.

ಜಿ.ಆರ್.ಎಸ್. ಪಾರ್ಕಿನಲ್ಲಂತೂ ನನ್ನದೇ ಸ್ವರ್ಗ. ಅಷ್ಟೆತ್ತರದಿಂದ ನೀರಿಗೆ ಜಾರಿ ಬರಬೇಕೆಂದಿತ್ತು. ಆದರೆ ಅಮ್ಮನೇ "ಬೇಡ, ಸಣ್ಣವರು ಅಲ್ಲಿ ಕೂರೋ ಹಾಗಿಲ್ಲ, ಅಭ್ಯಾಸ ಇಲ್ಲದೆ ಏನಾದ್ರೂ ತೊಂದರೆಯಾದ್ರೆ ಕಷ್ಟ" ಎಂದು ತಡೆದಳು. ಕೈಕಾಲು ಸೋಲುವ ವರೆಗೂ ಅಲ್ಲಿ ಆಡಿ ಸಾಕು ಎನ್ನುವಂತಾದಾಗ ಒಂದೆಡೆ ಕುಳಿತೆವು. ಬೇಕಾದ್ದನ್ನೆಲ್ಲಾ ತಿಂದೆವು. ಹೋಟೆಲ್ಲಿಗೆ ಹಿಂದಿರುಗಿದ ಮೇಲೂ ಅದೇ ನೆನಪು. ನಿದ್ರೆಯಲ್ಲೂ ಅದರಲ್ಲಿ ಸುತ್ತಾಡಿದಂತೆ ಭಾಸವಾಗುತ್ತಿತ್ತು. ಮರುದಿನ ಬೆಳಗ್ಗೆ ಅರಮನೆ ನೋಡಿ ಮತ್ತೆ ಮೃಗಾಲಯಕ್ಕೆ ಹೋದೆವು. ಅಲ್ಲಿ ಆಚೆ ಅಪ್ಪ, ಈಚೆ ಅಮ್ಮ ನನ್ನ ಕೈ ಹಿಡಿದು ಜೊತೆಗೇ ತಿರುಗಿದರು. ನಾನು ಕೇಳಿದ ಐಸ್ಕ್ರೀಂ, ತಿಂಡಿಗಳೆಲ್ಲಾ ಬಂದವು. ದೊಡ್ಡ ದೊಡ್ಡ ಪ್ರಾಣಿಗಳನ್ನು ಕಂಡು ಬೆರಗಾಗಿ ನಿಂತಾಗ ಅದರ ಬಗ್ಗೆ ವಿವರಿಸಿದರು. ಚಿಂಪಾಂಜಿಯಂತೂ ತುಂಬಾ ಖುಷಿ ಕೊಟ್ಟಿತು. ಬರೀ ಚಿತ್ರದಲ್ಲಿ ಅವುಗಳನ್ನೆಲ್ಲಾ ನೋಡಿದ್ದೆ. ಈಗ ಜೀವಂತ ನೋಡಿದಾಗ ಅವುಗಳ ಎತ್ತರ, ಗಾತ್ರ ಕಂಡು ಆಶ್ಚರ್ಯವಾಯಿತು. ಹುಲಿ ನಮ್ಮನ್ನು ನೋಡಿ ನಮ್ಮ ಹತ್ತಿರಕ್ಕೆ ಬಂದಾಗ ನನ್ನನ್ನು ತಿಂದೇ ಬಿಡುತ್ತದೇನೋ ಎಂಬಷ್ಟು ಭಯವಾಯಿತು. ಆದರೆ ಅಪ್ಪ ನನ್ನ ಕೈ ಹಿಡಿದು "ಹೆದರ್ಕೋಬೇಡ, ಬೋನು ದಾಟಿ ಅದಕ್ಕೆ ಹೊರಗೆ ಬರೋದಕ್ಕೆ ಆಗೋದಿಲ್ಲ" ಎಂದರೂ ನನ್ನ ಭಯ ಹೋಗಿರಲಿಲ್ಲ. ಅಪ್ಪನ ಕೈಯನ್ನು ಭದ್ರವಾಗಿ ಹಿಡಿದುಕೊಂಡಿದ್ದರಿಂದ ಧೈರ್ಯ ಬಂತು. ಆನೆಗಳು ಅಷ್ಟು ದೊಡ್ಡವಾಗಿದ್ದರೂ ಯಾಕೋ ಅಷ್ಟು ಭಯವಾಗಲಿಲ್ಲ. ಅಲ್ಲೊಂದು ಕಲ್ಲು ಬೆಂಚು. ತಂದಿದ್ದ ತಿಂಡಿ ತಿನ್ನುವಾಗ ಬೆಂಚಿನ ಆಚೀಚೆ ಅಪ್ಪ ಮತ್ತು ಅಮ್ಮ, ಮಧ್ಯೆ ನಾನು. ಅಮ್ಮನ ಕೈಯಿಂದ ತಪ್ಪಿಸಿಕೊಳ್ಳುವಾಗ ಅಪ್ಪ ಹಿಡಿದುಕೊಂಡರು. ನಂತರ ಎರಡೂ ಕೈಗಳನ್ನು ಒಬ್ಬೊಬ್ಬರು ಹಿಡಿದುಕೊಂಡರು. "ನೀನು ನನ್ನ ಪಾಪು; ಅಲ್ಲ ನನ್ನ ಪಾಪು" ಎಂದು ಇಬ್ಬರೂ ಪೈಪೋಟಿಯ ಮೇಲೆ ನನ್ನನ್ನು ಹಿಡಿಯುವಾಗ ನನ್ನ ಖುಷಿ ಮುಗಿಲು ಮುಟ್ಟಿತು. ಅಪ್ಪ ಕೇಳಿದರು "ನಿಂಗೆ ಡ್ಯಾಡಿ ಇಷ್ಟಾನಾ? ಮಮ್ಮಿ ಇಷ್ಟಾನಾ?" ಅಮ್ಮನ ಕಡೆ ನೋಡಿದೆ. 'ಮಮ್ಮಿಯೇ ಇಷ್ಟ ಎಂದು ಹೇಳು' ಎನ್ನುವಂತೆ ಅರ್ಧ ಕಣ್ಣು ಮುಚ್ಚಿ ಪ್ರೀತಿ ತೋರಿಸಿದಳು. ಅಪ್ಪನ ಕಡೆಗೆ

ನೋಡಿದೆ. 'ನಿಂಗೆ ನಾನೇ ಇಷ್ಟ ಅಲ್ವಾ?' ಎನ್ನುವಂತೆ ಮುಖ ಮುಂದೆ ಮಾಡಿದರು. ಯಾರು ಎಂದು ಹೇಳಲಾಗದೆ ಆಚೀಚೆ ನೋಡಿದೆ. ನನಗೆ ಅಮ್ಮನ ಕಂಡರೆ ತುಂಬ ಪ್ರೀತಿ, ನಿಜಕ್ಕೂ ಅವಳು ಬ್ಯೂಟಿ, ಸುಂದರವಾಗಿ ನಗುತ್ತಾಳೆ. ನಮ್ಮ ನರ್ಸರಿ ಶಾಲೆಯ ತೆಳ್ಳಗೆ ಬೆಳ್ಳಗೆ ಇರುವ ಪೋನಿ ಟೈಲ್ ಕಟ್ಟಿಕೊಂಡು ಬರುವ ರೀಟಾ ಮಿಸ್ ಬಿಟ್ಟರೆ ಅಮ್ಮನೇ ಚೆಂದ. ಅಷ್ಟೊಂದು ದಪ್ಪವೂ ಅಲ್ಲದೆ ಬೆಳ್ಳಗಿರುವ ಅಮ್ಮನನ್ನು ಎಷ್ಟು ನೋಡಿದರೂ ನೋಡುತ್ತಲೇ ಇರುವ ಎನಿಸುತ್ತದೆ. ನನ್ನ ಎಲ್ಲಾ ಸ್ನೇಹಿತರ ಅಮ್ಮಂದಿರಿಗಿಂತಲೂ ಅವಳು ಚೆಂದ. ನನ್ನ ಅಪ್ಪನೂ ಅಷ್ಟೆ; ಎತ್ತರವಾಗಿ ಗುಂಗುರು ಕೂದಲಿನ, ಮೀಸೆ ಬಿಟ್ಟ ಅಪ್ಪ ತುಂಬಾ ಹ್ಯಾಂಡ್‌ಸಮ್. ಎಲ್ಲರ ಅಪ್ಪಂದಿರಿಗಿಂತಲೂ! ಅವರ ಬಗ್ಗೆ ನನಗೆ ತುಂಬ ಹೆಮ್ಮೆ. ಅವರಿಬ್ಬರ ಜೊತೆಗೆ ಎಲ್ಲಿಗಾದರೂ ಹೋಗುವುದು ಎಂದರೆ ನನಗೆ ಅತ್ಯಂತ ಖುಷಿ. ಈಗ ಇಬ್ಬರೂ ಯಾರು ಇಷ್ಟ ಎಂದು ಕೇಳಿದಾಗ ಏನು ಹೇಳಲೂ ತೋಚಲಿಲ್ಲ. ಅಮ್ಮ ನನ್ನನ್ನು ಅಪ್ಪಿಕೊಂಡು ಮುದ್ದಿಸುವಾಗ, ಬೇಕಾದ ಅಡಿಗೆ ಮಾಡಿಕೊಟ್ಟು ರಾತ್ರಿ ನನ್ನನ್ನು ಅಪ್ಪಿಕೊಂಡು ಮಲಗಿದಾಗ ಅವರಿಗಿಂತ ಯಾರೂ ಇಲ್ಲ ಎನಿಸುತ್ತದೆ. ಅಪ್ಪ ಕೈಹಿಡಿದು ವಾಕಿಂಗ್ ಕರೆದುಕೊಂಡು ಹೋಗುವಾಗ ಅಥವಾ ಅವರೊಂದಿಗೆ ಕಾರಿನಲ್ಲಿ ಮುಂದಿನ ಸೀಟಿನಲ್ಲಿ ಕುಳಿತು ಮಾತಾಡುವಾಗ ಅದಕ್ಕಿಂತ ಬೇರಾವುದೂ ಇಷ್ಟ ಎನಿಸುವುದಿಲ್ಲ. ತಕ್ಷಣ ಕನ್ನಡ ಕಲಿಸುವ ಮಿಸ್ 'ಅಪ್ಪ ಅಮ್ಮ ಅಂದರೆ ನಿಮ್ಮ ಎರಡು ಕಣ್ಣುಗಳು ಇದ್ದಂತೆ" ಎಂದು ಹೇಳಿದ್ದು ನೆನಪಾಯಿತು "ನಂಗೆ ಇಬ್ರೂ ಇಷ್ಟ. ನೀವಿಬ್ರೂ ನನ್ನ ಎರಡು ಕಣ್ಣುಗಳು ಇದ್ದ ಹಾಗೆ" ಎಂದುಬಿಟ್ಟೆ.

"ನೀನು ನನ್ನ ಪುಟ್ಟ" ಎನ್ನುತ್ತಾ ಅಮ್ಮ ನನ್ನ ಬಾಚಿ ತಬ್ಬಿಕೊಂಡು ಮುತ್ತಿಟ್ಟಳು.

"ನೀನು ನಮ್ಮಿಬ್ಬರ ಪಾಪು" ಎಂದು ಅಪ್ಪ ನನ್ನ ತಲೆಕೂದಲ ಮೇಲೆ ನಗುತ್ತಾ ಕೈಯಾಡಿಸಿದರು. ಸುಖದ ಮತ್ತಿನಲ್ಲಿ ಕಳೆದು ಹೋದೆ.

'ಅತಿಯಾದ ಸಂತೋಷ ಕ್ಷಣಿಕವಂತೆ' ನನಗಾದರೂ ಏನು ಗೊತ್ತು?

●●●

ಒಂದನೆಯ ತರಗತಿಗೆ ಸೇರಿಯಾಗಿತ್ತು. ಖುಷಿಯ ಜೊತೆಗೆ ಮತ್ತೊಂದು ಖುಷಿ! ಕಾರಣ; ಹಳ್ಳಿಯಲ್ಲಿರುವ ಅಜ್ಜ ಪುನಃ ಮನೆಗೆ ಬಂದಿದ್ದರು. ಅಪ್ಪ ಅಮ್ಮ ಇಬ್ಬರೂ ಕೆಲಸಕ್ಕೆ ಹೋದಾಗ ಅಜ್ಜನೇ ನನ್ನನ್ನು ನೋಡಿಕೊಳ್ಳುವುದು. ಅಪ್ಪನಿಗೆ ರಾತ್ರೀ ಹಗಲೂ ಕೆಲಸವಿರುತ್ತದೆ. ಎಷ್ಟು ಹೊತ್ತಿಗೆ ಮನೆಗೆ ಬರುತ್ತಾರೆ ಎಂದೇ ತಿಳಿಯುವುದಿಲ್ಲ. ಅಮ್ಮ ಮಾತ್ರ ನಾನು ಶಾಲೆಗೆ ಹೋದ ಮೇಲೆ ಕೆಲಸಕ್ಕೆ ಹೋದರೆ ಬರುವಾಗ ರಾತ್ರಿ ಒಂಭತ್ತು ಗಂಟೆಯಾಗುತ್ತದೆ. ಯಾವಾಗಲೂ ಸಂಜೆ ನಾನು ಶಾಲೆ ಬಿಟ್ಟು ಬರುವಾಗ ಕೆಲಸದವಳು ಮಾತ್ರ ಮನೆಯಲ್ಲಿರುವುದು. ಮಾಡಿಟ್ಟ ತಿಂಡಿ ತಿನ್ನಲು ಕೊಟ್ಟು ಹೋಗಿ ಬಿಡುತ್ತಿದ್ದಳು. ಮಾತಿಲ್ಲ, ಕತೆಯಿಲ್ಲ. ಏನಾದರೂ ಕೇಳಿದರೆ ತಂದು ಕೊಡುತ್ತಾಳೆ. ಆದರೆ ಈಗ ಹಾಗಲ್ಲ. ಅಜ್ಜ ಇರುತ್ತಾರೆ. ಅವರು ನಾನು ಬರುವುದನ್ನೇ ಕಾಯುತ್ತಿರುತ್ತಾರೆ. ತಿಂಡಿ ತಿನ್ನುತ್ತಾ ಶಾಲೆಯಲ್ಲಿ ನಡೆದ ಘಟನೆ ಎಲ್ಲಾ ಅವರ ಹತ್ತಿರ ಹೇಳಬಹುದು. ಮುಖವನ್ನೇ ನೋಡುತ್ತಾ ಕೇಳುತ್ತಾರೆ. ಆ ಮೇಲೆ ತೊಡೆ ಮೇಲೆ ಕೂರಿಸಿಕೊಂಡು ಅಪ್ಪ ಮಕ್ಕಳ, ಶ್ರವಣ ಕುಮಾರ

ಅಪ್ಪ ಅಮ್ಮನನ್ನು ಹೊತ್ತುಕೊಂಡು ತಿರುಗಿದ ಕತೆ ಹೇಳುತ್ತಾರೆ. ಅಪ್ಪ ಚಿಕ್ಕವರಾಗಿರುವಾಗ ಅವರಿಗೆ ಕಾಯಿಲೆಯಾದಾಗ ಹಳ್ಳಿಯಲ್ಲಿ ಡಾಕ್ಟರು ಸಿಗದೆ ಅವರನ್ನು ಹೊತ್ತುಕೊಂಡೇ ಹನ್ನೆರಡು ಕಿ.ಮೀ. ನಡೆದು ಅವರನ್ನು ಬದುಕಿಸಿದ, ಅವರ ಹಳ್ಳಿಯಲ್ಲಿ ನಡೆದ ಯಾವುದೋ ಘಟನೆಗಳನ್ನು ರಸವತ್ತಾಗಿ ವಿವರಿಸುತ್ತಾರೆ. ಅಪ್ಪ ಅಮ್ಮನ ನೆನಪೇ ಆಗದಂತೆ ನೋಡಿಕೊಳ್ಳುತ್ತಾರೆ. ಅಪ್ಪ ಮಕ್ಕಳ, ಮಹಾಭಾರತ, ರಾಮಾಯಣ, ಪಂಚತಂತ್ರ ಎಲ್ಲಾ ಕತೆಗಳೂ ಅವರಿಗೆ ಗೊತ್ತು. ಒಂದು ಸಲವೂ ಒಬ್ಬರ ಮೇಲೂ ಕೋಪ ಮಾಡಿಕೊಳ್ಳದ, ನಾನು ಏನು ಕೀಟಲೆ ಮಾಡಿದರೂ ನಗುತ್ತಾ ಬುದ್ಧಿ ಹೇಳುವ ಅಜ್ಜ, ತುಂಬ ಎಂದರೆ ತುಂಬಾ ಒಳ್ಳೆಯವರು. ಆಗಾಗ ಬಂದು ಹೋಗುವ ಅಜ್ಜನ ಹತ್ತಿರ "ನೀವು ಯಾಕೆ ಇಲ್ಲೇ ಇರ್ಬಾರ್ದು?" ಎಂದರೆ "ಅಲ್ಲಿ ಆಸ್ತಿ ನೋಡ್ಕೊಳ್ಳುವವರು ಯಾರು ಪುಟ್ಟಾ?" ಎನ್ನುತ್ತಿದ್ದರು.

ಹದಿನೈದು ದಿನ ಇದ್ದ ಅಜ್ಜ ಬೇಡ ಎಂದು ಹಠ ಹಿಡಿದರೂ ಕೇಳದೆ ಹೊರಟು ಹೋದರು.

ಅದರ ಮುಂದಿನ ವಾರ ಒಂದು ಭಾನುವಾರ ಅಪ್ಪ, ಅಮ್ಮ ನನ್ನನ್ನು ಹೋಟೆಲ್ಲಿಗೆ ಕರೆದುಕೊಂಡು ಹೋದರು. ದಾರಿಯಲ್ಲಿ ಮಾತಿಲ್ಲ; ಕತೆಯಿಲ್ಲ. ನಾನು ಇಬ್ಬರ ಹತ್ತಿರವೂ ಮಾತಾಡುತ್ತಿದ್ದೆ. ಇಬ್ಬರದೂ ಕೇಳಿದ್ದಕ್ಕೆ ಮಾತ್ರ ಉತ್ತರ. ನನಗಾಗುತ್ತಿದ್ದ ಕಿರಿಕಿರಿ ಅಷ್ಟಿಷ್ಟಲ್ಲ. ಅರ್ಧ ಊಟ ಮಾಡುವವರೆಗೆ ಇಬ್ಬರೂ ಒಂದೂ ಮಾತಾಡಿರಲಿಲ್ಲ. ನಂತರ "ನೋಡು, ಪರಿಸ್ಥಿತೀನ ಅರ್ಥ ಮಾಡ್ಕೋ. ಅಪ್ಪನೂ ಊರಿಗೆ ಹೋದ್ರು. ಆಕಾಶ್ ಒಬ್ಬನೇ ಇರ್ತಾನೆ. ನೀನು ಕೆಲಸಕ್ಕೆ ಹೋಗಿ ಏನಾಗ್ಬೇಕು? ನಂಗೆ ಬರೋ ಸಂಬಳ ಇನ್ನೂ ಒಂದು ಸಂಸಾರಕ್ಕೆ ಸಾಕು; ಹಠ ಮಾಡಿಕೊಂಡು ಯಾಕೆ ಕೂರ್ತೀಯಾ? ಅವನ ಭವಿಷ್ಯ ಒಳ್ಳೇದಾಗೋದು ಕೆಲಸಕ್ಕಿಂತ ಮುಖ್ಯ ಅಲ್ವಾ?" ಎಂದರು ಅಪ್ಪ ಅಮ್ಮನ ಮುಖ ನೋಡದೆ.

"ಬೇಕಿಲ್ಲ. ಬೇಕಾದ್ರೆ ನೀವೇ ಕೆಲಸ ಬಿಡಿ, ನಂಗೂ ನಿಮಗಿಂತ ಜಾಸ್ತಿ ಸಂಬಳ ಬರುತ್ತೆ. ನೀವೇ ಕೆಲಸ ಬಿಟ್ಟು ಮಗೂನ ನೋಡ್ಕೊಳ್ಳಿ. ನಂಗೊತ್ತು, ನಿಮಗೆ ಮಗು ನೋಡ್ಕೊಳ್ಳೋದು ಮುಖ್ಯ ಅಲ್ಲ, ನಾನು ಕೆಲಸ ಬಿಡೋದು ಮುಖ್ಯ. ಮಾವ ಬರೋದಕ್ಕಿಂತ ಮೊದ್ಲು ಕೆಲಸದವಳೇ ಅವನನ್ನ ನೋಡ್ಕೊಳ್ತಾ ಇರ್ಲಿಲ್ವಾ? ಅದಕ್ಕಿಂತಲೂ ನಿಮಗೆ ಮುಖ್ಯವಾಗಿರೋದು ಕೆಲಸಕ್ಕೆ ಹೋಗ್ತಾ ಇದ್ರೆ ನಿಮ್ಮ ಅನುಮಾನ ಹಾಗೇ ಇರುತ್ತೆ, ಮನೇಲಿ ಕೂತಿದ್ರೆ ಏನೂ ತೊಂದರೆ ಇಲ್ವಲ್ಲಾ? ಒಂದು ಕಡೆ ಅನುಮಾನ, ಇನ್ನೊಂದು ಕಡೆ ನಿಮಗಿಂತ ಜಾಸ್ತಿ ಸಂಪಾದಿಸ್ತೀನಿ ಅನ್ನೋ ಜಲಸಿ, ಕಾರಣ ಕೊಡೋದಕ್ಕೆ ಮಗು" ಮುಖ ಕೆಂಪು ಮಾಡಿಕೊಂಡು ಹೇಳಿದಳು ಅಮ್ಮ.

"ಹಠ ಹಿಡೀಬೇಡ. ಇದರಿಂದ ಪರಿಣಾಮ ಒಳ್ಳೇದಾಗೋದಿಲ್ಲ" ಅಪ್ಪ ಅರ್ಧ ಊಟದಲ್ಲೇ ಕೈ ತೊಳೆಯುತ್ತಾ ಹೇಳಿದರು.

"ನಂಗೆ ಹೇಳೋದಕ್ಕಿಂತ ಮುಂಚೆ ನೀವೂ ಹಠ ಹಿಡಿಯೋದನ್ನ ಬಿಡಿ. ಈಗ ಕಾಲ ಮೊದಲಿನ ಹಾಗಿಲ್ಲ. ನಿಮಗೆ ನಿಮ್ಮ ಜವಾಬ್ದಾರಿ ಹೇಗೋ ನಂಗೂ ನನ್ನ ಜವಾಬ್ದಾರಿ

ಹಾಗೇ. ನಂಗೆ ಹೇಳೋ ಮೊದ್ಲು ನೀವು ಸರಿದಾರೀಲಿ ಹೋಗೋದನ್ನು ನೋಡಿ" ಅಮ್ಮ ಸುಮ್ಮನೆ ಅನ್ನದ ಮೇಲೆ ಕೈಯಾಡಿಸುತ್ತಾ ನುಡಿದಳು.

"ಥೂ, ಈ ಕೆಲಸದಲ್ಲಿರೋ ದರಿದ್ರ ಹೆಂಗಸರೇ ಹೀಗೆ. ನಾನೂ ಸಂಪಾದಿಸ್ತೀನಿ ಅನ್ನೋ ಕೊಬ್ಬು. ಯಾರಾದ್ರೂ ಪಾಪದ ಹುಡುಗಿ ಕಟ್ಕೊಂಡು ಬಂದಿದ್ರೆ ಹೇಳಿದ ಹಾಗೆ ಕೇಳ್ಕೊಂಡು ಬಿದ್ದಿರೋಳು. ನಿನ್ನ ಕಟ್ಕೊಂಡೆ ನೋಡು ಗ್ರಹಚಾರ" ಗ್ಲಾಸಿನಲ್ಲಿ ಉಳಿದ ನೀರನ್ನು ಗಟಗಟನೆ ಕುಡಿದು ಅದನ್ನು ಅಲ್ಲೇ ಕುಕ್ಕಿದರು ಅಪ್ಪ.

"ಅಷ್ಟು ಕಷ್ಟಕ್ಕೆ ಯಾಕೆ ಕಟ್ಕೋಬೇಕಾಗಿತ್ತು? ನಾನೇನಾದ್ರೂ ನನ್ನ ಕಟ್ಕೋ ಅಂತ ನಿಮ್ಮ ಕಾಲಿಗೆ ಬಿದ್ನಾ? ನನ್ನ ಸಂಬಳ ನೋಡಿ ಜೊಲ್ಲು ಸುರಿಸ್ಕೊಂಡು ನಾಲ್ಕು ಜನರ ಕೈಯ್ಯಲ್ಲಿ ಹೇಳ್ಸಿ ಮದುವೆ ಮಾಡ್ಕೊಂಡಿದ್ದು ನೀವು. ಈಗ ನಿಮ್ಮ ಮೂಗಿನ ನೇರಕ್ಕೆ ನಡೆಯೋದಿಲ್ಲ ಅಂತಾದಾಗ, ಅನುಮಾನ ಪಿಶಾಚಿ ಹತ್ಕೊಂಡಾಗ, ನಿಮ್ಮಷ್ಟೇ ಸಂಬಳ ನನಗೂ ಸಿಗುತ್ತೆ ಅಂತಾದಾಗ ಥೂ, ಗ್ರಹಚಾರ, ದರಿದ್ರ ಅಂತೆಲ್ಲಾ ಬೇಡದ ಮಾತು ಬರುತ್ತೆ" ಅರ್ಧ ತಿಂದಿದ್ದ ಊಟವನ್ನು ಅಲ್ಲೇ ಬಿಟ್ಟು ತಾನೂ ಎದ್ದಳು ಅಮ್ಮ.

"ಜೊಲ್ಲು ಗಿಲ್ಲು ಅಂತೆಲ್ಲಾ ಮಾತಾಡ್ಬೇಡ, ಹೊಂದಿಕೊಂಡು ಹೋಗೋ ಮನಸ್ಸು ಇಲ್ಲದಿದ್ರೆ ಇದ್ರೆಷ್ಟು? ಸತ್ರೆಷ್ಟು? ನೆಟ್ಟಗೆ ಇರೋ ಹಾಗಿದ್ರೆ ಇರು. ಇಲ್ಲದೇ ಇದ್ರೆ ಡಿವೋರ್ಸ್ ತಗೊಂಡು ಹೋಗು" ಅಪ್ಪನ ಮಾತಿನಲ್ಲಿ ಕೋಪ, ಅಸಹಾಯಕತೆ ಎಲ್ಲಾ ಇತ್ತು.

"ಅಯ್ಯೋ, ನಿಮಗೆ ಬೇಡಾಂದ್ರೆ ನಂಗೂ ಬೇಡ. ಇಬ್ರೂ ಒಬ್ಬರಿಗೊಬ್ರು ಅಡ್ಜೆಸ್ಟ್ ಆಗೋ ಹಾಗಿದ್ರೆ ಬದುಕು. ಹಾಕಿ ಡಿವೋರ್ಸಿಗೆ ಅಪ್ಲಿಕೇಶನ್ನು. ನಾನೇನು ನಿಮ್ಮ ಹಂಗಲ್ಲೇ ಬದುಕ್ಬೇಕು ಅಂತಿಲ್ಲ. ನಾನೂ ಓದಿದೀನಿ, ನನ್ನ ಕಾಲ್ಮೇಲೆ ನಿಂತ್ಕೊಂಡಿದೀನಿ" ಕಣ್ಣಲ್ಲಿ ಇಳಿಯುತ್ತಿದ್ದ ನೀರನ್ನು ಕರ್ಚೀಫಿನಲ್ಲಿ ಒರೆಸುತ್ತಾ ಸೇರಿಗೆ ಸವ್ವಾ ಸೇರು ಎಂಬಂತೆ ಅಮ್ಮ ನುಡಿದಳು.

ನಾನು ಮಾತ್ರ ರುಚಿಯಾದ ಊಟವನ್ನು ಚೂರೂ ಬಿಡದೆ ಮಾಡಿದೆ. ಆದರೂ ಊಟ ರುಚಿ ಎನಿಸಲಿಲ್ಲ. 'ಅಪ್ಪ, ಅಮ್ಮ ಯಾಕೆ ಹೀಗೆ ಜಗಳ ಆಡುತ್ತಾರೆ...? ವಾರದ ಹಿಂದೆಯೂ ಹೀಗೇ ಜಗಳಾಡಿದ್ದರು.... ಇವರಿಗೇನಾಗಿದೆ? ಡಿವೋರ್ಸ್ ಅಂದರೆ ಏನು? ಅಜ್ಜನನ್ನೇ ಕೇಳುವ ಅಂದರೆ ಅವರಿಗೆ ಇಂಗ್ಲಿಷ್ ಗೊತ್ತಿಲ್ಲ... ಜಗಳ ಮಾಡಿಕೊಳ್ಳುತ್ತಿರುವ ಅಪ್ಪ ಅಮ್ಮನ ಹತ್ತಿರ ಕೇಳಿದರೆ ನನಗೇ ಜೋರು ಮಾಡಬಹುದು.... ನಾಳೆ ನಮ್ಮ ಮಿಸ್ ಹತ್ತಿರ ಕೇಳ್ಬೇಕು... ಇಬ್ಬರೂ ಯಾಕೆ ಅದೇ ಬೇಕು ಅಂತಿದಾರೆ...? ನಾನು ಸಣ್ಣವನು; ಅದೆಲ್ಲಾ ನನಗೇನು ಗೊತ್ತು...? ಆದರೆ ಒಂದಂತೂ ಗೊತ್ತು; ಅಪ್ಪ ಅಮ್ಮ ಹೀಗೆ ಜಗಳಾಡೋದು ಮಾತ್ರ ಸರಿ ಇಲ್ಲ!'

ಮತ್ತೂ ಹಾಗೇ ಜಗಳಾಡತೊಡಗಿದಾಗ ಮಾತ್ರ ನನ್ನಿಂದ ಸಹಿಸಲು ಸಾಧ್ಯವಾಗಲಿಲ್ಲ.

"ಇನ್ನು ನೀವಿಬ್ರೂ ಹೀಗೆ ಜಗಳಾಡ್ಬಾರ್ದೂ$$$" ನಾನು ಕೂಗಿದ ಕೂಗು ಎಷ್ಟು ಜೋರಾಗಿತ್ತೆಂದರೆ ಆಚೀಚೆ ಊಟ ಮಾಡುತ್ತಿದ್ದ ಹೋಟೆಲ್ಲಿನಲ್ಲಿದ್ದವರೆಲ್ಲಾ ನಮ್ಮತ್ತ ತಿರುಗಿ ವಿಚಿತ್ರವಾಗಿ ನೋಡತೊಡಗಿದರು.

11

ಯಾಕೆ, ಏನು? ಎಂದು ತಿಳಿಯದಿದ್ದರೂ ಮನೆಯಲ್ಲಿ ಬಿಗುವಿನ ವಾತಾವರಣವಿರುವುದು ತಿಳಿಯುತ್ತಿತ್ತು. ಅಪ್ಪ, ಅಮ್ಮನ ಹತ್ತಿರವಾಗಲೀ, ಅಮ್ಮ, ಅಪ್ಪನ ಹತ್ತಿರವಾಗಲೀ ನೇರವಾಗಿ ಮುಖ ಕೊಟ್ಟು ಮಾತಾಡುವುದಿಲ್ಲ. ಕೆಲವೊಮ್ಮೆ ಇಬ್ಬರೂ ನನ್ನ ಮೂಲಕ ಹೇಳಿಸುತ್ತಾರೆ. ಮಾತಾಡಲೇಬೇಕಾಗಿ ಬಂದಾಗ ಸಿಡುಕಿಕೊಂಡೇ ಮಾತಾಡುತ್ತಾರೆ. ಒಂದು ದಿನ ಅರ್ಧರಾತ್ರಿ ಇರಬಹುದು. ಜೋರು ಜೋರಾಗಿ ಮಾತು ಕೇಳಿ ಎಚ್ಚರವಾಯಿತು. ಗಾಬರಿಯಿಂದ ಎದ್ದು ಕುಳಿತು ನೋಡಿದರೆ ಹಾಸಿಗೆ ಆಚೀಚೆ ಅಮ್ಮ ಅಪ್ಪ ಒಬ್ಬರ ಮೇಲೆ ಒಬ್ಬರು ಆರೋಪ ಮಾಡುತ್ತಾ ಕುಳಿತಿದ್ದರು. "ನೀನ್ಯಾಕೆ ಎದ್ದೆ? ಸುಮ್ಮನೆ ಮಲ್ಕೋ" ಎಂದರು ಅಪ್ಪ. ಗಾಬರಿಯಿಂದಲೇ ಮಲಗಿದೆ. ಮತ್ತೂ ಏನೋ ಮಾತಾಡುತ್ತಿದ್ದರು. ಒಬ್ಬರ ಮೇಲೊಬ್ಬರು ರೇಗಾಡುತ್ತಿದ್ದರು. "ನೀನ್ಯಾಕೆ ಅವನ ಜೊತೆ ಊಟಕ್ಕೆ ಹೋಗ್ಬೇಕಾಗಿತ್ತು?" ಎಂದು ಅಪ್ಪ ಕಿರಿಚುತ್ತಿದ್ದುದೂ "ನೀವೇನು ಕಮ್ಮಿ, ನಿಮಗ್ಯಾಕೆ ಬೇಕು ಅನಾವಶ್ಯ ಇನ್ನೊಬ್ಬಳ ಜೊತೆ ಊರು ಸುತ್ತೋ ಕೆಲಸ?" ಎಂದು ಅಮ್ಮನೂ ಒಬ್ಬರ ಮೇಲೊಬ್ಬರು ಆರೋಪ ಹೊರಿಸುತ್ತಿದ್ದರು. "ನಿಂಗೆ ನಂಗಿಂತ ಸಂಬಳ ಜಾಸ್ತಿ ಬರುತ್ತೆ ಅಂತ ಕೊಬ್ಬು" ಎಂದು ಅಪ್ಪ ಹೇಳಿದರೆ "ಅದಕ್ಕೇ ನಿಮಗೆ ಹೊಟ್ಟೆ ಉರಿ, ಇನ್ಫೀರಿಯಾರಿಟಿ" ಎಂದು ಅಮ್ಮನೂ ಅಪ್ಪನನ್ನು ಮಾತಿನಲ್ಲೇ ಚುಚ್ಚುತ್ತಿದ್ದಳು. 'ಡಿವೋರ್ಸ್, ಡಿವೋರ್ಸ್' ಎಂಬ ಶಬ್ದ ನಾಲ್ಕೈದು ಸಲವಾದರೂ ಬಂದಿರಬೇಕು. ಅವರಿಬ್ಬರೂ ಜಗಳವಾಡುವುದನ್ನು ಹಾಗೇ ಮಲಗಿಕೊಂಡೇ ಕೇಳಿದೆ. ಯಾವ ವಿಷಯಕ್ಕೆ ಇವರು ಜಗಳಾಡುವುದು? ಎಂದು ತುಂಬಾ ತಲೆ ಕೆಡಿಸಿಕೊಂಡೆ. ಯಾಕೋ ತುಂಬ ಸಂಕಟವಾಗತೊಡಗಿತು. ನನ್ನ ಯೋಚನೆ ಸಾಗುತ್ತಿದ್ದಂತೆಯೇ ಎಂದೂ ಅಮ್ಮನಿಗೆ ಹೊಡೆಯದಿದ್ದ ಅಪ್ಪ ಅರ್ಧರಾತ್ರಿಯಲ್ಲೇ ಹೊಡೆದು ಬಿಟ್ಟರು.

ಅಮ್ಮ ಅಳುತ್ತಳುತ್ತಲೇ "ನಿಮ್ಮನ್ನು ನಿಮಗೆ ಸಮರ್ಥನೆ ಮಾಡಿಕೊಳ್ಳೋದಕ್ಕೆ ಸಾಧ್ಯ ಆಗದೆ ಹೋದಾಗ ಮಾಡೋ ಕೆಲಸ ಅಂದ್ರೆ ಇದೇ. ಹೆಂಡತಿಗೆ ಹೊಡೆಯೋದು. ಕೈಲಾಗದ ಗಂಡ ಮಾಡೋ ಕೆಲಸ ಅದು. ಬಿಟ್ಟಿ ಸಿಕ್ಕಿದ್ದೀನಿ ಅಲ್ವಾ? ನಾಚಿಕೆಯಾಗೋದಿಲ್ವಾ? ನಿಮಗೆ ಬುದ್ಧಿ ಕಲಿಸದಿದ್ರೆ ನಾನ್ಯಾರು?" ಎಂದು ಜೋರು ಮಾಡುತ್ತಿದ್ದಳು.

ನನಗಂತೂ ದಿಗ್ಭ್ರಾಂತಿಯಾಗಿ ಹೋಯಿತು. "ನಾನು ಅಷ್ಟೊಂದು ಪ್ರೀತಿಸುವ ಅಮ್ಮ ಅಪ್ಪ ಇದೇಕೆ ಹೀಗೆ ಆಗಾಗ ಜಗಳಾಡುತ್ತಾರೆ?' ತಿಳಿಯದೆ ತುಂಬ ಗಾಬರಿಯಾಯಿತು. ಇದು ಅಷ್ಟಕ್ಕೇ ನಿಲ್ಲಲಿಲ್ಲ. ಮತ್ತೆ ವಾರಕ್ಕೆರಡು ಬಾರಿ ಹೀಗೇ ಜಗಳಾಡುತ್ತಿದ್ದರು. ಕೊನೆಗೊಮ್ಮೆ ಇಬ್ಬರೂ ಪೂರ್ತಿ ಮಾತು ನಿಲ್ಲಿಸಿಬಿಟ್ಟರು. ಅಮ್ಮ ಒಮ್ಮೊಮ್ಮೆ ನನ್ನನ್ನು ತಬ್ಬಿಕೊಂಡು ಅಳುತ್ತಿದ್ದಳು. ಆಗ ಅಪ್ಪನ ಮೇಲೆ ಸಿಟ್ಟು ಬರುತ್ತಿತ್ತು. ಕೆಲಸಕ್ಕೆ ಹೋಗುವ ಮೊದಲು ನನ್ನ ಕೈಗೆ ಗರಿಗರಿಯಾದ ನೂರರ ನೋಟನ್ನಿಟ್ಟು "ಏನಾದರೂ ಬೇಕಾದರೆ ತಿನ್ನು ಮರಿ" ಎಂದು ಕೊಟ್ಟು ಹೋಗುತ್ತಿದ್ದಳು. ಅಪ್ಪನೂ ಅಷ್ಟೆ; ಅಮ್ಮನೊಂದಿಗೆ ಜಗಳವಾದಾಗ ನನ್ನನ್ನು ಹೊರಗೆ ಕರೆದುಕೊಂಡು ಹೋಗಿ ನನಗೆ ಬೇಕಾದ್ದನ್ನೆಲ್ಲಾ ಕೊಡಿಸಿ, ನನ್ನನ್ನು ತೊಡೆಯ ಮೇಲೆ ಕೂರಿಸಿಕೊಂಡು ನನ್ನ ಕೂದಲಲ್ಲಿ ಕೈಯಾಡಿಸುತ್ತಾ "ನಿಂಗೆ ಏನಾದ್ರೂ ಬೇಕಾದ್ರೆ ಹೇಳು ಪುಟ್ಟಾ?" ಎಂದು ನುಡಿದು, ಕೊನೆಗೆ ಸಿಗರೇಟು ಹಚ್ಚಿ ಏನೋ ಯೋಚಿಸುತ್ತಾ ಕರೆದರೂ ಕೇಳಿಸದೆ ಕುಳಿತು ಬಿಡುತ್ತಿದ್ದರು. ಆಗೆಲ್ಲಾ ಅಮ್ಮನಿಂದಾಗಿ ಅಪ್ಪ ತುಂಬ ಬೇಸರ ಮಾಡಿಕೊಳ್ಳುತ್ತಾರೆ ಎಂದು ಅಮ್ಮನ ಮೇಲೆ ಕೋಪ ಬರುತ್ತಿತ್ತು. ಅಪ್ಪನೂ ನೂರರ ನೋಟನ್ನು

ಜೇಬಿಗಿಡುತ್ತಿದ್ದರು. ಅವರಿಬ್ಬರೂ ಕೊಡುವ ಅಷ್ಟೊಂದು ಹಣದಲ್ಲಿ ಏನೆಲ್ಲಾ ಮಾಡಬಹುದು ಎಂದು ತಿಳಿಯದು ನನಗೆ! ಆದರೆ ಅದನ್ನು ಅಂಗಡಿಗೆ ತೆಗೆದುಕೊಂಡು ಹೋಗಿ ಕೊಟ್ಟರೆ ಚಾಕಲೇಟ್ ಕೊಳ್ಳಬಹುದು. ಅದರಲ್ಲಿ ಪೆನ್, ಪೆನ್ಸಿಲ್ ಎಲ್ಲಾ ಕೊಳ್ಳಬಹುದು ಎಂದು ಮಾತ್ರ ಗೊತ್ತು. ಮಾಮನ ಅಂಗಡಿಗೆ ಕೊಟ್ಟರೆ ಬೇಕಾದ್ದೆಲ್ಲಾ ಕೊಡುತ್ತಾರೆ. ಅದೆಲ್ಲಾ ಸರಿ; ಈ ಅಮ್ಮ ಅಪ್ಪ ಯಾಕೆ ಹೀಗೆ ಜಗಳಾಡುತ್ತಾರೆ? ನನಗೆ ಅಪ್ಪ ಬೇರೆ, ಅಮ್ಮ ಬೇರೆ ಎಂದು ಯಾವಾಗಲೂ ಅನಿಸಿಯೇ ಇಲ್ಲ. ನಾವು ಮಕ್ಕಳು ಜಗಳವಾಡುವುದು ಸರಿ; ಆದರೆ ಇಷ್ಟು ದೊಡ್ಡವರು, ಇವರೇಕೆ ಜಗಳಾಡುತ್ತಾರೆ? ಉತ್ತರ ಮಾತ್ರ ತಿಳಿಯದಾಗಿತ್ತು!

ಇಷ್ಟು ಸಣ್ಣ ಜಗಳಗಳೇ ನನ್ನನ್ನು ಅನಾಥನನ್ನಾಗಿ ಮಾಡುತ್ತದೆ ಎಂದು ನನಗಾದರೂ ಹೇಗೆ ತಿಳಿಯಬೇಕು?

●●●

ದಿನ ಬೆಳಗಾದರೆ ಅಮ್ಮ, ಅಪ್ಪನ ಜಗಳ. ಕೆಲವೊಮ್ಮೆ ತುಂಬ ಚೆನ್ನಾಗಿರುವವರಂತೆ ಒಟ್ಟಿಗೇ ಮಾತಾಡುತ್ತಾರೆ. ಒಟ್ಟಿಗೇ ಊಟಕ್ಕೆ ಕೂರುತ್ತಾರೆ. ಊಟ ಮುಗಿಯುವುದರೊಳಗೆ ಮತ್ತೆ ಜಗಳ. ಎಷ್ಟು ಹೊತ್ತಾದರೂ ನಿಲ್ಲಿಸದೆ ಒಬ್ಬರ ಮೇಲೊಬ್ಬರು ಆರೋಪ ಹೊರಿಸುತ್ತಾ ಕೊನೆಗೆ ಯಾರಾದರೂ ಒಬ್ಬರು ಕೋಪದಿಂದ ಭುಸುಗುಡುತ್ತಾ ಎದ್ದು ಹೋಗಿ ಬಿಡುತ್ತಾರೆ. ದಿನ ಕಳೆಯುವಷ್ಟರಲ್ಲಿ ಮತ್ತೆ ಒಟ್ಟಿಗೇ ಮಾತಾಡಲು ಕೂರುತ್ತಾರೆ. ಮೊದ ಮೊದಲು ನನ್ನ ಎದುರಿಗೆ ಇದನ್ನೆಲ್ಲಾ ಮಾಡುತ್ತಿರಲಿಲ್ಲ. ಆದರೆ ಇತ್ತೀಚೆಗೆ ನನ್ನ ಎದುರಿಗೇ ಹಾಗೆ ಮಾಡುತ್ತಾರೆ. ನನಗೂ ಅದು ಅಭ್ಯಾಸವಾಗತೊಡಗಿದೆ. ಆದರೂ ಒಮ್ಮೊಮ್ಮೆ ವಿಕೋಪಕ್ಕೆ ಹೋದಾಗ ಹೆದರಿಕೆಯಾಗುತ್ತದೆ. ಆಗೆಲ್ಲಾ ಸ್ವರ ದೊಡ್ಡದಾಗುವುದು ಅಪ್ಪನದೇ. ಕಿರಿ ಕಿರಿ ತಡೆಯಲಾಗದೆ ಅವರಿಬ್ಬರ ಮಧ್ಯೆ ನಿಂತು ನಾನು ಅಪ್ಪನ ಕೈಯಿಂದ ಪೆಟ್ಟು ತಿಂದಿದ್ದೂ ಇದೆ.

ಅಮ್ಮ ಮನೆಗೆ ಬರುವುದು ಒಂಭತ್ತು ಗಂಟೆ ಕಳೆದ ನಂತರವೇ. ಅವಳು ಬರುವಾಗ ನನಗೆ ಯಾವಾಗಲೂ ಬೇಡವೆಂದರೂ ನಿದ್ರೆ ಬಂದೇ ಹೋಗುತ್ತದೆ. ಅಷ್ಟರವರೆಗೆ ಅಪ್ಪ ಟಿ.ವಿ. ನೋಡುತ್ತಾ ಬೆಚ್ಚಗೆ ಕುಳಿತಿರುತ್ತಾರೆ. ಕೆಲವೊಮ್ಮೆ ಅವರೂ ಮನೆಗೆ ಬರುವಾಗ ತುಂಬ ತಡವಾಗುತ್ತದೆ. ಆಗೆಲ್ಲಾ ಅವರ ನೆನಪಾದರೂ ಇಬ್ಬರೂ ಇಲ್ಲದೆಯೂ ಮಲಗಿ ಅಭ್ಯಾಸವಾಗಿದೆ ನನಗೆ. ಅಂದು ಅಪ್ಪ ಬೇಗ ಬಂದಿದ್ದರು. ಅವರ ಹತ್ತಿರ ಮಾತಾಡುತ್ತಿರುವಾಗಲೇ ಗೊತ್ತೇ ಆಗದಂತೆ ನಿದ್ರೆ ಬಂದುಬಿಟ್ಟಿತು. ಯಾರೋ ಜೋರಾಗಿ ಮಾತಾಡುವುದು ಕೇಳಿದಾಗಲೇ ಎಚ್ಚರವಾಗಿದ್ದು. ಕಿವಿಗೊಟ್ಟು ಕೇಳಿದರೆ ಕಿರಿಚುತ್ತಿದ್ದುದು ಅಪ್ಪನೇ! ಅಮ್ಮ ಮೆತ್ತಗೆ ಮಾತಾಡುತ್ತಿದ್ದಳು.

"ಈಗ ಗಂಟೆ ಎಷ್ಟು ಗೊತ್ತಾ? ಹತ್ತಾಯ್ತು, ಒಬ್ಬಳೇ ಬರುವ ಸಮಯವಾ ಇದು?" ಅಪ್ಪನ ಸ್ವರ.

"ಗೊತ್ತು, ಕೆಲಸ ಜಾಸ್ತಿ ಇತ್ತು, ಸ್ವಲ್ಪ ತಡ ಆಯ್ತು. ಎಲ್ರೂ ಕೆಲಸ ಮಾಡ್ತಾ ಇರೋವಾಗ ನಾನೊಬ್ಬಳು ಎದ್ದು ಬರೋದಕ್ಕೆ ಆಗುತ್ತಾ? ಅಷ್ಟು ಸಂಬಳ ಕೊಡ್ತಾರೆ, ಅದಕ್ಕೆ ತಕ್ಕ ಹಾಗೆ

ಕೆಲಸ ಮಾಡದೆ ಜವಾಬ್ದಾರಿಯಿಂದ ತಪ್ಪಿಸಿಕೊಳ್ಳೋದಕ್ಕೆ ಆಗುತ್ತಾ?" ಸಮಾಧಾನದಿಂದಲೇ ಬಂತು ಅಮ್ಮನ ಉತ್ತರ.

"ಎಷ್ಟೊತ್ತಿಗಾದ್ರೂ ಬಾ, ಆದರೆ ಯಾವನ ಜೊತೆಗೋ ಬರ್ಬೇಡ, ಅದೂ ನಿನ್ನ ಗಂಡ ಮನೇಲೇ ಇರೋವಾಗ" ಅಪ್ಪನ ಸ್ವರ ಗಡುಸಾಗಿತ್ತು.

"ಅಂದ್ರೇ, ಏನು ಹೇಳ್ತಾ ಇದೀರಿ ನೀವು?" ಅಮ್ಮನ ಸ್ವರವೂ ಮೊನಚಾಯಿತು.

"ಹೇಳೋದೇನು, ನೋಡುವಾಗ್ಲೇ ಗೊತ್ತಾಗೋದಿಲ್ವಾ? ಯಾರದು ನಿನ್ನ ಕಾರಲ್ಲಿ ಡ್ರಾಪ್ ಮಾಡಿದವ್ನು? ಗಂಡಂಗೆ ಟಾಟಾ ಮಾಡಿದ ಹಾಗೆ ಮಾಡಿ ಕಳ್ಸಿದ್ಯಲ್ಲಾ? ಅಕ್ಕ ಪಕ್ಕದಲ್ಲಿ ನೋಡಿದವ್ರು ಏನಂತಾರೆ? ಹೋಗಲಿ; ಗಂಡ ಮನೆಯೊಳಗಿಂದ ನೋಡ್ತಾ ಇರಬಹುದು ಅನ್ನೋ ಪರಿಜ್ಞಾನವಾದ್ರೂ ಬೇಡ್ವಾ? ನಾನೂ ಕಿಟಕಿಯಿಂದ ನೋಡ್ತನೇ ಇದೀನಿ, ಥೂ, ಅಸಹ್ಯ ಆಗುತ್ತೆ" ಅಪ್ಪ ಕೈಯಲ್ಲಿದ್ದ ಪತ್ರಿಕೆಯನ್ನು ಕೆಳಕ್ಕೆ ಎಸೆದ ಶಬ್ದವೂ ಕೇಳಿಸಿತು.

"ಅಸಹ್ಯ ಆಗ್ತಾ ಇರೋದು ನಿಮಗಲ್ಲ ನಂಗೆ, ಈ ರೀತಿಯೆಲ್ಲಾ ಕಲ್ಪನೆ ಮಾಡ್ಕೊಳ್ತೀರಲ್ಲಾ ಅದಕ್ಕೆ. ಒಂಭತ್ತು ಗಂಟೆಗೆ ಆ ಮ್ಯಾಕ್ಸಿಕ್ಯಾಬ್ ಹೋಗಿ ಬಿಡುತ್ತೆ. ತುಂಬ ಜವಾಬ್ದಾರಿ ಕೆಲಸ ಇರುವವರು ಮಾತ್ರ ಅಲ್ಲೇ ಇದ್ದು ಕೆಲಸ ಮುಗಿಸಿ ಹೊರಡ್ತಾರೆ. ಅಂಥಾ ಸಮಯದಲ್ಲಿ ಯಾರಾದ್ರೂ ಕೊಲೀಗ್ಸ್ ಈ ಕಡೆ ಬರುವವರಿದ್ರೆ ಡ್ರಾಪ್‌ಮಾಡಿ ಹೋಗ್ತಾರೆ. ಅದಕ್ಕೆಲ್ಲಾ ವಿಪರೀತ ಅರ್ಥ ಕಲ್ಪಿಸ್ತಾ ಕೂರ್ತೀರಲ್ಲ. ಸ್ವಲ್ಪ ಪರಿಸ್ಥಿತೀನ ಅರ್ಥ ಮಾಡ್ಕೊಳ್ಳಿ; ಬಾಯಿಗೆ ಬಂದ ಹಾಗೆ ಮಾತಾಡ್ಬೇಡಿ. ನಾನೂ ಸುಸ್ತಾಗಿ ಬಂದಿರ್ತೀನಿ" ಅಮ್ಮನೂ ಸ್ವರ ಏರಿಸಿ ವ್ಯಾನಿಟಿ ಬ್ಯಾಗನ್ನು ಸೋಫಾದ ಮೇಲೆ ಎಸೆದು ಬಾತ್‌ರೂಮಿಗೆ ಹೋಗಿದ್ದೂ ತಿಳಿಯಿತು.

ನನ್ನ ನಿದ್ರೆ ಹಾರಿ ಹೋಯಿತು. ಅಮ್ಮ ಬಾತ್ ರೂಮಿನಿಂದ ಬಂದ ತಕ್ಷಣ ಮತ್ತೆ ಜಗಳ ಶುರುವಾಗುವುದು ಖಂಡಿತ ಎನಿಸಿತು. ಮತ್ತು ಅದು ನಿಜವೂ ಆಯಿತು. ಅಮ್ಮ ಬಾತ್‌ರೂಮಿನಿಂದ ಹೊರಗೆ ಬರುತ್ತಿದ್ದಂತೆ ಅಪ್ಪ ಮತ್ತೆ ಮಾತು ತೆಗೆಯುವುದು ಕೇಳಿಸಿತು.

"ಹೌದು ಜವಾಬ್ದಾರಿ ಇರೋದು ನಿನ್ನಂಥವ್ರಿಗೆ ಮಾತ್ರ, ಅಷ್ಟು ಕಷ್ಟಕ್ಕೆ ಮಧ್ಯರಾತ್ರಿಗೆಲ್ಲಾ ಯಾವ್ಯಾವ ಗಂಡಸರ ಜೊತೇಲಿ ಬರುವಂಥ ಕಷ್ಟ ನಿಂಗೇನಿದೆ. ಈ ಸುಖಕ್ಕೆ ಕೆಲಸಕ್ಕೆ ಹೋಗಿ ಆಗಬೇಕಾದ್ದೇನು? ಹೆಂಗಸರಿಗೆ ಮರ್ಯಾದೆ ಮುಖ್ಯ"

"ಹೌದು; ಗಂಡಸರು ಹೇಗೆ ಬೇಕಾದ್ರೂ ಮಾಡ್ಬಹುದು, ಮರ್ಯಾದೆ ಹೆಂಗಸ್ರಿಗೆ ಮಾತ್ರ. ಗಂಡ ಯಾರ ಜೊತೆಗೆ ಬೇಕಾದ್ರೂ ಮಲಗಿ ಬರ್ಬಹುದು, ಯಾಕೇಂದ್ರೆ ಗಂಡಸು ತಾನೇ. ಹೆಂಡತಿ ಬರೀ ಮಾತಾಡಿದ್ರೂ ಮರ್ಯಾದೆ ಹೋಗುತ್ತೆ. ಜೊತೆಗೆ ಕೆಲಸದ ಮೇಲೆ ಕಣ್ಣು" ಕನಲಿ ನುಡಿದಳು ಅಮ್ಮ.

"ಬಾಯಿಗೆ ಬಂದ ಹಾಗೆ ಮಾತಾಡ್ಬೇಡ" ಎಂದು ಅಪ್ಪನೂ ಅದಕ್ಕೆ ಪ್ರತಿಯಾಗಿ ಅಮ್ಮ ಬಹಳ ಹೊತ್ತಿನವರೆಗೆ ಉತ್ತರ ಕೊಡುವುದೂ ಕೇಳಿಸುತ್ತಿತ್ತು. ಹೆದರಿಕೆ, ದು:ಖದ ಜೊತೆಗೇ ಎಳೆದೆಳೆದು ಬರುವ ನಿದ್ರೆ. ಅಷ್ಟರಲ್ಲೇ ಅಪ್ಪ 'ಫಟಾರ್' ಎಂದು ಅಮ್ಮನಿಗೆ ಹೊಡೆಯುವುದೂ, ಅಮ್ಮ ಅಳುತ್ತಲೇ ಊಟವನ್ನೂ ಮಾಡದೆ ನನ್ನ ಪಕ್ಕ ಬಂದು ಮಲಗಿದ್ದೂ ಆಯಿತು. ಅಳುವ ಅಮ್ಮನನ್ನು ಕಂಡು ತುಂಬ ಕನಿಕರವಾಗಿ ಅವಳನ್ನು ಬಿಗಿಯಾಗಿ ಅಪ್ಪಿಕೊಂಡೆ.

14

ಅವಳೂ ನನ್ನನ್ನು ತಬ್ಬಿಕೊಂಡು ಬೆನ್ನ ಮೇಲೆ ಕೈಯಾಡಿಸತೊಡಗಿದಳು. ಅಮ್ಮನನ್ನು ಹೊಡೆದದ್ದಕ್ಕೆ ಅಪ್ಪನ ಮೇಲೆ ಕೋಪ; ಬೆಳಗಾಗಲಿ "ಡ್ಯಾಡೀ ನೀವ್ಯಾಕೆ ಅಮ್ಮ ಅಳೋ ಹಾಗೆ ಹೊಡೆಯೋದು" ಎಂದು ಅಪ್ಪನನ್ನು ಕೇಳಿಯೇ ಬಿಡಬೇಕು ಎಂದುಕೊಂಡೆ. ಅಮ್ಮನ ಬಟ್ಟೆ ಸರಿಸಿ ಬೆಚ್ಚಗಿನ ಅವಳ ಹೊಟ್ಟೆಯೊಳಗೆ ಮುಖ ಹುದುಗಿಸಿ ಕಣ್ಣು ಮುಚ್ಚಿದೆ. ಎಷ್ಟು ಹೊತ್ತಿಗೆ ನಿದ್ರೆ ಬಂತೋ ತಿಳಿಯದು.

ಬೆಳಗ್ಗೆಯೂ ಕೂಡಾ ಅಮ್ಮ ಅಪ್ಪ ಒಬ್ಬರ ಬಳಿ ಒಬ್ಬರು ಮಾತಾಡಲಿಲ್ಲ. ಏನಾದರೂ ಬೇಕಾದರೆ ನನ್ನ ಹತ್ತಿರ ಹೇಳಿ ಕಳಿಸುತ್ತಿದ್ದರು. ಅಪ್ಪನ ಮುಖವಂತೂ ತೀರ ಗಂಭೀರವಾಗಿಯೇ ಇದ್ದುದರಿಂದ 'ಹಿಂದಿನ ದಿನ ಯಾಕೆ ಅಮ್ಮನಿಗೆ ಹೊಡೆದಿದ್ದು?' ಎಂದು ಕೇಳಲು ಧೈರ್ಯವೇ ಬರಲಿಲ್ಲ.

ಆದರೆ ರಾತ್ರಿಯಾಗುತ್ತಿದ್ದಂತೆ ಹಿಂದಿನ ದಿನ ಅಪ್ಪ ಅಮ್ಮ ಜಗಳಾಡಿದ್ದು ನೆನಪಿಗೆ ಬರತೊಡಗಿ ಪುನ: ಇಂದೂ ಕೂಡಾ ಜಗಳಾಡಿದರೆ? ಎಂದು ಭಯವಾಗತೊಡಗಿತು. ಇಂದೂ ಅಮ್ಮನಿಗೇನಾದರೂ ಅಪ್ಪ ಹೊಡೆಯಲು ಹೊರಟರೆ "ಡ್ಯಾಡೀ ಅಮ್ಮನಿಗೆ ಮಾತ್ರ ಹೊಡೀಬೇಡಿ" ಎಂದು ಗಟ್ಟಿಯಾಗಿ ಹೇಳಿಬಿಡುವುದು ಎಂದು ನಿರ್ಧರಿಸಿದೆ. ಆದರೆ ಅಮ್ಮ ಮನೆಗೆ ಬರುವವರೆಗೆ ನಿದ್ರೆಯೇ ಮಾಡಬಾರದು ಎಂದುಕೊಂಡರೂ ಯಾವ ಮಾಯದಲ್ಲೋ ನಿದ್ರೆ ಆವರಿಸಿಬಿಟ್ಟಿತು.

ಕನಸು, ಬರೀ ಕೆಟ್ಟ ಕೆಟ್ಟ ಕನಸು! ಶಾಲೆಯಲ್ಲಿ ಶೀಲಾ ಮಿಸ್ ಮಕ್ಕಳಿಗೆ ಕೋಲಿನಲ್ಲಿ ಹೊಡೆಯುವ ಹಾಗೆ ಅಪ್ಪ ಕೈಯಲ್ಲಿ ಕೋಲು ಹಿಡಿದು ಅಮ್ಮನಿಗೆ ಹೊಡೆಯುತ್ತಿದ್ದಾರೆ. ಅಮ್ಮ ಅಳುತ್ತಾ ನೆಲದಲ್ಲಿ ಹೊರಳಾಡುತ್ತಿದ್ದಾಳೆ. ಅವಳ ಮೂಗು ಬಾಯಲ್ಲೆಲ್ಲಾ ರಕ್ತ ಸುರಿಯುತ್ತಿದ್ದರೂ ಅಪ್ಪ ಬಿಡದೆ ಪುನ: ಹೊಡೆಯುತ್ತಿದ್ದಾರೆ. "ಡ್ಯಾಡೀ, ಮಮ್ಮಿಗೆ ಹೊಡೀಬೇಡಿ" ಎಂದು ಕೂಗಲು ನೋಡಿದರೆ ಸ್ವರವೇ ಹೊರಡುತ್ತಿಲ್ಲ! ಉಸಿರು ಕಟ್ಟಿದಂತಾಗಿ ಧಡಕ್ಕನೆ ಎದ್ದು ಕುಳಿತೆ. ಕ್ಷಣ ಹೊತ್ತು ನಾನೆಲ್ಲಿದ್ದೇನೆ ಎಂದೇ ತಿಳಿಯಲಿಲ್ಲ. ಅಪ್ಪ, ಅಮ್ಮನನ್ನು ಕೋಲಿನಿಂದ ಹೊಡೆಯಲು ತಯಾರಾಗಿ ನಿಂತ ದೃಶ್ಯ ಕಣ್ಣಿಗೆ ಕಟ್ಟಿದಂತಿತ್ತು. ಮಂದ ಬೆಳಕಿನಲ್ಲಿ ಆಚೀಚೆ ನೋಡಿದೆ. ಏನೂ ಕಾಣಿಸದೆ ಕಣ್ಣಗಲಿಸಿ ನೋಡಿದರೆ ಏನದು? ನನ್ನ ಎದೆ ಬಡಿತ ಏರಿತು. ಉದ್ವೇಗ ಹೇಳತೀರದಷ್ಟಾಯಿತು. ಕನಸಲ್ಲಿ ಕಂಡಂತೆ ಅಪ್ಪ ಕೋಲಿನಲ್ಲಿ ಹೊಡೆಯುತ್ತಿಲ್ಲ, ಬದಲಿಗೆ ಅಮ್ಮನ ಮೇಲೆ ಬಿದ್ದು ಅವಳು ಅಲ್ಲಾಡದಂತೆ ಹಿಡಿದಿದ್ದಾರೆ! ಅಮ್ಮ ಸಣ್ಣದಾಗಿ ನರಳುತ್ತಾ ಕೊಸರಾಡುತ್ತಿದ್ದಾಳೆ! ಆದರೂ ಅಪ್ಪ ಬಿಡದೆ ಅವಳ ಕುತ್ತಿಗೆ ಹಿಸುಕುತ್ತಿದ್ದಾರೆ! ಕೋಪದಿಂದ ಕಚ್ಚುತ್ತಿದ್ದಾರೆ! ಅಪ್ಪ ಹಿಂದಿನ ದಿನ ಅಮ್ಮನ ಕೆನ್ನೆಗೆ ಹೊಡೆದಿದ್ದು ನೆನಪಿಗೆ ಬಂತು. ಕೋಲು ಹಿಡಿದು ಹೊಡೆಯುತ್ತಿರುವಂತೆ ಬಿದ್ದ ಕನಸೂ ನೆನಪಾಯಿತು. ಈಗ ಅಪ್ಪ ಅಮ್ಮನನ್ನು ಸಾಯಿಸುವುದು ಖಂಡಿತ ಎನಿಸಿತು. ಅಪ್ಪನ ಮೇಲೆ ಬಂದ ಕೋಪ ಅಷ್ಟಿಷ್ಟಲ್ಲ! ಕಿರುಚಿದೆ "ಡ್ಯಾಡೀ ಏನ್ಮಾಡ್ತಾ ಇದೀರಿ? ಅಮ್ಮನ್ನ ಸಾಯಿಸ್ತಾ ಇದೀರಾ?"

ಎಷ್ಟು ಜೋರಾಗಿ ಕಿರಿಚಿದ್ದೆ ಎಂದರೆ ಅಪ್ಪ ಅಮ್ಮ ಇಬ್ಬರೂ ಧಡಕ್ಕನೆ ಎದ್ದು ಕುಳಿತು ಬಿಟ್ಟರು. ನನ್ನನ್ನು ಕಾಣುತ್ತಿದ್ದಂತೆ ಇಬ್ಬರೂ ಸರ ಸರನೆ ಬೆಡ್‌ಷೀಟುಗಳನ್ನು ಮೈಮೇಲೆ ಎಳೆದುಕೊಂಡರು.

15

'ಥೂ, ಇಬ್ಬರ ಮೈಮೇಲೂ ಬಟ್ಟೆಗಳೇ ಇಲ್ಲ! ಪಕ್ಕದ ಮನೆ ಶಾರೂ ಆಂಟಿಯ ಪಾಪುವಿನ ಹಾಗೆ!'

●●●

ಯಾಕೆ, ಏನು? ಎಂದು ತಿಳಿಯದಿದ್ದರೂ ಮನೆಯಲ್ಲಿ ಬಿಗುವಿನ ವಾತಾವರಣವಿರುವುದು ತಿಳಿಯುತ್ತಿತ್ತು. ಅಪ್ಪ, ಅಮ್ಮನ ಹತ್ತಿರವಾಗಲೀ, ಅಮ್ಮ, ಅಪ್ಪನ ಹತ್ತಿರವಾಗಲೀ ನೇರವಾಗಿ ಮುಖ ಕೊಟ್ಟು ಮಾತಾಡುವುದಿಲ್ಲ. ಕೆಲವೊಮ್ಮೆ ಇಬ್ಬರೂ ನನ್ನ ಮೂಲಕ ಹೇಳಿಸುತ್ತಾರೆ. ಮಾತಾಡಲೇಬೇಕಾಗಿ ಬಂದಾಗ ಸಿಡುಕಿಕೊಂಡೇ ಮಾತಾಡುತ್ತಾರೆ. ಒಂದು ದಿನ ಅರ್ಧರಾತ್ರಿ ಇರಬಹುದು. ಜೋರು ಜೋರಾಗಿ ಮಾತು ಕೇಳಿ ಎಚ್ಚರವಾಯಿತು. ಗಾಬರಿಯಿಂದ ಎದ್ದು ಕುಳಿತು ನೋಡಿದರೆ ಹಾಸಿಗೆ ಆಚೀಚೆ ಅಮ್ಮ ಅಪ್ಪ ಒಬ್ಬರ ಮೇಲೆ ಒಬ್ಬರು ಆರೋಪ ಮಾಡುತ್ತಾ ಕುಳಿತಿದ್ದರು. "ನೀನ್ಯಾಕೆ ಎದ್ದೆ? ಸುಮ್ಮನೆ ಮಲ್ಕೋ" ಎಂದರು ಅಪ್ಪ. ಗಾಬರಿಯಿಂದಲೇ ಮಲಗಿದೆ. ಮತ್ತೂ ಏನೋ ಮಾತಾಡುತ್ತಿದ್ದರು. ಒಬ್ಬರ ಮೇಲೊಬ್ಬರು ರೇಗಾಡುತ್ತಿದ್ದರು. "ನೀನ್ಯಾಕೆ ಅವನ ಜೊತೆ ಊಟಕ್ಕೆ ಹೋಗ್ಬೇಕಾಗಿತ್ತು?" ಎಂದು ಅಪ್ಪ ಕಿರಿಚುತ್ತಿದ್ದುದೂ "ನೀವೇನು ಕಮ್ಮಿ, ನಿಮಗ್ಯಾಕೆ ಬೇಕು ಅನಾವಶ್ಯ ಇನ್ನೊಬ್ಬಳ ಜೊತೆ ಊರು ಸುತ್ತೋ ಕೆಲಸ?" ಎಂದು ಅಮ್ಮನೂ ಒಬ್ಬರ ಮೇಲೊಬ್ಬರು ಆರೋಪ ಹೊರಿಸುತ್ತಿದ್ದರು. "ನಿಂಗೆ ನಂಗಿಂತ ಸಂಬಳ ಜಾಸ್ತಿ ಬರುತ್ತೆ ಅಂತ ಕೊಬ್ಬು" ಎಂದು ಅಪ್ಪ ಹೇಳಿದರೆ "ಅದಕ್ಕೇ ನಿಮಗೆ ಹೊಟ್ಟೆ ಉರಿ, ಇನ್ಫೀರಿಯಾರಿಟಿ" ಎಂದು ಅಮ್ಮನೂ ಅಪ್ಪನನ್ನು ಮಾತಿನಲ್ಲೇ ಚುಚ್ಚುತ್ತಿದ್ದಳು. 'ಡಿವೋರ್ಸ್, ಡಿವೋರ್ಸ್' ಎಂಬ ಶಬ್ಧ ನಾಲ್ಕೈದು ಸಲವಾದರೂ ಬಂದಿರಬೇಕು. ಅವರಿಬ್ಬರೂ ಜಗಳವಾಡುವುದನ್ನು ಹಾಗೇ ಮಲಗಿಕೊಂಡೇ ಕೇಳಿದೆ. ಯಾವ ವಿಷಯಕ್ಕೆ ಇವರು ಜಗಳಾಡುವುದು? ಎಂದು ತುಂಬಾ ತಲೆ ಕೆಡಿಸಿಕೊಂಡೆ. ಯಾಕೋ ತುಂಬ ಸಂಕಟವಾಗತೊಡಗಿತು. ನನ್ನ ಯೋಚನೆ ಸಾಗುತ್ತಿದ್ದಂತೆಯೇ ಎಂದೂ ಅಮ್ಮನಿಗೆ ಹೊಡೆಯದಿದ್ದ ಅಪ್ಪ ಅರ್ಧರಾತ್ರಿಯಲ್ಲೇ ಹೊಡೆದು ಬಿಟ್ಟರು.

ಅಮ್ಮ ಅಳುತ್ತಳುತ್ತಲೇ "ನಿಮ್ಮನ್ನು ನಿಮಗೆ ಸಮರ್ಥನೆ ಮಾಡಿಕೊಳ್ಳೋದಕ್ಕೆ ಸಾಧ್ಯ ಆಗದೆ ಹೋದಾಗ ಮಾಡೋ ಕೆಲಸ ಅಂದ್ರೆ ಇದೇ. ಹೆಂಡತಿಗೆ ಹೊಡೆಯೋದು. ಕೈಲಾಗದ ಗಂಡ ಮಾಡೋ ಕೆಲಸ ಅದು. ಬಿಟ್ಟಿ ಸಿಕ್ಕಿದ್ದೀನಿ ಅಲ್ವಾ? ನಾಚಿಕೆಯಾಗೋದಿಲ್ವಾ? ನಿಮಗೆ ಬುದ್ಧಿ ಕಲಿಸದಿದ್ರೆ ನಾನ್ಯಾರು?" ಎಂದು ಜೋರು ಮಾಡುತ್ತಿದ್ದಳು.

ನನಗಂತೂ ದಿಗ್ಭ್ರಾಂತಿಯಾಗಿ ಹೋಯಿತು. "ನಾನು ಅಷ್ಟೊಂದು ಪ್ರೀತಿಸುವ ಅಮ್ಮ ಅಪ್ಪ ಇದೇಕೆ ಹೀಗೆ ಆಗಾಗ ಜಗಳಾಡುತ್ತಾರೆ?' ತಿಳಿಯದೆ ತುಂಬ ಗಾಬರಿಯಾಯಿತು. ಇದು ಅಷ್ಟಕ್ಕೇ ನಿಲ್ಲಲಿಲ್ಲ. ಮತ್ತೆ ವಾರಕ್ಕೆರಡು ಬಾರಿ ಹೀಗೇ ಜಗಳಾಡುತ್ತಿದ್ದರು. ಕೊನೆಗೊಮ್ಮೆ ಇಬ್ಬರೂ ಪೂರ್ತಿ ಮಾತು ನಿಲ್ಲಿಸಿ ಬಿಟ್ಟರು. ಅಮ್ಮ ಒಮ್ಮೊಮ್ಮೆ ನನ್ನನ್ನು ತಬ್ಬಿಕೊಂಡು ಅಳುತ್ತಿದ್ದಳು. ಆಗ ಅಪ್ಪನ ಮೇಲೆ ಸಿಟ್ಟು ಬರುತ್ತಿತ್ತು. ಕೆಲಸಕ್ಕೆ ಹೋಗುವ ಮೊದಲು ನನ್ನ ಕೈಗೆ ಗರಿಗರಿಯಾದ ನೂರರ ನೋಟನ್ನಿಟ್ಟು "ಏನಾದರೂ ಬೇಕಾದರೆ ತಿನ್ನು ಮರಿ" ಎಂದು ಕೊಟ್ಟು ಹೋಗುತ್ತಿದ್ದಳು. ಅಪ್ಪನೂ ಅಷ್ಟೆ; ಅಮ್ಮನೊಂದಿಗೆ ಜಗಳವಾದಾಗ ನನ್ನನ್ನು

16

ಹೊರಗೆ ಕರೆದುಕೊಂಡು ಹೋಗಿ ನನಗೆ ಬೇಕಾದ್ದನ್ನೆಲ್ಲಾ ಕೊಡಿಸಿ, ನನ್ನನ್ನು ತೊಡೆಯ ಮೇಲೆ ಕೂರಿಸಿಕೊಂಡು ನನ್ನ ಕೂದಲಲ್ಲಿ ಕೈಯಾಡಿಸುತ್ತಾ "ನಿಂಗೆ ಏನಾದ್ರೂ ಬೇಕಾದ್ರೆ ಹೇಳು ಪುಟ್ಟಾ?" ಎಂದು ನುಡಿದು, ಕೊನೆಗೆ ಸಿಗರೇಟು ಹಚ್ಚಿ ಏನೋ ಯೋಚಿಸುತ್ತಾ ಕರೆದರೂ ಕೇಳಿಸದೆ ಕುಳಿತು ಬಿಡುತ್ತಿದ್ದರು. ಆಗೆಲ್ಲಾ ಅಮ್ಮನಿಂದಾಗಿ ಅಪ್ಪ ತುಂಬ ಬೇಸರ ಮಾಡಿಕೊಳ್ಳುತ್ತಾರೆ ಎಂದು ಅಮ್ಮನ ಮೇಲೆ ಕೋಪ ಬರುತ್ತಿತ್ತು. ಅಪ್ಪನೂ ನೂರರ ನೋಟನ್ನು ಜೇಬಿಗಿಡುತ್ತಿದ್ದರು. ಅವರಿಬ್ಬರೂ ಕೊಡುವ ಅಷ್ಟೊಂದು ಹಣದಲ್ಲಿ ಏನೆಲ್ಲಾ ಮಾಡಬಹುದು ಎಂದು ತಿಳಿಯದು ನನಗೆ! ಆದರೆ ಅದನ್ನು ಅಂಗಡಿಗೆ ತೆಗೆದುಕೊಂಡು ಹೋಗಿ ಕೊಟ್ಟರೆ ಚಾಕಲೇಟ್ ಕೊಳ್ಳಬಹುದು. ಅದರಲ್ಲಿ ಪೆನ್, ಪೆನ್ಸಿಲ್ ಎಲ್ಲಾ ಕೊಳ್ಳಬಹುದು ಎಂದು ಮಾತ್ರ ಗೊತ್ತು. ಮಾಮನ ಅಂಗಡಿಗೆ ಕೊಟ್ಟರೆ ಬೇಕಾದ್ದೆಲ್ಲಾ ಕೊಡುತ್ತಾರೆ. ಅದೆಲ್ಲಾ ಸರಿ; ಈ ಅಮ್ಮ ಅಪ್ಪ ಯಾಕೆ ಹೀಗೆ ಜಗಳಾಡುತ್ತಾರೆ? ನನಗೆ ಅಪ್ಪ ಬೇರೆ, ಅಮ್ಮ ಬೇರೆ ಎಂದು ಯಾವಾಗಲೂ ಅನಿಸಿಯೇ ಇಲ್ಲ. ನಾವು ಮಕ್ಕಳು ಜಗಳವಾಡುವುದು ಸರಿ; ಆದರೆ ಇಷ್ಟು ದೊಡ್ಡವರು, ಇವರೇಕೆ ಜಗಳಾಡುತ್ತಾರೆ? ಉತ್ತರ ಮಾತ್ರ ತಿಳಿಯದಾಗಿತ್ತು!

ಇಷ್ಟು ಸಣ್ಣ ಜಗಳಗಳೇ ನನ್ನನ್ನು ಅನಾಥನನ್ನಾಗಿ ಮಾಡುತ್ತದೆ ಎಂದು ನನಗಾದರೂ ಹೇಗೆ ತಿಳಿಯಬೇಕು?

●●●

ದಿನ ಬೆಳಗಾದರೆ ಅಮ್ಮ, ಅಪ್ಪನ ಜಗಳ. ಕೆಲವೊಮ್ಮೆ ತುಂಬ ಚೆನ್ನಾಗಿರುವವರಂತೆ ಒಟ್ಟಿಗೇ ಮಾತಾಡುತ್ತಾರೆ. ಒಟ್ಟಿಗೇ ಊಟಕ್ಕೆ ಕೂರುತ್ತಾರೆ. ಊಟ ಮುಗಿಯುವುದರೊಳಗೆ ಮತ್ತೆ ಜಗಳ. ಎಷ್ಟು ಹೊತ್ತಾದರೂ ನಿಲ್ಲಿಸದೆ ಒಬ್ಬರ ಮೇಲೊಬ್ಬರು ಆರೋಪ ಹೊರಿಸುತ್ತಾ ಕೊನೆಗೆ ಯಾರಾದರೂ ಒಬ್ಬರು ಕೋಪದಿಂದ ಭುಸುಗುಡುತ್ತಾ ಎದ್ದು ಹೋಗಿ ಬಿಡುತ್ತಾರೆ. ದಿನ ಕಳೆಯುವಷ್ಟರಲ್ಲಿ ಮತ್ತೆ ಒಟ್ಟಿಗೇ ಮಾತಾಡಲು ಕೂರುತ್ತಾರೆ. ಮೊದ ಮೊದಲು ನನ್ನ ಎದುರಿಗೆ ಇದನ್ನೆಲ್ಲಾ ಮಾಡುತ್ತಿರಲಿಲ್ಲ. ಆದರೆ ಇತ್ತೀಚೆಗೆ ನನ್ನ ಎದುರಿಗೇ ಹಾಗೆ ಮಾಡುತ್ತಾರೆ. ನನಗೂ ಅದು ಅಭ್ಯಾಸವಾಗತೊಡಗಿದೆ. ಆದರೂ ಒಮ್ಮೊಮ್ಮೆ ವಿಕೋಪಕ್ಕೆ ಹೋದಾಗ ಹೆದರಿಕೆಯಾಗುತ್ತದೆ. ಆಗೆಲ್ಲಾ ಸ್ವರ ದೊಡ್ಡದಾಗುವುದು ಅಪ್ಪನದೇ. ಕಿರಿ ಕಿರಿ ತಡೆಯಲಾಗದೆ ಅವರಿಬ್ಬರ ಮಧ್ಯೆ ನಿಂತು ನಾನು ಅಪ್ಪನ ಕೈಯಿಂದ ಪೆಟ್ಟು ತಿಂದಿದ್ದೂ ಇದೆ.

ಅಮ್ಮ ಮನೆಗೆ ಬರುವುದು ಒಂಭತ್ತು ಗಂಟೆ ಕಳೆದ ನಂತರವೇ. ಅವಳು ಬರುವಾಗ ನನಗೆ ಯಾವಾಗಲೂ ಬೇಡವೆಂದರೂ ನಿದ್ರೆ ಬಂದೇ ಹೋಗುತ್ತದೆ. ಅಷ್ಟರವರೆಗೆ ಅಪ್ಪ ಟಿ.ವಿ. ನೋಡುತ್ತಾ ಬೆಚ್ಚಗೆ ಕುಳಿತಿರುತ್ತಾರೆ. ಕೆಲವೊಮ್ಮೆ ಅವರೂ ಮನೆಗೆ ಬರುವಾಗ ತುಂಬ ತಡವಾಗುತ್ತದೆ. ಆಗೆಲ್ಲಾ ಅವರ ನೆನಪಾದರೂ ಇಬ್ಬರೂ ಇಲ್ಲದೆಯೂ ಮಲಗಿ ಅಭ್ಯಾಸವಾಗಿದೆ ನನಗೆ. ಅಂದು ಅಪ್ಪ ಬೇಗ ಬಂದಿದ್ದರು. ಅವರ ಹತ್ತಿರ ಮಾತಾಡುತ್ತಿರುವಾಗಲೇ ಗೊತ್ತೇ ಆಗದಂತೆ ನಿದ್ರೆ ಬಂದುಬಿಟ್ಟಿತು. ಯಾರೋ ಜೋರಾಗಿ ಮಾತಾಡುವುದು ಕೇಳಿದಾಗಲೇ ಎಚ್ಚರವಾಗಿದ್ದು. ಕಿವಿಗೊಟ್ಟು ಕೇಳಿದರೆ ಕಿರಿಚುತ್ತಿದ್ದುದು ಅಪ್ಪನೇ! ಅಮ್ಮ ಮೆತ್ತಗೆ ಮಾತಾಡುತ್ತಿದ್ದಳು.

17

"ಈಗ ಗಂಟೆ ಎಷ್ಟು ಗೊತ್ತಾ? ಹತ್ತಾಯ್ತು, ಒಬ್ಬಳೇ ಬರುವ ಸಮಯವಾ ಇದು?" ಅಪ್ಪನ ಸ್ವರ.

"ಗೊತ್ತು, ಕೆಲಸ ಜಾಸ್ತಿ ಇತ್ತು, ಸ್ವಲ್ಪ ತಡ ಆಯ್ತು. ಎಲ್ರೂ ಕೆಲಸ ಮಾಡ್ತಾ ಇರೋವಾಗ ನಾನೊಬ್ಬಳು ಎದ್ದು ಬರೋದಕ್ಕೆ ಆಗುತ್ತಾ? ಅಷ್ಟು ಸಂಬಳ ಕೊಡ್ತಾರೆ, ಅದಕ್ಕೆ ತಕ್ಕ ಹಾಗೆ ಕೆಲಸ ಮಾಡದೆ ಜವಾಬ್ದಾರಿಯಿಂದ ತಪ್ಪಿಸಿಕೊಳ್ಳೋದಕ್ಕೆ ಆಗುತ್ತಾ?" ಸಮಾಧಾನದಿಂದಲೇ ಬಂತು ಅಮ್ಮನ ಉತ್ತರ.

"ಎಷ್ಟೊತ್ತಿಗಾದ್ರೂ ಬಾ, ಆದರೆ ಯಾವನ ಜೊತೆಗೋ ಬರ್ಬೇಡ, ಅದೂ ನಿನ್ನ ಗಂಡ ಮನೇಲೇ ಇರೋವಾಗ" ಅಪ್ಪನ ಸ್ವರ ಗಡುಸಾಗಿತ್ತು.

"ಅಂದ್ರೇ, ಏನು ಹೇಳ್ತಾ ಇದೀರಿ ನೀವು?" ಅಮ್ಮನ ಸ್ವರವೂ ಮೊನಚಾಯಿತು.

"ಹೇಳೋದೇನು, ನೋಡುವಾಗ್ಲೇ ಗೊತ್ತಾಗೋದಿಲ್ವಾ? ಯಾರದು ನಿನ್ನ ಕಾರಲ್ಲಿ ಡ್ರಾಪ್ ಮಾಡಿದವ್ನು? ಗಂಡಂಗೆ ಟಾಟಾ ಮಾಡಿದ ಹಾಗೆ ಮಾಡಿ ಕಳ್ಸಿದ್ಯಲ್ಲಾ? ಅಕ್ಕ ಪಕ್ಕದಲ್ಲಿ ನೋಡಿದವ್ರು ಏನಂತಾರೆ? ಹೋಗಲಿ; ಗಂಡ ಮನೆಯೊಳಗಿಂದ ನೋಡ್ತಾ ಇರಬಹುದು ಅನ್ನೋ ಪರಿಜ್ಞಾನವಾದ್ರೂ ಬೇಡ್ವಾ? ನಾನೂ ಕಿಟಕಿಯಿಂದ ನೋಡ್ತನೇ ಇದೀನಿ, ಥೂ, ಅಸಹ್ಯ ಆಗುತ್ತೆ" ಅಪ್ಪ ಕೈಯಲ್ಲಿದ್ದ ಪತ್ರಿಕೆಯನ್ನು ಕೆಳಕ್ಕೆ ಎಸೆದ ಶಬ್ಧವೂ ಕೇಳಿಸಿತು.

"ಅಸಹ್ಯ ಆಗ್ತಾ ಇರೋದು ನಿಮಗಲ್ಲ ನಂಗೆ, ಈ ರೀತಿಯೆಲ್ಲಾ ಕಲ್ಪನೆ ಮಾಡ್ಕೊಳ್ತೀರಲ್ಲಾ ಅದಕ್ಕೆ. ಒಂಭತ್ತು ಗಂಟೆಗೆ ಆ ಮ್ಯಾಕ್ಸಿಕ್ಯಾಬ್ ಹೋಗಿ ಬಿಡುತ್ತೆ. ತುಂಬ ಜವಾಬ್ದಾರಿ ಕೆಲಸ ಇರುವವರು ಮಾತ್ರ ಅಲ್ಲೇ ಇದ್ದು ಕೆಲಸ ಮುಗಿಸಿ ಹೊರಡ್ತಾರೆ. ಅಂಥಾ ಸಮಯದಲ್ಲಿ ಯಾರಾದ್ರೂ ಕೊಲೀಗ್ಸ್ ಈ ಕಡೆ ಬರುವವರಿದ್ರೆ ಡ್ರಾಪ್‌ಮಾಡಿ ಹೋಗ್ತಾರೆ. ಅದಕ್ಕೆಲ್ಲಾ ವಿಪರೀತ ಅರ್ಥ ಕಲ್ಪಿಸ್ತಾ ಕೂರ್ತೀರಲ್ಲ. ಸ್ವಲ್ಪ ಪರಿಸ್ಥಿತೀನ ಅರ್ಥ ಮಾಡ್ಕೊಳ್ಳಿ; ಬಾಯಿಗೆ ಬಂದ ಹಾಗೆ ಮಾತಾಡ್ಬೇಡಿ. ನಾನೂ ಸುಸ್ತಾಗಿ ಬಂದಿರ್ತೀನಿ" ಅಮ್ಮನೂ ಸ್ವರ ಏರಿಸಿ ವ್ಯಾನಿಟಿ ಬ್ಯಾಗನ್ನು ಸೋಫಾದ ಮೇಲೆ ಎಸೆದು ಬಾತ್‌ರೂಮಿಗೆ ಹೋಗಿದ್ದೂ ತಿಳಿಯಿತು.

ನನ್ನ ನಿದ್ರೆ ಹಾರಿ ಹೋಯಿತು. ಅಮ್ಮ ಬಾತ್ ರೂಮಿನಿಂದ ಬಂದ ತಕ್ಷಣ ಮತ್ತೆ ಜಗಳ ಶುರುವಾಗುವುದು ಖಂಡಿತ ಎನಿಸಿತು. ಮತ್ತು ಅದು ನಿಜವೂ ಆಯಿತು. ಅಮ್ಮ ಬಾತ್‌ರೂಮಿನಿಂದ ಹೊರಗೆ ಬರುತ್ತಿದ್ದಂತೆ ಅಪ್ಪ ಮತ್ತೆ ಮಾತು ತೆಗೆಯುವುದು ಕೇಳಿಸಿತು.

"ಹೌದು ಜವಾಬ್ದಾರಿ ಇರೋದು ನಿನ್ನಂಥವ್ರಿಗೆ ಮಾತ್ರ, ಅಷ್ಟು ಕಷ್ಟಕ್ಕೆ ಮಧ್ಯರಾತ್ರಿಗೆಲ್ಲಾ ಯಾವ್ಯಾವ ಗಂಡಸರ ಜೊತೇಲಿ ಬರುವಂಥ ಕಷ್ಟ ನಿಂಗೇನಿದೆ. ಈ ಸುಖಕ್ಕೆ ಕೆಲಸಕ್ಕೆ ಹೋಗಿ ಆಗಬೇಕಾದ್ದೇನು? ಹೆಂಗಸರಿಗೆ ಮರ್ಯಾದೆ ಮುಖ್ಯ"

"ಹೌದು; ಗಂಡಸರು ಹೇಗೆ ಬೇಕಾದ್ರೂ ಮಾಡ್ಬಹುದು, ಮರ್ಯಾದೆ ಹೆಂಗಸ್ರಿಗೆ ಮಾತ್ರ. ಗಂಡ ಯಾರ ಜೊತೆಗೆ ಬೇಕಾದ್ರೂ ಮಲಗಿ ಬರ್ಬಹುದು, ಯಾಕೇಂದ್ರೆ ಗಂಡಸು ತಾನೇ. ಹೆಂಡತಿ ಬರೀ ಮಾತಾಡಿದ್ರೂ ಮರ್ಯಾದೆ ಹೋಗುತ್ತೆ. ಜೊತೆಗೆ ಕೆಲಸದ ಮೇಲೆ ಕಣ್ಣು" ಕನಲಿ ನುಡಿದಳು ಅಮ್ಮ.

18

ಅನಾಥ ಹಕ್ಕಿಯ ಕೂಗು

"ಬಾಯಿಗೆ ಬಂದ ಹಾಗೆ ಮಾತಾಡ್ಬೇಡ" ಎಂದು ಅಪ್ಪನೂ ಅದಕ್ಕೆ ಪ್ರತಿಯಾಗಿ ಅಮ್ಮ ಬಹಳ ಹೊತ್ತಿನವರೆಗೆ ಉತ್ತರ ಕೊಡುವುದೂ ಕೇಳಿಸುತ್ತಿತ್ತು. ಹೆದರಿಕೆ, ದು:ಖದ ಜೊತೆಗೇ ಎಳೆದೆಳೆದು ಬರುವ ನಿದ್ರೆ. ಅಷ್ಟರಲ್ಲೇ ಅಪ್ಪ 'ಫಟಾರ್' ಎಂದು ಅಮ್ಮನಿಗೆ ಹೊಡೆಯುವುದೂ, ಅಮ್ಮ ಅಳುತ್ತಲೇ ಊಟವನ್ನೂ ಮಾಡದೆ ನನ್ನ ಪಕ್ಕ ಬಂದು ಮಲಗಿದ್ದೂ ಆಯಿತು. ಅಳುವ ಅಮ್ಮನನ್ನು ಕಂಡು ತುಂಬ ಕನಿಕರವಾಗಿ ಅವಳನ್ನು ಬಿಗಿಯಾಗಿ ಅಪ್ಪಿಕೊಂಡೆ. ಅವಳೂ ನನ್ನನ್ನು ತಬ್ಬಿಕೊಂಡು ಬೆನ್ನ ಮೇಲೆ ಕೈಯಾಡಿಸತೊಡಗಿದಳು. ಅಮ್ಮನನ್ನು ಹೊಡೆದದ್ದಕ್ಕೆ ಅಪ್ಪನ ಮೇಲೆ ಕೋಪ; ಬೆಳಗಾಗಲಿ "ಡ್ಯಾಡೀ ನೀವ್ಯಾಕೆ ಅಮ್ಮ ಅಳೋ ಹಾಗೆ ಹೊಡೆಯೋದು" ಎಂದು ಅಪ್ಪನನ್ನು ಕೇಳಿಯೇ ಬಿಡಬೇಕು ಎಂದುಕೊಂಡೆ. ಅಮ್ಮನ ಬಟ್ಟೆ ಸರಿಸಿ ಬೆಚ್ಚಗಿನ ಅವಳ ಹೊಟ್ಟೆಯೊಳಗೆ ಮುಖ ಹುದುಗಿಸಿ ಕಣ್ಣು ಮುಚ್ಚಿದೆ. ಎಷ್ಟು ಹೊತ್ತಿಗೆ ನಿದ್ರೆ ಬಂತೋ ತಿಳಿಯದು.

ಬೆಳಗ್ಗೆಯೂ ಕೂಡಾ ಅಮ್ಮ ಅಪ್ಪ ಒಬ್ಬರ ಬಳಿ ಒಬ್ಬರು ಮಾತಾಡಲಿಲ್ಲ. ಏನಾದರೂ ಬೇಕಾದರೆ ನನ್ನ ಹತ್ತಿರ ಹೇಳಿ ಕಳಿಸುತ್ತಿದ್ದರು. ಅಪ್ಪನ ಮುಖವಂತೂ ತೀರ ಗಂಭೀರವಾಗಿಯೇ ಇದ್ದುದರಿಂದ 'ಹಿಂದಿನ ದಿನ ಯಾಕೆ ಅಮ್ಮನಿಗೆ ಹೊಡೆದಿದ್ದು?' ಎಂದು ಕೇಳಲು ಧೈರ್ಯವೇ ಬರಲಿಲ್ಲ.

ಆದರೆ ರಾತ್ರಿಯಾಗುತ್ತಿದ್ದಂತೆ ಹಿಂದಿನ ದಿನ ಅಪ್ಪ ಅಮ್ಮ ಜಗಳಾಡಿದ್ದು ನೆನಪಿಗೆ ಬರತೊಡಗಿ ಪುನ: ಇಂದೂ ಕೂಡಾ ಜಗಳಾಡಿದರೆ? ಎಂದು ಭಯವಾಗತೊಡಗಿತು. ಇಂದೂ ಅಮ್ಮನಿಗೇನಾದರೂ ಅಪ್ಪ ಹೊಡೆಯಲು ಹೊರಟರೆ "ಡ್ಯಾಡೀ ಅಮ್ಮನಿಗೆ ಮಾತ್ರ ಹೊಡೀಬೇಡಿ" ಎಂದು ಗಟ್ಟಿಯಾಗಿ ಹೇಳಿಬಿಡುವುದು ಎಂದು ನಿರ್ಧರಿಸಿದೆ. ಆದರೆ ಅಮ್ಮ ಮನೆಗೆ ಬರುವವರೆಗೆ ನಿದ್ರೆಯೇ ಮಾಡಬಾರದು ಎಂದುಕೊಂಡರೂ ಯಾವ ಮಾಯದಲ್ಲೋ ನಿದ್ರೆ ಆವರಿಸಿಬಿಟ್ಟಿತು.

ಕನಸು, ಬರೀ ಕೆಟ್ಟ ಕೆಟ್ಟ ಕನಸು! ಶಾಲೆಯಲ್ಲಿ ಶೀಲಾ ಮಿಸ್ ಮಕ್ಕಳಿಗೆ ಕೋಲಿನಲ್ಲಿ ಹೊಡೆಯುವ ಹಾಗೆ ಅಪ್ಪ ಕೈಯಲ್ಲಿ ಕೋಲು ಹಿಡಿದು ಅಮ್ಮನಿಗೆ ಹೊಡೆಯುತ್ತಿದ್ದಾರೆ. ಅಮ್ಮ ಅಳುತ್ತಾ ನೆಲೆದಲ್ಲಿ ಹೊರಳಾಡುತ್ತಿದ್ದಾಳೆ. ಅವಳ ಮೂಗು ಬಾಯಲ್ಲೆಲ್ಲಾ ರಕ್ತ ಸುರಿಯುತ್ತಿದ್ದರೂ ಅಪ್ಪ ಬಿಡದೆ ಪುನ: ಹೊಡೆಯುತ್ತಿದ್ದಾರೆ. "ಡ್ಯಾಡೀ, ಮಮ್ಮಿಗೆ ಹೊಡೀಬೇಡಿ" ಎಂದು ಕೂಗಲು ನೋಡಿದರೆ ಸ್ವರವೇ ಹೊರಡುತ್ತಿಲ್ಲ! ಉಸಿರು ಕಟ್ಟಿದಂತಾಗಿ ಧಡಕ್ಕನೆ ಎದ್ದು ಕುಳಿತೆ. ಕ್ಷಣ ಹೊತ್ತು ನಾನೆಲ್ಲಿದ್ದೇನೆ ಎಂದೇ ತಿಳಿಯಲಿಲ್ಲ. ಅಪ್ಪ, ಅಮ್ಮನನ್ನು ಕೋಲಿನಿಂದ ಹೊಡೆಯಲು ತಯಾರಾಗಿ ನಿಂತ ದೃಶ್ಯ ಕಣ್ಣಿಗೆ ಕಟ್ಟಿದಂತಿತ್ತು. ಮಂದ ಬೆಳಕಿನಲ್ಲಿ ಆಚೀಚೆ ನೋಡಿದೆ. ಏನೂ ಕಾಣಿಸದೆ ಕಣ್ಣಗಲಿಸಿ ನೋಡಿದರೆ ಏನದು? ನನ್ನ ಎದೆ ಬಡಿತ ಏರಿತು. ಉದ್ವೇಗ ಹೇಳತೀರದಷ್ಟಾಯಿತು. ಕನಸಲ್ಲಿ ಕಂಡಂತೆ ಅಪ್ಪ ಕೋಲಿನಲ್ಲಿ ಹೊಡೆಯುತ್ತಿಲ್ಲ, ಬದಲಿಗೆ ಅಮ್ಮನ ಮೇಲೆ ಬಿದ್ದು ಅವಳು ಅಲ್ಲಾಡದಂತೆ ಹಿಡಿದಿದ್ದಾರೆ! ಅಮ್ಮ ಸಣ್ಣದಾಗಿ ನರಳುತ್ತಾ ಕೊಸರಾಡುತ್ತಿದ್ದಾಳೆ! ಆದರೂ ಅಪ್ಪ ಬಿಡದೆ ಅವಳ ಕುತ್ತಿಗೆ ಹಿಸುಕುತ್ತಿದ್ದಾರೆ! ಕೋಪದಿಂದ ಕಚ್ಚುತ್ತಿದ್ದಾರೆ! ಅಪ್ಪ ಹಿಂದಿನ ದಿನ ಅಮ್ಮನ ಕೆನ್ನೆಗೆ ಹೊಡೆದಿದ್ದು ನೆನಪಿಗೆ ಬಂತು. ಕೋಲು ಹಿಡಿದು ಹೊಡೆಯುತ್ತಿರುವಂತೆ ಬಿದ್ದ ಕನಸೂ ನೆನಪಾಯಿತು. ಈಗ ಅಪ್ಪ

ಅಮ್ಮನನ್ನು ಸಾಯಿಸುವುದು ಖಂಡಿತ ಎನಿಸಿತು. ಅಪ್ಪನ ಮೇಲೆ ಬಂದ ಕೋಪ ಅಷ್ಟಿಷ್ಟಲ್ಲ! ಕಿರುಚಿದೆ "ಡ್ಯಾಡೀ ಏನ್ಮಾಡ್ತಾ ಇದೀರಿ? ಅಮ್ಮನ್ನ ಸಾಯಿಸ್ತಾ ಇದೀರಾ?"

ಎಷ್ಟು ಜೋರಾಗಿ ಕಿರಿಚಿದ್ದೆ ಎಂದರೆ ಅಪ್ಪ ಅಮ್ಮ ಇಬ್ಬರೂ ಧಡಕ್ಕನೆ ಎದ್ದು ಕುಳಿತು ಬಿಟ್ಟರು. ನನ್ನನ್ನು ಕಾಣುತ್ತಿದ್ದಂತೆ ಇಬ್ಬರೂ ಸರ ಸರನೆ ಬೆಡ್‌ಷೀಟುಗಳನ್ನು ಮೈಮೇಲೆ ಎಳೆದುಕೊಂಡರು.

'ಥೂ, ಇಬ್ಬರ ಮೈಮೇಲೂ ಬಟ್ಟೆಗಳೇ ಇಲ್ಲ! ಪಕ್ಕದ ಮನೆ ಶಾರೂ ಆಂಟಿಯ ಪಾಪುವಿನ ಹಾಗೆ!'

●●●

ದಿನ ಕಳೆಯುತ್ತಿದ್ದಂತೆ ನನಗೇ ತಿಳಿಯದಂತೆ ಮನೆಯಲ್ಲಿ ತುಂಬಾ ಬದಲಾವಣೆಗಳಾಗಿ ಹೋದವು. ಒಂದು ದಿನ ಶಾಲೆಯಿಂದ ಬರುವಾಗ ಅಪ್ಪನಿಗೂ ಊರಿಂದ ಆಗ ತಾನೇ ಬಂದ ಅಜ್ಜನಿಗೂ ಜೋರು ಜೋರು ಮಾತುಗಳಾಗುತ್ತಿದ್ದವು. ಅಮ್ಮ ಕರೆದು ತಿಂಡಿ ಕೊಟ್ಟಳು. ಹೊರಗಿಂದ ಅವರಾಡುವ ಮಾತುಗಳೆಲ್ಲಾ ಅಲ್ಲಿಗೇ ಕೇಳುತ್ತಿತ್ತು.

"ಹೌದಪ್ಪಾ, ಮನೆಗೆ ಯಾರಾದ್ರೂ ಒಬ್ರು ಯಜಮಾನ ಆಗ್ಬೇಕು; ಇಬ್ರೂ ಆದರೆ ಹೇಗೆ? ನಾನೂ ಕೆಲಸ ಮಾಡ್ತೀನಿ, ಸಂಬಳ ಜಾಸ್ತಿ ಬರುತ್ತೆ, ನಿಮಗಿಂತ ನಾನೇನು ಕಮ್ಮಿ? ಅನ್ನೋ ಥರಾನೇ ಯಾವಾಗ್ಲೂ ಮಾತಾಡಿದ್ರೆ ಸಹಿಸೋದು ಹೇಗೆ?" ತಪ್ಪನ್ನು ಅಮ್ಮನ ಮೇಲೆ ಹೊರಿಸುತ್ತಾ ಹೇಳಿದರು ಅಪ್ಪ.

ಪಾಪದ ಅಮ್ಮನ ಮೇಲೆ ಅವರು ಹಾಗೆ ದೂರು ಹೇಳಿದ್ದು ನನಗಂತೂ ಏನೇನೂ ಸರಿ ಕಾಣಲಿಲ್ಲ.

"ಹೌದು, ಈ ಕಾಲದಲ್ಲಿ ಕೆಲಸ ಮಾಡದೆ ಇರೋ ಹೆಂಗಸ್ರು ಯಾರಿದಾರೆ? ಅದೂ ಇವರಿಗಿಂತ ಜಾಸ್ತಿ ಸಂಬಳ ಬರೋವಾಗ. 'ಕೆಲಸ ಬಿಡು, ಆಕಾಶನ್ನ ನೋಡ್ಕೊಂಡು ಮನೇಲಿದ್ರೆ ಸಾಕು' ಅಂತಾರೆ. ಅವರ ಮನಸ್ಸಿನಲ್ಲಿ ನಾನು ಕೆಲಸಕ್ಕೆ ಹೋಗ್ತೀನಿ ಅಂತಲ್ಲ ಸಂಕಟ, ನನಗಿಂತ ಇವಳಿಗೆ ಸಂಬಳ ಜಾಸ್ತಿ ಬರುತ್ತಲ್ಲಾ ಅಂತ, ಜೊತೆಗೆ ಕೆಟ್ಟ ಗಂಡಸ್ರಿಗಿರೋ ಅನುಮಾನ; ಅದಕ್ಕೆ ಈ ರೀತಿ ಮಾತಾಡೋದು" ಅಮ್ಮನೂ ಅಡಿಗೆ ಮನೆಯಿಂದಲೇ ಅಪ್ಪನ ಮೇಲೆ ದೂರು ಹೊರಿಸಿದಾಗ ಅವಳ ಮೇಲೂ ಸಿಟ್ಟು ಬಂತು. ಅಪ್ಪ ಹಾಗೆ ಒಂದು ದಿನ ಕೂಡಾ ನನಗಿಂತ ನಿನಗೆ ಸಂಬಳ ಹಾಸ್ತಿ ಎಂದು ಅಮ್ಮನ ಹತ್ತಿರ ಹೇಳಿದ್ದನ್ನು ನಾನು ಕೇಳಿರಲೇ ಇಲ್ಲ!

"ಹೇಳಿದ್ನಲ್ಲಾ, ಆ ವಿಷಯಕ್ಕೆ ಜಗಳ ಬೇಡ ಅಂತ. ಇನ್ನು ಮುಂದೆ ನೀವು ಡಿವೋರ್ಸ್ ವಿಷಯ ತೆಗೀಬಾರ್ದು. ಸುಚಲಾ, ನೀನು ಖಂಡಿತಾ ಬೇಜಾರು ಮಾಡ್ಕೋಬೇಡಮ್ಮಾ. ಅವನಿಗೆ ನಾನು ಬುದ್ಧಿ ಹೇಳ್ತೀನಿ. ನೀವು ಹೀಗೆಲ್ಲಾ ಜಗಳಾಡಿದ್ರೆ ಮಗೂ ಗತಿ ಏನು? ಗಂಡ ಹೆಂಡತಿ ಜಗಳ ಆಡಿ ಆವತ್ತಿಗೇ ಮರ್ತು ಬಿಡಬೇಕು. ಬೇರೆ ಬೇರೆ ಇರ್ತೀವಿ ಅನ್ನೋ ಮಟ್ಟಕ್ಕೆ ಹೋಗ್ಬಾರ್ದು. ಹಾಗೆಲ್ಲಾ ಮಾಡಿದರೆ ಅದರ ಪರಿಣಾಮ ಈಗ ಗೊತ್ತಾಗೋದಿಲ್ಲ. ಅಂಥಾ

ದೊಡ್ಡ ಕಾರಣ ಇದ್ರೆ ಬೇರೆ ಆಗೋ ಮಾತು ಬರ್‍ಬೇಕಷ್ಟೆ. ನಿಮ್ಮಲ್ಲಿ ಯಾವ ಕಾರಣವೂ ಇಲ್ಲ" ಹೇಳುತ್ತಾ ಅಜ್ಜನಿಗೆ ಕಣ್ಣೀರೇ ಬಂತು. ಪಂಚೆಯ ತುದಿಯಿಂದ ಒರೆಸತೊಡಗಿದರು.

"ನಿಮ್ಮಗನಿಗೆ ಸ್ವಲ್ಪ ಬುದ್ಧಿ ಹೇಳಿ ನೋಡಿ ಮಾವಾ, ಮೊದ್ಲು ಯಾರ್‍ಯಾರ ಜೊತೆಗೋ ತಿರುಗಾಡೋದನ್ನ ಸ್ವಲ್ಪ ಕಮ್ಮಿ ಮಾಡ್ಲಿ" ಒರಟಾಗಿ ಹೇಳಿದಳು ಅಮ್ಮ.

ಅಜ್ಜ ಅಪ್ಪನ ಕಡೆ ನೋಡಿದರು. "ಸುಳ್ಳಪ್ಪಾ, ಇವಳಿಗೆ ಸುಮ್ಮನೆ ಅನುಮಾನ. ಏನೇನೋ ತಪ್ಪು ತಿಳ್ಕೊಂಡಿದಾಳೆ. ನಾವು ಕೆಲಸ ಮಾಡೋ ಜಾಗ ಇರೋದೇ ಹಾಗೆ. ಅಲ್ಲಿ ಗಂಡು, ಹೆಣ್ಣು ಒಟ್ಟಿಗೇ ಕೆಲಸ ಮಾಡ್ಬೇಕಾಗುತ್ತೆ. ಆಗ ಯಾರ ಜೊತೆಗಾದ್ರೂ ಸ್ವಲ್ಪ ಹೆಚ್ಚಿಗೆ ಮಾತಾಡಬೇಕಾಗಬಹುದು. ಅಷ್ಟಕ್ಕೇ ಸಂಬಂಧ, ಹಾಗೆ ಹೀಗೆ ಅಂತಾಳೆ. ಇವಳೇನು ಮಾಡ್ತಾಳೆ ಕೇಳಿ. ಮೊನ್ನೆ ಮಧ್ಯರಾತ್ರಿ ಹನ್ನೆರಡು ಗಂಟೆಗೆ ಇವಳನ್ನು ಕಾರ್‍ನಲ್ಲಿ ಡ್ರಾಪ್ ಮಾಡಿ ಹೋದ್ನಲ್ಲಾ? ಅವನ್ಯಾರು ಕೇಳಿ? ಮಾಡೋದು ಹೊಲಸು ಇವಳು. ಹೇಳೋದು ನಂಗೆ" ಅಬ್ಬರಿಸಿದರು ಅಪ್ಪ.

"ಹೌದು, ರಾತ್ರಿ ಕೆಲವು ಸಲ ಕಂಪೆನಿ ವೆಹಿಕಲ್ ಇರೋದಿಲ್ಲ. ಆಗ ಯಾರಾದ್ರೂ ಡ್ರಾಪ್ ಕೊಡ್ಲೇ ಬೇಕಾಗುತ್ತೆ. ಅಷ್ಟಕ್ಕೇ ಹೆಂಡತಿ ಮೇಲೆ ಅನುಮಾನ ಪಟ್ರೆ ಹೇಗೆ?" ಅಳುತ್ತಲೇ ಹೇಳಿದಳು ಅಮ್ಮ.

"ಥೂ, ಥೂ, ಎಂತಂಥಾ ಆರೋಪ ಮಾಡ್ತಿದೀರಿ, ಗಂಡ ಹೆಂಡತಿ ಆಡೋ ಮಾತಾ ಇದು? ಸುಮ್ಮನೆ ಕುಳಿತು ಎರಡು ದಿನ ಯೋಚನೆ ಮಾಡಿ ನೋಡಿ, ನೀವು ಮಾಡ್ತಾ ಇರೋದು ಸರಿಯಾ ಅಂತ. ಸರಿ ಅಂತ ನಿಮಗೇ ಕಂಡ್ರೆ ನಿಮ್ಮಿಷ್ಟ. ನಮಗಂತೂ ಇಂಥದ್ದೆಲ್ಲಾ ಕಂಡು ಕೇಳಿ ಗೊತ್ತಿಲ್ಲ; ನಾಲ್ಕು ದಿನ ಇದ್ದು ಹೋಗೋಣ ಅಂತ ಬಂದೆ. ನಾಳೆನೇ ಹಳ್ಳಿಗೆ ಹೋಗ್ತೀನಿ" ಎಂದರು ಅಜ್ಜ.

ನನಗೂ ಇಬ್ಬರ ಮಧ್ಯೆ ನಿಂತು 'ಹೀಗೆಲ್ಲಾ ಜಗಳಾಡ್ಬೇಡಿ' ಎಂದು ಕಿರುಚಿಬಿಡೋಣ ಎನ್ನಿಸಿತು. ತಿಂಡಿ ಗಂಟಲಲ್ಲಿ ಇಳಿಯಲಿಲ್ಲ. "ಅಜ್ಜಾ, ನಂಗೆ ಸೇರೋದಿಲ್ಲ" ಎಂದೆ. ಅಜ್ಜ ಕಣ್ಣೊರೆಸಿಕೊಂಡು "ಬೇಡಾಂದ್ರೆ ಬಿಡು ಪುಟ್ಟಾ" ಎಂದು ನನ್ನ ತಬ್ಬಿಕೊಂಡು ಸಮಾಧಾನ ಮಾಡಿದರು.

ಅಂದು ರಾತ್ರಿಯೆಲ್ಲಾ ಅಮ್ಮ ಅಪ್ಪ ಇಬ್ಬರನ್ನೂ ಕೂರಿಸಿಕೊಂಡು ಅಜ್ಜ ಬುದ್ಧಿ ಹೇಳಿದರು. "ನೀವು ಹೀಗೆಲ್ಲಾ ಡಿವೋರ್ಸ್ ಅದೂ ಇದೂ ಅಂತ ಹೇಳಿದ್ರೆ ಆಕಾಶನ ಗತಿ ಏನು? ಅವನನ್ಯಾರು ನೋಡ್ಕೊಳ್ಳೋದು? ಆ ಮಗೂ ಭವಿಷ್ಯ ಏನು? ಅಪ್ಪ ಅಮ್ಮ ಇಬ್ಬರ ಪ್ರೀತೀನೂ ಬೇಕು ಮಗೂಗೆ. ನೋಡಿ, ಗಂಡ ಹೆಂಡತಿ ಅಂದ ಮೇಲೆ ಇಬ್ಬರೂ ಕೂಡಿ ಬಾಳಬೇಕಾಗುತ್ತೆ. ಇಬ್ಬರೂ ಬೇರೆ ಬೇರೆ ಪರಿಸರದಿಂದ ಬಂದಿರ್ತೀರಿ. ಇಬ್ಬರ ಹುಟ್ಟುಗುಣಗಳೂ ಬೇರೆ ಬೇರೆಯಾಗಿರುತ್ತೆ. ಅವೆಲ್ಲದರ ಹೊಂದಾಣಿಕೆಯಾದಾಗ ಸಂಸಾರ ಸುಖ ಅನಿಸುತ್ತೆ. ಕೆಲವರಲ್ಲಿ ಸ್ವಲ್ಪ ಕಮ್ಮಿ ಹೊಂದಾಣಿಕೆ ಇರುತ್ತೆ. ಅಂಥಾ ಸಂಸಾರಗಳೇ ಜಾಸ್ತಿ. ಹಾಗೇಂತ ಅವರೆಲ್ಲಾ ಒಟ್ಟಿಗೆ ಸಂಸಾರ ಮಾಡೋದಿಲ್ವಾ? ಏನೇನೂ ಹೊಂದಾಣಿಕೆಯಾಗದವರೂ ಇರ್ತಾರೆ. ಅವರೂ ಕೂಡಾ ಹಿತ ಇಲ್ಲದೆ ಇದ್ರೂ ಒಟ್ಟಿಗೆ ಬಾಳ್ತಾರೆ. ಬೇರೆ ದಾರಿಯೇ ಇಲ್ಲ; ಯಾವತ್ತಿಗೂ ಹೊಂದಾಣಿಕೆ ಸಾಧ್ಯವೇ ಇಲ್ಲ

21

ಅಂತಾದಾಗ ಅಥವಾ ಒಬ್ಬರು ಅಂಥಾ ಮಾಡಬಾರದ ತಪ್ಪುಗಳನ್ನು ಮಾಡುತ್ತಲೇ ಇದ್ರೆ ನಿಮ್ಮ ಡಿವೋರ್ಸ್‌ನ ವಿಷಯ ಸರಿಯಾಗಬಹುದು. ಆದರೆ ನಿಮ್ಮಿಬ್ಬರಲ್ಲಿ ಅಂಥಾ ಹೊಂದಿಕೊಳ್ಳೋದಕ್ಕೆ ಆಗೋದಿಲ್ಲ ಅನ್ನುವಂಥ ಕೆಟ್ಟ ಹುಟ್ಟುಗುಣ ಇಲ್ಲ. ಇದ್ದಿದ್ರೆ ಮೊದಲೇ ಅದು ಗೊತ್ತಾಗ್ತೋದು. ಇಷ್ಟು ವರ್ಷ ಕಳೆದಮೇಲೆ ಮಗು ದೊಡ್ಡಾಗ್ತಿರೋವಾಗ ಯಾಕೆ ಇದೆಲ್ಲಾ? ಇಷ್ಟು ದಿನ ಹೊಂದಾಣಿಕೆ ಇರ್ತಿತ್ತು, ಈಗ ಆಗ್ತಿಲ್ಲಾ ಅಂತಂದ್ರೆ ಅದು ನಿಮ್ಮಗಳದೇ ತಪ್ಪಿರ್ಬೇಕು. ಎಲ್ಲಿ ತಪ್ಪು ಮಾಡ್ತಿದೀವಿ ಅಂತ ಯೋಚನೆ ಮಾಡಿ. ನಿಮ್ಮಲ್ಲಿನ ಅನುಮಾನ ಮತ್ತು ಅಹಂಕಾರವೇ ನಿಮ್ಮ ಈ ರೀತಿಯ ಯೋಚನೆಗೆ ಕಾರಣ. ಗಂಡ ಹೆಂಡತಿಯಲ್ಲಿ ಯಾರು ಮೇಲು ಅನ್ನೋ ದುಷ್ಟ ಬುದ್ಧಿ ಬರಲೇ ಬಾರ್ದು. ನಾವು ಅನ್ನೋದು ಬೇಕಷ್ಟೇ ಹೊರತು ನಾನು–ನೀನು ಅನ್ನೋ ಮಾತು ಬರಬಾರ್ದು. ನನಗಿಂತ ಇನ್ನೊಬ್ಬರಿಗೆ ಒಳ್ಳೆಯದಾಗ್ಲೀ ಅಂತ ಇಬ್ರೂ ಸ್ವಲ್ಪ ದಿನ ತ್ಯಾಗ ಮಾಡಿ ನೋಡಿ, ಅದರಲ್ಲಿ ಎಷ್ಟು ಸುಖ ಇರುತ್ತೆ ಅಂತ ನಿಮಗೇ ಗೊತ್ತಾಗುತ್ತೆ. ಮತ್ತೆ ಅದು ಒಂದಕ್ಕೆರಡಾಗಿ ಅವರಿಂದ ತಿರುಗಿ ಬರುತ್ತೆ. ನಿಜಕ್ಕೂ ನಿಮ್ಮಲ್ಲಿ ಮನೆ ಮುರಿಯುವಂಥಾ ಕೆಟ್ಟ ಗುಣ ಇಬ್ರಲ್ಲೂ ಇಲ್ಲ. ತುಂಬ ಯೋಚನೆ ಮಾಡಿ. ಇಬ್ಬರೂ ಇಷ್ಟಪಟ್ಟು ಮದುವೆಯಾದವರು ನೀವು. ಈಗ ಈ ಮಗುವಿಗೆ ನಿರ್ಗತಿ ಮಾಡ್ಬೇಡಿ, ಮಕ್ಕಳಾದ ಮೇಲೆ ಹೀಗೆಲ್ಲಾ ಬೇರೆಯಾಗೋ ಮಾತು ಬರಲೇಬಾರ್ದು" ಎಂದರು ಅಜ್ಜ.

ತಕ್ಷಣ ಅಮ್ಮ ಹೇಳಿದಳು "ಮಗು ನಂದು, ಅವ್ನಿಗೇನೂ ತೊಂದರೆಯಾಗೋದಿಲ್ಲ. ಅವ್ನು ನನ್ನ ಒಟ್ಟಿಗೆ ಇರ್ತಾನೆ. ಅವನು ನಂಗೆ ಭಾರ ಆಗೋದಿಲ್ಲ"

"ನಂಗೂ ಕಷ್ಟ ಆಗೋದಿಲ್ಲ. ಅವನ್ನ ನೋಡ್ಕೊಳ್ಳೋ ಜವಾಬ್ದಾರಿ ಅಪ್ಪ ಆಗಿ ನಂದು. ಅವ್ನು ನಂಗೂ ಭಾರ ಅಲ್ಲ" ಎಂದರು ಅಪ್ಪ.

"ನಾನಿಷ್ಟು ಹೇಳಿದ್ರೂ ಮತ್ತೂ ಅದನ್ನೇ ಮುಂದುವರಿಸ್ತಿದೀರಲ್ಲಾ, ಹೋಗಲಿ ಸುಚಲಾ. ನೀನಾದ್ರೂ ಹೊಂದಿಕೊಂಡು ಹೋಗಮ್ಮಾ, ಕೆಲಸ ಬಿಡೋದಾದ್ರೆ ಬಿಟ್ಬಿಡಮ್ಮಾ. ಹಣಕ್ಕಿಂತ ಬದುಕು ಮುಖ್ಯ ಅಲ್ವಾ?" ಕೊನೆಯ ಪ್ರಯತ್ನ ಎಂಬಂತೆ ನುಡಿದರು ಅಜ್ಜ.

"ಇಲ್ಲ ಮಾವಾ, ನಾನು ಕೆಲಸ ಬಿಡೋದಿಲ್ಲ. ಯಾಕೆ ಬಿಡ್ಬೇಕು? ಬಿಡು ಅನ್ನೋದ್ರ ಹಿಂದೆ ಇರೋ ಉದ್ದೇಶ ನಿಮಗೆ ಗೊತ್ತಿಲ್ಲ. ನಂಗೆ ಹೇಳಿದ ಮಾತನ್ನೇ ಅವರಿಗೂ ಹೇಳಿ; ಬೇಕಾದ್ರೆ ಅವ್ರೇ ಬಿಡ್ಲಿ. ಇದು ನಿಮ್ಮ ಕಾಲ ಅಲ್ಲ; ಸ್ವಾತಂತ್ರ್ಯ ಕಳ್ಕೊಳ್ಳೋದಕ್ಕೆ ನಾನು ತಯಾರಿಲ್ಲ. ಹೇಗೂ ನಂಗೆ ಅವರಿಗಿಂತ ಸಂಬಳ ಜಾಸ್ತಿಯೇ ಬರುತ್ತೆ" ದೃಢವಾಗಿ ಹೇಳಿದಳು ಅಮ್ಮ. ಅಜ್ಜನ ಎದುರಿಗೆ ಅಮ್ಮ ಯಾವತ್ತೂ ಇಷ್ಟು ಜೋರಾಗಿ ಮಾತಾಡಿರಲಿಲ್ಲ.

"ಕೇಳಿದ್ರಾ ಮತ್ತೆ ಅದೇ ಮಾತು, ಸಂಬಳ ಜಾಸ್ತಿ ಅಂತ. ಅವಳಿಗೆ ಬೇಡಾಂತಾದ್ರೆ ನಂಗೂ ಬೇಡ, ಆಕಾಶನಿಗೇನು, ಈಗ ನೋಡ್ಕೊಳ್ಳೋದಕ್ಕೆ ಬೇಕಾದಷ್ಟು ವ್ಯವಸ್ಥೆ ಇದೆ. ಹಣ ಒಂದು ಇದ್ರೆ ಸಾಕು" ಎಂದರು ಅಪ್ಪ.

"ಎಲ್ಲಾ ಹಣ ಒಂದರಿಂದ್ಲೇ ಆಗುತ್ತೆ ಅಂತ ನೀವಿಬ್ರೂ ಯಾಕೆ ತಿಳ್ಕೊಂಡಿದೀರಿ? ತುಂಬ ದೊಡ್ಡ ತಪ್ಪು ಮಾಡ್ತಿದೀರಿ. ಮಕ್ಕಳಿಗೆ ಪ್ರೀತಿ ಬೇಕಾಗುತ್ತೆ. ನೀವಿಬ್ರೂ ಬೇರೆ

ಬೇರೆಯಾದ್ರೆ ಅವನಿಗೆ ಯಾರಾದರೊಬ್ಬರ ಪ್ರೀತಿಯಂತೂ ತಪ್ಪಿಯೇ ತಪ್ಪುತ್ತೆ. ಅರ್ಥ ಮಾಡ್ಕೊಳ್ಳಿ. ಮತ್ತೆ ಬುದ್ಧಿ ಹೇಳೋದಕ್ಕೆ ನಾನು ಬರೋದಿಲ್ಲ. ಹಾರ್ಟ್ ಪೇಷೆಂಟ್ ನಾನು, ಯಾವಾಗ ಸಾಯ್ತೀನೋ ಗೊತ್ತಿಲ್ಲ. ವಿದ್ಯಾವಂತರು ನೀವು. ಇಷ್ಟು ದೊಡ್ಡವರಾದ ಮೇಲೆ ಈ ಪ್ರಾಯದಲ್ಲಿ ನಿಮಗೆ ನಾನು ಬುದ್ಧಿ ಹೇಳ್ಬೇಕಲ್ಲಾ" ವ್ಯಥೆಯಿಂದ ಕಣ್ಣೀರಿಳಿಸುತ್ತಾ ಹೇಳಿದರು ಅಜ್ಜ.

"ಅಪ್ಪಾ, ನಾವಿಬ್ರೂ ಬೇರೆಯಾಗೋದಂತೂ ನಿಜ, ಅನಾಗರಿಕರ ಹಾಗೆ ಕಚ್ಚಾಡೋ ಬದಲು ನಾಗರಿಕರ ಹಾಗೆ ಮರ್ಯಾದೆಯಾಗಿ ಬೇರೆ ಬೇರೆಯಾಗ್ತೀವಿ, ಇನ್ನೆಷ್ಟು ಮಾತಾಡಿದ್ರೂ ಅಷ್ಟೆ" ಎಂದರು ಅಪ್ಪ.

"ಯಾವುದು ನಾಗರಿಕತೆ? ಸಣ್ಣ ಕಾರಣಕ್ಕೆಲ್ಲಾ ವಿಚ್ಛೇದನ ಅಂತ ಬೇರೆಯಾಗೋದು ನಾಗರಿಕತೆಯಾ? ಈ ಮಗುವಿನ ಬದುಕು ಹಾಳುಮಾಡೋದು ನಾಗರಿಕತೆಯಾ? ನೀವೇನು ಮಾಡ್ತಾ ಇದೀರಿ ಅಂತ ನಿಮಗ್ಗೊತ್ತಿಲ್ಲ; ನಿಮಗೆ ಗೊತ್ತಾಗೋ ಕಾಲಕ್ಕೆ ನಾನಿರೋದಿಲ್ಲ" ಎಂದರು ಅಜ್ಜ. ಅವರಿಗೆ ತುಂಬ ಬೇಸರವಾಗಿದ್ದು ಅವರ ಮಾತಿನಿಂದಲೇ ತಿಳಿಯುತ್ತಿತ್ತು. ಅಂತಹಾ ಪಾಪದ ಅಜ್ಜನಿಗೆ ಅಷ್ಟು ಬೇಸರ ಮಾಡುತ್ತಾರಲ್ಲಾ ಎಂದು ನನಗೂ ಬೇಸರವಾಯಿತು.

ಬಹಳ ಹೊತ್ತಿನವರೆಗೆ ಹೀಗೇ ಮಾತು ನಡೆಯುತ್ತಿತ್ತು. ಅಮ್ಮ ಅಪ್ಪ ಇಬ್ಬರೂ ಒಬ್ಬರನ್ನೊಬ್ಬರು ದೂರುವುದನ್ನೂ ಬಿಡಲಿಲ್ಲ. ಯಾಕೋ ಎಲ್ಲವೂ ಗೋಜಲು ಗೋಜಲಾಗಿ 'ಅಷ್ಟು ಒಳ್ಳೆಯ ಅಮ್ಮನನ್ನು ಅಪ್ಪ ಯಾಕೆ ಬೈಯುತ್ತಾರೆ? ಅಷ್ಟು ಒಳ್ಳೆಯ ಅಪ್ಪನನ್ನು ಅಮ್ಮ ಯಾಕೆ ದೂರುತ್ತಾಳೆ? ಅಪ್ಪ ಎಲ್ಲರಿಗಿಂತ ಬುದ್ಧಿವಂತ ಎಂದು ತಿಳಿದುಕೊಂಡಿದ್ದೆ, ಈಗ ಅಜ್ಜ ಅವರಿಗೇ ಅಷ್ಟೊಂದು ಬುದ್ಧಿ ಹೇಳುತ್ತಾರೆ ಯಾಕೆ?' ಎಂದೇನೂ ಅರ್ಥವಾಗದೆ ಯಾಕೆಂದೇ ತಿಳಿಯದೆ ನನಗೂ ಎಲ್ಲಿಲ್ಲದ ದು:ಖ ಆಗತೊಡಗಿ ಹಾಗೇ ದಿಂಬಿಗೆ ಮುಖ ಒತ್ತಿ ಮಲಗಿದೆ. ಮತ್ತೂ ಎಷ್ಟು ಹೊತ್ತು ಹೀಗೇ ಜಗಳ ಮಾಡುತ್ತಿದ್ದರು? ತಿಳಿಯಲಿಲ್ಲ. ಕಣ್ಣು ಮುಚ್ಚಿದ್ದೊಂದು ಗೊತ್ತು; ಎಚ್ಚರವಾಗುವಾಗ ಅಪ್ಪ ಆಗಲೇ ಬೆಳಗಿನ ಕಾಫಿ ಕುಡಿಯುತ್ತಾ ಕುಳಿತಿದ್ದರು.

ನಡೆಯುತ್ತಿರುವುದು ಮನೆ ಮುರಿಯುವ ಮಾತುಗಳು ಎನ್ನುವುದು ನನಗೆ ಹೇಗೆ ಅರ್ಥವಾಗಬೇಕು?

●●●

ಅಜ್ಜ ಇದ್ದಿದ್ದು ಮತ್ತೆ ಮೂರು ದಿನ ಮಾತ್ರ. ಇರುವವರೆಗೆ ಅಮ್ಮ ಅಪ್ಪ ಇಬ್ಬರನ್ನೂ ಕೂರಿಸಿಕೊಂಡು ಮಾತಾಡಿದರು. ಬುದ್ಧಿ ಹೇಳಿದರು. ಬೈದರು. ಮೂರು ಮೂರು ಸಲ ಪಂಚೆಯಿಂದ ಕಣ್ಣೊರೆಸಿಕೊಂಡರು. ಕೊನೆಗೊಂದು ದಿನ ಹೊರಟು ನಿಂತರು. ಹೊರಡುವಾಗ ನನ್ನನ್ನು ತಬ್ಬಿಕೊಂಡು "ನೀವು ಹೀಗೇ ಹಠ ಮಾಡೋದಾದ್ರೆ ಇವನನ್ನು ನಾನಿರುವವರೆಗೆ ನಮ್ಮ ಮನೆಗಾದ್ರೂ ಕರ್ಕೊಂಡು ಹೋಗಿ ನೋಡಿಕೊಳ್ತೀನಿ. ನನ್ನ ಜೊತೆಗೆ

ಕಳಿಸಿಕೊಡಿ. ಸೂಕ್ಷ್ಮ ಸ್ವಭಾವದ ಹುಡುಗ ಇವನು. ನಿಮ್ಮ ಹಠದಲ್ಲಿ ಮಕ್ಕಳ ಮನಸ್ಸು ನಿಮಗೆ ಅರ್ಥ ಆಗೋದಿಲ್ಲ. ನಾಳೆ ಇವನ ಬದುಕು ಹಾಳಾಗೋ ಹಾಗೆ ಮಾಡ್ಬೇಡಿ" ಹೇಳಿ ಅಜ್ಜ ಅಪ್ಪ ಅಮ್ಮನಿಗೆ ಕೈ ಮುಗಿದರು.

"ಇಲ್ಲ ಮಾವಾ. ನಾನು ಅವನಿಗೇನೂ ಕಮ್ಮಿ ಮಾಡೋದಿಲ್ಲ. ಅವನನ್ನು ಚೆನ್ನಾಗಿ ನೋಡ್ಕೊಳ್ತೀನಿ. ಅಲ್ಲಿ ಹಳ್ಳೀಲಿ ಒಳ್ಳೆ ಶಾಲೆ ಇಲ್ಲ" ಎಂದಳು ಅಮ್ಮ.

"ಹಾಗೇನಾದ್ರೂ ತೊಂದರೆಯಾದರೆ ರೆಸಿಡೆನ್ಶಿಯಲ್ ಶಾಲೆಗೇ ಸೇರಿಸ್ತೀನಪ್ಪಾ. ಅಲ್ಲಿ ಎಲ್ಲಾ ತುಂಬಾ ಚೆನ್ನಾಗಿ ನೋಡ್ಕೊಳ್ತಾರೆ. ಅವನಿಗೆ ಯಾವುದಕ್ಕೂ ಕೊರತೆ ಆಗದ ಹಾಗೆ ನಾನೇ ನೋಡ್ಕೊಳ್ತೀನಿ" ಎಂದರು ಅಪ್ಪ.

"ಇನ್ನು ನಿಮ್ಮನ್ನೆಲ್ಲಾ ನೋಡ್ತೀನೋ ಇಲ್ವೋ, ಕೊನೆಗಾಲದಲ್ಲಿ ಇಂಥಾದ್ದನ್ನೆಲ್ಲಾ ನೋಡೋ ಹಾಗಾಯ್ತು. ನಮ್ಮ ಕಾಲದಲ್ಲಿ ಹೀಗೆಲ್ಲಾ ಇರ್ಲಿಲ್ಲ" ಕಣ್ಣೊರೆಸಿಕೊಳ್ಳುತ್ತಲೇ ಅಜ್ಜ ಮನೆಯಿಂದ ಹೊರಟು ನಿಂತರು. ಅಜ್ಜ ಹೋದ ಮೇಲಂತೂ ಅಪ್ಪ ಅಮ್ಮ ಒಬ್ಬರಿಗೊಬ್ಬರು ಮಾತಾಡುವುದನ್ನು ಪೂರ್ತಿ ನಿಲ್ಲಿಸಿಬಿಟ್ಟರು.

ಮೂರನೇ ದಿನ ಲಾಯರಂತೆ, ಕರೀಕೋಟು ಹಾಕಿಕೊಂಡು ಮನೆಗೇ ಬಂದಿದ್ದರು. ಅಮ್ಮ ಅಪ್ಪ ಇಬ್ಬರನ್ನೂ ಕೂರಿಸಿಕೊಂಡು ಬಹಳ ಹೊತ್ತು ಮಾತಾಡಿದರು. ಆಗಲೂ ಇಬ್ಬರೂ ಒಬ್ಬರ ಮೇಲೆ ಒಬ್ಬರು ದೂರು ಹೇಳುತ್ತಲೇ ಇದ್ದರು. "ನೀವಿಬ್ರೂ ನಂಗೆ ಬೇಕಾದವ್ರು, ಇಬ್ಬರ ಒಪ್ಪಿಗೆ ಮೇಲೆ ಡಿವೋರ್ಸ್ ತಗೊಂಡು ಬಿಡಿ. ಸುಲಭ ಆಗುತ್ತೆ. ಒಬ್ಬರಿಗೆ ಇಷ್ಟ ಇಲ್ಲಾ, ಕಂಪನ್ಸೇಷನ್ನೂ ಅದೂ ಇದೂ ಅಂತೆಲ್ಲಾ ಇದ್ದಿದ್ರೆ ತುಂಬ ದಿನ ಎಳೆಯೋದು, ಕಷ್ಟ ಆಗಿರೋದು. ಇಬ್ಬರೂ ಕೆಲಸದಲ್ಲಿರೋದ್ರಿಂದ ಈಗ ಅದ್ಯಾವುದೂ ಇಲ್ಲ; ನೀವಿಬ್ರೂ ಒಪ್ಪಿದೀರಲ್ಲಾ, ಸುಲಭ ಆಗುತ್ತೆ. ಸ್ವಲ್ಪ ದಿನ ಬೇಕಾಗುತ್ತೆ, ಅಷ್ಟೆ. ಕೋರ್ಟಿಗೆ ಬೇರೆ ಕಾರಣ ಕೊಟ್ರಾಯ್ತು. ಮಗನನ್ನೇನು ಮಾಡ್ತೀರಿ?" ಕೇಳಿದರು ಕರೀ ಕೋಟಿನ ಲಾಯರ್.

"ಅವನನ್ನು ನಾನು ನೋಡ್ಕೋತೀನಿ" ತಕ್ಷಣ ಹೇಳಿದಳು ಅಮ್ಮ.

"ಬೇಡ, ನಾನೇ ನೋಡಿಕೊಳ್ತೀನಿ. ಅವನು ನನ್ನ ತುಂಬ ಹಚ್ಚಿಕೊಂಡಿದಾನೆ. ಗಂಡು ಮಗ, ಕಷ್ಟ ಆಗೋದಿಲ್ಲ" ನುಡಿದರು ಅಪ್ಪ.

ಮತ್ತೆ ನನ್ನ ವಿಷಯಕ್ಕೆ ಲಾಯರೆದುರಿನಲ್ಲೇ ಬಹಳ ಹೊತ್ತು ವಾಗ್ವಾದ ನಡೆಯಿತು.

"ಮೊದಲು ಡಿವೋರ್ಸ್ ಸಿಗ್ಲಿ. ಮತ್ತೆ ಮಗನ ವಿಷಯ ಕೂತು ಮಾತಾಡೋಣ. ನನ್ನ ಕೇಳಿದ್ರೆ ಇಬ್ಬರೂ ಒಂದೊಂದು ವರ್ಷ ನಿಮ್ಮ ನಿಮ್ಮ ಮನೆಯಲ್ಲಿ ಇಟ್ಕೊಂಡ್ರೆ ಸಮಸ್ಯೇನೇ ಬರೋದಿಲ್ಲ. ಇಲ್ಲದಿದ್ರೆ ಮತ್ತೆ ಅದನ್ನೂ ಕೋರ್ಟೇ ತೀರ್ಮಾನ ಮಾಡ್ಬೇಕಾಗುತ್ತೆ. ಡಿವೋರ್ಸ್ ಸಿಗುವವರೆಗೆ ಮಗ ಅಮ್ಮನ ಜೊತೆಗೇ ಇರ್ಲಿ" ಎಂದರು ಲಾಯರ್.

"ಅವಳು ಕೆಲಸ ಬಿಟ್ಟು ಬರೋದು ರಾತ್ರಿ ಒಂಭತ್ತು ಗಂಟೆಗೆ. ಅಷ್ಟೊತ್ತಿಗೆ ಅವನು ಮಲಗಿ ನಿದ್ರೆ ಮಾಡಿರ್ತಾನೆ. ನಾನು ಕತ್ತಲೆ ಆಗೋದರ ಒಳಗೆ ಮನೆಗೆ ಬರ್ತೀನಿ, ಅಷ್ಟರವರೆಗೆ

ಕೆಲಸದವಳು ಮನೇಲಿರ್ತಾಳೆ. ನನ್ನ ಜೊತೆಗೇ ಇರ್ಲಿ, ನಂಗೆ ಅವ್ನನ್ನ ಬಿಟ್ಟಿರೋದು ಕಷ್ಟ ಆಗುತ್ತೆ" ಎಂದರು ಅಪ್ಪ.

"ಇಲ್ಲ. ನಾನು ನನ್ನಮ್ಮನ್ನ ಕರ್ಕೊಂಡು ಬರ್ತೀನಿ. ಬರೋದು ರಾತ್ರಿ ಒಂಭತ್ತು ಗಂಟೆ ಆದ್ರೂ ತೊಂದರೆ ಏನಿಲ್ಲ, ಮಕ್ಕಳಿಗೆ ಅಮ್ಮ ಬೇಕು" ಎಂದಳು ಅಮ್ಮ.

"ನೀನು ಯಾರ ಜೊತೆಗೆ ಇರ್ತೀಯ ಮರೀ" ಕೇಳಿದರು ಕರೀಕೋಟಿನ ಲಾಯರ್. ಯಾಕೋ ಅವರನ್ನು ನೋಡುವಾಗಲೇ ಹೆದರಿಕೆ, ಕೋಪ ಬರುತ್ತಿತ್ತು.

"ನಂಗೆ ಇಬ್ರೂ ಇಷ್ಟನೇ, ನಾನು ಇಬ್ಬರ ಜೊತೆಗೂ ಇರ್ತೀನಿ. ಬೇರೆ ಯಾಕೆ ಇರ್ಬೇಕು?" ಎಂದೆ ಹಠದಿಂದ.

"ಇರ್ಲಿಬಿಡಿ ಅಮ್ಮನ ಜೊತೆಗೆ, ಇನ್ನೂ ಚಿಕ್ಕವನಲ್ವಾ? ಮತ್ತೆ ಈ ಮನೇಲಿ ಯಾರಿರೋದು?" ಕೇಳಿದರು ಲಾಯರ್.

"ಮನೆ ನಂದು" ಎಂದರು ಅಪ್ಪ.

"ಅರ್ಧ ಹಣ ನಾನೂ ಕೊಟ್ಟಿದೀನಿ" ಎಂದಳು ಅಮ್ಮ.

"ನೀನು ಕೊಟ್ಟ ಹಣ ನಿಂಗೆ ವಾಪಾಸ್ ಬಿಸಾಕ್ತೀನಿ" ಎಂದರು ಅಪ್ಪ.

"ಹಾಗಾದ್ರೆ ನಾನು ಬೇರೆ ಮನೆ ಕೊಂಡ್ಕೋತೀನಿ" ಎಂದಳು ಅಮ್ಮ.

ಇಬ್ಬರೂ ಕರೀ ಕೋಟಿನ ಲಾಯರು ಹೇಳಿದ ಜಾಗಕ್ಕೆ ಸೈನ್ ಹಾಕಿದರು.

ಅಂದೇ ಮನೆ ಮುರಿಯಿತು, ಮನಸ್ಸೂ ಹರಿಯಿತು. ಬರೀ ಅಮ್ಮ ಅಪ್ಪಂದು ಮಾತ್ರ ಅಲ್ಲ; ನನ್ನದೂ ಕೂಡಾ!

●●●

ಮತ್ತೆ ಹದಿನೈದು ದಿನ ಮಾತ್ರ ಎಲ್ಲರೂ ಒಟ್ಟಿಗೇ ಇದ್ದಿದ್ದು. ಆಗಲೂ ಹೆಚ್ಚಿಗೆ ಮಾತಿಲ್ಲ, ಕತೆಯಿಲ್ಲ. ಮತ್ತೆ ಒಂದು ದಿನ ಅಮ್ಮ ನನ್ನನ್ನು ಕರೆದುಕೊಂಡು ಬೇರೆ ಮನೆಗೆ ಹೊರಟಳು. ಅಪ್ಪನೂ ನಮ್ಮ ಜೊತೆಗೆ ಬರಬಹುದೇನೋ ಎನಿಸಿತ್ತು. ಬರಲಿಲ್ಲ. ಹೊರಡುವಾಗ ಮಾತ್ರ ಅಪ್ಪ ನನ್ನ ತಬ್ಬಿಕೊಂಡು "ಡ್ಯಾಡಿ ನೆನಪಾದಾಗೆಲ್ಲಾ ಬಾ ಮರೀ, ಒಂದು ಫೋನ್ ಮಾಡು ಸಾಕು, ನಾನೇ ಬಂದು ಕರ್ಕೊಂಡು ಬರ್ತೀನಿ" ಎಂದು ತಲೆಕೂದಲ ಮೇಲೆ ಕೈಯಾಡಿಸಿದರು.

"ನೀವೂ ನಮ್ಮ ಜೊತೆಗೇ ಬನ್ನಿ ಡ್ಯಾಡೀ, ನೀವೊಬ್ರೇ ಯಾಕೆ ಬೇರೆ ಇರೋದು" ಎಂದು ಹೇಳಿ ಅತ್ತೆ. ನೆಲದಲ್ಲಿ ಬಿದ್ದು ಹೊರಳಾಡಿದೆ. ಅಮ್ಮ ನನ್ನನ್ನು ಎಳೆದುಕೊಂಡೇ ಹೊರಟಳು. ಆದರೆ ಅಪ್ಪ ಯಾಕೆ ನಮ್ಮ ಜೊತೆಗೆ ಬರಲಿಲ್ಲ? ಅಮ್ಮ ಮನೆ ಬಿಟ್ಟು ಯಾಕೆ ಬೇರೆ ಮನೆಗೆ ನನ್ನನ್ನು ಕರೆದುಕೊಂಡು ಬಂದಳು ಎನ್ನುವುದು ಮಾತ್ರ ಎಷ್ಟು ಯೋಚಿಸಿದರೂ ಅರ್ಥವಾಗಲಿಲ್ಲ. ಎಷ್ಟು ಕೇಳಿದರೂ ಅಮ್ಮನೂ ಸರಿಯಾಗಿ ಹೇಳಲಿಲ್ಲ.

"ನಿಂಗೆ ಅದೆಲ್ಲಾ ಗೊತ್ತಾಗೋದಿಲ್ಲ; ಸುಮ್ಮನಿರು" ಎಂದು ನನ್ನ ಬಾಯಿ ಮುಚ್ಚಿಸಲು ಮಾತ್ರ ಅಮ್ಮನಿಗೆ ಗೊತ್ತಿತ್ತು.

ಅಂದಿನಿಂದ ನಾನೂ ಅಮ್ಮನೂ ಅಪ್ಪ ಇಲ್ಲದೇ ಬೇರೆಯಾಗಿ ವಾಸ ಮಾಡತೊಡಗಿದೆವು. ನನಗಂತೂ ಕ್ಷಣ ಕ್ಷಣಕ್ಕೂ ಅವರ ನೆನಪೇ. ಅಪ್ಪ ಕೈ ಹಿಡಿದು ಕರೆದುಕೊಂಡು ವಾಕಿಂಗ್ ಹೋಗುತ್ತಿದ್ದುದು, ಅಂಗಡಿಯಲ್ಲಿ ಚಾಕೊಲೇಟ್ ಕೊಡಿಸುತ್ತಿದ್ದುದು, ತೊಡೆ ಮೇಲೆ ಕೂರಿಸಿಕೊಂಡು ನನ್ನ ತಲೆ ಕೂದಲು ಕೆದರಿಸುತ್ತಾ ಕತೆ ಹೇಳುತ್ತಿದ್ದದು, ನನ್ನ ತಬ್ಬಿಕೊಂಡು ಹೊದಿಕೆಯೊಳಗೆ ಬೆಚ್ಚಗೆ ಮಲಗುತ್ತಿದ್ದುದು. ಎಲ್ಲಕ್ಕಿಂತ ಮೈಸೂರಿನಲ್ಲಿ ನನ್ನೊಂದಿಗೆ ನಕ್ಕು ನಲಿದಿದ್ದು ಎಲ್ಲಾ ನೆನಪಾಗುತ್ತದೆ. ಒಮ್ಮೊಮ್ಮೆ ತಟಕ್ಕನೆ ಅಪ್ಪನೊಂದಿಗೆ ಏನೋ ಹೇಳಬೇಕೆಂದಾಗಿ "ಡ್ಯಾಡೀ" ಎಂದು ಕರೆದುಬಿಡುತ್ತೇನೆ. ಅಪ್ಪ ಇಲ್ಲ ಎನ್ನುವುದು ನೆನಪಾಗಿ ಅಮ್ಮನನ್ನು ಹುಡುಕಿಕೊಂಡು ಹೋಗುತ್ತೇನೆ. ಅಷ್ಟು ದಿನ ಅಪ್ಪ, ಅಮ್ಮ ನಾನು ಎಲ್ಲರೂ ಒಟ್ಟಿಗೇ ಇದ್ದೆವಲ್ಲಾ, ಎಲ್ಲಾ ಒಂದೇ ಕೋಣೆಯಲ್ಲಿ ಮಲಗುತ್ತಿದ್ದೆವಲ್ಲಾ, ಅಪ್ಪ ಮೊದಲೆಲ್ಲಾ ಅಮ್ಮನೊಂದಿಗೆ ಅಷ್ಟು ನಗುನಗುತ್ತಾ ಮಾತಾಡುತ್ತಿದ್ದರಲ್ಲಾ, ಆದರೆ ಈ ಆರು ತಿಂಗಳಲ್ಲಿ ಅವರು ಒಮ್ಮೆ ಕೂಡಾ ನನ್ನ ಮತ್ತು ಅಮ್ಮನನ್ನು ನೋಡುವುದಕ್ಕೆ ನಾವಿರುವಲ್ಲಿಗೆ ಬರಲೇ ಇಲ್ಲ! ನಾನೇ "ಡ್ಯಾಡೀನ ಕರ್ಕೊಂಡು ಬರ್ತೀನಿ. ಇಲ್ಲದಿದ್ದರೆ ಅಲ್ಲಿಗೇ ಹೋಗೋಣ" ಎಂದು ಅಮ್ಮನ ಹತ್ತಿರ ಹೇಳಿ ಹಠಮಾಡಿ ಅತ್ತು ತುಂಬ ಕಿರಿಕಿರಿ ಮಾಡಿದೆ. ಎಲ್ಲದಕ್ಕೂ ಅಮ್ಮನ ಉತ್ತರ ಒಂದೇ. "ನಿಂಗೆ ಅದೆಲ್ಲಾ ಗೊತ್ತಾಗೋದಿಲ್ಲ, ನೀನಿನ್ನೂ ಸಣ್ಣವ್ನು. ಸುಮ್ನೆ ಕೂತ್ಕೋ. ಈಗ ಡ್ಯಾಡಿ ಇಲ್ಲಾಂತ ನಿಂಗೇನು ಕಮ್ಮಿಯಾಗಿದೆ? ಏನಾದ್ರೂ ಬೇಕಾದ್ರೆ ಕೇಳು, ಕೊಡಿಸ್ತೀನಿ"

'ನಂಗೆ ನೀನು ಕೊಡುವ ಹಣ, ವಸ್ತು ಯಾವುದೂ ಬೇಡ. ನಂಗೆ ಡ್ಯಾಡಿನೇ ಬೇಕು' ಎಂದು ಅಷ್ಟು ಸಲ ಹೇಳಿದರೂ ಅದು ಅಮ್ಮನಿಗೆ ಯಾಕೆ ಅರ್ಥವಾಗುವುದಿಲ್ಲ?

●●●

ಆದರೆ ಅಪ್ಪ, ಅಮ್ಮನನ್ನು ನೋಡಲು ಮನೆಗೆ ಬರದಿದ್ದರೂ ನನ್ನನ್ನು ನೋಡಲು ಸ್ಕೂಲಿಗೆ ಬರುತ್ತಿದ್ದರು. ಗೇಟಿನಲ್ಲಿ ನನ್ನ ಕಾಯುತ್ತಾ ನಿಂತಿರುತ್ತಿದ್ದರು. ಚಾಕೊಲೇಟ್ ತರುತ್ತಿದ್ದರು. ನೂರು-ಇನ್ನೂರರ ನೋಟು ಜೇಬಿಗಿಡುತ್ತಿದ್ದರು. "ಅಮ್ಮನಿಗೆ ಹಣ ಕೊಟ್ಟ ವಿಷಯ ಹೇಳ್ಬೇಡ, ನಿಂಗೇನಾದ್ರೂ ಬೇಕಾದ್ರೆ ತಗೊಂಡು ತಿನ್ನು" ಎನ್ನುತ್ತಿದ್ದರು. ನಾನು ಅಪ್ಪ ಬಂದ ವಿಷಯ ಹೇಳುತ್ತಿದ್ದೆ, ಹಣ ಕೊಟ್ಟ ವಿಷಯ ಹೇಳುತ್ತಿರಲಿಲ್ಲ. ಆ ಹಣ ನನಗೆ ಬೇಕಾದ್ದನ್ನು ಕೊಳ್ಳಲು ಉಪಯೋಗವಾಗುತ್ತಿತ್ತು. ನನ್ನ ಸ್ನೇಹಿತರಿಗೆ ಕೂಡಾ ಅದರಿಂದ ಬೇಕಾದ್ದನ್ನು ಕೊಡಿಸುತ್ತಿದ್ದೆ.

ಒಂದು ದಿನ ನನ್ನ ಕ್ಲಾಸ್ ಮಿಸ್ ಕೇಳಿದರು "ಆಕಾಶ್, ನಿನ್ನ ಮಮ್ಮಿ ಡ್ಯಾಡಿ ಡಿವೋರ್ಸ್ ತಗೊಂಡಿದಾರಾ? ಬೇರೆ ಬೇರೆ ಇದೀರಂತೆ?"

"ನಾನೂ ಮಮ್ಮಿಯೂ ಒಟ್ಟಿಗೆ ಇದೀವಿ, ಡ್ಯಾಡಿ ಮಾತ್ರ ಬೇರೆ ಇದಾರೆ ಮಿಸ್" ಎಂದೆ. ಆದರೆ ಡಿವೋರ್ಸ್ ಅಂದರೆ ಏನು? ಅಮ್ಮ ಅಪ್ಪ ಡಿವೋರ್ಸ್ ಯಾಕೆ ತೆಗೆದುಕೊಳ್ಳುತ್ತಾರೆ? ತಿಳಿಯಲಿಲ್ಲ.

ಅಮ್ಮನ ಅಮ್ಮ, ಅಜ್ಜಿ ಇಲ್ಲೇ ಇರುತ್ತೇನೆಂದು ಬಂದವರು ಸ್ವಲ್ಪ ದಿನ ಇದ್ದು ತಿರುಗಿ ಹೋದರು. ಅವರ ಬದಲಿಗೆ ಕೆಲಸದವಳೊಬ್ಬಳು ಮನೆಯಲ್ಲಿರುತ್ತಿದ್ದಳು. ಒಂದು ದಿನ ಅಮ್ಮ ಅಜ್ಜಿಯ ಹತ್ತಿರ ಫೋನಿನಲ್ಲಿ ಜೋರಾಗಿ ಮಾತಾಡುತ್ತಿದ್ದಳು. "ಅಮ್ಮಾ, ಇವೊತ್ತು ಕೋರ್ಟಲ್ಲಿ ಡಿಸೈಡ್ ಆಯ್ತು. ನಂಗೆ ಡಿವೋರ್ಸ್ ಸಿಕ್ಕಿದೆ. ಆಕಾಶ್ ನನ್ನ ಜೊತೆಗೇ ಇರ್ತಾನೆ. ಅವನಿಗೆ ಆರು ವರ್ಷ ಕಳೆದ ಮೇಲೆ ಬೇಕಾದ್ರೆ ಇಬ್ರೂ ಕೂತು ಅವನು ಯಾರ ಜೊತೆಗೆ ಇರೋದು ಅಂತ ತೀರ್ಮಾನ ಮಾಡ್ಕೋಬಹುದು. ಇದಕ್ಕೆ ಅವರೂ ಒಪ್ಪಿದಾರೆ. ಅವರು ಕರೀಲಿಲ್ಲ ಅಂತಾದ್ರೆ ನನ್ನ ಜೊತೆಗೇ ಇರ್ತಾನೆ. ಮಧ್ಯ ಯಾವಾಗ ಬೇಕಾದರೆ ಆವಾಗ ಅವನಪ್ಪ ನಂಗೆ ಹೇಳಿ ಅವ್ನನ್ನ ಎಲ್ಲಿಗೆ ಬೇಕಾದ್ರೂ ಕರ್ಕೊಂಡು ಹೋಗ್ಬಹುದು. ಹಾಗೆ ನಾವು ನಾವೇ ಒಪ್ಪಂದ ಮಾಡ್ಕೊಂಡಿದೀವಿ. ಸದ್ಯ, ಇನ್ನು ತಲೆನೋವಿಲ್ಲ" ಆ ಅಜ್ಜಿಗೆ ಕಿವಿ ಸರಿಯಾಗಿ ಕೇಳುವುದಿಲ್ಲ. ಕಣ್ಣೂ ಸರಿಯಾಗಿ ಕಾಣುವುದಿಲ್ಲ. ಜೋರಾಗಿ ಮಾತಾಡಬೇಕು, ಹಾಗಾಗಿ ಅಮ್ಮ ಹೇಳಿದ್ದೆಲ್ಲಾ ನನಗೂ ಕೇಳಿಸುತ್ತಿತ್ತು.

ಕೂಡಲೇ ಮಿಸ್ ಕೇಳಿದ್ದು ನೆನಪಾಗಿ ಅಮ್ಮನ ಚೂಡಿದಾರ ಜಗ್ಗಿಸಿ ಕೇಳಿದೆ "ನೀನು ಡ್ಯಾಡಿ ಜೊತೆಗೆ ಟೂ ಬಿಟ್ಟು ಎಷ್ಟು ದಿನ ಆಯ್ತು? ಡ್ಯಾಡಿ ಇನ್ನು ಇಲ್ಲಿಗೆ ಬರೋದೇ ಇಲ್ವಾ? ಯಾಕೆ? ಡಿವೋರ್ಸ್ ಅಂದ್ರೆ ಏನು? ಡ್ಯಾಡಿ ನಮಗೇನು ಮಾಡಿದಾರೆ? ನೀನ್ಯಾಕೆ ಅವರ ಜೊತೆಗೆ ಮಾತಾಡ್ತಿಲ್ಲ? ನಂಗೆ ಡ್ಯಾಡಿ ಬೇಕೇ ಬೇಕು" ಕೇಳುವಾಗ ಗಂಟಲು ಕಟ್ಟಿ ಬಂದು ತಡೆಯಲಾರದೆ ಜೋರಾಗಿ ಅಳತೊಡಗಿದೆ.

"ಡ್ಯಾಡಿ ಸಧ್ಯಕ್ಕೆ ಇನ್ನು ಇಲ್ಲಿಗೆ ಬರೋದಿಲ್ಲ ಪುಟ್ಟಾ. ನಿಂಗೆ ನಾನಿದೀನಿ ಆಯ್ತಾ. ನಿನ್ನ ಡ್ಯಾಡಿ ಬೇರೇನೇ ಇರ್ತಾರಂತೆ. ನಾವಿಬ್ರೂ ಜಗಳ ಆಡಿದೀವಿ. ನಿಂಗೇನೂ ತೊಂದರೆ ಆಗದ ಹಾಗೆ ನಾನು ನೋಡ್ಕೋತೀನಿ. ನೀನೇನೂ ಬೇಜಾರು ಮಾಡ್ಕೋಬೇಡ" ಎಂದಳು ಅಮ್ಮ ನನ್ನನ್ನು ತೊಡೆಯ ಮೇಲೆ ಕೂರಿಸಿಕೊಂಡು ಸಮಾಧಾನ ಮಾಡುತ್ತಾ.

ಈಗ ನನಗೆ ಅಲ್ಪ ಸ್ವಲ್ಪ ಅರ್ಥವಾಗತೊಡಗಿತು. 'ನಾನೂ ಸ್ಕೂಲಲ್ಲಿ ನನ್ನ ಫ್ರೆಂಡ್ಸ್ ಹತ್ರ ಜಗಳ ಮಾಡಿ ಟೂ ಬಿಟ್ಟ ಹಾಗೆ ಅಮ್ಮ ಅಪ್ಪ ಕೂಡಾ ಟೂ ಬಿಟ್ಟಿದ್ದಾರೆ. ಇನ್ನು ಸ್ವಲ್ಪ ದಿನ ಅವರಿಬ್ಬರೂ ಮಾತಾಡುವುದಿಲ್ಲ. ಈ ರೀತಿ ದೊಡ್ಡವರು ಜಗಳ ಆಡಿ ಬೇರೆ ಆಗುವುದಕ್ಕೆ 'ಡಿವೋರ್ಸ್' ಅನ್ನುತ್ತಾರೆ' ಎಂದು ಅರ್ಥೈಸಿಕೊಂಡೆ. ಆದರೆ ಯಾಕೆ ಜಗಳಾಡಿದರು ಎನ್ನುವುದು ತಿಳಿಯದೆ ಹೋಯಿತು. ಅಮ್ಮ ಅಪ್ಪ ಇಬ್ಬರೂ ತುಂಬ ಒಳ್ಳೆಯವರು; ಇವರ್ಯಾಕೆ ಬೇರೆ ಇರ್ತಾರೆ? ಜಗಳಾಡಿಯೂ ಒಟ್ಟಿಗೇ ಇದ್ದಿದ್ರೆ ಏನಾಗ್ತಿತ್ತು ಇವರಿಗೆ? ನನಗೆ ಬೇಜಾರಾಗೋದಿಲ್ವಾ?' ಎಂಬ ನನ್ನ ಪ್ರಶ್ನೆಗಳಿಗೆ ಉತ್ತರ ಕೊಡುವವರು ಇರಲಿಲ್ಲ. ಮತ್ತೆ ಅದರ ವಿಷಯ ಮಾತಾಡಿದರೆ 'ಹೋಗಿ ಓದ್ಕೋ' ಎಂದು ಗದರುತ್ತಾಳೆ ಅಮ್ಮ.

ಒಂದು ದಿನ ನನ್ನ ಫ್ರೆಂಡ್ ಸಹನಾ ಜೊತೆಗೆ ಜಗಳ ಆಯಿತು. ಅವಳು ಓಡುವಾಗ ನನ್ನ ಡ್ರಾಯಿಂಗ್ ಬುಕ್ ಬೀಳಿಸಿಕೊಂಡೇ ಓಡಿದಳು. ಅದೆಲ್ಲಾ ಗಲೀಜಾಯಿತು. ಬೈದೆ. ಅವಳು ನನ್ನೊಂದಿಗೆ ಟೂ ಬಿಟ್ಟಳು. ಮರುದಿನ ನನ್ನ ಇನ್ನೊಬ್ಬ ಫ್ರೆಂಡ್ ಗೌತಮ್‌ನ ಬರ್ತ್‌ಡೇ. ಚಾಕೊಲೇಟ್ ಕೊಟ್ಟ. ಸಹನಾ ಬಂದಿರಲಿಲ್ಲ. "ಅವಳು ಬಂದ ಮೇಲೆ ಈ ಚಾಕೋಲೇಟ್ ಅವಳಿಗೆ ನನ್ನ ಬರ್ತ್‌ಡೇದು ಅಂತ ಹೇಳಿ ಕೊಟ್ಟುಬಿಡು, ನಾಳೆ

ನಾನೂ ಸ್ಕೂಲಿಗೆ ರಜ ಹಾಕಿ ಮಮ್ಮಿ ಡ್ಯಾಡಿ ಜೊತೆಗೆ ಊರಿಗೆ ಹೋಗೋದಿದೆ" ಎಂದ ಗೌತಮ್. ನನಗೆ ಅವಳು ಟೂ ಬಿಟ್ಟಿದ್ದು ನೆನಪಾಗಿ "ಇಲ್ಲ ನಂಗೂ ಅವಳಿಗೂ ಡಿವೋರ್ಸ್ ಆಗಿದೆ, ನಾನು ಅವಳ್ಜೊತೆ ಮಾತಾಡೋದಿಲ್ಲ, ನೀನೇ ಕೊಡು" ಎಂದೆ. ಹಿಂದೆ ನಿಂತು ಕೇಳಿಸಿಕೊಳ್ಳುತ್ತಿದ್ದ ಇಂಗ್ಲೀಷ್ ಮಿಸ್ "ಆಕಾಶ್ ಸ್ವಲ್ಪ ಬಾ" ಎಂದು ನನ್ನನ್ನು ಕರೆದುಕೊಂಡು ಕೋಣೆಗೆ ಹೋದರು. "ಆಕಾಶ್, ಡಿವೋರ್ಸ್ ಅಂದ್ರೆ ಏನೂ ಅಂತ ಗೊತ್ತಾ? ಅದ್ಯಾಕೆ ನೀನು ಸಹನಾ ಜೊತೆ ಡಿವೋರ್ಸ್ ಮಾಡ್ಕೊಂಡೆ ಅಂತ ಹೇಳಿದ್ದು? ಮಕ್ಕಳು ಹಾಗೆಲ್ಲಾ ಮಾತಾಡ್ಬಾರ್ದು" ಎಂದರು.

"ಅದೂ ನಮ್ಮನೇಲಿ ನನ್ನ ಡ್ಯಾಡಿ ಮತ್ತೆ ಮಮ್ಮಿ ಕೂಡಾ ಜಗಳಾಡಿ ಟೂ ಬಿಟ್ಟಿದಾರೆ. ಮಮ್ಮಿ ಹೇಳಿದ್ರು ನಮಗೆ ಡಿವೋರ್ಸ್ ಆಗಿದೆ ಅಂತ. ನಿನ್ನೆ ಸಹನಾ ಕೂಡಾ ನಂಜೊತೆ ಟೂ ಬಿಟ್ಳು. ಅದಕ್ಕೇ ಹಾಗೆ ಹೇಳಿದೆ ಮಿಸ್" ಎಂದೆ.

ಮಿಸ್ ಮುಖದಲ್ಲಿ ನಗು ಮೂಡಿತು. "ಈಗ ನಿನ್ನ ಮಮ್ಮಿ, ಡ್ಯಾಡಿ ಒಟ್ಟಿಗೆ ಇಲ್ವಾ?" ಮಾಸದ ಕಿರುನಗೆಯಿಂದಲೇ ಕೇಳಿದರು.

"ಇಲ್ಲ ಟೂ ಬಿಟ್ಟಿದಾರೆ" ಎಂದೆ.

"ಮತ್ತೆ ನೀನು?" ಹೇಳಿ ಮುಖವನ್ನೇ ನೋಡಿದರು.

"ನಾನು ಮಮ್ಮಿ ಜೊತೇಲಿದೀನಿ"

"ಅಂದ್ರೆ ಡ್ಯಾಡಿ ಬೇರೆ ಇದಾರಾ?"

"ಹೌದು"

"ಡಿವೋರ್ಸ್ ಆಗಿದ್ಯಾ?" ಮೆತ್ತಗೆ ಕೇಳಿದರು.

"ಹೂಂ, ಟೂ ಬಿಟ್ಟಿದಾರೆ"

"ನೀವು ಮಕ್ಕಳು ಟೂ ಬಿಟ್ಟ ಹಾಗಲ್ಲ ಡಿವೋರ್ಸ್ ಅಂದ್ರೆ, ಹೋಗಲಿ ಈಗ ನಿಂಗೆ ಅದೆಲ್ಲಾ ಅರ್ಥ ಆಗೋದಿಲ್ಲ, ಪೂರ್ ಬಾಯ್, ಹೋಗಿ ಆಡ್ಕೋ" ಎಂದರು ಬೆನ್ನು ತಟ್ಟಿ.

ಹಾಗಾದರೆ ಡಿವೋರ್ಸ್ ಎಂದರೆ ಏನು? ಯಾವಾಗ ಅಮ್ಮನ ಹತ್ತಿರ ಕೇಳಿದರೂ ಮಿಸ್ ಹೇಳಿದ ಹಾಗೆ 'ನಿಂಗೆ ಅದೆಲ್ಲಾ ಅರ್ಥ ಆಗೋದಿಲ್ಲ' ಎಂದು ಅದನ್ನೇ ಹೇಳುತ್ತಾಳೆ. ಈ ಸಲ ಮರೆಯದೆ ಅಮ್ಮನ ಹತ್ತಿರ ಹಠ ಹಿಡಿದು ಕೇಳಿ ತಿಳಿದುಕೊಳ್ಳಬೇಕು ಎಂದುಕೊಂಡೆ. ಅಪ್ಪನ ನೆನಪಾಗಿ ದು:ಖವೇ ಬರತೊಡಗಿತು.

ಆದರೆ ಮತ್ತೂ ಸ್ವಲ್ಪ ದಿನ ಕಳೆದರೂ ಅಪ್ಪ ಬಾರದೆ ಇದ್ದಾಗ ಮಾತ್ರ ನನ್ನ ಗಲಾಟೆ ತಡೆಯದಾದಾಗ ಅಮ್ಮ ಹೇಳಿದಳು. "ಇಲ್ಲ ಪುಟ್ಟಾ ಇನ್ನು ಯಾವತ್ತೂ ನಿನ್ನ ಡ್ಯಾಡಿ ಇಲ್ಲಿಗೆ ಬರೋದಿಲ್ಲ, ನಮಗೆ ಡಿವೋರ್ಸ್ ಆಗಿ ನಾವು ಬೇರೆಯಾಗಿದೀವಿ. ನಿಂಗೆ ಅಷ್ಟೊಂದು ಅವರನ್ನ ನೋಡ್ಬೇಕು ಅಂತಿದ್ರೆ ಬೇಕಾದ್ರೆ ಒಂದ್ಸಲ ಹೋಗಿ ನೋಡ್ಕೊಂಡು ಬಾ, ಫೋನ್ ಮಾಡಿ ಹೇಳಿದ್ರೆ ಸ್ಕೂಲಿಗೇ ಬಂದು ಕರ್ಕೊಂಡು ಹೋಗ್ಬಹುದು. ಇನ್ನು ಮಾತ್ರ ಅದರ ಬಗ್ಗೆ ಕೇಳ್ತಾ ಇರಬಾರ್ದು"

ಅಂದರೆ 'ಇನ್ನು ಅಪ್ಪ ಈ ಮನೆಗೆ ಬರುವುದೇ ಇಲ್ಲ! ನನ್ನ ಪ್ರೀತಿಯ ಅಪ್ಪ ಇನ್ನು ನಮ್ಮ ಮನೆಗೆ ಯಾವತ್ತೂ ಬರುವುದೇ ಇಲ್ಲ!' ನನ್ನ ಎದೆ ಒಡೆದೇ ಹೋಗುತ್ತಿದೆ ಎನಿಸತೊಡಗಿತು. ಅಂದು ರಾತ್ರಿ ಒಂದೆರಡು ಗಂಟೆ ನಿದ್ರೆಯೇ ಬರಲಿಲ್ಲ. ಅಪ್ಪನ ನೆನಪಾಗಿ ಅಳತೊಡಗಿದೆ. ಅವರನ್ನು ನೋಡಲೇ ಬೇಕೆಂದು ಹಠ ಹಿಡಿದೆ. "ಬೇಕಾದ್ರೆ ಬೆಳಗ್ಗೆನೇ ಫೋನ್ ಮಾಡು, ನಿನ್ನ ಸ್ಕೂಲಿಗೇ ಬಂದು ನೋಡಿ ಹೋಗ್ತಾರೆ" ಎಂದಳು ಅಮ್ಮ.

'ಡ್ಯಾಡೀ, ನನಗಾಗಿಯಾದರೂ ನೀವಿಬ್ಬರೂ ಟೂ ಮರೆತು ಒಟ್ಟಿಗೇ ಇರಬಹುದಾಗಿತ್ತು' ಎಂದು ಮನಸ್ಸು ರೋದಿಸತೊಡಗಿತು. ಹಾಸಿಗೆ ಒದ್ದೆಯಾಗಿ ಮುದ್ದೆಯಾಗತೊಡಗಿತು.

●●●

ಶಾಲೆಯಲ್ಲಿ ಜೊತೆಯ ಮಕ್ಕಳೊಂದಿಗೆ ಆಡುವಾಗ, ಹಾಡುವಾಗ ಮನೆ, ಅಪ್ಪ, ಅಮ್ಮ, ಯಾರ ನೆನಪೂ ಬರುತ್ತಿರಲಿಲ್ಲ. ಆದರೆ ಶಾಲೆ ಬಿಟ್ಟು ಗೇಟಿನ ಬಳಿ ಬರುವಾಗ ಅಪ್ಪನ ನೆನಪಾಗುತ್ತದೆ. ಇವತ್ತೆಲ್ಲಾದರೂ ಅವರು ಬಂದಿರಬಹುದಾ...? ಕೆಂಪು ಕಾರು ಅಲ್ಲೆಲ್ಲಾದರೂ ನನಗಾಗಿ ಕಾಯುತ್ತಿದೆಯಾ...? ಅದರೊಳಗೆ ಕನ್ನಡಕ ಹಾಕಿ ಒಳ್ಳೆಯ ಗರಿ ಗರಿಯಾದ ಶರ್ಟ್ ಧರಿಸಿದ, ಹ್ಯಾಂಡ್‌ಸಮ್ ಅಪ್ಪ ಗಂಭೀರವಾಗಿ ಕುಳಿತಿದ್ದಾರಾ...? ಅಥವಾ ಗೇಟಿನ ಬಳಿಯೇ ಎಲ್ಲಾದರೂ ನನಗೆ ಕಾಣದಂತೆ ನಿಂತಿದ್ದಾರಾ...? ಅಥವಾ ನನಗೇ ತಿಳಿಯದಂತೆ ಹಿಂದಿನಿಂದ ಬಂದು ನನ್ನ ಕಣ್ಣು ಮುಚ್ಚಿ "ಯಾರು ಹೇಳು ನೋಡೋಣ" ಎಂದು ಸ್ವರ ಬದಲಿಸಿ ಕೇಳುತ್ತಾರಾ...? ಎಂದೆಲ್ಲಾ ಕಣ್ಣುಗಳು ಗೇಟು ದಾಟಿ ರಸ್ತೆಯ ಉದ್ದಕ್ಕೂ ದೃಷ್ಟಿ ಹರಿಸುತ್ತದೆ. ಅರಸುತ್ತದೆ. ಕಾಣದಿದ್ದಾಗ ನಿರಾಸೆಯಿಂದ ಬಳಲುತ್ತದೆ. ಅಪ್ಪನ ಮೇಲೆ ಸಿಟ್ಟು ಬರುತ್ತದೆ. ಅಮ್ಮನ ಮೇಲೆ ಸಿಟ್ಟು ಬರುತ್ತದೆ. ನನ್ನಿಂದ ಏನೂ ಮಾಡಲಾಗದುದಕ್ಕೆ ನನ್ನ ಮೇಲೇ ಸಿಟ್ಟು ಬರುತ್ತದೆ. ಇಷ್ಟು ದಿನವಾದರೂ ಅಪ್ಪನಿಗೆ ನನ್ನ ನೆನಪಾಗದೇ ಹೋಯಿತಲ್ಲಾ ಎಂದು ಅಳುವೇ ಬರುತ್ತದೆ. ಒಮ್ಮೆಯಂತೂ ನಾನು ಇದೇ ರೀತಿ ಕಣ್ಣೊರೆಸಿಕೊಳ್ಳುತ್ತಿದ್ದಾಗ ಒಂದು ಆಟೋ ನನ್ನ ಮೈಮೇಲೇ ಬಂದು ಬಿಡುತ್ತಿತ್ತು. ಸ್ವಲ್ಪದರಲ್ಲಿ ಉಳಿದುಕೊಂಡೆ. ಆದರೂ ನನಗೆ ಪೂರ್ತಿ ನಿರಾಸೆ ಆಗದಂತೆ ಹದಿನೈದೋ ಇಪ್ಪತ್ತೋ ದಿನಕ್ಕೊಮ್ಮೆಯಾದರೂ ಅಪ್ಪ ಬರುತ್ತಾರೆ. ಬಂದಾಗ ಮಾಮೂಲಿನಂತೆ ತಿಂಡಿ, ಚಾಕೊಲೇಟ್, ಆಟದ ಸಾಮಾನು ಎಲ್ಲಾ ಬರುತ್ತದೆ. ಅವರಿಗೆ ನನ್ನ ನೆನಪಿದೆ ಅನ್ನುವುದೇ ಒಂದು ಖುಷಿ. ಅಂದೆಲ್ಲಾ ಮನಸ್ಸು ಹಕ್ಕಿಯಂತೆ ಹಾರುತ್ತದೆ.

ಅಪ್ಪ ನನ್ನ ಜೊತೆ ಎಷ್ಟು ಸಲಿಗೆಯಿಂದ ಇದ್ದರೂ ಅವರ ಜೊತೆಗೆ ಮಾತಾಡುವುದು ಅಮ್ಮನ ಹತ್ತಿರ ಮಾತಾಡಿದಷ್ಟು ಸುಲಭ ಅಲ್ಲ. ಅವರು ಖುಷಿಯಿಂದ ಇರುವಾಗ ಎಷ್ಟು ಬೇಕಾದರೂ ಮಾತಾಡಬಹುದು. ಅವರಿಗೆ ಇಷ್ಟವಾಗದ್ದು ಕೇಳಿದ ತಕ್ಷಣ ಅವರ ಮುಖ ಗಂಭೀರವಾಗಿ ಬಿಡುತ್ತದೆ. ಆಗ ಮಾತ್ರ ಅವರನ್ನು ನೋಡಿದರೆ ಹೆದರಿಕೆಯೇ ಆಗುತ್ತದೆ. ಇಂದೂ ಹಾಗೇ ಆಯಿತು. ಅಪ್ಪ ಬಂದು ನನ್ನನ್ನು ಹೋಟೆಲ್ಲಿಗೆ ಕರೆದುಕೊಂಡು ಹೋಗಿದ್ದರು. ನನಗಿಷ್ಟವಾದ ಪೂರಿ ತಿನ್ನುತ್ತಾ ಕೇಳಿದೆ. "ಡ್ಯಾಡೀ, ನೀವ್ಯಾಕೆ ನಮ್ಮನೇಗೆ ಬರೋದಿಲ್ಲ, ಮಮ್ಮಿ ಜೊತೆಗೆ ಮಾತೇ ಆಡೋದಿಲ್ಲಾ? ಮಮ್ಮಿಯೂ 'ಬಾ ಡ್ಯಾಡಿ ಹತ್ರ ಹೋಗೋಣ' ಅಂತಂದ್ರೆ ಬರೋದಿಲ್ಲ ಅಂತಾಳೆ ಯಾಕೆ?"

ಅಪ್ಪನ ಮುಖ ಗಂಭೀರವಾಯಿತು. "ಅವಳಿಗೆ ಕೊಬ್ಬು; ಅದಕ್ಕೇ ಅವಳಿಗೆ ಡಿವೋರ್ಸ್ ಕೊಟ್ಟಿದೀನಿ, ಅವಳ ಹೆಸರೆತ್ತಬೇಡ" ಎಂದರು.

"ನಂಗೆ ಡಿವೋರ್ಸ್ ವಿಷಯ ಬೇಡ, ನೀವಿಬ್ರೂ ನಂಜೊತೆ ಇರ್ಬೇಕು ಅಷ್ಟೆ" ಅಷ್ಟೇ ಖಚಿತವಾಗಿ ಹೇಳಿದೆ. ನನ್ನ ಸ್ವರ ಮಾಮೂಲಿನಂತಲ್ಲದೆ ಅದು ಜೋರಾಗಿತ್ತು. ಅದರಲ್ಲಿ ಆಗ್ರಹ ಇತ್ತು, ಕಳಕಳಿ ಇತ್ತು, ದು:ಖ ಸಂಕಟ ಎಲ್ಲವೂ ಇತ್ತು. ಅಳು ತಡೆ ತಡೆದು ಬರುತ್ತಿತ್ತು.

ಅಪ್ಪ ನನ್ನ ಮುಖವನ್ನೇ ನೋಡಿದರು. "ಸಾರಿ ಪುಟ್ಟಾ, ಅದು ಕಳೆದು ಹೋದ ವಿಷಯ. ಇನ್ನು ಅದನ್ನು ಎತ್ಬೇಡ, ಅದೊಂದು ಬಿಟ್ಟು ಬೇರೇನು ಬೇಕಾದ್ರೂ ಕೇಳು ಕೊಡ್ತೀನಿ" ಎಂದು ನುಡಿದು ಎದ್ದೇ ಬಿಟ್ಟರು. ನನಗೆ ಏನು ಮಾಡುವುದು ಎಂದೇ ತೋಚಲಿಲ್ಲ. ಹಾಗಾದಾಗ ನನಗೆ ಬರುವುದೊಂದೇ ಅಳು! ಇನ್ನೂ ಜೋರಾಗಿ ಅತ್ತೆ.

"ಶ್ಯ್$$, ಇದು ಹೋಟೆಲ್, ಇಲ್ಲಿ ಅಳ್ಬೇಡ" ಎನ್ನುತ್ತಾ ಒಂದಿಷ್ಟು ಹಣವನ್ನು ಜೇಬಿಗೆ ತುರುಕಿದರು ಅಪ್ಪ.

ಉಕ್ಕಿ ಉಕ್ಕಿ ಬರುವ ಅಳುವನ್ನು ತಡೆಯಲು ನೋಡಿದರೆ ಅದು ನನ್ನ ಹಿಡಿತಕ್ಕೆ ಬಾರದೆ ಚೆಲ್ಲತೊಡಗಿತು. ಅಕ್ಕ ಪಕ್ಕದವರೆಲ್ಲಾ ನನ್ನ ಕಡೆಗೇ ನೋಡುತ್ತಿದ್ದರೆ ನಾನು ಅದ್ಯಾವುದನ್ನೂ ಗಮನಿಸದೆ ಎರಡೂ ಕೈಯಲ್ಲಿ ಕಣ್ಣೊರೆಸಿಕೊಳ್ಳುತ್ತಿದ್ದೆ.

●●●

"ಪುಟ್ಟಾ ನಿನ್ನೆ ನಿನ್ನಜ್ಜ ತೀರಿಕೊಂಡ್ರಂತೆ" ಎಂದಳು ಅಮ್ಮ. ನನಗೆ ತೀರಿಕೊಳ್ಳುವುದು ಎಂದರೆ ಏನು ಎಂದು ಗೊತ್ತಿರಲಿಲ್ಲ.

"ಅಂದ್ರೆ?" ಎಂದೆ ಕುತೂಹಲದಿಂದ; ಬರೆಯುತ್ತಿದ್ದ ಹೋಮ್‌ವರ್ಕನ್ನು ನಿಲ್ಲಿಸಿ.

"ಅಂದ್ರೆ ಅಜ್ಜ ದೇವರ ಹತ್ರ ಹೋದ್ರಂತೆ ಪುಟ್ಟಾ, ಅವರಿಗೂ ಹಾರ್ಟ್ ಪ್ರಾಬ್ಲಮ್ ಇತ್ತು, ಪಾಪ ಒಳ್ಳೆ ಮನುಷ್ಯರು, ನಿನ್ನ ಡ್ಯಾಡಿಯ ಹಾಗಲ್ಲ" ಎಂದಳು ಅಮ್ಮ.

"ದೇವರ ಹತ್ರ ಹೋಗಿ ಯಾವಾಗ ಬರ್ತಾರಂತೆ? ಅವರ ಕಾಯಿಲೆ ಅಲ್ಲಿ ವಾಸಿ ಮಾಡಿ ಕಳಿಸ್ತಾರಂತಾ? ನಂಗೆ ಅಜ್ಜ ಅಂದ್ರೆ ತುಂಬ ಇಷ್ಟ" ಎಂದೆ.

ಎದ್ದು ಒಳಗೆ ಹೊರಟಿದ್ದ ಅಮ್ಮ ಪುನ: ನಾನಿದ್ದಲ್ಲಿಗೆ ಬಂದು ನುಡಿದಳು. "ದೇವರ ಹತ್ರ ಹೋದವರು ವಾಪಾಸು ಬರೋದಿಲ್ಲ ಕಂದಾ, ಮತ್ತೆ ಅವರು ಯಾವತ್ತಿಗೂ ನೋಡೋದಿಕ್ಕೆ ಸಿಗೋದಿಲ್ಲ"

ನನಗೆ ಎಲ್ಲವೂ ಗೊಂದಲ. 'ದೇವರ ಹತ್ತಿರ ಹೋದರೆ ವಾಪಾಸು ಬರೋದಿಲ್ಲ ಎಂದರೆ ದೇವರು ಅಷ್ಟು ಕೆಟ್ಟವರಾ...? ಅಷ್ಟು ಒಳ್ಳೆಯ ಅಜ್ಜನನ್ನು ಅವರ್‍ಯಾಕೆ ವಾಪಾಸು ಕಳಿಸೋದಿಲ್ಲಾ...? ಎಷ್ಟು ವಿಚಿತ್ರ!... ಡಿವೋರ್ಸ್ ಆದರೂ ಮತ್ತೆ ಇಬ್ಬರೂ ಮಾತಾಡೋದೇ ಇಲ್ವಂತೆ... ಬೇರೆ ಬೇರೆಯೇ ಇರ್ತಾರಂತೆ... ಅಮ್ಮನಿಗೂ ಅಪ್ಪನಿಗೂ ಡಿವೋರ್ಸ್ ಆಗಿದ್ದರಿಂದ

ಅವರಿಬ್ಬರೂ ಮಾತಾಡೋದಿಲ್ಲ... ಬೇರೆ ಬೇರೆ ಮನೆ ಮಾಡಿ ಕೂತಿದಾರೆ... ಅದಕ್ಕಿಂತೆಲ್ಲಾ ನಾವು ಟೂ ಬಿಡೋದೇ ವಾಸಿ... ಒಂದೆರಡು ದಿನ ಕಳೆದಮೇಲೆ ಕೋಪ ಕಮ್ಮಿಯಾದ ಮೇಲೆ ಮಾತಾಡಬಹುದು... ಈಗ ಸಹನಾ ನನ್ನ ಜೊತೆ ಮಾತಾಡುತ್ತಾಳೆ... ಅಜ್ಜ ಇನ್ನು ಅಲ್ಲಿಂದ ಬರುವುದೇ ಇಲ್ಲ ಎಂದರೆ ಇನ್ನು ಕತೆ ಹೇಳುವುದೂ ಇಲ್ಲ! ಛೇ ಬರುವ ಹಾಗಿದ್ದರೆ ಎಷ್ಟು ಒಳ್ಳೆಯದಿತ್ತು...?'

ವರ್ಷ ಕಳೆದದ್ದೇ ತಿಳಿಯಲಿಲ್ಲ. ಪರೀಕ್ಷೆ ಕೂಡಾ ಮುಗಿಯಿತು. ಪರೀಕ್ಷೆ ಕಳೆದರೆ ಅಪ್ಪನನ್ನು ಒಪ್ಪಿಸಿ, ಅವರೊಂದಿಗೆ ಎಲ್ಲಿಯಾದರೂ ಟೂರು ಹೋಗಬೇಕೆಂದು ನಿಶ್ಚೈಸಿದ್ದೆ. ಅವರು ಇಲ್ಲಿಗೆ ಬರದಿದ್ದರೂ ನಾವೇ ಅವರ ಜೊತೆಗೆ ಹೋಗಲು ಅಮ್ಮನನ್ನೂ ಹೇಗಾದರೂ ಒಪ್ಪಿಸಬೇಕೆಂದು ತೀರ್ಮಾನಿಸಿದ್ದೆ. ಅಜ್ಜ ಅಂತೂ ದೇವರ ಹತ್ತಿರ ಹೋದವರು ಬರುವುದಿಲ್ಲವಂತೆ. ಅಮ್ಮನ ಅಮ್ಮ ಇದ್ದಾರಲ್ಲಾ ಊರಜ್ಜಿ? ಅವರ ಮನೆಗಾದರೂ ಹೋಗಬೇಕು ಎಂದುಕೊಂಡೆ. ಮೊದಲು ಆಗಾಗ ಅಪ್ಪ ಮತ್ತು ಅಮ್ಮ ಇಬ್ಬರೂ ಅಲ್ಲಿಗೆ ಹೋಗುವುದಿತ್ತು. ಪರೀಕ್ಷೆ ಮುಗಿಯುವ ಸಮಯಕ್ಕೆ ಅಪ್ಪ ಬಂದಾಗ ಆ ವಿಷಯವನ್ನು ಮಾತಾಡಿ ಅವರನ್ನು ಒಪ್ಪಿಸಬೇಕು ಎಂದುಕೊಂಡೆ. ಆದರೆ ಪರೀಕ್ಷೆ ಮುಗಿದು ರಜೆ ಸಿಕ್ಕಿದರೂ, ನಾನು ಅವರನ್ನು ಕಾದಿದ್ದಷ್ಟೇ ಬಂತು. ಆ ಸಮಯಕ್ಕೆ ಅಪ್ಪ ಶಾಲೆಗೆ ಬರಲೇ ಇಲ್ಲ. ಈಗ ಮಾತ್ರ ಯೋಚನೆ ಶುರುವಾಯಿತು. ಶಾಲೆಗಾದರೆ ಅವರು ಬರುತ್ತಿದ್ದರು. ಮನೆಗೆ ಅವರು ಬರುವುದಿಲ್ಲ. ಹಾಗಾದರೆ ಅವರನ್ನು ಕಾಣುವುದು ಹೇಗೆ? ಅಮ್ಮನನ್ನೇ ಕರೆದುಕೊಂಡು ಅಲ್ಲಿಗೆ ಹೋದರೆ ಹೇಗೆ? ಬರದಿದ್ದರೆ ನಾನೊಬ್ಬನೇ ಅಲ್ಲಿಗೆ ಹೋಗುವುದು ಹೇಗೆ? ನಮ್ಮ ಮನೆಯಿಂದ ಅಪ್ಪ ಇರುವಲ್ಲಿಗೆ ಹನ್ನೆರಡು ಕಿ.ಮೀ. ಇದೆಯಂತೆ. ಒಬ್ಬನೇ ಹೇಗೆ ಹೋಗಲೀ? ಆಟೋದಲ್ಲಿ ಹೋದರೇ? ಅಡ್ರೆಸ್ ನನಗೂ ಗೊತ್ತಿದೆ; ಯು.ಕೆ.ಜಿ.ಯಲ್ಲಿದ್ದಾಗಲೇ ಅಪ್ಪ ಕೊಟ್ಟಿದ್ದರು. ಮನೆಯ ಫೋನ್ ನಂಬರೂ ಕೊಟ್ಟಿದ್ದರು. ಆದರೆ ಈಗ ಅದೆಲ್ಲಿದೆಯೋ? ಅಪ್ಪನ ಮೊಬೈಲಿಗೆ ಫೋನ್ ಮಾಡಿ ಇಲ್ಲಿಗೇ ಬಂದು ಕರೆದುಕೊಂಡು ಹೋಗಲು ಹೇಳಿದರೇ? ಅಮ್ಮನಿಗೆ ಗೊತ್ತಿರಬೇಕು ನಂಬರ್! ಅಮ್ಮ ಬರುವವರೆಗೆ ಕಾದು ಕೇಳಿದೆ. "ಮಮ್ಮೀ, ಡ್ಯಾಡೀದು ಫೋನ್ ನಂಬರ್ ಬೇಕು, ಕೊಡು"

ಅಮ್ಮ ಹೇಳಿದಳು "ಅವರ ನಂಬರ್ ನನ್ನ ಹತ್ರ ಇಲ್ಲ. ಈಗ ಅವರು ನಂಬರ್ ಛೇಂಜ್ ಮಾಡಿದಾರೆ"

"ಮತ್ತೇ ಡ್ಯಾಡೀನ ಮೀಟ್ ಮಾಡೋದು ಹೇಗೆ?" ಕೇಳಿದೆ ಕಳವಳದಿಂದ.

"ಅವರನ್ಯಾಕೆ ಮೀಟ್ ಮಾಡ್ಬೇಕು? ಅವ್ರು ನಿಂಗೆ ಸಿಗೋದಿಲ್ಲ" ಮುಖ ಕಪ್ಪು ಮಾಡಿ ಹೇಳಿದಳು ಅಮ್ಮ.

"ಸಮ್ಮರ್ ಹಾಲಿಡೇ ಬಂತಲ್ಲಾ? ಎಲ್ಲಾದ್ರೂ ಟೂರ್ ಹೋಗ್ಬೇಕು. ಡ್ಯಾಡೀನ ಬರೋದಕ್ಕೆ ಹೇಳಿದ್ರೆ ಅವರ ಕಾರಲ್ಲೇ ಹೋಗಬಹುದು. ಈ ವರ್ಷ ಇಡೀ ಎಲ್ಲಿಗೂ ಹೋಗೇ ಇಲ್ಲ. ನನ್ನ ಫ್ರೆಂಡ್ಸ್ ಎಲ್ಲಾ ಬೇರೆ ಬೇರೆ ಕಡೆ ಟೂರ್ ಪ್ರೋಗ್ರಾಂ ಹಾಕ್ಕೊಂಡಿದಾರೆ. ಅಜ್ಜಿ ಮನೆಗೆ ಕೂಡಾ ಹೋಗಿಲ್ಲ; ನೀನೂ ಬಾ ಒಟ್ಟಿಗೇ ಹೋಗಿಬರೋಣ. ಡ್ಯಾಡಿಗೆ ನಾನು ಹೇಳ್ತೀನಿ"

31

“ಇನ್ನು ಅಂಥಾ ಯೋಚನೆ ಎಲ್ಲಾ ಬಿಟ್ಟು ಬಿಡು. ನಿನ್ನ ನಾನು ಎಲ್ಲಿಗಾದ್ರೂ ಕರ್ಕೊಂಡು ಹೋಗ್ತೀನಿ. ಡ್ಯಾಡಿ ಬರೋದಿಲ್ಲ” ಎಲ್ಲೋ ನೋಡುತ್ತಾ ಹೇಳಿದಳು ಅಮ್ಮ.

“ಅದೇ, ಯಾಕೆ ಬರೋದಿಲ್ಲ? ನಾನು ಕರೆದ್ರೆ ಬಂದೇ ಬರ್ತಾರೆ” ದೃಢ ವಿಶ್ವಾಸದಿಂದ ಹೇಳಿದೆ.

“ಇನ್ನು ಬರೋದಿಲ್ಲ ಪುಟ್ಟಾ. ಅವರೀಗ ಬೇರೆ ಮದುವೆ ಮಾಡ್ಕೊಂಡಿದಾರೆ” ಎಂದಳು ಅಮ್ಮ. ಅವಳ ಮುಖದಲ್ಲಿ ಯಾವ ಭಾವವಿತ್ತು? ಅದನ್ನು ತಿಳಿಯುವ ವಯಸ್ಸಾ ನಂದು?

“ಅಂದ್ರೇ?” ಕೇಳಿದೆ ಗಲಿಬಿಲಿಯಿಂದ.

“ಹೌದು ಪುಟ್ಟಾ. ನಿನ್ನ ಡ್ಯಾಡಿ ಈಗ ಮತ್ತೊಂದು ಮದುವೆ ಮಾಡ್ಕೊಂಡಿದಾರೆ. ಅಂದ್ರೆ ನನ್ನ ಹಾಗೆ ನಿಂಗೆ ಅಲ್ಲಿ ಇನ್ನೊಬ್ಬಳು ಆಂಟಿ ಬಂದಿದಾಳೆ. ಇನ್ನು ನಾವು ಅವರಿಗೆ ಬೇಡ”

“ಮಮ್ಮೀ, ನೀನು ಅವರ ಜೊತೆ ಜಗಳ ಆಡಿದೀಯ. ನಾನು ಆಡಿಲ್ಲ. ಅವ್ರಿಗೆ ನಾನು ಬೇಕು. ನನ್ನ ಕಂಡ್ರೆ ತುಂಬಾ ಪ್ರೀತಿ ಅವರಿಗೆ, ಆಂಟಿ ಬಂದ್ರೆ ಏನಾಯ್ತು?” ವಿಶ್ವಾಸ ಕಳೆದುಕೊಳ್ಳದೆ ಹೇಳಿದೆ.

“ಅದೇನೋ ನಂಗೊತ್ತಿಲ್ಲ. ನಿನ್ನ ನೋಡಬೇಕು ಅಂತಾದ್ರೆ ಅವರೇ ನಿನ್ನ ಹುಡುಕ್ಕೊಂಡು ಬರಬಹುದು. ನಾನಾಗಿ ಇನ್ನು ನಿನ್ನ ಡ್ಯಾಡಿಯ ಹತ್ರ ಮಾತೂ ಆಡೋದಿಲ್ಲ. ಅಲ್ಲಿಗೆ ಹೋಗೋದೂ ಇಲ್ಲ. ನಮ್ಮ ಸಂಬಂಧ ಈಗ ಹರ್ದು ಹೋಗಿದೆ. ಈಗ ನಾನೇ ಬೇರೆ, ಅವರೇ ಬೇರೆ. ಅವರ ಜೊತೆಗೆ ನಾನು ಎಲ್ಲಿಗೂ ಬರೋದಿಲ್ಲ; ಅವರೂ ನಮ್ಮ ಜೊತೆಗೆ ಬರೋದಿಲ್ಲ”

“ಮತ್ತೆ ನಾನು?” ಅರ್ಥವಾಗದೆ ಕೇಳಿದೆ.

“ನಿಂಗೆ ನಾನಿದೀನಿ. ಇನ್ನು ಮುಂದೆ ನಿನ್ನ ಡ್ಯಾಡಿ ಮಮ್ಮಿ ಎಲ್ಲಾ ನಾನೇ” ಮಾತು ಮುಗಿಯಿತು ಎಂಬಂತೆ ಎದ್ದಳು ಅಮ್ಮ.

‘ನನ್ನ ಡ್ಯಾಡಿ ಅಂಥವರಲ್ಲ’ ಎಂದು ಮನಸ್ಸು ಚೀರತೊಡಗಿತು. ಆದರೆ ಗಂಭೀರವಾದ ಮುಖ ಹೊತ್ತ ಅಮ್ಮನ ಎದುರು ಅದನ್ನು ಹೇಳಲು ಧೈರ್ಯವಾಗಲಿಲ್ಲ.

ಏಕೋ ಕಳೆದ ವರ್ಷ ಗುಬ್ಬಚ್ಚಿಯ ಮರಿಯೊಂದು ಮನೆ ಎದುರು ಬೆಳೆದಿದ್ದ ಸಂಪಿಗೆ ಮರದ ಗೂಡಿನಿಂದ ಕೆಳಗೆ ಬಿದ್ದು “ಕೀವ್ ಕೀವ್” ಎಂದು ಕಿರುಚುತ್ತಾ ಒದ್ದಾಡುತ್ತಿದ್ದ ದೃಶ್ಯ ನೆನಪಾಗತೊಡಗಿತು.

●●●

ಬೇಸಗೆ ರಜದಲ್ಲಿ ಅಮ್ಮನೂ ರಜ ಹಾಕಿ ಒಂದೆರಡು ಕಡೆ ಕರೆದುಕೊಂಡು ಹೋದಳು. ಆದರೆ ಅಪ್ಪ ಜೊತೆಯಲ್ಲಿದ್ದಾಗ ಸಿಗುವ ಮಜ ಸಿಗಲೇ ಇಲ್ಲ. ಅಪ್ಪನ ಜೊತೆಗೆ ಕಾರಿನ ಮುಂದಿನ ಸೀಟಿನಲ್ಲಿ ಕುಳಿತು ಹೋಗುವುದಕ್ಕೂ ಅಮ್ಮನ ಜೊತೆಗೆ ಬಸ್ಸಿನಲ್ಲಿ ಹೋಗುವುದಕ್ಕೂ ತುಂಬ ವ್ಯತ್ಯಾಸ ಎನಿಸಿತು. ಎರಡು ವರ್ಷದ

ಹಿಂದೆ ಇದೇ ಸಮಯದಲ್ಲಿ ಮೈಸೂರಿಗೆ ಟೂರ್ ಹೋಗಿದ್ದು ನೆನಪಾಗಿ ಅಳುವೇ ಬಂತು. ಅಮ್ಮ ಬೇಕಾದ್ದು ಕೊಡಿಸಿದಳು. ಕೊಡಿಸುವಾಗ ಮಾತ್ರ ಸ್ವಲ್ಪ ಹೊತ್ತು ಖುಷಿಯಾಗುತ್ತಿತ್ತು. ಮತ್ತೆಲ್ಲಾ ಅಪ್ಪನ ನೆನಪೇ! ಅಪ್ಪ ಯಾಕೆ ನಮ್ಮ ಜೊತೆ ಬರಲಿಲ್ಲ? ಅಮ್ಮನಾದರೂ ಯಾಕೆ ಅವರನ್ನು ಕರೆಯಲಿಲ್ಲ? ಬೇರೆ ಬೇರೆ ಮನೆಯಲ್ಲಿದ್ದರೂ ಹೀಗೆ ರಜದಲ್ಲಿಯಾದರೂ ಒಟ್ಟಿಗೆ ಹೋಗಿ ಬರಬಹುದಾಗಿತ್ತು. ಹಾಗೆ ಹೋಗಿ ಬಂದರೆ ಆಗುವ ತೊಂದರೆಯಾದರೂ ಏನು? ಇಂತಹಾ ನನ್ನ ಪ್ರಶ್ನೆಗಳಿಗೆ ಯಾರೂ ಸರಿಯಾಗಿ ಉತ್ತರವನ್ನೇ ಕೊಡುತ್ತಿರಲಿಲ್ಲ. ಮತ್ತೆ ಬಂದ ಅಜ್ಜಿ ಇಷ್ಟು ದಿನ ಮನೆಯಲ್ಲಿದ್ದರು. ರಜೆಯಲ್ಲಿ ಅವರಾದರೂ ಜೊತೆಗಿದ್ದಾರೆ ಎಂದುಕೊಳ್ಳುವಾಗಲೇ ಒಂದು ದಿನ ಮಂಚದಿಂದ ಏಳುವಾಗ ಆಯ ತಪ್ಪಿ ಕೆಳಗೆ ಬಿದ್ದರು. ಬಿದ್ದವರು ಏಳಲಾಗದೇ ಹೋದರು. ಅಮ್ಮ ನರ್ಸಿಂಗ್ ಹೋಮ್ ಅಲ್ಲಿ ಇಲ್ಲಿ ಎಂದು ಕೆಲಸಕ್ಕೆ ರಜ ಹಾಕಿ ಓಡಾಡಿದಳು. ಕೊನೆಗೆ ಮಾವ ಬಂದು ಅವರನ್ನು ಕರೆದುಕೊಂಡು ಹೋದರು. ಅದೇನಾಯಿತೋ, ನಾಲ್ಕೇ ದಿನದಲ್ಲಿ ಅಜ್ಜಿಯೂ ದೇವರ ಹತ್ತಿರ ಹೊರಟು ಹೋದರು ಎಂದಳು ಅಮ್ಮ. ಆ ಲೆಕ್ಕದಲ್ಲಿ ಒಂದೆರಡು ದಿನ ಮಾವನ ಮನೆಗೆ ಹೋಗಿ ಬಂದೆ. ಆದರೆ ದೇವರ ಹತ್ತಿರ ಹೋದವರು ವಾಪಾಸು ಬರುವುದಿಲ್ಲ ಎನ್ನುವುದು ಆಗ ಖಚಿತವಾಯಿತು. ಏಕೆಂದರೆ ಅಜ್ಜಿ ಅಲ್ಲಿರಲಿಲ್ಲ. ಮತ್ತೆಂದೂ ಅಜ್ಜಿ ನನಗೆ ನೋಡಲು ಸಿಗಲಿಲ್ಲ. ನಾನಂತೂ ಯಾವತ್ತೂ ದೇವರ ಹತ್ತಿರ ಹೋಗಲೇಬಾರದು ಎಂದು ನಿರ್ಧರಿಸಿದೆ. ನನಗೆ ಅಜ್ಜಿ ತೀರಿಕೊಂಡದ್ದಕಿಂತ ಹೆಚ್ಚಿಗೆ ದು:ಖವಾಗಿದ್ದು ಇಡೀ ರಜದಲ್ಲಿ ಒಂದು ಸಲ ಕೂಡಾ ಅಪ್ಪ ನನ್ನನ್ನು ನೋಡಲು ಬರಲಿಲ್ಲ ಎನ್ನುವುದು. ಅಮ್ಮನ ಕೇಳಿದರೆ "ಅವರ್ಯಾಕೆ ಬರ್ತಾರೆ? ಅಲ್ಲಿ ಇನ್ನೊಬ್ಬ ಆಂಟಿ ಬಂದಿದಾಳೆ. ನಿನ್ನ ನೆನಪೂ ಬಂದಿರುತ್ತೋ ಇಲ್ವೋ?" ಎಂದುಬಿಟ್ಟಳು. 'ಅದು ಹೇಗೆ ಅವರಿಗೆ ನನ್ನ ನೆನಪಿರದೆ ಹೋಗುತ್ತದೆ? ಈ ಅಮ್ಮನಿಗೆ ಅವರ ಮೇಲೆ ಸಿಟ್ಟಿರಬೇಕು; ಅದಕ್ಕೇ ಹೀಗೆಲ್ಲಾ ಹೇಳುತ್ತಾಳೆ ಎಂದು ಅಮ್ಮನ ಮೇಲೆ ಕೋಪವೇ ಬಂತು. ಈಗ ನಮಗಂತೂ ಅವರ ಫೋನ್ ನಂಬರ್ ಕೂಡಾ ಗೊತ್ತಿಲ್ಲ. ಆದರೆ ಅಮ್ಮನ ನಂಬರೇನೂ ಬದಲಾಗಿಲ್ಲ. ಅವರಾದರೂ ನಮಗೆ ಫೋನ್ ಮಾಡಬಹುದಾಗಿತ್ತು. "ಹೇಗಿದೀಯ ಪುಟ್ಟಾ?" ಅಂತ ನನ್ನನ್ನಾದ್ರೂ ಕರೆದು ಕೇಳಬಹುದಿತ್ತು. ಹಾಗೆ ನೆನಪಾದಾಗೆಲ್ಲಾ ಅಳುವೇ ಬರುತ್ತದೆ.

ರಜೆ ಕಳೆದು ಶಾಲೆಯೂ ಶುರುವಾಯಿತು. ಮೂರನೆಯ ತರಗತಿಗೆ ಸೇರಿದೆ. ರಜೆ ಮಾತ್ರ ಏನೇನೂ ಖುಷಿಯಿಲ್ಲದೆ ಕಳೆದಿತ್ತು. ಇಷ್ಟು ದಿನ ನಾನು ಶಾಲೆಯಿಂದ ಬರುವಾಗ ಅಜ್ಜಿ ಮನೆಯಲ್ಲಿರುತ್ತಿದ್ದರಲ್ಲಾ, ಬಂದ ತಕ್ಷಣ "ಬಾ ಪುಟ್ಟಾ" ಎಂದು ಬಟ್ಟೆ ಬದಲಾಯಿಸಲು ಕೊಟ್ಟು, ತಿಂಡಿಯನ್ನೂ ಕೊಡುತ್ತಿದ್ದರು. ಶಾಲೆಯಲ್ಲಿ ನಡೆದುದನ್ನು ಹೇಳಿದರೆ ಸರಿಯಾಗಿ ಕೇಳಿಸದೆ ಇದ್ದರೂ ಕೇಳಿದಂತೆ ತಲೆಯಾಡಿಸುತ್ತಿದ್ದರು. ಅವರಿರುವವರೆಗೆ ಮನೆ ಖಾಲಿ ಎಂದು ಅನಿಸಿರಲೇ ಇಲ್ಲ. ಆದರೆ ಅಜ್ಜಿ ಸತ್ತ ಮೇಲೆ ಎಲ್ಲಾ ಬದಲಾಗಿ ಹೋಯಿತು. ಅಮ್ಮ ಬರುವುದು ರಾತ್ರಿ ಹನ್ನೊಂದು ಗಂಟೆಗೆ. ನಾನೇ ಮನೆ ಬೀಗ ತೆಗೆದು ಒಳಗೆ ಹೋಗಬೇಕು. ಮನೆಯೆಲ್ಲಾ ಖಾಲಿ, ಖಾಲಿ! ಮುಚ್ಚಿಟ್ಟ, ತಣ್ಣಗಾದ ತಿಂಡಿ ತಿಂದು ಆಡಲು ಹೋದರೆ, ಕತ್ತಲೆಯಾದ ಮೇಲೇ ಮನೆಗೆ ಬರುವುದು. ಬಂದಾಗ ಮನೆಯೊಳಗೆಲ್ಲಾ ಕತ್ತಲೆ. ಮನದೊಳಗೂ ಕತ್ತಲೆಯಾಗದಿರುತ್ತಾ? ಲೈಟೂ ಹಾಕದೆ ಬಹಳ ಹೊತ್ತು ಹಾಗೇ

ಕುಳಿತು ಬಿಡುತ್ತಿದ್ದೆ. ಈಗ ಅಪ್ಪನಾದರೂ ಬರಬಾರದಾ? ಎನಿಸುತ್ತಿತ್ತು. ಒಮ್ಮೆಯಂತೂ ನಿಜವಾಗಿಯೂ ಅಪ್ಪ ಬಂದು ಬಾಗಿಲಾಚೆ ನಿಂತಿದ್ದಾರೆ ಎನಿಸಿ "ಡ್ಯಾಡೀ ಅಲ್ಲೇ ಯಾಕೆ ನಿಂತಿದೀರಿ, ನಾನಿಲ್ಲಿದೀನಿ ಬನ್ನಿ" ಎಂದು ಕರೆದುಬಿಟ್ಟೆ. ಆದರೂ ಅವರು ಬಾರದೆ ಇರುವಾಗ ಬಾಗಿಲು ತೆಗೆದು ನೋಡಿದೆ. ಯಾರೂ ಇಲ್ಲ! ಎಂಥಾ ನಿರಾಸೆ ಆಯಿತು ಎಂದರೆ ಥಟ್ಟನೆ ಕಣ್ಣಲ್ಲಿ ನೀರು ಬಂತು. ಪೆಚ್ಚಾಗಿ ಒಳಗೆ ಬಂದೆ.

ಮನೆಯಿಂದ ಹೊರಗೆ ಹೋಗಬೇಕಾದರೆ ಬೀಗ ಹಾಕಿ ಹೋಗಬೇಕೆಂದು ಅಮ್ಮ ತಾಕೀತು ಮಾಡಿದ್ದಳು. ಆದರೆ ಆವೊತ್ತೊಮ್ಮೆ ಮರೆತು ಆಟಕ್ಕೆ ಹೋಗಿದ್ದೆ. ಆಟ ಮುಗಿಸಿ ಬಂದು ನೋಡಿದರೆ ಬಾಗಿಲು ತೆರೆದೇ ಇದೆ! 'ಯಾರೋ ಮನೆಯೊಳಗೆ ನುಗ್ಗಿದ್ದಾರೆ' ಎನಿಸಿ, ಹೆದರಿಕೆಯಿಂದ ಒಳಗೆ ಹೋಗಲು ಧೈರ್ಯ ಸಾಲದೆ ಪಕ್ಕದ ಮನೆ ಆಂಟಿಯನ್ನು ಕರೆದೆ. ಇಬ್ಬರೂ ಒಳಗೆ ಹೋಗಿ ನೋಡಿದಾಗ, ಬೀಗದ ಕೀ ನಾನು ತಿಂಡಿ ತಿನ್ನುವ ಟೇಬಲ್ ಮೇಲೇ ಇತ್ತು. ಆಗ ನೆನಪಾಯಿತು. ನಾನು ಬಾಗಿಲನ್ನೇ ಹಾಕಿಲ್ಲ!

ಮತ್ತೊಂದು ದಿನ ಒಳ್ಳೆಯ ನಿದ್ರೆ ಬಂದಿತ್ತು. ಯಾವಾಗಲೂ ಅಮ್ಮ ಬಂದು ಹತ್ತು ಸಲ ಕಾಲಿಂಗ್‌ಬೆಲ್ ಮಾಡಿದ ಮೇಲೆ ನನಗೆ ಎಚ್ಚರವಾಗುವುದು. ಅಂದು ಎಚ್ಚರವೇ ಆಗಲಿಲ್ಲ. ಎಚ್ಚರವಾದಾಗ ಬೆಳಗಾದ್ದು ಕಂಡು ಯಾಕೆ ಅಮ್ಮ ಇನ್ನೂ ಬರಲಿಲ್ಲವೆಂದು ಗಾಬರಿಯಾಗಿ ಎದ್ದು ಬಂದು ನೋಡಿದರೆ ಅಮ್ಮ ಆಗಲೇ ಅಡಿಗೆ ಮನೆಯಲ್ಲಿ ತಿಂಡಿಗೆ ರೆಡಿ ಮಾಡುತ್ತಿದ್ದಳು. "ನೀನ್ಯಾವಾಗ ಬಂದ್ಯಮ್ಮಾ? ಒಳಗೆ ಹೇಗೆ ಬಂದೆ? ಬಾಗಿಲು ಯಾರು ತೆಗೆದ್ರೂ" ಎಂದೆ ಆಶ್ಚರ್ಯದಿಂದ.

"ನಿಂಗೆ ಹೇಳಿರಲಿಲ್ವಾ, ಬಾಗಿಲು ಚೆನ್ನಾಗಿ ಹಾಕಿ ಲಾಕ್ ಮಾಡಿ ಮಲಗ್ಬೇಕು ಅಂತ. ಬಾಗಿಲು ಬೋಲ್ಟೇ ಹಾಕಿರಲಿಲ್ಲ. ನಾನು ಮುಟ್ಟಿದ್ದೇ ಬಾಗಿಲು ತೆರೀತು. ಯಾರಾದ್ರೂ ಕಳ್ಳರು ಒಳಗೆ ನುಗ್ಗಿದ್ರೇ? ಇನ್ನು ಹಾಗ್ಮಾಡ್ಬೇಡ, ಜೋಪಾನವಾಗಿರು" ಎಂದಳು ಅಮ್ಮ. ಆಗ ನೆನಪಾಯ್ತು, ಇಂದೂ ನಾನು ಬಾಗಿಲು ಚಿಲಕವನ್ನೇ ಹಾಕಿರಲಿಲ್ಲ! ಅಪರಾಧಿಯಂತೆ ನಿಂತೆ.

ಇದರ ನಡುವೆ ಖುಷಿ ಕೊಡುವ ವಿಷಯವೊಂದು ನಡೆಯಿತು. ರಜೆ ಕಳೆದು ಶಾಲೆ ಶುರುವಾಗಿ ಹದಿನೈದು ದಿನ ಕಳೆದಿತ್ತು. ಇನ್ನು ಅಪ್ಪ ನನ್ನ ಮರೆತೇ ಬಿಟ್ಟರು ಎಂದು ಕೊಂಡಿದ್ದೆ. ಆದರೆ ಅಂದು ಸಂಜೆ ಶಾಲೆ ಬಿಟ್ಟು ಗೇಟಿನ ಹತ್ತಿರ ಬಂದು ನೋಡುತ್ತೇನೆ? ಅಪ್ಪನ ಕೆಂಪು ಕಾರು! ಅದರೊಳಗೆ ಕನ್ನಡಕ ಹಾಕಿದ ಹ್ಯಾಂಡ್‌ಸಮ್ ಅಪ್ಪ! ಉದ್ವೇಗದಿಂದ ಬೇಗ ಹೋಗಿ ಅವರ ಕೊರಳಿಗೆ ಜೋತು ಬೀಳಬೇಕೆಂದುಕೊಂಡವನಿಗೆ ಇಷ್ಟು ದಿನವಾದರೂ ಅವರು ನನ್ನನ್ನು ನೋಡಲು ಬಾರದೆ ಇರುವುದು ನೆನಪಾಯಿತು. ಅವರು ಅಮ್ಮನ ಹತ್ತಿರ ಜಗಳಾಡಿ ಅವಳ ಬದಲಿಗೆ ಮನೆಯಲ್ಲಿ ಇನ್ನೊಬ್ಬರು ಆಂಟಿಯನ್ನು ಕರೆದುಕೊಂಡು ಬಂದಿದ್ದಾರೆ ಎಂದು ಅಮ್ಮ ಹೇಳಿದ್ದೂ ನೆನಪಾಯಿತು. ಅಲ್ಲೇ ನಿಂತೆ. ಅಪ್ಪನೇ ಇಳಿದು ಬಂದರು.

"ಹೇಗಿದೀಯ ಪುಟ್ಟಾ? ತುಂಬಾ ದಿನ ಆಯ್ತು ನಿನ್ನ ನೋಡಿ" ಎನ್ನುತ್ತಾ ತಬ್ಬಿಕೊಂಡರು. ನನಗೆ ಎಲ್ಲವೂ ಮರೆತುಹೋಯಿತು. ಸ್ಕೂಲ್ ಬಸ್ಸಿನ ಡ್ರೈವರ್ ಅವಸರ ಮಾಡುವವರೆಗೆ

ಅಪ್ಪನ ಹತ್ತಿರ ಏನೇನು ಮಾತಾಡಿದೆ ಎಂದು ಕೂಡಾ ನೆನಪಿಲ್ಲ. ಹೋಗುವಾಗ ನೂರರ ಐದು ನೋಟು ಕೊಟ್ಟು "ರಜದಲ್ಲಿ ನಾನು ಊರಲ್ಲಿ ಇರ್ಲಿಲ್ಲ; ಇನ್ನು ಆಗಾಗ ಬರ್ತಾ ಇರ್ತೀನಿ ಆಯ್ತಾ?" ಎಂದು 'ಬಾಯ್' ಹೇಳಿ ಹೊರಟು ಹೋದರು. ಮನೆಗೆ ಹೋದ ಮೇಲೆ ಅಂದೆಲ್ಲಾ ಅವರ ನೆನಪೇ.

ಛೇ, ನನಗೆ ಅಪ್ಪ ಬೇಕಾಗಿತ್ತು! ಅಪ್ಪ ನಮ್ಮ ಜೊತೆಗೇ ಇರಬೇಕಾಗಿತ್ತು!

●●●

ಈಗ ನನಗೆ ತೇಜಸ್ ಮತ್ತು ಶ್ವೇತರಿಗಿಂತ ಫರ್ಸ್ಟ್ ಬರಲೇಬೇಕು ಎಂಬ ಉತ್ಸಾಹ ಇಲ್ಲ. ಹಾಗಾಗಿ ಶಾಲೆಯ ದಿನಗಳು ನೀರಸ. ನನಗೆ ರತನ್ ಎನ್ನುವ ಫ್ರೆಂಡ್ ದೊರಕಿದ್ದ. ಗಗನ ಎನ್ನುವ ಹುಡುಗಿಯೂ ಫ್ರೆಂಡ್ ಆಗಿದ್ದಳು. ಅವರು ಜೊತೆಗಿದ್ದಷ್ಟು ಹೊತ್ತು ಶಾಲೆಯಲ್ಲಿ ಬೋರಾಗುತ್ತಿರಲಿಲ್ಲ. ಆದರೆ ನನಗೆ ಸಂಕಟವಾಗುತ್ತಿದ್ದದು ಅದಲ್ಲ. ಆಗಾಗ ಅವರು ಅವರಪ್ಪ ಅಮ್ಮನ ಜೊತೆಗೆ ಖುಷಿಯಲ್ಲಿ ಕಳೆದ, ಟೂರ್ ಹೋದ, ಮದುವೆ ಸಮಾರಂಭಗಳಿಗೆ ಹೋದ ವಿಷಯ ಹೇಳುತ್ತಿದ್ದರು. ಆಗ ಮಾತ್ರ ನಾನು ನಾನಾಗಿರದೆ ಬೇರೆಯವನೇ ಆಗಿರುತ್ತಿದ್ದೆ. ಅಮ್ಮ ಖರ್ಚಿಗೆ ಮಾತ್ರ ಬೇಕಾದಷ್ಟು ಹಣ ಕೊಡುತ್ತಿದ್ದಳು. ಅಮ್ಮ ಎಷ್ಟು ಕೊಡುತ್ತಾಳೆ ಎಂದು ವಿಚಾರಿಸಿ ಅಪ್ಪ ಅದಕ್ಕೂ ಜಾಸ್ತಿ ಕೊಡುತ್ತಿದ್ದರು. ಆದರೆ ಆ ಹಣವನ್ನೆಲ್ಲಾ ಏನು ಮಾಡಬೇಕು ಎಂದೇ ತಿಳಿಯುತ್ತಿರಲಿಲ್ಲ. ಶಾಲೆಯಲ್ಲಿ ಹೊರಗೆ ಹೋಗಿ ಹೆಚ್ಚಿಗೆ ತಿನ್ನಲೂ ಸಾಧ್ಯವಾಗುತ್ತಿರಲಿಲ್ಲ. ಆದರೆ ಸಂಜೆ ಹೋಗಿ ಬೇಕಾದ್ದು ತಂದು ತಿನ್ನುತ್ತಿದ್ದೆ. ಅಂಗಡಿ ಅಂಕಲ್ ತುಂಬಾ ಒಳ್ಳೆಯವರು. ಒಂದು ದಿನ ದುಡ್ಡು ಮರೆತು ಹೋದಾಗಲೂ ನಂಗೆ ಬೇಕಾದ್ದು ಕೊಟ್ಟು 'ದುಡ್ಡು ನಾಳೆ ಕೊಡು, ಪರವಾಗಿಲ್ಲ' ಎಂದಿದ್ದರು. 'ನಿನ್ನ ಅಪ್ಪ, ಅಮ್ಮ ಒಟ್ಟಿಗೆ ಇಲ್ವಾ' ಎಂದು ಕೇಳಿ ತುಂಬಾ ಬೇಜಾರು ಮಾಡಿಕೊಂಡಿದ್ದರು.

ಒಂದು ದಿನ ಶನಿವಾರ ಸ್ಕೂಲ್ ಬಸ್ಸಿಗೆ ಹತ್ತುವ ಮೊದಲೇ ಅಪ್ಪನ ಕೆಂಪು ಕಾರು ಕಂಡಿತು. ಒಂದೂ ಮಾತಾಡದೆ "ಬಾ, ಕಾರು ಹತ್ತು" ಎಂದರು. ಬಸ್ಸಿನ ಡ್ರೈವರ್ ಕೂಡಾ ಹೋಗು ಎನ್ನುವಂತೆ ತಲೆಯಾಡಿಸಿದ. ಹತ್ತಿದೆ. ಸೀದಾ ಮನೆಗೇ ಕರೆದುಕೊಂಡು ಹೋದರು. ಮನೆಗೆ ಎಂದರೆ ಅಮ್ಮ ಇರುವ ಮನೆಗಲ್ಲ. ಅಪ್ಪ ಇರುವ ಮನೆಗೆ. ನಾನಿದ್ದ ಹಳೆಯ ಮನೆಗೆ. ವರ್ಷದ ನಂತರ ಆ ಮನೆಗೆ ಹೋಗಿದ್ದೆ. ಮನೆಯನ್ನು ಕಾಣುವಾಗಲೇ ಎಲ್ಲಿಲ್ಲದ ಹರ್ಷ. ಮನೆಯೊಳಗೂ ಬಹಳ ಬದಲಾಗಿತ್ತು. ಎಲ್ಲಾ ಕಡೆ ಓಡಾಡಿದೆ. ನನ್ನ ಕೋಣೆಯ ಗುರುತೇ ಸಿಗದಷ್ಟು ಬದಲಾಗಿತ್ತು. ಅಡಿಗೆ ಮನೆಗೂ ಹೋದೆ. ತಕ್ಷಣ ಮುಜುಗರವಾಯಿತು. ಅಲ್ಲೊಬ್ಬರು ಆಂಟಿ ಇದ್ದರು. ಅಮ್ಮ ಹೇಳಿದ ಆಂಟಿ ಅವರೇ ಇರಬೇಕು ಎಂದುಕೊಂಡೆ. ನನ್ನ ಮುಖವನ್ನೇ ಒಮ್ಮೆ ದಿಟ್ಟಿಸಿ ನೋಡಿ "ಏನು ನಿನ್ನ ಹೆಸರು?" ಎಂದರು. "ಆಕಾಶ್" ಎಂದೆ. ಮತ್ತೆ ಮಾತಾಡಲಿಲ್ಲ. ಒಮ್ಮೆಲೇ ಮನೆ ಯಾರದೋ ಎನ್ನುವಂತಾಯಿತು. ಮತ್ತೆ ಯಾವ ಕೋಣೆಗೂ ಹೋಗುವ ಧೈರ್ಯ ಬಾರದೆ ವೆರಾಂಡದ ಸೋಫಾದಲ್ಲಿ ಕುಳಿತೆ.

"ಆಂಟೀನ ಮಾತಾಡ್ಸಿದ್ಯಾ?" ಎಂದರು ಅಪ್ಪ.

"ಅವರೇ ಮಾತಾಡ್ಸಿದ್ರು" ಎಂದೆ. ನನ್ನ ಸ್ವರ ತೀರಾ ಸಣ್ಣದಾಗಿದೆ ಎನಿಸಿತು. ಅದೇ ಅಡಿಗೆ ಕೋಣೆಯಲ್ಲಿ ಅಮ್ಮ ಅಡಿಗೆ ಮಾಡುತ್ತಿದ್ದುದು ನೆನಪಾಯಿತು. ಆಂಟಿ ಬೋರ್ನವಿಟ ಕೊಟ್ಟರು. ಕುಡಿದೆ. ಮತ್ತೊಮ್ಮೆ ಅವರ ಮುಖ ದಿಟ್ಟಿಸಿದೆ. ಚೆನ್ನಾಗಿಯೇ ಇದ್ದಾರೆ ಎನಿಸಿತು. ಆದರೆ ಅಮ್ಮನಷ್ಟು ಚೆನ್ನಾಗಿಲ್ಲ ಎನಿಸಿತು. ನನ್ನ ಹತ್ತಿರ ಮಾತ್ರ ಮುಖ ಕೊಟ್ಟು ಮಾತಾಡದೆ ಹಾಗೇ ಹೋದರು. ಅಪ್ಪ ಒಂದೆರಡು ಪ್ಯಾಕೆಟ್ ನನ್ನ ಕೈಗೆ ಕೊಟ್ಟು "ಇದ್ರಲ್ಲಿ ನಿಂಗೇಂತ ತಂದ ಪ್ಯಾಂಟ್, ಶರ್ಟ್ ಇದೆ. ಮನೆಗೆ ಹೋಗಿ ಹಾಕ್ಕೊ. ನಮ್ಮ ಮದುವೆಗೆ ನಿಂಗೆ ಏನೂ ಕೊಡ್ಲಿಲ್ಲ. ನಿಂಗೆ ನಿಮ್ಮನೆಗೆ ಹೋಗೋದಕ್ಕೆ ದಾರಿ ಗೊತ್ತಾ?" ಎಂದರು.

"ಇದು ನನ್ನ ಮನೆ ಅಲ್ವಾ?" ಎಂದು ಕೇಳಬೇಕೆನಿಸಿತು. ಆದರೆ ಅಷ್ಟರಲ್ಲಿ ಆಂಟಿ ಬಂದರು. ಅವರೆದುರು ಕೇಳುವ ಧೈರ್ಯ ಸಾಲದೇ "ಸ್ಕೂಲಿಂದ ಮನೆಗೆ ಹೋಗೋದಕ್ಕೆ ಗೊತ್ತು; ಇಲ್ಲಿಂದ ಗೊತ್ತಿಲ್ಲ" ಎಂದೆ.

"ಹಾಗಾದ್ರೆ ಆಟೋ ಬೇಡ; ನಡಿ. ಆ ದಾರಿಗಾಗಿಯೇ ನಿನ್ನ ಮನೆ ಹತ್ರ ಬಿಟ್ಟು ಬರ್ತೀನಿ" ಎಂದು ಅಪ್ಪ ಎದ್ದು ನಿಂತರು. ನಾನೂ ಎದ್ದೆ.

ಅಪ್ಪ ಮೊದಲಿನಂತಿಲ್ಲ ಎನಿಸಿತು. ಮೊದಲಿನಂತೆ ಅವರೊಡನೆ ಮಾತಾಡಲೂ ಸಾಧ್ಯವಾಗಲಿಲ್ಲ. ಏನೋ ಮುಜುಗರ, ಎದೆಯಲ್ಲೋ, ಹೊಟ್ಟೆಯಲ್ಲೋ, ಎಲ್ಲೋ ಹೇಳಲಾಗದ ಸಂಕಟ.

'ಅಪ್ಪ ನನ್ನಿಂದ ಬೇರೆಯಾಗುತ್ತಿದ್ದಾರಾ? ಅವರಿಗೆ ನನ್ನ ಮೇಲೆ ಮೊದಲಿನಷ್ಟು ಪ್ರೀತಿ ಇಲ್ಲವಾ?'

●●●

ಅಂದು ಭಾನುವಾರ. ಕಂಪ್ಯೂಟರ್ ಎದುರು ಕುಳಿತು ವೀಡಿಯೋ ಗೇಮ್ ಆಡುತ್ತಿದ್ದೆ. ಅಮ್ಮ ಬೆಳಗಿನಿಂದಲೇ ಆಚೀಚೆ ಓಡಾಡುತ್ತಿದ್ದಳು. ಆಫೀಸಿಗೆ ಹೋಗುವಾಗ ಮಾಡುವುದಕ್ಕಿಂತ ಚೆನ್ನಾಗಿ ಅಲಂಕಾರ ಮಾಡಿಕೊಂಡಿದ್ದಳು. ಯಾವಾಗಲೂ ಚೂಡಿದಾರ ಹಾಕುವ ಅಮ್ಮ ಇವೊತ್ತು ಸೀರೆ ಉಟ್ಟಿದ್ದಳು. ಆಗತಾನೇ ಸ್ನಾನ ಮುಗಿಸಿ ಮೇಕಪ್ ಮಾಡಿದ್ದಳು. ನಿಜಕ್ಕೂ ನನ್ನಮ್ಮ ತುಂಬ ಚೆಂದ. ನಮ್ಮ ಶಾಲೆಯ ರೀಟಾ ಮಿಸ್ ಬಿಟ್ಟರೆ ಅಮ್ಮನೇ ಚೆಂದ. ಅಮ್ಮನನ್ನೇ ನೋಡಿದೆ.

"ಯಾಕೆ ಪುಟ್ಟಾ ಹಾಗೆ ನೋಡ್ತೀಯಾ?" ಎಂದಳು.

"ಮಮ್ಮೀ ನೀನು ಇವೊತ್ತು ತುಂಬ ಬ್ಯೂಟಿಫುಲ್ ಆಗಿ ಕಾಣ್ತೀಯ" ಎಂದೆ.

ಅಮ್ಮ ನನ್ನನ್ನು ಬಿಗಿದಪ್ಪಿ, ಲೊಚ ಲೊಚನೆ ಮುತ್ತು ಕೊಟ್ಟಳು. ಆ ಘಳಿಗೆಯಲ್ಲಿ ನಾನು ಅತ್ಯಂತ ಸುಖಿ! ಅಮ್ಮ ಅಡಿಗೆ ಮನೆಗೆ ಕರೆದುಕೊಂಡು ಹೋಗಿ ಕುಡಿಯಲು ಹಾರ್ಲಿಕ್ಸ್ ಮಾಡಿ ಕೊಟ್ಟಳು. ಅಷ್ಟರಲ್ಲಿ ಹೊರಗೆ ಕಪ್ಪು ಬಣ್ಣದ ಕಾರೊಂದು ಬಂದು ನಿಂತಂತಾಗಿ "ಯಾರೋ ಬಂದ್ರು ಮಮ್ಮೀ" ಎಂದೆ.

ಅಮ್ಮ ಹೋಗಿ ಬಾಗಿಲು ತೆಗೆದಳು. ಅಚ್ಚುಕಟ್ಟಾಗಿ ಸೂಟು ಧರಿಸಿದ, ಎತ್ತರವಾಗಿ ನಮ್ಮ ಶಾಲೆಯ ಪ್ರಿನ್ಸಿಪಾಲರ ತರಹ ಇರುವ ಒಬ್ಬರು ಅಂಕಲ್ ಕಾರಿನಿಂದ ಇಳಿದು ಒಳಗೆ ಬಂದರು. ನಾನು ಇಲ್ಲಿಯವರೆಗೆ ಅವರನ್ನು ನೋಡಿರಲಿಲ್ಲ. ಅಮ್ಮನೂ 'ನೀವ್ಯಾರು?' ಎಂದು ಅವರನ್ನು ಕೇಳಲೂ ಇಲ್ಲ. ತುಂಬಾ ಪರಿಚಯ ಇರುವವರಂತೆ "ಬನ್ನಿ. ಹತ್ತು ಗಂಟೆಗೆ ಬರ್ತೀನಿ ಅಂತ ಹೇಳಿದ್ರಿ. ಹತ್ತೂವರೆ ಆಯ್ತು" ಎಂದಳು.

"ಸಾರಿ, ಟ್ರಾಫಿಕ್ಕಲ್ಲಿ ಸಿಕ್ಕಿ ಹಾಕ್ಕೊಂಡು ಬಿಟ್ಟೆ" ಎಂದ ಅವರು "ನೀನು ಮರಿ, ಆಕಾಶ್ ಅಲ್ವಾ?" ಎಂದರು ಮುಖವನ್ನೇ ದಿಟ್ಟಿಸುತ್ತಾ.

"ಹೌದು, ನಿಮಗೆ ಹೇಗೆ ಗೊತ್ತು?" ಎಂದೆ ಆಶ್ಚರ್ಯದಿಂದ.

"ಗೊತ್ತು ನಿನ್ನ ಮಮ್ಮಿ ಹೇಳಿದಾರೆ, ಏನು ಓದ್ತಾ ಇದೀಯಾ?" ಎಂದರು.

"ಥರ್ಡ್ ಸ್ಟಾಂಡರ್ಡ್" ಎಂದೆ.

"ಓ. ಸಾರಿ. ಕಾರಲ್ಲೇ ಮರ್ತೆ" ಎನ್ನುತ್ತಾ ಪುನ: ಕಾರಿನತ್ತ ನಡೆದು ಒಂದು ಕ್ರಿಕೆಟ್ ಬ್ಯಾಟ್ ಮತ್ತು ಬಾಲ್ ತಂದು ಅದನ್ನು ನನ್ನ ಕೈಗಿತ್ತು "ಇದು ನಿಂಗೆ ಆಕಾಶ್" ಎಂದರು ನಗುತ್ತಾ. ನಂಗೆ ಬಹಳ ದಿನಗಳಿಂದ ಕ್ರಿಕೆಟ್ ಬ್ಯಾಟ್ ಬೇಕೆಂಬ ಆಸೆ ಇತ್ತು. ಅಮ್ಮನ ಹತ್ತಿರ ನೂರು ಸಲ ಹೇಳಿದ್ದೆ. 'ಅದು ಎಲ್ಲಿ ಸಿಗುತ್ತೆ ಅಂತಲೇ ಗೊತ್ತಿಲ್ಲ. ಯಾವತ್ತಾದ್ರೂ ಕೊಡಿಸ್ತೀನಿ' ಎನ್ನುತ್ತಾ ಕಾಲ ಕಳೆದಿದ್ದಳು. 'ಅಪ್ಪ ಇದ್ದಿದ್ರೆ ಕೊಡಿಸ್ತಿದ್ರು, ನಿಂಗೆ ಕೊಡ್ಸೋದಕ್ಕೆ ಇಷ್ಟ ಇಲ್ಲ' ಎಂದು ಮುಖ ದಪ್ಪ ಮಾಡಿ ಹೇಳಿದ್ದೆ. ಈಗ ಎಂದೂ ನೋಡಿರದ ಈ ಅಂಕಲ್ ನನಗೆಂದು ಒಳ್ಳೇ ಕ್ವಾಲಿಟಿಯ ಬ್ಯಾಟೇ ತಂದಿದ್ದಾರೆ! ನನಗೆ ಬೇರೆಲ್ಲಾ ಮರೆತುಹೋಯಿತು. ನಾನು ಅದನ್ನು ಹಿಡಿದು ಮನೆಯ ಪಕ್ಕದ ಕಾಂಪೌಂಡಿಗೆ ಓಡಿದೆ. ಯಾರೂ ಜೊತೆಗೆ ಇಲ್ಲದ್ದರಿಂದ ನಾನೊಬ್ಬನೇ ಟೆನ್ನಿಸ್ ಬಾಲನ್ನು ಕಾಂಪೌಂಡಿಗೆ ಹೊಡೆಯುತ್ತಾ ಪುಟಿದು ಬಂದ ಚೆಂಡನ್ನು ತಿರುಗಿ ಹೊಡೆಯುತ್ತಾ ಆಡುವ ಪ್ರಯತ್ನ ಮಾಡತೊಡಗಿದೆ. ಮತ್ತೆ ನಾನು ಮನೆಯೊಳಗೆ ಬಂದಾಗ ಅಂಕಲ್ ಹೊರಟು ನಿಂತಿದ್ದರು. ಅಮ್ಮನ ಮುಖ ಕೆಂಪು ಕೆಂಪಾಗಿ ಮತ್ತೂ ಚೆಂದ ಕಾಣಿಸುತ್ತಿತ್ತು. "ಮುಂದಿನವಾರ ಬರ್ತೀನಿ, ಬರ್ಲಾ" ಎಂದರು ಅಂಕಲ್ ನಗುತ್ತಾ. "ಬರ್ತೀನಿ ಆಕಾಶ್, ಬಾಯ್" ಎಂದರು ನನ್ನ ನೋಡಿ. ನಾನೂ ನಿಂತು ನನ್ನಿಂದಾದಷ್ಟು ಜೋರಾಗಿ ಕೈ ಬೀಸಿ "ಬಾಯ್ ಅಂಕಲ್" ಎಂದೆ. ಅಮ್ಮ ನನ್ನ ಹಿಂದೆ ನಿಂತು ನನ್ನ ತಲೆಯ ಮೇಲೆ ಬೆರಳಾಡಿಸತೊಡಗಿದಳು. ಇಂದಿನ ಭಾನುವಾರ ನಿಜಕ್ಕೂ ಸುಖ ಎನಿಸಿತು. ಅಮ್ಮನೂ ತುಂಬ ಖುಷಿಯಾಗಿದ್ದಾಳೆ ಎನಿಸಿ ಕ್ರಿಕೆಟ್ ಬ್ಯಾಟನ್ನು ನನ್ನ ಕೋಣೆಯಲ್ಲಿ ಅತ್ಯಂತ ಜೋಪಾನವಾಗಿ ಇರಿಸಿದೆ.

ಯಾಕೋ ಅಪ್ಪನ ನೆನಪಾಯಿತು. ಇದೇ ಕ್ರಿಕೆಟ್ ಬ್ಯಾಟನ್ನು ಅಪ್ಪ ಕೊಡಿಸಿದ್ದರೇ? ಎನಿಸಿತು.

ಸುಖದ ಹಿಂದೆಯೇ ದು:ಖ ಇರುತ್ತದಂತೆ; ನನಗೇನು ಗೊತ್ತು?

●●●

ಅನಾಥ ಹಕ್ಕಿಯ ಕೂಗು

ಅದೇ ಅಂಕಲ್ ಪ್ರತೀವಾರ ಮತ್ತೆ ಮತ್ತೆ ಬರತೊಡಗಿದರು. ಬರುವಾಗಲೆಲ್ಲಾ ನನಗೆ ಏನಾದರೂ ಗಿಫ್ಟ್ ತರುತ್ತಿದ್ದರು. ಅಮ್ಮನೂ ಅವರ ಜೊತೆ ತುಂಬಾ ಖುಷಿಯಿಂದ ಮಾತಾಡುತ್ತಿದ್ದಳು. ಒಂದಿನ ಪಾರ್ಕಿಗೂ ಹೋಗಿ ಬಂದೆವು. ಆದರೆ ಅಂದು ಅಪ್ಪ ಅಮ್ಮನ ಜೊತೆ ಮೈಸೂರಿನಲ್ಲಿ ಜಿ.ಆರ್.ಎಸ್. ಪಾರ್ಕಿನಲ್ಲಿ ಕಳೆದಾಗ ಆದ ಖುಷಿ ಆಗಲಿಲ್ಲ. ಇಲ್ಲಿ ಅಂಕಲ್, ಅಮ್ಮ ಇಬ್ಬರೇ ಮಾತಾಡುತ್ತಾ ಕುಳಿತಿದ್ದರು. ನಾನು ಹತ್ತಿರ ಬಂದ ತಕ್ಷಣ ನನಗೆ ಏನಾದರೂ ಕೊಳ್ಳಲು ಹಣ ಕೊಟ್ಟು ಕಳಿಸುತ್ತಿದ್ದರು. 'ಖುಷಿಯಾಗಿ ತಿರುಗಾಡ್ಕೊಂಡು ಬಾ' ಎಂದು ಹೇಳುತ್ತಿದ್ದರು. ಎಷ್ಟು ಹೊತ್ತಾದರೂ ಅವರ ಮಾತೂ ಮುಗಿಯುತ್ತಿರಲಿಲ್ಲ. ನಾನೊಬ್ಬನೇ ಆಚೀಚೆ ತಿರುಗಿ ಬೋರಾಗಿ ಹೋಯಿತು. ತಿರುಗಿ ಮನೆಗೆ ಹೋಗುವಾ ಎಂದು ನಾನು ಹತ್ತು ಸಲವಾದರೂ ಹೇಳಿರಬೇಕು. ಇಬ್ಬರೂ 'ಸ್ವಲ್ಪ ಹೊತ್ತು ಆಡ್ಕೋ, ಮತ್ತೆ ಹೋಗೋಣ' ಎಂದು ಹಾಗೇ ಕಾಲ ತಳ್ಳಿದರು. ಅದೇನು ಅಷ್ಟೊಂದು ಮಾತು? ನನಗೆ ಅಮ್ಮನ ಮೇಲೂ ಅಂಕಲ್ ಮೇಲೂ ಸ್ವಲ್ಪ ಸಿಟ್ಟೇ ಬಂತು. ಆದರೆ ಬರುವಾಗ ಮಾತ್ರ ಒಳ್ಳೆಯ ಹೋಟೆಲ್ಲಿಗೆ ಹೋಗಿ ಬೇಕಾದ್ದು ತಿನ್ನಲು ಕೊಡಿಸಿದಾಗ ಅದೆಲ್ಲಾ ಮರೆತುಹೋಯಿತು. ಹಾಗೇ ಬರುವಾಗ ಬಟ್ಟೆ ಅಂಗಡಿಗೂ ಹೋಗಿ, ಅಮ್ಮನಿಗೆ ಒಂದೆರಡು ಸೀರೆ, ಚೂಡೀದಾರ, ನನಗೂ ಪ್ಯಾಂಟ್ ಶರ್ಟ್ ಎಲ್ಲಾ ಅಂಕಲ್ ಕೊಡಿಸಿದರು. ನಿಜಕ್ಕೂ ಒಳ್ಳೆ ಅಂಕಲ್ ಎನಿಸಿತು.

ಅಂದು ರಾತ್ರಿ ಅಮ್ಮ ಕೇಳಿದಳು "ಪುಟ್ಟಾ, ನಿಂಗೆ ಆ ಅಂಕಲ್ ಇಷ್ಟಾನಾ?"

"ಹೂಂ" ಎಂದು ತಲೆಯಾಡಿಸಿದೆ.

"ತುಂಬಾ ಒಳ್ಳೆಯವರು ಅಲ್ವಾ?" ಎಂದಳು ಅಮ್ಮ. ಅಮ್ಮನ ಮುಖ ಕೆಂಪು ಕೆಂಪಾಗಿತ್ತು. ಅಮ್ಮ ತುಂಬಾ ಚೆನ್ನಾಗಿ ಕಾಣುತ್ತಿದ್ದಳು! ಕಣ್ಣುಗಳು ಹೊಳೆಯುತ್ತಿದ್ದವು. ಅಮ್ಮನೂ ಹೊಳೆಯುತ್ತಿದ್ದಳು!

ಈ ವರ್ಷ ಬೇಸಗೆ ರಜೆಯಲ್ಲಿ ಅಪ್ಪ ಎರಡು ಸಲ ಶಾಲೆಗೇ ಬಂದು ನನ್ನನ್ನು ಅವರ ಮನೆಗೆ ಕರೆದುಕೊಂಡು ಹೋದರು. ಅಮ್ಮನ ಹತ್ತಿರ ಹೇಳಿ ಒಂದು ದಿನ ಅಲ್ಲೇ ಉಳಿದೆ. ಆಂಟಿ ಹೊರಗೆ ವೆರಾಂಡದಲ್ಲೇ ಹಾಸಿಗೆ ಹಾಸಿ ಕೊಟ್ಟರು. ಅಪ್ಪ ಮೊದಲಿನಂತೆ ನನ್ನನ್ನು ಹತ್ತಿರ ಮಲಗಿಸಿಕೊಳ್ಳಲೇ ಇಲ್ಲ! ಕೋಣೆಯಲ್ಲಿ ಅಪ್ಪನ ಜೊತೆಯಲ್ಲಿ ಇರಬೇಕಾದ ಅಮ್ಮನ ಬದಲು ಆಂಟಿ ಇದ್ದರು. ಅಪ್ಪ ಯಾಕೆ ಆಂಟೀ ಜೊತೆ ಮಲಗುತ್ತಾರೆ? ನನ್ನ ಯಾಕೆ ಕರೆಯಲಿಲ್ಲ? ಅಮ್ಮನ್ನ 'ನೀನು ಬೇರೆ ಮನೆ ಮಾಡಿದ್ರಿಂದ್ಲೇ ಅಪ್ಪ ಆಂಟಿ ಜೊತೆ ಮಲಗ್ತಾರೆ. ನೀನ್ಯಾಕೆ ಅಪ್ಪನ್ನ ಬಿಟ್ಟುಬಂದೆ?' ಎಂದು ಕೇಳಲೇಬೇಕು ಎಂದುಕೊಂಡೆ. ರಾತ್ರಿ ಸರಿಯಾಗಿ ನಿದ್ರೆಯೇ ಬರಲಿಲ್ಲ. ಇಲ್ಲಿಂದ ಹೋದರೆ ಸಾಕು ಎನಿಸಿತು. ಬೆಳಗ್ಗೆಯೂ ಅಪ್ಪ ಸರಿಯಾಗಿ ಮುಖ ಕೊಟ್ಟು ಮಾತಾಡಲಿಲ್ಲ. ಮನೆಯಿಂದ ಹೊರಟು ಕಾರಿನಲ್ಲಿ ಕುಳಿತ ಮೇಲೆ ಮಾತ್ರ ನಗುತ್ತಾ ಮಾತಾಡಿದರು. ನನ್ನ ಶೂ ಹಳೆಯದಾಗಿದ್ದುದನ್ನು ನೋಡಿ, ಹೊಸಾ ಶೂ ತೆಗೆಸಿ ಕೊಟ್ಟರು. ಗರಿಗರಿಯಾದ ನೂರರ ಐದಾರು ನೋಟುಗಳನ್ನೂ ತೆಗೆದು ಜೇಬಿನಲ್ಲಿಟ್ಟರು. 'ಚೆನ್ನಾಗಿ ಓದು' ಎಂದರು. ಹೋಗುತ್ತಾ ದಾರಿಯಲ್ಲಿ "ಹೇಗಿದಾರೆ ನಿನ್ನ ಹೊಸ ಅಂಕಲ್?" ಎಂದರು ಓರೆಗಣ್ಣಿಂದ ನೋಡುತ್ತಾ.

"ಯಾವ ಅಂಕಲ್?" ಎಂದೆ.

"ಅದೇ ನಿಮ್ಮನೆಗೆ ಆಗಾಗ ಬರ್ತಾ ಇರ್ತಾರಲ್ಲಾ ಅವರು" ಎಂದರು ಮುಖ ಆಚೆ ತಿರುಗಿಸಿ.

"ಅವರಾ? ತುಂಬಾ ಒಳ್ಳೆಯವರು" ಎಂದೆ.

"ಮೊದ್ಲು ಮೊದ್ಲು ಎಲ್ಲಾ ಒಳ್ಳೆಯವರೇ" ಎಂದರು ಎಲ್ಲೋ ನೋಡುತ್ತಾ. ಮನೆಯ ಪಕ್ಕದ ರಸ್ತೆಯವರೆಗೆ ಬಂದು ಅಲ್ಲೇ ನನ್ನನ್ನು ಕೆಳಗಿಳಿಸುವಾಗ ಕೇಳಿದೆ "ನೀವ್ಯಾಕೆ ಮನೆಗೆ ಬರೋದಿಲ್ಲಾ? ಅಲ್ಲಿ ಮಮ್ಮಿ ಇದಾಳೆ" ಹೇಳುವಾಗ ಮನದೊಳಗೆ ತುಂಬ ಆಸೆಯಿತ್ತು.

"ನಮ್ಮ ಸಂಬಂಧ ಹರ್ರುಹೋಗಿದೆ ಪುಟ್ಟಾ" ಎಂದರು ಮೆತ್ತಗೆ ಅಪ್ಪ.

'ಸಂಬಂಧ ಹರಿಯುವುದು ಎಂದರೆ ಏನು?' ನನಗೆ ತಿಳಿಯಲಿಲ್ಲ. ಅಪ್ಪ ಮಾತ್ರ ತಿರುಗಿಯೂ ನೋಡದೆ ಹೋಗಿಬಿಟ್ಟರು.

●●●

ಈ ಸಲ ನಾನು ನಾಲ್ಕನೆಯ ತರಗತಿಗೆ ಸೇರುತ್ತಿದ್ದಂತೆ ಹೊಸ ಬೆಳವಣಿಗೆಯೊಂದು ನಡೆದುಹೋಯಿತು. ಒಂದು ದಿನ ಅಮ್ಮ ಹೋಟೆಲ್ಲಿಂದ ಪೂರಿ ತರಿಸಿ ಕೊಟ್ಟಳು. ನನಗೆ ಇಷ್ಟವಾದ ಜಾಮೂನ್ ಮಾಡಿ ಕೊಟ್ಟಳು. ಸಾಕು ಎಂದರೂ ಕೇಳದೆ ಮತ್ತೆರಡು ಕೊಟ್ಟು "ಪುಟ್ಟಾ, ಇಲ್ಲಿಗೆ ಆಗಾಗ ಬರ್ತಾ ಇದ್ರಲ್ಲಾ ಅಂಕಲ್ಲು, ಇನ್ನು ಮುಂದಿನವಾರದಿಂದ ನಾವು ಅವರ ಮನೆಗೇ ಹೋಗೋಣ. ಅಲ್ಲೇ ಇರೋಣ ಆಯ್ತಾ?" ಎಂದಳು.

ನನಗೆ ಆಶ್ಚರ್ಯವಾಯಿತು "ನಾವ್ಯಾಕೆ ಅವರ ಮನೆಗೆ ಹೋಗ್ಬೇಕು? ನಮ್ಮ ಮನೆ ಇದ್ಯಲ್ಲಾ? ಅಲ್ಲದೆ ಡ್ಯಾಡಿ ಇರುವ ಮನೆಯೂ ಇದೆ. ಮತ್ಯಾಕೆ ಅವರ ಮನೆಗೆ?" ಎಂದೆ.

"ಹಾಗಲ್ಲ; ಪುಟ್ಟಾ, ಇನ್ನು ಮುಂದೆ ಅವರು ನಿನ್ನ ಡ್ಯಾಡಿ ಆಗ್ತಾರೆ. ನಾವು ಅವರ ಮನೆಗೆ ಹೋಗ್ಲೇಬೇಕಾಗುತ್ತೆ" ಎಂದಳು ಒಪ್ಪಿಸುವ ದನಿಯಲ್ಲಿ.

"ಅವರು ನಂಗೆ ಇಷ್ಟ ಹೌದು. ಆದ್ರೆ ನಾವು ಅವರ ಮನೇಲಿರೋದು ಬೇಡ. ನಮ್ಮನೇಲೇ ಇರೋಣ. ಅವ್ರು ನನ್ನ ಡ್ಯಾಡಿ ಆಗೋದೂ ಬೇಡ. ನಂಗೆ ನನ್ನ ಡ್ಯಾಡೀನೇ ಇದಾರಲ್ಲಾ?" ಎಂದೆ.

ನಾನು ಎಷ್ಟು ಹೇಳಿದರೂ ಹೇಳಿದ್ದು ಅಮ್ಮನಿಗೆ ಅರ್ಥವೇ ಆಗುತ್ತಿರಲಿಲ್ಲ. ಆದರೂ ಬಲವಂತವಾಗಿ ಅಮ್ಮ ಏನೇನೋ ಹೇಳಿ ನನ್ನನ್ನು ಒಪ್ಪಿಸಿದಳು. ಮುಂದಿನವಾರ ಎರಡು ದಿನ ಶಾಲೆಗೆ ರಜವನ್ನೂ ಹಾಕಿಸಿದಳು. ಅಂದು ನಾನೂ ಅಮ್ಮನೂ ಆಟೋದಲ್ಲಿ ಒಂದು ಆಫೀಸಿಗೆ ಹೋದೆವು. ಅಲ್ಲಿಗೆ ಅದೇ ಅಂಕಲ್ ಸೂಟು ಧರಿಸಿ ಬಂದಿದ್ದರು. ಅಲ್ಲಿ ನಾಲ್ಕೈದು ಜನರ ಮುಂದೆ ಶಾಲೆಯಲ್ಲಿ ಮಿಸ್ ಅಟೆಂಡೆನ್ಸ್ ರಿಜಿಸ್ಟರಿನಲ್ಲಿ ಸೈನ್ ಹಾಕುವಂತೆ ಅವರೆಲ್ಲಾ ಪುಸ್ತಕಕ್ಕೆ ಸೈನ್ ಹಾಕಿದರು. ಮತ್ತೆ ಅಮ್ಮ ದೊಡ್ಡ ಹಾರವೊಂದನ್ನು

ಆ ಅಂಕಲ್ಲಿನ ಕುತ್ತಿಗೆಗೆ ಹಾಕುವಾಗ ಮಾತ್ರ ನನಗೆ ಹೇಗೆ ಹೇಗೋ ಆಯಿತು. ಅವರೂ ಅದೇ ರೀತಿ ಹಾರ ಅಮ್ಮನಿಗೆ ಹಾಕಿದರು. ನನಗೆ ಬೇರೇನೂ ಕೆಲಸವಿಲ್ಲದುದರಿಂದ 'ಸಬ್ ರಿಜಿಸ್ಟ್ರಾರ್ ಆಫೀಸ್' ಎಂದು ಬರೆದ ಆ ಆಫೀಸಿನ ಹೆಸರನ್ನೇ ಹತ್ತಾರು ಸಲ ಓದುತ್ತಾ ಕುಳಿತೆ. ಅಂಕಲ್ ದೊಡ್ಡ ದೊಡ್ಡ ಎರಡು ಕ್ಯಾಡ್‌ಬರೀಸ್ ಚಾಕೊಲೇಟ್ ಕೊಟ್ಟಿದ್ದರು. ಅದನ್ನು ಅವರೆದುರಿಗೆ ತಿನ್ನುವುದೋ ಬೇಡವೋ ಎಂಬ ಸಂದಿಗ್ಧ ನನಗಾಗಿತ್ತು. ಅಮ್ಮನನ್ನು ಕೇಳೋಣ ಎಂದರೆ ಅಮ್ಮನಿಗೆ ನನ್ನತ್ತ ನೋಡಲೂ ಸಮಯವಿಲ್ಲ. ಏಕೋ ಚಾಕೊಲೇಟ್ ತಿನ್ನಲೂ ಮನಸ್ಸಾಗಲಿಲ್ಲ. ಯಾರಿಗೂ ಹೇಳಲಾಗದ ಸಂಕಟ. ಅಮ್ಮ ಯಾಕೆ ಅಂಕಲ್ಲಿಗೆ ಹಾರ ಹಾಕಿದರು? ಅವರು ಇನ್ನು ಮುಂದೆ ನನ್ನ ಡ್ಯಾಡಿ ಆಗುತ್ತಾರಂತೆ. ಹಾಗೆ ಯಾರು ಬೇಕಾದರೂ ಯಾರಿಗೆ ಬೇಕಾದರೂ ಡ್ಯಾಡಿ ಆಗಬಹುದಾ? ಬರೀ ಗೊಂದಲ. ಯಾರನ್ನು ಕೇಳುವುದು? ಅಮ್ಮನನ್ನು ಕೇಳೋಣವೆಂದರೆ ಅಮ್ಮನೇ ಹೇಳಿದ್ದು ಹಾಗೆ!

ಅಂದೇ ರಾತ್ರಿ ಒಂದು ದೊಡ್ಡ ಹೋಟೆಲ್ಲಿನಲ್ಲಿ ಪಾರ್ಟಿ ಇತ್ತು. ಒಂದಿಷ್ಟು ಕೋಟು ಧರಿಸಿದ ಚೂಡೀದಾರ, ಸೀರೆ, ಉಟ್ಟ ಬಣ್ಣ ಬಣ್ಣದ ಬಟ್ಟೆ ತೊಟ್ಟ ಜನಗಳು ಬಂದಿದ್ದರು. ಅಮ್ಮ ಮತ್ತು ಅಂಕಲ್ ಅಲಂಕಾರ ಮಾಡಿಕೊಂಡು ಓಡಾಡಿದರು. ಬಂದವರೆಲ್ಲಾ ಅವರಿಗೆ ಗಿಫ್ಟುಗಳನ್ನು ಕೊಡುತ್ತಿದ್ದರು. ಅದರಲ್ಲಿ ಅಮ್ಮನಿಗೆ ಏನೇನು ಕೊಡುತ್ತಾರೆ? ಅದರಲ್ಲಿ ನನಗೆ ಬೇಕಾದ್ದು ಏನಿರಬಹುದು? ಎನ್ನುವುದರ ಮೇಲೇ ನನ್ನ ಕಣ್ಣು! ಏಕೆಂದರೆ ಅಮ್ಮನಿಗೆ ಸಿಕ್ಕಿದ್ದು ಎಂದರೆ ಅದು ನನಗೇ ಸಿಕ್ಕಿದಂತೆ ಎನ್ನುವುದು ನನ್ನ ಭಾವನೆ! ಅಮ್ಮ ಮತ್ತು ಅಂಕಲ್ಲಿನ ಕುತ್ತಿಗೆಗಳಲ್ಲಿ ನೇತಾಡುತ್ತಿದ್ದ ಹಾರ ಮತ್ತು ಅವರಿಬ್ಬರೂ ಜೊತೆಯಾಗಿ ನಿಂತಿದ್ದನ್ನು ನೋಡುವಾಗ ಮಾತ್ರ ಏನೋ ಕಸಿವಿಸಿ. ಹೊಟ್ಟೆಯೊಳಗೂ ಹೇಳಲಾಗದ ಸಂಕಟ. ಅಮ್ಮ ನನ್ನಿಂದ ದೂರಾಗುತ್ತಾಳೇನೋ, ನನಗಿಂತ ಜಾಸ್ತಿ ಹೊತ್ತು ಅಂಕಲ್ ಜೊತೆಗೇ ಕಳೆಯುತ್ತಾಳೇನೋ ಎಂಬ ಆತಂಕ. ಅಮ್ಮನ ಪಕ್ಕದಲ್ಲಿರಬೇಕಾದ ಅಪ್ಪ ಇಲ್ಲ. ಅವರ ಬದಲಿಗೆ ಈ ಅಂಕಲ್. ಏಕೋ ಅಮ್ಮನ ಪಕ್ಕ ಅವರನ್ನು ನೋಡಲು ಮನಸ್ಸೇ ಬರಲಿಲ್ಲ. ಎದ್ದು ಬಂದು ಮೂಲೆಯಲ್ಲಿ ಹೋಗಿ ಕುಳಿತೆ. ಆಶ್ಚರ್ಯ ಎಂದರೆ ನಾನು ನೋಡುತ್ತಿದ್ದಂತೆಯೇ ಕೆಂಪು ಕಾರೊಂದು ಬಂದು ನಿಂತಿತು. ತಕ್ಷಣ ನನಗೆ ಅದರ ಗುರುತು ಹತ್ತಿತು. ಕಾರು ಅಪ್ಪಂದು! ಅದರಿಂದ ಅಪ್ಪ ಮತ್ತು ಆಂಟಿ ಕೆಳಗಿಳಿದರು. ಅಪ್ಪನ ಕೈಯಲ್ಲಿ ಒಂದು ದೊಡ್ಡ ಪ್ಯಾಕೆಟ್. ಇಬ್ಬರೂ ಹೋಗಿ ಅಮ್ಮ ಮತ್ತು ಅಂಕಲ್ಲಿಗೆ ಅದನ್ನು ಕೊಟ್ಟು ವಿಷ್ ಮಾಡಿದರು. ಅಪ್ಪ ಈಗ ನನ್ನನ್ನು ಹುಡುಕುತ್ತಾರೆ; ಮಾತಾಡಿಸಲು ನೋಡುತ್ತಾರೆ; ಎಂದೇ ತಿಳಿದು ನಾನಿಲ್ಲಿದ್ದೇನೆಂದು ಅವರಿಗೆ ತಿಳಿಸಲು "ಡ್ಯಾಡಿ" ಎಂದು ಕರೆದೆ. ನಾನು ಕರೆದಿದ್ದೇ ಸಣ್ಣದಾಯಿತೋ, ಅಪ್ಪನಿಗೆ ಅದು ಕೇಳಿಸಲೇ ಇಲ್ಲವೋ ಗೊತ್ತಿಲ್ಲ. ಅಪ್ಪ ನನ್ನತ್ತ ನೋಡಲೇ ಇಲ್ಲ. ಅವರ ಜೊತೆ ಆಂಟಿ ಇದ್ದುದರಿಂದ ಯಾಕೋ ನನಗೂ ಅವರ ಮುಂದೆ ಹೋಗಿ ನಿಲ್ಲಲು ಮನಸ್ಸು ಬರಲಿಲ್ಲ. ನಾನು ಅಮ್ಮನ ಮುಖ ನೋಡಿದೆ. ಅಲ್ಲಿ ಯಾವ ಭಾವವಿತ್ತೋ ತಿಳಿಯಲಿಲ್ಲ. ಒಂದು ನಿಮಿಷ ಮತ್ಯಾರ ಜೊತೆಗೋ ಮಾತಾಡಿ ಅಪ್ಪ ನಂತರ ಸುತ್ತೆಲ್ಲಾ ಕಣ್ಣಾಡಿಸಿದರು. ಆಗ ನಾನು ಕಣ್ಣಿಗೆ ಬಿದ್ದೆ. ಒಮ್ಮೆ ಹಾಗೇ ನಕ್ಕರು. ಈಗಲಾದರೂ ನನ್ನನ್ನು ಕರೆದು ಮಾತಾಡಿಸುತ್ತಾರೆ ಎಂದುಕೊಂಡೆ. ಇಲ್ಲ; ಒಮ್ಮೆ ಹಾಗೇ ಬರೀ ಕೈಯ್ಯಾಡಿಸಿ ಹೊರಟೇ ಬಿಟ್ಟರು. ಆಂಟಿ ನನ್ನನ್ನೊಮ್ಮೆ ನೋಡಿದರು, ನಗಲೂ ಇಲ್ಲ. ಒಮ್ಮೆ ತುಟಿ ಉಬ್ಬಿಸಿ ಹೊರಟು ಬಿಟ್ಟರು. ನನಗೆ ಜೊತೆಗಾರರೂ ಯಾರೂ ಇಲ್ಲ.

ಅಲ್ಲಿಗೆ ಬಂದ ಯಾರ ಪರಿಚಯವೂ ಇಲ್ಲ. ನಾನು ಒಬ್ಬಂಟಿ. ತೀರಾ ಒಬ್ಬಂಟಿ! ನನಗೆ ಯಾರೂ ಇಲ್ಲ, ನನ್ನವರೇ ಇಲ್ಲದ ಒಬ್ಬಂಟಿ ನಾನು! ಯಾಕೆಂದೇ ತಿಳಿಯದೆ ಎಲ್ಲರ ಮೇಲೂ ಕೋಪ.

ಅಂದು ರಾತ್ರಿ ಅಲ್ಲಿಂದ ಹೊರಡುವಾಗ ಎಷ್ಟು ಗಂಟೆ ಆಗಿತ್ತು ಎಂದೇ ತಿಳಿಯದು. ನಾನಂತೂ ತುಂಬಾ ಬಳಲಿದ್ದೆ. ನಿದ್ರೆ ತೂಗಿ ತೂಗಿ ಬರುತ್ತಿತ್ತು. ಆದರೂ ಮನಸ್ಸಿಗಂತೂ ತುಂಬಾ ಎಂದರೆ ತುಂಬಾ ಕಳವಳ, ಏನೋ ಕಳೆದುಕೊಂಡೆ ಎಂಬ ತಳಮಳ!

ಆ ಮನೆಯನ್ನು ಮೊದಲೆಂದೂ ನೋಡಿಯೇ ಇಲ್ಲ. ಕಾರಿನಿಂದಿಳಿದಾಗ ಅಮ್ಮ ನನ್ನ ಕೈ ಹಿಡಿದುಕೊಂಡಳು. ಬಾಗಿಲು ತೆಗೆದವರು ಒಬ್ಬ ಅಜ್ಜಿ. ಇನ್ನ್ಯಾರೋ ಒಂದಿಬ್ಬರು ಹೆಂಗಸರು, ಗಂಡಸರು ಮತ್ತೊಂದು ಕಾರಿನಿಂದಿಳಿದು ಒಳಬಂದರು. ಊಟ ಆಗಿತ್ತು. ನನಗೆ ಅಲ್ಲೇ ಒಂದೆಡೆ ಸೋಫದ ಪಕ್ಕದಲ್ಲಿ ಹಾಸಿಗೆ ಹಾಕಿದ್ದರು. ನಿದ್ರೆಯೂ ಬರುತ್ತಿತ್ತು. ಅಮ್ಮ ಬಂದು ಬೆನ್ನು ತಟ್ಟಿದ್ದೊಂದೇ ಗೊತ್ತು. ನಿದ್ರೆಗೆ ಜಾರಿದೆ.

ನಿದ್ರೆ ಬಂದಾಗ ಏನೂ ತಿಳಿಯುವುದಿಲ್ಲವಂತೆ!

●●●

ಏನೇನೋ ಬೇಡದ ಕನಸುಗಳು. ಅಪ್ಪ ಅಮ್ಮ ಜಗಳಾಡಿದಂತೆ, ಬಿಡಿಸಲು ಹೋದ ನನಗೆ ಇಬ್ಬರೂ ಸೇರಿ ಹೊಡೆದಂತೆ, ಕೊನೆಗೆ ಅಳುತ್ತಾ ಬಿದ್ದ ನನ್ನನ್ನು ನೂಕಿ ಅಪ್ಪ ತಿರುಗಿಯೂ ನೋಡದೆ ಓಡಿದಂತೆ, ನಂತರ ಅಮ್ಮ ಕೂಡಾ ನನ್ನ ನೆನಪೇ ಇಲ್ಲದಂತೆ ಬೇರೆತ್ತಲೋ ನೋಡುತ್ತಾ ಹೊರಟೇ ಬಿಟ್ಟಂತೆ, ನಾನು ಮಮ್ಮೀ ಮಮ್ಮೀ ಎಂದು ಕರೆದಾಗ ಎರಡು ಹೆಜ್ಜೆ ತಿರುಗಿ ಬಂದು ಮತ್ತೆ "ಅಳ್ಬೇಡ, ನಾನೆಲ್ಲಿಗೂ ಹೋಗೋದಿಲ್ಲ" ಎನ್ನುತ್ತಲೇ ಅವಳೂ ನನ್ನನ್ನು ಬಿಟ್ಟು ಹೊರಟೇ ಹೋದಂತೆ, ಹೀಗೇ. ಆದರೂ ಬೆಳಗಾಯಿತು. ಯಾವಾಗಲೂ ನಾನು ಅಮ್ಮನ ಪಕ್ಕದಲ್ಲೇ ಮಲಗುವುದು. ಯಾವಾಗಲೂ ಬೆಳಗ್ಗೆ ನನಗೇ ಮೊದಲು ಎಚ್ಚರವಾಗುವುದು. ಎಚ್ಚರವಾದ ತಕ್ಷಣ ಮತ್ತೆ ಅಮ್ಮನನ್ನು ತಬ್ಬಿಕೊಂಡು ಮಲಗುತ್ತಿದ್ದೆ. ಮತ್ತೆ ನಿದ್ರೆ ಬರುತ್ತಿತ್ತು. ಅಮ್ಮ ಯಾವಾಗಲೋ ಕೈ ಬಿಡಿಸಿಕೊಂಡು ಎದ್ದು ಹೋಗುತ್ತಿದ್ದಳು. ಅದೇ ರೀತಿ ಅಮ್ಮ ಪಕ್ಕದಲ್ಲೇ ಮಲಗಿರಬಹುದು. ಇದು ನಮ್ಮ ಮನೆಯೇ ಎಂಬ ಭ್ರಮೆಯಿಂದ ತಬ್ಬಿಕೊಳ್ಳಲು ನೋಡಿದೆ. ಪಕ್ಕದಲ್ಲಿ ಅಮ್ಮ ಇಲ್ಲ! ಬಿದ್ದ ಕನಸು ನೆನಪಾಯಿತು. ಎದ್ದು ಕುಳಿತು ನೋಡಿದರೆ ಹೊಸ ಮನೆ. ಹೊಸ ವಸ್ತುಗಳು. ನಾನೆಲ್ಲಿದ್ದೇನೆ ಎನ್ನುವುದೇ ನೆನಪಿಗೆ ಬಾರದೆ 'ಮಮ್ಮೀ' ಎಂದೆ. ಎಷ್ಟು ಜೋರಾಗಿ ಕರೆದಿದ್ದೆ ಎಂದರೆ ಆಚೀಚೆ ಮಲಗಿದ್ದವರೆಲ್ಲಾ ಗಡಬಡಿಸಿ ಎದ್ದರು. ನನ್ನ ಎದುರಿನ ಕೋಣೆಯಿಂದ ಬಾಗಿಲು ತೆರೆದು ಅಮ್ಮ ಹೊರಗೆ ಬಂದಳು. "ಏನಪ್ಪಾ?" ಎಂದಳು.

"ಎಲ್ಲಿಗೋಗಿದೀಯಾ? ನೀನೂ ನನ್ನ ಬಿಟ್ಹೋಗ್ತೀಯಾ?" ಎಂದೆ ಸಿಟ್ಟಿನಿಂದ.

"ನಾನೆಲ್ಲಿಗೂ ಹೋಗಿಲ್ಲ, ಇಲ್ಲೇ ಇದ್ದೆ; ಸ್ವಲ್ಪ ಹೊತ್ತು ಮಲಕ್ಕೋ; ಇನ್ನೂ ಪೂರ್ತಿ ಬೆಳಗಾಗಿಲ್ಲ; ಆಮೇಲೆ ನಾನೇ ಕರೀತೀನಿ" ಎನ್ನುತ್ತಾ ಬಾತ್‌ರೂಮಿಗೆ ನಡೆದಳು. ಮತ್ತೆ

ಮಲಗಲು ಮನಸ್ಸಾಗದೆ ನಾನೂ ಅಮ್ಮನ ಹಿಂದೆ ನಡೆದೆ. ಅಂದೆಲ್ಲಾ ವಿಚಿತ್ರ ಅನುಭವ. ಸ್ವಲ್ಪ ಹೊತ್ತಿನಲ್ಲೇ ಅಮ್ಮ ಬಂದ ಕೋಣೆಯಿಂದಲೇ ಅಂಕಲ್ಲೂ ಹೊರಗೆ ಬಂದರು. ತುಂಬಾ ಖುಷಿಯಲ್ಲಿದ್ದರು. "ರಾತ್ರಿ ನಿದ್ರೆ ಬಂತೇನೋ?" ಎಂದರು. ತಲೆ ಆಡಿಸಿದೆ. ಅಲ್ಲಿದ್ದ ಅಜ್ಜಿಯೂ ಬಂದು ಮಾತಾಡಿಸಿದರು. ಊರಜ್ಜಿಯ ನೆನಪಾಯಿತು. ಆದರೆ ನನಗೆ ಮಾತ್ರ ಅಂದೆಲ್ಲಾ ಅದೇನೋ ತಳಮಳ, ಯಾರಲ್ಲೂ ಹೇಳಲಾಗದ ಸಂಕಟ. ಸಿಟ್ಟೆಲ್ಲ ಅಮ್ಮನ ಮೇಲೆ. ಯಾರ್‍ಯಾರೋ ಹೊಸಬರು ಮತ್ತೆರಡು ದಿನ ಇದ್ದರು. ನಾನು ಯಾರದೋ ಮನೆಯಲ್ಲಿದ್ದೇನೆ ಎಂದೇ ಅನಿಸುತ್ತಿತ್ತು. 'ನಮ್ಮ ಮನೆಗೆ ಹೋಗೋಣ ಮಮ್ಮೀ' ಎಂದು ಹೇಳಿದರೆ ಅಮ್ಮ ಮಾತ್ರ 'ಇದು ನಮ್ಮದೇ ಮನೆ ಪುಟ್ಟಾ' ಎನ್ನುತ್ತಾಳೆ! ನನಗೆ ಬರುತ್ತಿದ್ದ ಸಿಟ್ಟು ಅಷ್ಟಿಷ್ಟಲ್ಲ. ಅಂಕಲ್ಲಿನ ಮನೆ ನಮ್ಮ ಮನೆ ಹೇಗಾಗುತ್ತೆ? ಬೇರೆಲ್ಲವನ್ನೂ ತಡೆದುಕೊಳ್ಳಬಹುದಾಗಿತ್ತು. ಆದರೆ ರಾತ್ರಿ ಅಮ್ಮ ನನ್ನ ಬಿಟ್ಟು ಅಂಕಲ್ಲಿನ ಜೊತೆ ಮಲಗಲು ಹೋಗುತ್ತಾಳೆ ಎನ್ನುವುದನ್ನು ಮಾತ್ರ ತಡೆದುಕೊಳ್ಳಲು ಕಷ್ಟವಾಗುತ್ತಿತ್ತು. ಇಲ್ಲಿಗೆ ಬಂದ ಎರಡೇ ದಿನಗಳಲ್ಲಿ ತಿಳಿದುಹೋಯಿತು. ನನ್ನನ್ನು ಮಲಗಿಸಿ ನನಗೆ ನಿದ್ರೆ ಬಂದಿದೆ ಎಂದು ತಿಳಿದ ತಕ್ಷಣ ಅಮ್ಮ ಮೆತ್ತಗೆ ಕತ್ತಲಲ್ಲೇ ಅಂಕಲ್ಲಿನ ಕೋಣೆಗೆ ಹೋಗುತ್ತಾಳೆ! ಕೋಣೆಯ ಬಾಗಿಲು ಹಾಕಿಕೊಳ್ಳುವಾಗ ಅಪ್ಪನ ನೆನಪಾಗಿ ತುಂಬಾ ಕಸಿವಿಸಿಯಾಯಿತು. ನನಗೆ ಇದೆಲ್ಲಾ ಗೊತ್ತಾಗುವುದಿಲ್ಲ, ನಾನು ನಿದ್ರಿಸಿದ್ದೇನೆಂದೇ ಅಮ್ಮ ತಿಳಿದಿದ್ದಾಳೆ ಎನಿಸಿತು. ಆದರೆ ಈಗ ನನಗೆ ಬಹಳ ಹೊತ್ತಿನವರೆಗೆ ನಿದ್ರೆಯೇ ಬರುವುದಿಲ್ಲ ಎಂದು ಅಮ್ಮನಿಗೇನು ಗೊತ್ತು? ನನ್ನೊಂದಿಗೇ ಮಲಗಬೇಕಾದ ಅಮ್ಮ ಈಗ ಅಂಕಲ್ಲಿನ ಜೊತೆಗೆ ಮಲಗುತ್ತಾಳೆ! ಏಕೋ ಏನೋ ಯಾರೂ ಏನು ಮಾಡದಿದ್ದರೂ ಜೋರಾಗಿ ಅಳಬೇಕೆನಿಸಿತು. ಆದರೆ ಜೋರಾಗಿ ಅಳಲೂ ಸಂಕೋಚ. ಆದರೆ ಕಣ್ಣಿನಿಂದ ನನಗೇ ತಿಳಿಯದಂತೆ ನೀರಿಳಿಯುತ್ತದೆ. ಮಗ್ಗುಲು ಬದಲಾಯಿಸಿದಾಗ ದಿಂಬು ಒದ್ದೆಯಾಗಿರುತ್ತದೆ. ನಿದ್ರೆ ಬಂದರೂ ಮತ್ತೆ ಮರುದಿನವೂ ಅದೇ ರೀತಿಯ ಕನಸು. ಅಪ್ಪ ಆಚೆ, ಅಮ್ಮ ಈಚೆ ಮುಖ ತಿರುಗಿಸಿಕೊಂಡು ನನ್ನನ್ನು ಅಲ್ಲೇ ಬಿಟ್ಟು ದೂರ ದೂರ ಹೋದಂತೆ. ನಾನು ಆಚೆ ಒಮ್ಮೆ, ಈಚೆ ಒಮ್ಮೆ ನೋಡುತ್ತಾ 'ಡ್ಯಾಡೀ, ಮಮ್ಮೀ' ಎಂದು ಕರೆಯುತ್ತಾ ಅಳುತ್ತಿದ್ದಂತೆ, ಅವರು ಮಾತ್ರ ಹತ್ತಿರ ಬಾರದೆ ತಿರು ತಿರುಗಿ ನೋಡುತ್ತಾ, ಕೈಯಾಡಿಸುತ್ತಾ ದೂರ ದೂರ ಹೋಗುತ್ತಾ ಕೊನೆಗೆ ಪೂರ್ತಿಯಾಗಿ ಕಾಣದೇ ಹೋದಂತೆ ಕನಸು ಬಿದ್ದು ಮೈಯೆಲ್ಲಾ ಬೆವರಿ ಹೋಯಿತು. ಅರ್ಧ ರಾತ್ರಿಯಲ್ಲೇ ಎಚ್ಚರವಾಗಿ ಎದ್ದು ಕುಳಿತೆ. ತೀರಾ ನಾಚಿಕೆಯಾಗಿ ಹೋಯಿತು. ನನಗೇ ತಿಳಿಯದಂತೆ ರಾತ್ರಿ ಯಾವಾಗಲೋ ನನ್ನ ಚಡ್ಡಿ ಒದ್ದೆಯಾಗಿ ಬಿಟ್ಟಿದೆ. ನಾನೀಗ ನಾಲ್ಕನೆಯ ತರಗತಿ! ಯಾರಾದರೂ ಗಮನಿಸಿ ಬಿಟ್ಟರೇನೋ ಎಂದು ಗಾಬರಿಯಾಗಿ ಮತ್ತೆ ಹೊದಿಕೆ ಎಳೆದುಕೊಂಡೆ. ಅಮ್ಮನ ಮೂಗಿಗೆ ವಾಸನೆ ಬೇಗ ಹತ್ತುತ್ತೆ. ಕೇಳಿಯೇ ಕೇಳುತ್ತಾಳೆ. "ಇಷ್ಟು ದೊಡ್ಡಾಗಿದೀಯ, ಹಾಸಿಗೇಲಿ ಉಚ್ಚೆ ಹುಯ್ತೀಯಾ?" ಅಂತ. ಹೇಳಲಾರದ ಮುಜುಗರ, ಏನುತ್ತರ ಕೊಡಲೀ? ನನ್ನನ್ನು ತೊಡೆಯ ಮೇಲೆ ಕೂರಿಸಿ ತಬ್ಬಿಕೊಂಡು ಕತೆ ಹೇಳುತ್ತಿದ್ದ ಅಜ್ಜನ ನೆನಪಾಯಿತು. 'ನಿಮ್ಮ ಜಗಳದಲ್ಲಿ ಆಕಾಶನ್ನ ತಬ್ಬಲಿ ಮಾಡ್ಬೇಡಿ' ಎಂದು ಹೇಳಿ ಅಜ್ಜ ಅಮ್ಮನಿಗೆ ಕೈಮುಗಿದು ಕಣ್ಣೊರೆಸಿಕೊಂಡ ದೃಶ್ಯ ನೆನಪಾಯಿತು.

ತಕ್ಷಣ ಅಜ್ಜ ಹೇಳಿದ "ತಬ್ಬಲಿ" ಎಂಬ ಪದದ ಅರ್ಥ ಏನು? ಎಂಬ ಯೋಚನೆಯೂ

ಸುಳಿದು ಯಾರನ್ನು ಕೇಳುವುದು ಎಂದೇ ತಿಳಿಯದೆ ಮತ್ತೆ ಮಗ್ಗಲು ಹೊರಳಿಸಿದೆ. ಮತ್ತೆ ಒದ್ದೆಯಾದ ಬೆಡ್‌ಷೀಟು ತಣ್ಣಗೆ ಮೈಗೆ ತಗುಲಿ ಛಳಿಯಾಗತೊಡಗಿತು.

ನನ್ನ ಕಷ್ಟದ ದಿನಗಳು ಪ್ರಾರಂಭವಾಗಿದ್ದವು. ಕಷ್ಟವನ್ನು ಎದುರಿಸುವಾಗ ಮಾತ್ರ ಅದು ಅರಿವಿಗೇ ಬರುವುದಿಲ್ಲವಂತೆ!

●●●

ಮರುದಿನವೂ 'ಅಮ್ಮ ನನ್ನನ್ನು ಪುನಃ ಹೊರಗೇ ಮಲಗಿಸಿ ಅವಳು ಕೋಣೆಯೊಳಗೆ ಮಲಗಿದರೇ' ಎಂಬ ಹೆದರಿಕೆ ಕಾಡತೊಡಗಿತು. ಹಾಗೇನಾದರೂ ಮಾಡಲು ಹೊರಟರೆ ಖಚಿತವಾಗಿ 'ನಾನು ನಿನ್ನ ಜೊತೆಗೇ ಮಲಗೋದು' ಎಂದು ಹೇಳಿಬಿಡುವುದು ಎಂದು ನಿರ್ಧರಿಸಿದೆ. ನನ್ನ ಅನುಮಾನವೂ ನಿಜ ಎನ್ನುವಂತೆ ರಾತ್ರಿಯ ಊಟವಾಗುತ್ತಿದ್ದಂತೆ ಅಮ್ಮ "ಪುಟ್ಟಾ ನೀನೀಗ ದೊಡ್ಡವನಾಗಿದೀಯ ಅಲ್ವಾ? ಇನ್ನು ನಿಂಗೇಂತ ಒಂದು ರೂಮನ್ನೇ ಕೊಡ್ತೀವಿ. ನೀನು ನಿನ್ನ ಎಲ್ಲಾ ವಸ್ತುಗಳನ್ನೂ ಅಲ್ಲೇ ಇಟ್ಕೋ. ಸ್ವಲ್ಪ ದಿನ ಕಳೆದ ಮೇಲೆ ನಿಂಗೆ ಒಂದು ಟಿ.ವಿ. ತೆಕ್ಕೊಡ್ತೀನಿ. ಮುಂದಿನ ವರ್ಷಕ್ಕೆ ಒಂದು ಕಂಪ್ಯೂಟರ್ ಕೂಡಾ ಕೊಡಿಸ್ತೀನಿ. ನಿಂಗೆ ಬೇಕಾದ್ದೆಲ್ಲಾ ಒಂದೇ ಕಡೆ ಇಟ್ಕೋ. ನೀನೂ ಅಲ್ಲೇ ಮಲಕ್ಕೋ ಆಯ್ತಾ?" ಹೇಳಿ ಅಮ್ಮ ಓರೆಕಣ್ಣಲ್ಲಿ ನನ್ನನ್ನೇ ನೋಡತೊಡಗಿದಳು.

"ನಾನಿನ್ನೂ ದೊಡ್ಡವನಾಗಿಲ್ಲ; ನಿನ್ನ ಜೊತೇಲೇ ಮಲಕ್ಕೊಳ್ತೀನಿ" ಎಂದೆ. ನನಗೆ ಅಮ್ಮನ ಮೇಲೆ ಕೋಪವೇ ಬರತೊಡಗಿತು.

"ಹಾಗಲ್ಲ ಪುಟ್ಟಾ, ಇದು ಅಂಕಲ್ ಮನೆ ಅಲ್ವಾ, ನಾನು ಅವ್ರನ್ನು ಮದುವೆ ಆಗಿದೀನಿ, ಈಗ ನಾವಿಬ್ರೂ ಅವ್ರು ಹೇಳಿದ ಹಾಗೆ ಕೇಳಬೇಕು ಅಲ್ವಾ? ನೀನು ಅಲ್ಲೇ ಮಲಕ್ಕೋ, ಬೇಕಾದ್ರೆ ನಿಂಗೆ ನಿದ್ರೆ ಬರುವವರೆಗೆ ನಾನೂ ಅಲ್ಲೇ ಕೂತಿರ್ತೀನಿ" ಎಂದಳು. ಈಗ ಮುಖವನ್ನು ಆಚೆ ತಿರುಗಿಸಿ ಹೇಳಿದಳು.

"ಬೇಡ್ವೇ ಬೇಡ, ಅಂಕಲ್ ಬೇಕಾದ್ರೆ ಆ ಕೋಣೇಲಿ ಮಲಗ್ಲಿ, ನಾನು ಒಬ್ನೇ ಮಲಗೋದಿಲ್ಲ. ಅವರಿಗೆ ಇಷ್ಟ ಇಲ್ಲಾಂತಂದ್ರೆ ನಾವು ನಮ್ಮ ಮನೆಗೇ ಹೋಗೋಣ. ನಾನಂತೂ ನಿನ್ನ ಜೊತೆಗೇ ಮಲಗೋದು" ಹಠದಿಂದ ಹೇಳಿದೆ. ಅಮ್ಮ ಮತ್ತೆ ಮತ್ತೆ ಅದನ್ನೇ ಹೇಳುವಾಗ ಮೈ ಪರಚಿಕೊಳ್ಳುವಂತಾಯಿತು.

"ಹೇಳಿದ ಹಾಗೆ ಕೇಳ್ಬೇಕು, ಜಾಸ್ತಿ ತಲೆಹರಟೆ ಮಾಡ್ಬಾರ್ದು, ನೀನೇನು ತೀರ ಸಣ್ಣವ್ನಾ? ಯಾವಾಗ್ಲೂ ನಿನ್ನ ಮೂಗಿನ ನೇರಕ್ಕೇ ಆಗ್ಬೇಕು ಅಂದ್ರೆ ಆಗುತ್ತಾ? ಅಲ್ಲಿ ನಿಂಗೆ ಮಲಗೋದಕ್ಕೆ ವ್ಯವಸ್ಥೆ ಮಾಡ್ತೀನಿ, ಅಲ್ಲೇ ಮಲಕ್ಕೋ ಅಷ್ಟೆ; ಹೆಚ್ಚಿಗೆ ಮಾತಾಡ್ಬೇಡ" ಗಡುಸಾಗಿತ್ತು ಅಮ್ಮನ ಧ್ವನಿ.

"ಸರಿ, ನಾನು ಆ ಕೋಣೇಲೇ ಮಲಕ್ಕೊಳ್ತೀನಿ, ಆದ್ರೆ ನೀನೂ ನನ್ನ ಜೊತೇಲೇ ಮಲಗು, ಅರ್ಧರಾತ್ರೀಲಿ ಎದ್ದು ಹೋಗ್ಬೇಡ, ಅಂಕಲ್ ಇಷ್ಟು ದಿನ ಒಬ್ರೇ ಮಲಗ್ತಿರ್ಲಿಲ್ವಾ? ಅವರಿಗೇನೂ ಹೆದರಿಕೆ ಆಗೋದಿಲ್ಲ. ಅವ್ರು ದೊಡ್ಡವರು, ನಂಗೆ ಒಬ್ಬನೇ ಮಲಗೋದಕ್ಕೆ

ಹೆದರಿಕೆ ಆಗುತ್ತೆ" ಎಂದೆ. ಯಾಕೋ ಅಮ್ಮ ನನ್ನನ್ನು ಹಾಗೊಂದು ಒತ್ತಾಯಿಸುವಾಗ ದು:ಖವೇ ಬರತೊಡಗಿತು.

"ಆಯ್ತು, ನಿನ್ನ ಜೊತೇಲೇ ಮಲಗ್ತೀನಿ. ಅಕಸ್ಮಾತ್ ರಾತ್ರಿ ಬಾತ್‌ರೂಮಿಗೋ ಅಡಿಗೆ ಮನೆಗೋ ಹೋಗಿದ್ರೆ "ಮಮ್ಮೀ" ಅಂತ ಊರೆಲ್ಲಾ ಕೇಳೋ ಹಾಗೆ ಕೂಗ್ಬೇಡ. ನಾನೇನೂ ಊರು ಬಿಟ್ಟು ಹೋಗಿರೋದಿಲ್ಲ ಗೊತ್ತಾಯ್ತಾ? ಎಚ್ಚರ ಆದ್ರೂ ಹಾಗೇ ಮಲಗಿ ನಿದ್ರೆ ಮಾಡು" ಎಂದಳು ಅಮ್ಮ. ಯಾಕೋ ಅಮ್ಮ ಸುಳ್ಳು ಹೇಳುತ್ತಿದ್ದಾಳೆ ಎನ್ನಿಸಿತು. ನಾನು ನಿದ್ರೆ ಮಾಡಿದ ಮೇಲೆ ಅಮ್ಮ ಪುನ: ಅಂಕಲ್ಲಿನ ಜೊತೆ ಮಲಗಲು ಹೋಗುತ್ತಾಳೆ ಎನ್ನುವುದು ಖಚಿತವಾಯಿತು. ಆದರೆ ಈಗಂತೂ ಅಮ್ಮ ನನ್ನೊಂದಿಗೆ ಮಲಗುತ್ತಾಳೆ ಎಂದಳಲ್ಲಾ, ಅದೇ ಎಷ್ಟೋ ಸಮಾಧಾನವಾಯಿತು.

ಅಲ್ಲೇ ಕೋಣೆಯೊಳಗೆ ನನಗೆ ಮಲಗುವ ವ್ಯವಸ್ಥೆಯಾಯಿತು. ಅಮ್ಮನೂ ನನ್ನೊಂದಿಗೇ ಬಂದು ಮಲಗುವರೆಗೆ ಕಾದೆ. ನಾನು ನಿದ್ರೆ ಮಾಡಿ ಬಿಟ್ಟರೆ ಅಮ್ಮ ಜೊತೆಗೆ ಮಲಗಲು ಬಾರದೆ ಹೋದರೆ? ಎಂಬ ಭಯದಿಂದ ಬೇಗ ನಿದ್ರೆಯೂ ಬರಲಿಲ್ಲ. ಅಮ್ಮ ಮಾತ್ರ ನನಗೆ ನಿದ್ರೆ ಬಂತಾ ಎಂದು ಆಗಾಗ ನನ್ನನ್ನೇ ನೋಡುವುದೂ ನನಗೆ ತಿಳಿಯಿತು. ಅಮ್ಮ ಎಲ್ಲಿಗೂ ಹೋಗಬಾರದೆಂದು ಅಮ್ಮನ ಕುತ್ತಿಗೆಯನ್ನು ಬಿಗಿಯಾಗಿ ಸುತ್ತಿಕೊಂಡು ಮಲಗಿದೆ. ನಿದ್ರೆ ಬಂದಿದ್ದೇ ತಿಳಿಯಲಿಲ್ಲ.

ಎಚ್ಚರವಾದಾಗ ಗಂಟೆ ಎಷ್ಟೆಂದೇ ತಿಳಿಯದು. ಕೋಣೆಯೊಳಗೆ ಕತ್ತಲಾಗಿದ್ದರೂ ಸಣ್ಣ ಬಲ್ಬೊಂದು ಉರಿಯುತ್ತಿತ್ತು. ಥಕ್ಕನೆ ಅಮ್ಮ ಪಕ್ಕದಲ್ಲಿದ್ದಾಳೋ ಇಲ್ಲವೋ ಎಂದು ಕಣ್ಣುಜ್ಜಿ ನೋಡಿದೆ. ಇಲ್ಲ, ಅಮ್ಮ ಕಾಣಿಸಲಿಲ್ಲ! ಬಾತ್‌ರೂಮಿಗೇನಾದರೂ ಹೋಗಿರಬಹುದೇನೋ ಎನ್ನಿಸಿತು. ಸದ್ದಾಗದಂತೆ ಮೆಲ್ಲಗೆ ಎದ್ದು ಬಾತ್‌ರೂಮಿಗೆ ಹೋಗಿ ನೋಡಿದೆ. ಬಾತ್ ರೂಂ ತೆರೆದೇ ಇತ್ತು! ಅಡಿಗೆ ಮನೆಯತ್ತಲೂ ಒಮ್ಮೆ ಬಗ್ಗಿ ನೋಡಿದೆ. ಇಲ್ಲ, ಅಲ್ಲೂ ಅಮ್ಮ ಇಲ್ಲ! 'ಅಮ್ಮಾ' ಎಂದು ಜೋರಾಗಿ ಕರೆಯಲಾ ಎಂದುಕೊಂಡೆ. ಆದರೆ 'ಹಾಗೆ ಅರ್ಧರಾತ್ರಿಯಲ್ಲಿ ಊರೆಲ್ಲಾ ಕೇಳೋ ಹಾಗೆ ಬೊಬ್ಬೆ ಹೊಡೀಬೇಡ' ಎಂದು ಅಮ್ಮ ಹೇಳಿದ್ದು ನೆನಪಾಗಿ ಕರೆದರೆ ಅಮ್ಮನಿಗೂ ಕೋಪ ಬರುತ್ತೆ, ಅಂಕಲ್ಲಿಗೂ ಕೋಪ ಬರಬಹುದು ಎನ್ನಿಸಿ ಸುಮ್ಮನಾದೆ. ಪುನ: ಬಂದು ಹಾಸಿಗೆಯಲ್ಲುರುಳಿದೆ. ಇಂದಂತೂ ಯಾವ ಹೆದರಿಕೆಯೂ ಆಗಲಿಲ್ಲ. ಆದರೆ ಎಂದೂ ಸುಳ್ಳು ಹೇಳುವುದಿಲ್ಲ ಎಂದು ತಿಳಿದ ಅಮ್ಮ ನನ್ನಲ್ಲಿ ಸುಳ್ಳು ಹೇಳುತ್ತಾಳೆ ಎನ್ನುವುದು ಮಾತ್ರ ಖಚಿತವಾಯಿತು. ನಿಜಕ್ಕೂ ಅಳು ಬರತೊಡಗಿತು.

ಚಿಕ್ಕವನಾದ ನನ್ನನ್ನು ಬಿಟ್ಟು ಅವರೊಂದಿಗೇ ಮಲಗಬೇಕು ಎನ್ನುವ ಹಠ ಯಾಕೆ? ನಿನ್ನೆ ಮೊನ್ನೆ ಕಂಡ ಅಂಕಲ್ ನನಗಿಂತ ಅಷ್ಟೊಂದು ಇಷ್ಟ ಯಾಕೆ? ಅಮ್ಮನಿಗೆ ಎಷ್ಟು ಹೇಳಿದರೂ ಯಾಕೆ ಇದೆಲ್ಲಾ ಅರ್ಥವೇ ಆಗುವುದಿಲ್ಲ?

●●●

ರತನ್, ಮನೆಯಿಂದ ಒಂದು ಫೋಟೋ ತಂದಿದ್ದ. ಅದರಲ್ಲಿ ಅವನ ಅಪ್ಪ, ಅಮ್ಮ, ಆಚೀಚೆ. ನಡುವೆ ಅವರಿಬ್ಬರ ಒಂದೊಂದು ತೊಡೆಯ ಮೇಲೂ ಕೈಯಿಟ್ಟು ನಗುತ್ತಾ ಕುಳಿತ ರತನ್! ನೋಡಿ ಹೇಳಲಾಗದ ಹೊಟ್ಟೆ ಉರಿ ಬಾಧಿಸತೊಡಗಿತು. ಆಗಲೇ

ನೆನಪಾಗಿದ್ದು! ಅಪ್ಪ ಅಮ್ಮನ ಜೊತೆಗೆ ಕುಳಿತು ತೆಗೆಸಿದ ಒಂದೇ ಒಂದು ಫೋಟೋ ನನ್ನ ಹತ್ತಿರ ಇಲ್ಲ! ಅಮ್ಮನ ಕೇಳಬೇಕು. ಆದರೆ ಅದಕ್ಕಿಂತಲೂ ಬೇಸರವಾಗಿದ್ದು 'ಇನ್ನು ನಾನು ಆ ರೀತಿ ಅವರಿಬ್ಬರ ಮಧ್ಯೆ ನಿಂತು ಫೋಟೋ ತೆಗೆಸುವುದು ಯಾವಾಗ?' ಏಕೋ ಅಳು ಒತ್ತರಿಸಿ ಬರತೊಡಗಿತು.

'ಪುಟ್ಟಾ, ನೀನೀಗ ದೊಡ್ಡವನಾಗಿದೀಯ' ಎಂದು ಹೇಳಿ ಅಮ್ಮನೇನೋ ನನಗೆ ಇಷ್ಟವಿಲ್ಲದಿದ್ದರೂ ನನಗೊಂದು ಪ್ರತ್ಯೇಕ ಕೋಣೆಯಲ್ಲಿ ಮಲಗಲು ವ್ಯವಸ್ಥೆ ಮಾಡಿದ್ದಳು. ದೊಡ್ಡ ಕೋಣೆ. ಎಲ್ಲಾ ಸೌಕರ್ಯವೂ ಇತ್ತು. ಆದರೆ ನನಗೆ ಮಾತ್ರ ಅಮ್ಮ ಶಿಕ್ಷೆ ನೀಡುತ್ತಿದ್ದಾಳೆ ಎಂದೇ ಭಾಸವಾಯಿತು. ಕಿಟಿಕಿಯಿಂದಾಚೆ ನೋಡಿದರೆ ಕತ್ತಲು. ಭಯ ಹುಟ್ಟಿಸುವ ಕತ್ತಲು! ಅಲ್ಲಿ ಎತ್ತರೆತ್ತರವಾಗಿ ಬೆಳೆದ ಮರಗಿಡಗಳು. ಅಲ್ಲಿಂದ ನೋಡಿದರೆ ಆಚೀಚೆ ಹರಿದಾಡುವ ನೆರಳುಗಳು! ಮಿಸ್ ಒಂದು ಭೂತದ ಕತೆ ಹೇಳಿದ್ದರು 'ಉದ್ದವಾದ ಹೊರ ಚಾಚಿದ ನಾಲಗೆ! ಕೋರೆ ಹಲ್ಲುಗಳು! ಕಾಲುಗಳು ಹಿಂದು ಮುಂದಾಗಿರುತ್ತವಂತೆ! ಕಪ್ಪು ಎಂದರೆ ಕಡು ಕಪ್ಪಂತೆ! ಗಾಳಿಯಲ್ಲಿ ತೇಲಿ ಬರುವ ಅದು ಎಷ್ಟು ಸಣ್ಣ ಅಥವಾ ಎಷ್ಟು ದೊಡ್ಡದು ಬೇಕಾದರೂ ಆಗುತ್ತದಂತೆ! ಅಮವಾಸ್ಯೆ ದಿನ ಅದಕ್ಕೆ ಎಲ್ಲಿಲ್ಲದ ಶಕ್ತಿ ಬರುತ್ತಂತೆ!' ಅದೆಲ್ಲಾ ನೆನಪಾಯಿತು. ಅಮವಾಸ್ಯೆ ಯಾವಾಗಲೋ? ರಾತ್ರಿ ಮಲಗಿದ ಮೇಲೆ ಕಿಟಿಕಿಯಲ್ಲಿ ನೆರಳು ಸರಿದಾಗೆಲ್ಲಾ ನನಗೆ ಅದರ ನೆನಪೇ. ಕಿಟಕಿಯ ಒಳಗಿನಿಂದ ನುಸುಳಿ ನನ್ನ ಎರಡೂ ಕಾಲ ಮೇಲೆ ಕುಳಿತು ನನ್ನ ಎರಡೂ ಕೈಗಳನ್ನು ಅದುಮಿ ಹಿಡಿದು... ದೇವರೇ, ಅಥವಾ ಕಿಟಕಿಯ ಎಡೆಯಿಂದ ಕೋರೆ ಹಲ್ಲನ್ನು ಹೊರಚಾಚಿ ಇಣುಕಿ ನೋಡತೊಡಗಿದರೇ? ಅದೆಲ್ಲಾ ನೆನಪಾಗುವುದು ಅರ್ಧರಾತ್ರಿಯಲ್ಲಿ ಎಚ್ಚರವಾದಾಗ! ಆಗ ಅಮ್ಮನ ಕರೆಯುವಾ ಎಂದರೆ ಅವರ ಕೋಣೆಯ ಬಾಗಿಲು ಹಾಕಿರುತ್ತೆ. ಅಲ್ಲದೆ ಅವರು ಮಲಗಿದ ಮೇಲೆ ಕರೆದರೆ ಅಂಕಲ್ಲಿಗೆ ತುಂಬಾ ಕೋಪ ಬಂದು ಬಿಡುತ್ತದೆ. ಒಂದು ದಿನ ಹಾಗೇ ಹೆದರಿಕೆಯಾಗಿ ಅಮ್ಮನನ್ನು ಕರೆದದ್ದಕ್ಕೆ "ಮಲಗಿದ ಮೇಲೆ ನಿಮ್ಮಮ್ಮನ್ನ ಕರೀಬೇಡ; ಏನಾದ್ರೂ ಹೇಳ್ಬೇಕು ಅಂದ್ರೆ ಬೆಳಗ್ಗೆ ಹೇಳು. ನಂಗೆ ಒಮ್ಮೆ ಎಚ್ಚರ ಆದ್ರೆ ಮತ್ತೆ ನಿದ್ರೇನೇ ಬರೋದಿಲ್ಲ; ರಾತ್ರಿ ಸುಮ್ಮನೆ ಮಲಗಿ ನಿದ್ರೆ ಮಾಡೋದು ಕಲಿ" ಎಂದು ಸ್ವಲ್ಪ ಸಿಟ್ಟಿನಿಂದಲೇ ಗದರಿದ್ದರು ಅಂಕಲ್. ಅದಕ್ಕೆ ಪರಿಹಾರವಾಗಿ ನಾನು ಗಟ್ಟಿಯಾಗಿ ಮುಸುಕು ಹೊದ್ದು ಮಲಗಿ ಬಿಡುತ್ತಿದ್ದೆ. ಆದರೂ ಹೆದರಿಕೆ. 'ಅದು ನನ್ನ ಕಾಲ ಬಳಿಯೇನಾದರೂ ಬಂದು ಕುಳಿತಿದ್ದರೇ' ಎಂಬ ಯೋಚನೆ ಒಮ್ಮೊಮ್ಮೆ ಬಂದಾಗ ಹಾಗೇ ಮುಸುಕು ಸರಿಸಿ ನೋಡಲೇ ಎನಿಸುತ್ತದೆ. ಅದಕ್ಕೂ ಧೈರ್ಯ ಸಾಲದೆ ಹಾಗೇ ಸುಮ್ಮನಾಗುತ್ತೇನೆ. ಹೊದಿಕೆಯೊಳಗೆ ಉಸಿರು ಕಟ್ಟಿದಂತಾಗಿ ಮೈಯೆಲ್ಲಾ ಬೆವರಿ ಒದ್ದೆಯಾಗುತ್ತದೆ. ಹಾಗೆ ಯಾವಾಗಲೋ ನಿದ್ರೆ ಬಂದು ಅರ್ಧ ರಾತ್ರಿಯಲ್ಲಿ ಎಚ್ಚರವಾದರೆ 'ಥೂ ಹೇಳಲೂ ನಾಚಿಕೆಯಾಗುತ್ತೆ, ಅದೇನಾಗುತ್ತೋ, ಪ್ರತಿದಿನಾ ನಿದ್ರೆಯಲ್ಲಿ ಎಷ್ಟು ಹೊತ್ತಿಗೋ ನನ್ನ ಚಡ್ಡಿ ಒದ್ದೆಯಾಗಿರುತ್ತದೆ' ಅದು ಹೇಗೆ ಅಮ್ಮನಿಗೆ ಗೊತ್ತಾಗುತ್ತೋ? ಹಾಗಾದ ಮರುದಿನ ಅಮ್ಮ ಕೇಳುತ್ತಾಳೆ "ಅದ್ಯಾಕೆ ಹಾಗೆ ಚಡ್ಡೀಲಿ ಉಚ್ಚೆ ಹೊಯ್ಕೊತೀಯಾ? ಮಲಗೋದಕ್ಕೆ ಮೊದಲು ಟಾಯ್ಲೆಟ್ಟಿಗೆ ಹೋಗಿ ಬಂದು ಮಲಕ್ಕೋ ಅಂತ ಎಷ್ಟು ಸಲ ಹೇಳಿದೀನಿ ನಿಂಗೇ?". ಅಮ್ಮನೇ ಆದರೂ ಕೇಳುವಾಗ ನಾಚಿಕೆಯಿಂದ ಮುದ್ದೆಯಾಗುತ್ತೇನೆ. ಅಮ್ಮ ಹೇಳಿದ ಹಾಗೆ ಮಲಗುವ ಮೊದಲು ಟಾಯ್ಲೆಟ್ಟಿಗೆ ಹೋಗಿಯೇ ಮಲಗುತ್ತೇನೆ? ಮತ್ಯಾಕೆ ಹಾಗಾಗುತ್ತೋ?

45

ಅನಾಥ ಹಕ್ಕಿಯ ಕೂಗು

ಒಂದು ದಿನ ಅಮ್ಮ ಹೇಳಿದಳು "ಪುಟ್ಟಾ, ನಂಗೂ ನಿನ್ನ ಅಂಕಲ್‌ಗೂ ಒಂದು ವಾರ ಬೇರೆ ಊರಲ್ಲಿ ಕೆಲಸ ಇದೆ. ನಿಂಗೆ ಊಟಕ್ಕೆ, ಮನೆ ಕೆಲಸಕ್ಕೆಲ್ಲಾ ಇವತ್ತಿಂದ ಒಬ್ಬಳು ಕೆಲಸದ ಆಂಟಿ ಬರ್ತಾಳೆ".

"ನಾನೂ ಬರ್ತೀನಿ, ನನ್ನನ್ಯಾಕೆ ಬಿಟ್ಟು ಹೋಗ್ತೀಯಾ" ತಟಕ್ಕನೆ ಹೇಳಿದೆ.

"ಇಲ್ಲ ಪುಟ್ಟಾ, ಅದು ನಾವು ಕಂಪೆನಿ ಕೆಲಸದ ಮೇಲೆ ಹೋಗ್ತಾ ಇರೋದು; ಅಲ್ಲಿಗೆಲ್ಲಾ ಮಕ್ಕಳನ್ನು ಕರ್ಕೊಂಡು ಹೋಗೋದಕ್ಕೆ ಆಗುತ್ತಾ? ನೀನೇನೂ ಹೆದರ್ಕೋಬೇಡ, ನಿನ್ನ ರೂಮಲ್ಲೇ ಮಲಗೋದಕ್ಕೆ ಹೇಳಿದೀನಿ" ಹೇಳಿ ನನ್ನನ್ನು ಒಪ್ಪಿಸಿ ಒಂದು ವಾರ ಇಬ್ಬರೂ ಹೊರಗೆ ಹೋದರು. ಆಗೆಲ್ಲಾ ನಾನು ತೀರ ಒಂಟಿ. ಅಮ್ಮ ಯಾವಾಗ ಬರುವಳೋ ಎಂದು ದಿನಾ ಕಾಯುವುದೇ ಆಗಿ ಹೋಯಿತು. ವಾರದಲ್ಲೇ ಅಮ್ಮ ಅಂಕಲ್ ಕೆಲಸ ಮುಗಿಸಿಕೊಂಡೂ ಬಂದರು. ಪ್ರತಿದಿನಾ ಫೋನ್ ಮಾಡ್ತೀನಿ ಎಂದಿದ್ದ ಅಮ್ಮ ಮಾಡಿದ್ದು ಮಾತ್ರ ಎರಡೇ ಸಲ! ಬಂದ ಮರುದಿನ ಅಮ್ಮನ ಆಫೀಸಿಂದ ಅಮ್ಮನ ಫ್ರೆಂಡ್ ಫೋನ್ ಮಾಡಿದ್ದರು. ನಾನು ಪಕ್ಕದಲ್ಲೇ ಇದ್ದೆ. "ಹೇಗಿತ್ತೇ ಸೆಕೆಂಡ್ ಹನೀಮೂನ್?" ಎಂದು ಅವರು ಕೇಳಿದ್ದೂ ಅಮ್ಮ ನನ್ನ ಕಡೆ ನೋಡುತ್ತಾ ಮೆತ್ತಗೆ ನಗುತ್ತಾ "ಚೆನ್ನಾಗಿತ್ತು, ಕನ್ಯಾಕುಮಾರಿಗೆ ಹೋಗಿದ್ವು, ನಿನ್ನೆ ತಾನೇ ಬಂದಿದೀವಿ" ಎಂದು ಉತ್ತರ ಕೊಟ್ಟಿದ್ದೂ ಕೇಳಿಸಿತು. ನಾನು ಆಡಲು ಹೊರಟೆ. ಅದು ಸರಿ 'ಕನ್ಯಾಕುಮಾರಿ ಎಲ್ಲಿದೆ? ಹನಿಮೂನ್ ಅಂದರೆ ಏನು?, ಕಂಪೆನಿ ಕೆಲಸ ಕನ್ಯಾಕುಮಾರಿಯಲ್ಲಿತ್ತಾ?' ಈಗ ಕೇಳಿದರೆ ಅಮ್ಮನೂ ಸರಿಯಾಗಿ ಉತ್ತರ ಕೊಡುವುದಿಲ್ಲ; ಮಿಸ್ಸನ್ನೇ ಕೇಳಬೇಕು.

●●●

ಯಾಕೋ ನಾಲ್ಕು ತಿಂಗಳಿಂದ ಅಪ್ಪ ನನ್ನನ್ನು ನೋಡಲು ಬರಲೇ ಇಲ್ಲ. ಆದರೆ ನಾನಂತೂ ಪ್ರತಿದಿನಾ ಅವರು ಬಂದೇ ಬರುತ್ತಾರೆ ಎಂದು ಗೇಟಿನತ್ತ ನೋಡುವುದನ್ನು ಮಾತ್ರ ಬಿಡಲಿಲ್ಲ. ಆಮೇಲೊಮ್ಮೆ ಬಂದರು, ಗೇಟಿನ ಬಳಿಯೇ ನಿಂತು ಮಾತಾಡಿಸಿ, ಒಂದಷ್ಟು ಹಣ ಕೊಟ್ಟು "ನಿನ್ನಮ್ಮ ನಿನ್ನ ಚೆನ್ನಾಗಿ ನೋಡ್ಕೋತಾ ಇದಾಳಾ?" ಎಂದರು. ತಲೆ ಆಡಿಸಿದೆ. "ಅಂಕಲ್ ಜೋರು ಮಾಡ್ತಾರಾ?" ಕೇಳಿದರು.

"ಒಂದೊಂದ್ಸಲ" ಎಂದೆ. ಚೆನ್ನಾಗಿ ಮಾತೇ ಆಡಿಸಲಿಲ್ಲ. ನನ್ನ ಮುಖವನ್ನೇ ನೋಡಿ ಹೊರಟುಹೋದರು. ಯಾಕೋ ಅಳು ಬಂದು ಕಣ್ಣೊರೆಸಿಕೊಳ್ಳಲು ನೋಡಿದರೆ ಜೇಬಿನಲ್ಲಿ ಕರ್ಚೀಫೂ ಇಲ್ಲ!

ಶನಿವಾರ ನಮಗೆ ಬೇಗ ಶಾಲೆ ಶುರುವಾಗುತ್ತದೆ. ಅಂದು ಬೇಗ ಸ್ನಾನ ಮುಗಿಸಿ ಶಾಲೆಗೆ ಹೋಗೋಣವೆಂದು ಬಾತ್‌ರೂಮಿಗೆ ಹೋದಾಗಲೇ ಅಂಕಲ್ ಸ್ನಾನಕ್ಕೆ ಬಂದುಬಿಟ್ಟರು. ನಾನು ಆಗತಾನೇ ಸ್ನಾನ ಮಾಡಲು ಇಳಿದಿದ್ದರಿಂದ ಸ್ವಲ್ಪ ತಡವೇ ಆಯಿತು "ಆಯ್ತಾ? ಬೇಗ ಮುಗ್ಸು" ಎಂದು ಎರಡೆರಡು ಸಲ ಹೇಳಿದರು ಅಂಕಲ್. ನಾನೂ ಆದಷ್ಟು ಬೇಗ ಸ್ನಾನ ಮುಗಿಸಿಯೇ ಬಂದೆ. ಬಾಗಿಲಲ್ಲೇ ನಿಂತಿದ್ದ ಅವರು "ಎಷ್ಟು ಹೊತ್ತು ಬೇಕು ಸ್ನಾನ

ಮಾಡೋದಕ್ಕೆ?" ಎಂದು ನನ್ನ ಕಿವಿಹಿಡಿದು ಜೋರಾಗಿ ತಿರುಗಿಸಿದರು. ಅವರಿಗೆ ನನ್ನ ಮೇಲೆ ತುಂಬ ಕೋಪ ಬಂದಿತ್ತು!

ಅಂದು ಭಾನುವಾರ. ನನಗೆ ಇಡೀ ದಿನ ರಜೆ. ಅಮ್ಮನೂ ಅಂಕಲ್ಲೂ ಏನೋ ಕೊಳ್ಳಲು ಕಾರಲ್ಲಿ ಹೊರಟರು. ನಾನೂ ಬರುತ್ತೇನೆ ಎಂದು ಹಠ ಹಿಡಿದೆ. "ಬೇಡ. ನಿಂಗಲ್ಲಿ ಬೋರಾಗುತ್ತೆ. ನೀನು ವಿಡಿಯೋಗೇಮ್ ಆಡು" ಎಂದರು ಅಂಕಲ್.

"ಬರಲಿ ಬಿಡಿ" ಎಂದಳು ಅಮ್ಮ.

ಆಗ ಅಂಕಲ್ ಎಷ್ಟು ದೊಡ್ಡ ಕಣ್ಣು ಬಿಟ್ಟು ಅಮ್ಮನನ್ನು ನೋಡಿದರು ಎಂದರೆ ಅಮ್ಮ ಮಾತೇ ಆಡದೆ ಸುಮ್ಮನಾಗಿ ಬಿಟ್ಟಳು. ನಾನು ಮಾತ್ರ ಹಠ ಬಿಡದೆ ಹೊರಟು ಬಿಟ್ಟೆ. ಅಂಕಲ್ ಮುಖ ಊದಿಸಿಕೊಂಡೇ ಇದ್ದರು. ಹೋಗಿ ಬರುವವರೆಗೆ ನನ್ನೊಂದಿಗೆ ಮಾತೇ ಆಡಲಿಲ್ಲ. ನನ್ನ ಮುಖ ಕೂಡಾ ನೋಡಲಿಲ್ಲ. ಸಂಜೆ ಟೀಪಾಯ್ ಮೇಲೆ ಜೋಡಿಸಿಟ್ಟ ಪತ್ರಿಕೆಗಳ ಅಡಿಯಲ್ಲಿ ನನ್ನ ಸ್ಕೂಲ್ ಐಡೆಂಟಿಟಿ ಕಾರ್ಡ್ ಇದೆಯೇನೋ ಎಂದು ಎತ್ತಿ ನೋಡಿದೆ. ಜೋಡಿಸಿಟ್ಟ ಪತ್ರಿಕೆಗಳು ಸ್ವಲ್ಪ ಆಚೀಚೆಯಾದವು. ಅಷ್ಟೆ; ಮೊದಲೇ ಮುಖ ಊದಿಸಿಕೊಂಡಿದ್ದ ಅಂಕಲ್ಲಿಗೆ ಎಷ್ಟು ಬೇಗ ಸಿಟ್ಟು ಬಂದುಬಿಟ್ಟಿತು ಎಂದರೆ ತಕ್ಷಣ ಕೆನ್ನೆಗೆ ಎರಡು ಬಾರಿಸಿಬಿಟ್ಟರು. ಅದುವರೆಗೆ ಎಂದೂ ಯಾರ ಕೈಯಲ್ಲೂ ಪೆಟ್ಟು ತಿನ್ನದ ನಾನು ಅಂದು ಮೊದಲ ಬಾರಿಗೆ ಅವರ ಕೈಯಿಂದ ಏಟು ತಿಂದೆ. ಅಮ್ಮ ಅಡಿಗೆ ಮನೆಯಿಂದಲೇ ಹೊರಗೆ ಬಂದವಳು ನೋಡಿಯೂ ಏನೂ ಮಾತಾಡದೆ ಒಳಗೆ ಹೋದಳು. ಅವಳ ಮುಖ ಮಾತ್ರ ಸಪ್ಪಗಾಗಿತ್ತು!

ಪರೀಕ್ಷೆ ಹತ್ತಿರ ಹತ್ತಿರ ಬರುತ್ತಿದ್ದಂತೆ ಒಂದು ದಿನ ಅಮ್ಮ ಕರೆದು ಕೇಳಿದಳು "ಪುಟ್ಟಾ, ನಿಂಗೆ ಶಾಲೆಯಿಂದ ಬಂದಾಗ ಇಲ್ಲಿ ಯಾರೂ ಇಲ್ಲದೇ ಒಬ್ಬನೇ ತುಂಬಾ ಬೇಜಾರಾಗುತ್ತಲ್ವಾ?"

ನನ್ನ ಕಷ್ಟ ಅಮ್ಮನಿಗೆ ಈಗಲಾದರೂ ಅರ್ಥವಾಗಿದ್ದಕ್ಕೆ ತುಂಬ ಖುಷಿಯಾಗಿ ಹೇಳಿದೆ. "ಹೌದು ಮಮ್ಮೀ, ತುಂಬಾ ಬೋರಾಗುತ್ತೆ, ನೀನು ಬೇಗ ಬರ್ತೀಯಾ?"

"ಇಲ್ಲ ಪುಟ್ಟಾ, ಅದಕ್ಕೇ ನಿಂಗೆ ಬೋರಾಗದ ಹಾಗೆ ಏನು ಮಾಡೋದು ಅಂತ ಯೋಚನೆ ಮಾಡ್ತಾ ಇದೀವಿ. ಹೀಗೇ ಆದರೆ ಮುಂದಿನ ವರ್ಷ ನಿನ್ನ ಬೋರ್ಡಿಂಗಿಗೆ ಸೇರ್ಸೋಣ ಅಂತಿದೀವಿ. ಅಲ್ಲಾದ್ರೆ ನಿನ್ನ ಜೊತೆಗೆ ಆಡೋದಕ್ಕೆ ಮಕ್ಕಳಿರ್ತಾರೆ. ನಿಂಗೆ ಬೋರಾಗೋದಿಲ್ಲ" ಎಂದಳು.

"ಬೋರಾದ್ರೂ ತೊಂದರೆ ಇಲ್ಲ, ಇಲ್ಲೇ ಇರ್ತೀನಿ" ಎಂದೆ. ಯಾಕೋ ಅಮ್ಮನ ಮೇಲೆ ತುಂಬ ಕೋಪ ಬಂತು.

"ಹಾಗಲ್ಲ ಪುಟ್ಟಾ, ಅಲ್ಲಾದ್ರೆ ನಿಂಗೆ ಮಕ್ಕಳ ಜೊತೆಗೆ ಆಡಬಹುದು, ಇಲ್ಲಿ ಯಾರಿದಾರೆ ಹೇಳು? ನಿನ್ನ ಅಂಕಲ್ಲೂ ಅದನ್ನೇ ಹೇಳಿದ್ರು"

ನಾನು ಅಮ್ಮನ ಮುಖವನ್ನೇ ನೋಡಿದೆ. "ಯಾರೂ ಇಲ್ಲದಿದ್ರೂ ಇಲ್ಲಿ ನೀನಿಲ್ವಾ?" ಎಂದೆ.

'ನನಗೆ ಇಷ್ಟವಿಲ್ಲದೆ ಹೋದರೂ ಅಮ್ಮ ಯಾಕೆ ಹಾಗೆ ಒತ್ತಾಯ ಮಾಡುತ್ತಾಳೆ?'

●●●

ನನಗೆ ಹಾಸ್ಟೆಲ್ ಇಷ್ಟವಿಲ್ಲವೆಂದು ಸಾರಿ ಸಾರಿ ಹೇಳಿದರೂ ಕೇಳದೆ ಅಮ್ಮ ನನ್ನನ್ನು ಒಪ್ಪಿಸಿ ಹಾಸ್ಟೆಲ್ಲಿಗೆ ಸೇರಿಸಿಬಿಟ್ಟಳು. ಎಂದೂ ಮನೆಯಿಂದ ಹೊರಗೆ ಒಬ್ಬನೇ ಇದ್ದು ಅಭ್ಯಾಸವಿಲ್ಲದೆ ರಾತ್ರಿ ಕಳೆಯುವುದು ತುಂಬಾ ಕಷ್ಟವಾಗುತ್ತದೆ. ಎಲ್ಲಕ್ಕಿಂತ ಮುಖ್ಯವಾಗಿ ವಾರಕ್ಕೆ ಐದು ದಿನವಾದರೂ ಹಾಸಿಗೆ ಒದ್ದೆಯಾಗಿ ಬಿಡುತ್ತದೆ. ಅದು ಯಾರಿಗೂ ಗೊತ್ತಾಗದಂತೆ ನೋಡಿಕೊಳ್ಳಬೇಕು. ಆದರೂ ಬಟ್ಟೆ ಒಗೆಯೋದಕ್ಕೆ ಬರುವ ಆಂಟಿ "ಯಾಕಪ್ಪಾ, ಮಲಗೋ ಮೊದ್ಲು ರೀಸಸ್ ಮಾಡೋದಕ್ಕೆ ಅಭ್ಯಾಸ ಮಾಡ್ಕೋ? ಬಟ್ಟೆ ವಾಸನೆ ಬರುತ್ತೆ" ಎಂದಾಗ ಅಮ್ಮನ ಮೇಲೇ ಕೋಪ ಬಂದಿತ್ತು.

ತಿಂಗಳಿಗೊಮ್ಮೆ ಅಮ್ಮನೇ ಬಂದು ನನ್ನನ್ನು ಮನೆಗೆ ಕರೆದುಕೊಂಡು ಹೋಗುತ್ತಾಳೆ.

ಒಂದು ದಿನ ಇದ್ದಕ್ಕಿದ್ದ ಹಾಗೆ ಅಪ್ಪನ ಕೆಂಪು ಕಾರು ಬಂದು ಶಾಲೆಯ ಗೇಟಿನ ಬಳಿ ನಿಂತಿತು. ಅದರಿಂದ ಅಪ್ಪನೂ ಆಂಟಿಯೂ ಕೆಳಗಿಳಿದರು. ಆಂಟಿ ಕೈಯಲ್ಲಿ ಒಂದು ಪುಟ್ಟ ಪಾಪು ಇತ್ತು. ತುಂಬಾ ಮುದ್ದಾಗಿತ್ತು. "ಇದ್ಯಾರ್ದು ಪಾಪು? ಮುಟ್ಟಹುದಾ?" ಎಂದೆ.

"ಹೂಂ, ನಿನ್ನ ತಂಗಿ, ಮುಟ್ಟು ಆದರೆ ನೋವು ಮಾಡ್ಬೇಡ" ಎಂದರು ಅಪ್ಪ ನಗುತ್ತಾ.

ಅಮ್ಮನಿಗೆ ಮಗುವೇ ಆಗಿಲ್ಲ. ಇದು ತಂಗಿ ಹೇಗೆ? ಎನಿಸಿತು.

"ನನ್ತಂಗೀನಾ?" ಎಂದೆ ಆಶ್ಚರ್ಯದಿಂದ.

"ಹೌದು. ನಿನ್ತಂಗೀನೇ. ಚೆನ್ನಾಗಿದ್ಯಾ?" ಎಂದರು ಆಂಟಿ.

"ಚೆನ್ನಾಗಿದೆ" ಎಂದೆ. ಆಂಟಿ ಮಗು ಇರಬಹುದು ಎನಿಸಿತು. ಈಗಲಾದರೂ ಮನೆಗೆ ಕರೆದುಕೊಂಡು ಹೋಗಬಹುದು ಎಂದು ಆಸೆಯಿಂದ ಕಾದೆ. ಆದರೆ ಅಪ್ಪ ಕರೆಯಲಿಲ್ಲ. ಜೇಬಿನಲ್ಲಿ ಮಾತ್ರ ನೂರರ ನಾಲ್ಕೈದು ನೋಟುಗಳನ್ನಿಟ್ಟು, ಒಂದು ಚಾಕೊಲೇಟಿನ ಪ್ಯಾಕೆಟ್ಟನ್ನೂ ಕೊಟ್ಟು, ಒಂದು ಪುಟ್ಟ ವಾಚನ್ನೂ ಕೊಟ್ಟು ಹೊರಟುಹೋದರು. 'ಆಂಟಿ ಕೈಯಲ್ಲಿರುವ ಮಗು ನಂಗೆ ತಂಗಿ ಆಗುವುದು ಹೇಗೆ?' ಅದು ಮಾತ್ರ ತಲೆಯನ್ನು ಕೊರೆಯತೊಡಗಿತು. ಅಮ್ಮ ಬಂದಾಗ ಕೇಳಬೇಕು.

ಅಂದು ಶಾಲೆಯಲ್ಲಿ ವಾರ್ಷಿಕೋತ್ಸವ. ಮಿಸ್ ಹಟಮಾಡಿ ನನ್ನನ್ನೂ ಒಂದು ನಾಟಕದಲ್ಲಿ ಪಾತ್ರ ಮಾಡಲು ಸೇರಿಸಿಕೊಂಡರು. ಅಪ್ಪ, ಅಮ್ಮ ಇಬ್ಬರಿಗೂ ನಾನು ಪಾರ್ಟ್ ಮಾಡುವ ವಿಷಯ ಹೇಳಿದ್ದೆ. ನನ್ನ ಎಲ್ಲಾ ಸ್ನೇಹಿತರ ಅಪ್ಪ ಅಮ್ಮಂದಿರೂ ಬಂದಿದ್ದರು. ರತನ್ ಮತ್ತು ಗಗನರ ಅಪ್ಪ ಅಮ್ಮಂದಿರೂ ಬಂದಿದ್ದರು. ನಾಟಕ ಮಾಡುವ ಮಕ್ಕಳ ಅಪ್ಪ ಅಮ್ಮ ಆಗಾಗ ಬಂದು ಮಕ್ಕಳಿಗೆ ಧೈರ್ಯ ಹೇಳಿ ಹೋಗುತ್ತಿದ್ದರು. ನನ್ನ ಅಪ್ಪ

ಅಮ್ಮ ಇಬ್ಬರಲ್ಲಿ ಒಬ್ಬರಾದರೂ ಬರಬಹುದು, ಎಂದು ಜನಗಳ ಮಧ್ಯೆ ಎಲ್ಲಾ ಕಡೆ ನನ್ನ ಕಣ್ಣುಗಳು ಹುಡುಕಾಡಿದವು. ಊಹೂಂ, ಅಪ್ಪನ ಕೆಂಪು ಕಾರೂ ಕಾಣಿಸಲಿಲ್ಲ. ಅಂಕಲ್ಲಿನ ಕಪ್ಪು ಕಾರೂ ಬರಲಿಲ್ಲ. ನಮ್ಮ ನಾಟಕಕ್ಕೆ ಬಹುಮಾನ ಬಂದು ನನಗೂ ಒಂದು ಸಿಕ್ಕಿತು. ಎಲ್ಲರೂ ಅದು ಕೈಗೆ ಸಿಗುತ್ತಿದ್ದಂತೆ ಖುಷಿಯಿಂದ ಬೀಗುತ್ತಾ ಕಾದು ಕುಳಿತಿದ್ದ ತಮ್ಮ ಅಪ್ಪ ಅಮ್ಮಂದಿರಿಗೆ ತೆಗೆದುಕೊಂಡು ಹೋಗಿ ಕೊಟ್ಟರು.

ನನಗೆ ಬಂದ ಬಹುಮಾನವನ್ನು ನಾನು ಯಾರಿಗೆ ಕೊಡಲಿ? ಬಹಳ ಹೊತ್ತು ಹಾಗೇ ಅದನ್ನು ಕೈಯಲ್ಲಿ ಹಿಡಿದು ನಿಂತಿದ್ದೆ. ನನಗೇ ಅರಿವಿಲ್ಲದೆ ದು:ಖ ಉಮ್ಮಳಿಸಿ ಬರತೊಡಗಿತು. ಕಣ್ಣಿಂದ ನೀರೂ ಬರತೊಡಗಿತು. ಎಷ್ಟೆಂದರೆ ನನ್ನ ಅಂಗಿ ಒದ್ದೆಯಾಗಿದ್ದು ನನ್ನ ಎದೆ ಮತ್ತು ಹೊಟ್ಟೆ ತಣ್ಣಗಾದಾಗಲೇ ನನಗೆ ಅರಿವಾಗಿದ್ದು!

ನನಗೆ ಬಂದ ಬಹುಮಾನದ ಮೇಲೆಯೇ ಎಷ್ಟು ಕೋಪ ಬಂದಿತೆಂದರೆ ನನ್ನ ಕೋಣೆಗೆ ಬಂದ ನಂತರ ಟೇಬಲ್ಲಿನ ಮೇಲಿಟ್ಟು ಹೊರಗಿಂದ ಒಂದು ಕಲ್ಲು ತಂದು ತಿಳಿಯದೆ ಬೆರಳನ್ನೂ ಸೇರಿಸಿ ಅದನ್ನು ಜಜ್ಜತೊಡಗಿದೆ.

●●●

ಸಂದೀಪ್ ನನ್ನಷ್ಟು ಓದುವ ಹುಡುಗ ಅಲ್ಲ. ಆದರೆ ಚೆನ್ನಾಗಿ ಆಡುತ್ತಿದ್ದ. ಅಂದು ನಾನೂ ಸಂದೀಪನೂ ಶಾಲೆ ಬಿಟ್ಟ ಮೇಲೆ ಶಾಲೆಯ ಎತ್ತರವಾದ ಅಂಗಳದಲ್ಲಿ ಆಡುತ್ತಿದ್ದೆವು. ಅವನು ಒಳ್ಳೆಯ ಆಟಗಾರನೇ ಆದರೂ ಮಾಡುವುದೆಲ್ಲಾ ಅನ್ಯಾಯ. ಯಾವಾಗಲೂ ತಾನೇ ಗೆಲ್ಲಬೇಕೆಂಬ ಹಠ ಅವನಿಗೆ. ನನಗೆ ಅವನೊಂದಿಗೆ ಆಡುವುದು ಎಂದರೆ ಆಗುವುದಿಲ್ಲ. ಇಂದು ಯಾರೂ ಜೊತೆ ಸಿಗದೆ ಒತ್ತಾಯ ಮಾಡಿದ್ದರಿಂದ ಅವನ ಜೊತೆ ಆಡತೊಡಗಿದೆ. ಇಂದೂ ಹಾಗೇ ಅನ್ಯಾಯ ಮಾಡಿದ. 'ನಾನು ನಿನ್ನ ಜೊತೆ ಆಡೋದಿಲ್ಲ' ಎಂದು ಅಲ್ಲಿಂದ ಹೊರಟು ಬಿಟ್ಟೆ. ಆದರೆ ಅಡ್ಡ ನಿಂತ ಅವನು ಇನ್ನು ನಾನು ಆಟಕ್ಕೆ ಬರುವುದಿಲ್ಲ ಎಂದು ಖಚಿತವಾಗಿದ್ದೇ ಜಗಲಿಯಿಂದ ಕೆಳಗೆ ನೂಕಿ ಓಡಿಬಿಟ್ಟ. ಬಿದ್ದೆ. ಕೆಳಗಿದ್ದ ಇಟ್ಟಿಗೆ ತಲೆಗೆ ತಾಗಿ ರಕ್ತ ಬಳ ಬಳ ಎಂದು ಇಳಿಯತೊಡಗಿತು. ಬಿಳೀ ಯೂನಿಫಾರ್ಮೆಲ್ಲಾ ಕೆಂಪು ಕೆಂಪು! "ಮಮ್ಮೀ" ಎಂದು ಕೂಗುತ್ತಾ ಗಾಬರಿಯಾಗಿ ಹಾಸ್ಟೆಲ್ಲಿಗೆ ಓಡಿದೆ. ಆದರೆ ಯಾರ ಹತ್ತಿರ ಹೇಳಲಿ? ತೀರ ಚಿಕ್ಕಂದಿನಲ್ಲಿ ಒಮ್ಮೆ ಬಿದ್ದು ಗಾಯವಾಗದಿದ್ದರೂ ಅಮ್ಮ ಅದಕ್ಕೆ ಆಯಿಂಟ್‌ಮೆಂಟ್ ಹಚ್ಚಿ, ಮಂಡಿಯನ್ನು ತಿಕ್ಕಿ ಕೈ ಹಿಡಿದು ಮಲಗಿಸಿ ತಾನೂ ಜೊತೆಯಲ್ಲೇ ಮಲಗಿ ಅಪ್ಪ ಬಂದಾಗ ಅವರಿಗೂ ಹೇಳಿ ಅವರೂ ಬಂದು ನೋಡಿ 'ಡಾಕ್ಟರ ಹತ್ರ ಕರ್ಕೊಂಡು ಹೋಗ್ಬೇಕಾ' ಎಂದು ಅಮ್ಮನನ್ನು ಕೇಳಿದ್ದು ಎಲ್ಲಾ ನೆನಪಿಗೆ ಬಂತು. ಪುಣ್ಯಕ್ಕೆ ಹಾಸ್ಟೆಲ್ ಆಂಟಿ ವಿಷಯ ತಿಳಿದು ಬಂದರು. ನನ್ನ ಅವಸ್ಥೆ ಕಂಡು ಗಾಬರಿಯಾಗಿ ಡಾಕ್ಟರ ಹತ್ತಿರ ಅವರೇ ಕರೆದುಕೊಂಡು ಹೋಗಿ ಬ್ಯಾಂಡೇಜ್ ಮಾಡಿಸಿದರು. ಅಮ್ಮ ಇದ್ದಿದ್ದರೇ ಎನಿಸುತ್ತಿತ್ತು. ರಾತ್ರಿಯಾಗುವಾಗ ಜ್ವರವೂ ಬರುತ್ತಿದೆ ಎನಿಸಿತು. ಮಲಗುವ ಸಮಯವಾಗುತ್ತಿದ್ದಂತೆ ಜ್ವರಕ್ಕಿಂತ ಅಮ್ಮನ ನೆನಪೇ ಜಾಸ್ತಿಯಾಗತೊಡಗಿ ಅದರ ನೋವೇ ತುಂಬ ಎಂದರೆ ತುಂಬ ಕಾಡತೊಡಗಿತು. ಯಾರ ಹತ್ತಿರವೂ ಹೇಳಲಾಗದಷ್ಟು!

ರಾತ್ರಿಯೆಲ್ಲಾ ಬರೀ ಅಮ್ಮನ ನೆನಪು. ಕನವರಿಕೆ. ಅರೆನಿದ್ರೆ, ಅರೆ ಎಚ್ಚರ. ಹೀಗೇ ಎಷ್ಟು ಹೊತ್ತು ಕಳೆಯಿತೋ ಗೊತ್ತಿಲ್ಲ. ಹೀಗಾದಾಗ ಎಷ್ಟು ಹೊತ್ತಾದರೂ ಬೆಳಗಾಗುವುದಿಲ್ಲ. ಯಾವಾಗಲೋ ಅರ್ಧರಾತ್ರಿ ಕಳೆದಾಗ ಇರಬೇಕು, ಕತ್ತಲಲ್ಲೇ ಅಮ್ಮ ಬಂದು ಹತ್ತಿರ ಕುಳಿತಂತಾಯಿತು. ಕೈ ಹಿಡಿದುಕೊಂಡೆ. ಅಮ್ಮ ನನ್ನ ಹಣೆಯ ಮೇಲೆಲ್ಲಾ ಕೈಯಾಡಿಸುತ್ತಿದ್ದಂತೆ ಭಾಸವಾಗಿ "ಮಮ್ಮೀ ಮಮ್ಮೀ" ಎಂದೆ. ಅಮ್ಮ ನನ್ನನ್ನು ತಟ್ಟಿ ಮಲಗಿಸುತ್ತಿದ್ದಾಳೆ, ನಾನು ನನ್ನ ಮನೆಯಲ್ಲೇ ಇದ್ದೇನೆ ಎಂದುಕೊಂಡು ಅವಳ ಕೈಹಿಡಿದು ಎದೆಯ ಮೇಲಿಟ್ಟುಕೊಂಡು "ಮಮ್ಮೀ, ಇವೊತ್ತು ನನ್ನ ಬಿಟ್ಟು ಎಲ್ಲಿಗೂ ಹೋಗ್ಬೇಡ" ಎಂದೆ. ಅಮ್ಮ "ಹೂಂ" ಎಂದಿದ್ದು ಕೇಳಿ ಹಾಗೇ ನಿದ್ರಿಸಿದೆ. ಮತ್ತೆ ಬೆಳಗಿನವರೆಗೆ ಎಚ್ಚರವಾಗಲಿಲ್ಲ.

ಬೆಳಗ್ಗೆ ಎಚ್ಚರವಾದಾಗ ನಾನೆಣಿಸಿದಂತೆ ಅಮ್ಮ ಪಕ್ಕದಲ್ಲಿ ಕಾಣಿಸಲಿಲ್ಲ. ಎದ್ದು ಕುಳಿತು ಸರಿಯಾಗಿ ನೋಡಿದರೆ ನಾನಿರುವುದು ಹಾಸ್ಟೆಲ್ಲಿನಲ್ಲೇ! ಅರೆ, ಹಾಗಾದರೆ ಅಮ್ಮ ಯಾವಾಗ ಬಂದಳು? ಯಾವಾಗ ಹೋದಳು? ಎದ್ದು ಹೋಗಿ ಮಲಗಿದ್ದ ಆಂಟಿಯನ್ನು ಎಬ್ಬಿಸಿ ಕೇಳಿದೆ. "ಆಂಟೀ ಮಮ್ಮಿ ಯಾವಾಗ ಬಂದಿದ್ದು? ಯಾವಾಗ ಹೋದ್ರು?"

"ನಿನ್ನ ಅಮ್ಮ ಬರ್ಲಿಲ್ಲಲ್ಲ ಮರೀ? ಯಾಕೆ ಹಾಗೆ ಕೇಳ್ತೀಯಾ?" ಕೇಳಿದರು ಆಂಟಿ.

"ಮತ್ತೆ ರಾತ್ರಿ ಮಮ್ಮಿ ಬಂದು ನನ್ನ ಹಣೆ ಮೇಲೆ ಕೈಯಿಟ್ಟ ಹಾಗಾಯ್ತು. ಯಾಕೆ ಹಾಗಾಯ್ತು?"

"ಓ, ಅದಾ? ಅದೂ ನೀನು 'ಮಮ್ಮೀ ಮಮ್ಮೀ' ಅಂತ ಕನವರಿಸ್ತಾ ಇದ್ಯಲ್ಲಾ? ಪಾಪ ಅಂತಾಯ್ತು. ನಾನೇ ಬಂದು ನಿಂಗೆ ಜ್ವರ ಇದ್ಯಾ ಅಂತ ನೋಡಿ ಹೋದೆ. ನೀನು ಅಮ್ಮಾ ಅಂತ ತಿಳ್ಕೊಂಡೆ ಅಷ್ಟೆ" ಎಂದರು ಆಂಟಿ.

ತುಂಬ ಎಂದರೆ ತುಂಬ ನಿರಾಸೆಯಾಯಿತು. ಛೇ, ನಿಜಕ್ಕೂ ನನ್ನ ಅಮ್ಮ ಬರಬೇಕಾಗಿತ್ತು!

●●●

ಬೇಸಗೆ ರಜದಲ್ಲಿ ಅಮ್ಮ ಮನೆಗೆ ಕರೆದು ಕೊಂಡು ಹೋದಳು. ಅಂಕಲ್ ಈಗ ಮೊದಲಿನಂತೆ ನನ್ನ ಮುಖ ನೋಡಿ ನಗಲೇ ಇಲ್ಲ. ನನಗೆ ಅವರ ಎದುರು ನಿಂತು ಮಾತಾಡಲೇ ಭಯವಾಯಿತು. ಆದಷ್ಟು ಅವರಿಂದ ದೂರವೇ ಇರತೊಡಗಿದೆ. ಹಗಲಿನಲ್ಲಿ ನಾನೊಬ್ಬನೇ ಮನೆಯಲ್ಲಿರುವುದು. ಆಶ್ಚರ್ಯವೆಂದರೆ ಒಂದು ದಿನ ಅಪ್ಪನ ಫೋನ್ ಬಂತು. "ಮನೇಲೇ ಇರು; ಅಮ್ಮಂಗೆ ಹೇಳಿದೀನಿ; ಇನ್ನೈದು ನಿಮಿಷದಲ್ಲಿ ಮನೆಯೆದುರು ಬರ್ತೀನಿ; ಎದುರಿಗಿರುವ ಕಾಂಪ್ಲೆಕ್ಸ್ ಹತ್ತಿರ ಬಂದಿರು" ಎಂದು ನುಡಿದು ಫೋನ್ ಕಟ್ ಮಾಡಿದರು. ಅಪ್ಪನ ಮೇಲಿದ್ದ ಕೋಪವೆಲ್ಲಾ ಹೋಗಿ ಸಂಭ್ರಮವಾಯಿತು. ಸ್ವಲ್ಪ ಹೊತ್ತಿನಲ್ಲೇ ಕೆಂಪು ಕಾರು ಮನೆ ಎದುರಿನ ಕಾಂಪ್ಲೆಕ್ಸ್ ಹತ್ತಿರ ಬಂದು ನಿಂತಿತು. ನಾನು ಹೊರಟು ತಯಾರಾಗಿಯೇ ಇದ್ದೆ. "ಬಾ, ಎರಡು ದಿನ ಮನೇಲಿ ಇರಬಹುದು" ಎಂದರು.

ಅಮ್ಮನ ಕರೆಯೋದಿಲ್ವಾ? ಎಂದು ಕೇಳಬೇಕೆಂದರೂ ಸಾಧ್ಯವಾಗದೆ "ನಾನು ಅಮ್ಮಂಗೆ ಹೇಳಿಲ್ಲ" ಎಂದೆ.

50

"ನಾನು ಫೋನ್ ಮಾಡಿ ಹೇಳಿದೀನಿ. ಬಾ" ಎಂದರು. ಕಾರು ಹತ್ತಿದೆ. ಹೋಟೆಲ್ಲಿಗೆ ಕರೆದುಕೊಂಡು ಹೋಗಿ ತಿನ್ನಿಸಿದರು. ಬಟ್ಟೆ ಕೊಡಿಸಿದರು. ಬಗೆ ಬಗೆಯ ಆಟದ ಸಾಮಾನೂ ಕೊಡಿಸಿದರು. ಮನೆಗೆ ಹೋದಾಗ ಆಂಟಿ ಮಗುವನ್ನು ಆಡಿಸುತ್ತಿದ್ದರು. ಎತ್ತಿಕೊಳ್ಳಲು ಮನಸ್ಸಾಗಿ "ಎತ್ತಿಕೊಳ್ಲಾ?" ಎಂದೆ.

"ಬೇಡ" ಎಂದರು ಆಂಟಿ ತಕ್ಷಣ.

"ಪಾಪುದು ಹೆಸರೇನು" ಎಂದೆ.

"ಶೀತಲ್ ಅಂತ ಇಟ್ಟಿದೀವಿ, ಚೆನ್ನಾಗಿದ್ಯಾ?" ಕೇಳಿದರು ಆಂಟಿ. ತಲೆ ಆಡಿಸಿದೆ. ಅಪ್ಪ ಬಂದು ಆ ಮಗುವನ್ನು ಎತ್ತಿ ತೊಡೆಯ ಮೇಲೆ ಕೂರಿಸಿಕೊಂಡು ಆಡಿಸತೊಡಗಿದರು. ನಾನೂ ಅವರ ಹತ್ತಿರ ಬಂದು ನಿಂತೆ. ನನ್ನನ್ನೂ ಆಡಿಸಬಹುದು ಎಂದುಕೊಂಡೆ. ಆದರೆ ಅಪ್ಪ "ಮಗುವಿಗೆ ಮಾತ್ರ ತೊಂದರೆ ಮಾಡ್ಬೇಡ" ಎಂದರು. ಅಪ್ಪನ ತೊಡೆಯಲ್ಲಿ ಆ ಮಗುವನ್ನು ನೋಡಿದಾಗ ಹೇಗೆ ಹೇಗೋ ಆಗತೊಡಗಿತು. ಅಪ್ಪ ನನ್ನನ್ನೂ ಅದೇ ರೀತಿ ಎತ್ತಿಕೊಳ್ಳುತ್ತಿದ್ದುದು ನೆನಪಾಗಿ ಮಗುವಿನ ಮೇಲೆ ಕೋಪವೇ ಬಂತು. ಈ ಮಗು ಇಲ್ಲದಿದ್ದರೆ ಅಪ್ಪ ನನ್ನನ್ನು ಆಡಿಸುತ್ತಿದ್ದರೇನೋ? ಎನಿಸಿತು. ಏಕೋ ಮನಸ್ಸಿನೊಳಗೇ ಉರಿ ಉರಿಯಾಗತೊಡಗಿತು. ನಾನು ಅಪ್ಪನ ಜೊತೆ ಕುಳಿತು ಮಾತಾಡಬೇಕು ಎಂದಾದಾಗ ಅಪ್ಪ ಆ ಮಗುವನ್ನು ಎತ್ತಿಕೊಳ್ಳುತ್ತಿದ್ದರು. "ಚೇಷ್ಟೆ ಮಾಡ್ಬೇಡಾ" ಎಂದು ನನಗೇ ಎಚ್ಚರಿಕೆಯನ್ನೂ ಹೇಳುತ್ತಿದ್ದರು. ನಾನೇನು ಚೇಷ್ಟೆ ಮಾಡುತ್ತೇನೆ? ಆಂಟಿಯೂ ನಾನು ಮಗುವಿನ ಹತ್ತಿರ ಹೋದ ತಕ್ಷಣ ಓಡಿ ಬಂದು ಬಿಡುತ್ತಿದ್ದರು. ಯಾರ ಮೇಲೆ ಎಂದೇ ತಿಳಿಯದೆ ಕೋಪ ಬರುತ್ತಿತ್ತು. ನಾನಿಲ್ಲಿಗೆ ಬರಲೇ ಬಾರದಿತ್ತೇನೋ? ಎನಿಸಿತು.

ಅಂದು ಮಧ್ಯಾಹ್ನ ಆಂಟಿ ಮಲಗಿದ್ದರು. ಆಗಲಾದರೂ ಮಗುವನ್ನು ಹತ್ತಿರದಿಂದ ನೋಡುವಾ ಎನಿಸಿತು. ಹೋಗಿ ನೋಡಿದೆ. ಮಗು ತುಂಬಾ ಮುದ್ದಾಗಿತ್ತು. ಮುಟ್ಟುವ ಆಸೆಯಾಯಿತು. ತಕ್ಷಣ ಈ ಮಗು ಇಲ್ಲದಿದ್ದರೆ ಅಪ್ಪ ನನ್ನೊಂದಿಗೆ ಆಡಲು ಬರುತ್ತಿದ್ದರು ಎನಿಸಿತು. 'ಮಗುವಿಗೆ ತೊಂದರೆ ಮಾಡ್ಬೇಡ, ಮಗುವನ್ನು ಮುಟ್ಬೇಡ' ಎನ್ನುತ್ತಿದ್ದುದು ನೆನಪಾಗಿ ಮಗುವಿನ ಮೇಲೆ ಕೋಪವೂ ಬಂತು. ಯಾಕೆಂದೇ ತಿಳಿಯದೆ ಮಗುವಿನ ಕೈಗೆ ಜೋರಾಗಿ ಜಿಗುಟಿಬಿಟ್ಟೆ. ಒಮ್ಮೆಲೇ ಮಗು ಎದ್ದು ಅಳತೊಡಗಿತು. ಗಾಬರಿಯಾಗಿ ಅಲ್ಲಿಂದ ಎದ್ದು ಆಚೆ ಹೋಗುವ ಎಂದು ತಿರುಗಿದರೆ ಎದುರಲ್ಲಿ ಆಂಟಿ!

"ಯಾಕೋ ಮಗುವಿಗೆ ಜಿಗುಟ್ದೆ? ಇಷ್ಟು ದೊಡ್ಡ ಆಗಿದೀಯ ನಾಚಿಕೆ ಆಗೋದಿಲ್ವಾ ನಿಂಗೆ? ನಂಗೊತ್ತಿತ್ತು; ನೀನು ಏನಾದ್ರೂ ಕಿತಾಪತಿ ಮಾಡೇ ಮಾಡ್ತೀಯಾ ಅಂತ. ಅದಕ್ಕೇ ಮಗೂನ ಮುಟ್ಬೇಡ ಅಂದಿದ್ದು. ಅಷ್ಟು ಸಣ್ಣ ಮಗುವಿಗೆ ಜಿಗುಟ್ತೀಯಲ್ಲಾ, ನಿಂಗೆ ಜಿಗುಟಿದ್ರೆ ಹೇಗಾಗುತ್ತೆ ನೋಡು" ಎನ್ನುತ್ತಾ ನನ್ನ ರಟ್ಟೆಗೆ ಚೆನ್ನಾಗಿ ಉಗುರು ತಾಗುವಂತೆ ಜಿಗುಟಿ ಬಿಟ್ಟರು. ನಾನು ದೊಡ್ಡವನಾಗಿದೀನಿ, ಇನ್ನು ಅಳಬಾರದು ಎಂದುಕೊಂಡರೂ ಅಳು ಒತ್ತರಿಸಿ ಬಂದುಬಿಟ್ಟಿತು. ಅಪ್ಪನೂ ಬಂದರು. ಅಷ್ಟು ಹೊತ್ತು ಬುದ್ಧಿ ಹೇಳಿದರು. "ಇನ್ನೊಮ್ಮೆ ಹೀಗೆ ಮಾಡಿದ್ರೆ ಮನೆಗೇ ಕರ್ಕೊಂಡು ಬರೋದಿಲ್ಲ ಗೊತ್ತಾಯ್ತಾ" ಎಂದರು.

ಅವಮಾನ, ನೋವು, ಸಂಕಟ ಎಲ್ಲವೂ ಆಯಿತು. ಯಾಕಾದರೂ ಮಗುವನ್ನು ಜಿಗುಟಿದೆ ಎನ್ನಿಸಿ ಅಮ್ಮನ ನೆನಪಾಗತೊಡಗಿತು.

"ನಾನು ಮನೆಗೆ ಹೋಗ್ತೀನಿ" ಎಂದೆ.

"ಮೊದಲು ಈ ಶನೀನ ಕರ್ಕೊಂಡು ಹೋಗಿ ಬಿಟ್ಟು ಬನ್ನಿ" ಎಂದರು ಆಂಟಿ.

'ಮರುದಿನ ಬೆಳಗ್ಗೆ ಹೋಗು' ಎಂದಿದ್ದ ಅಪ್ಪ ತಕ್ಷಣ ಎದ್ದು ಬಟ್ಟೆ ಹಾಕತೊಡಗಿದರು.

●●●

ಪುನ: ಹಾಸ್ಟೆಲ್ ಸೇರಿದೆ. ನಾನೀಗ ಐದನೆಯ ತರಗತಿಗೆ ಸೇರಬೇಕಾಗಿತ್ತು. ಈಗ ನನಗೆ ಕೆಲವು ವಿಷಯಗಳು ಅರ್ಥವಾಗುತ್ತವೆ. ನನ್ನ ಅಪ್ಪ ಅಮ್ಮ ಜಗಳಾಡಿ ಬೇರೆ ಬೇರೆಯಾಗಿರುವುದು ಮತ್ತು ಇಬ್ಬರೂ ಬೇರೆ ಬೇರೆ ಮದುವೆಯಾಗಿರುವುದು; ಹಾಗೆ ಬೇರೆ ಬೇರೆಯಾಗುವುದಕ್ಕೇ ಡಿವೋರ್ಸ್ ಎನ್ನುತ್ತಾರೆ ಎನ್ನುವುದು. ಅಪ್ಪನಿಗೆ ಬೇರೊಂದು ಮಗುವಾಗಿದ್ದು ಅವಳನ್ನೇ ಅಪ್ಪ 'ನಿನ್ನ ತಂಗಿ' ಎಂದು ಪರಿಚಯಿಸಿದ್ದು; ಹಾಗಾಗಿಯೇ ಅಪ್ಪನಿಗೆ ನನ್ನ ಮೇಲೆ ಮೊದಲಿನಷ್ಟು ಪ್ರೀತಿ ಇಲ್ಲದೇ ಇರುವುದು; ಇದೆಲ್ಲಾ ನನಗೆ ಅರ್ಥವಾಗುತ್ತದೆ. ನನ್ನ ಹಾಸ್ಟೆಲ್ಲಿನ ಆಂಟಿ ತುಂಬಾ ಒಳ್ಳೆಯವರು. ಅವರೇ ನನಗೆ ಇದನ್ನೆಲ್ಲಾ ಬಿಡಿಸಿ ಹೇಳಿದರು. "ಪಾಪ, ನಿಂಗೆ ಯಾರೂ ಇಲ್ಲದ ಹಾಗಾಯ್ತು ಆಕಾಶ್" ಎಂದು ನನ್ನ ಬೆನ್ನ ಮೇಲೆ ಕೈಯಾಡಿಸಿ "ಎಲ್ಲಾ ಮರ್ತು ಚೆನ್ನಾಗಿ ಓದು. ಒಳ್ಳೇ ಹುಡುಗ ನೀನು" ಎಂದು ಹೇಳಿ ಕಣ್ಣೊರೆಸಿಕೊಂಡರು. ನನಗೇ ಆಗದ ದು:ಖ ಅವರಿಗೇಕಾಯಿತು ಎಂದು ತಿಳಿಯಲಿಲ್ಲ.

ಈಗೀಗ ಅಮ್ಮನೂ ನನ್ನನ್ನು ಮನೆಗೆ ಕರೆದುಕೊಂಡು ಹೋಗುವುದು ಕಮ್ಮಿ. ಮೊದಲೆಲ್ಲಾ ಪ್ರತೀವಾರ ಕರೆದುಕೊಂಡು ಹೋಗುತ್ತಿದ್ದವಳು ಈಗ ಎರಡು ಅಥವಾ ಮೂರು ವಾರಕ್ಕೊಮ್ಮೆ ಬರುತ್ತಾಳೆ. ಈ ತಿಂಗಳಂತೂ ಬಂದಿರಲೇ ಇಲ್ಲ. ಒಂದು ದಿನ ಶನಿವಾರ ಬಂದಳು. ಜೊತೆಗೆ ಅಂಕಲ್ಲೂ ಬಂದಿದ್ದರು. ಬಂದವಳು ಕಾರಿನಲ್ಲಿ ಕುಳಿತೇ ಹೇಳಿ ಕಳಿಸಿ ಮನೆಗೆ ಕರೆದುಕೊಂಡು ಹೋದಳು. ಕಾರಿನಿಂದ ಇಳಿಯುವಾಗ ಮಾತ್ರ ತುಂಬಾ ಎಚ್ಚರಿಕೆಯಿಂದ ಇಳಿದಳು. ನಾನೂ ಜ್ವರ ಬಂದಿದೆಯೇನೋ ಎಂದು ಕೈ ಹಿಡಿದುಕೊಂಡೆ. "ಯಾಕಮ್ಮಾ, ಜ್ವರ ಬರುತ್ತಾ?" ಎಂದೆ.

"ಇಲ್ಲಪ್ಪಾ" ಎಂದಳು. ಮನೆಗೆ ಬಂದವಳೇ 'ಉಸ್ಸಪ್ಪಾ' ಎಂದು ಕುಳಿತೇ ಬಿಟ್ಟಳು. ಅಮ್ಮನಿಗೆ ತುಂಬಾ ಸುಸ್ತಾಗಿದೆ ಎನಿಸಿತು. ಹಾಗೇ ಕಣ್ಣಾಡಿಸಿದಾಗ ಅಮ್ಮನ ಹೊಟ್ಟೆ ತುಂಬಾ ಉಬ್ಬಿಕೊಂಡಿರುವುದು ಕಾಣಿಸಿತು.

"ಅಮ್ಮಾ, ನಿನ್ನ ಹೊಟ್ಟೆ ಯಾಕೆ ಊದಿದೆ?" ಕೇಳಿದೆ ಗಾಬರಿಯಾಗಿ.

ಅಮ್ಮ ನನ್ನ ಕೈಹಿಡಿದು ಹತ್ತಿರ ಕರೆದು "ಬಾ, ನೋಡು. ಇದು ಊದಿದ್ದಲ್ಲ. ಇದರೊಳಗೆ ಪುಟ್ಟ ಪಾಪು ಇದೆ" ಎನ್ನುತ್ತಾ ನನ್ನ ಕೈಯನ್ನು ತೆಗೆದು ಅವಳ ಹೊಟ್ಟೆಯ

ಮೇಲೆ ಇಟ್ಟುಕೊಂಡಳು. ಅಮ್ಮನನ್ನು ನೋಡುವಾಗ ಪಾಪ ಎನಿಸಿತು. "ತುಂಬಾ ಸುಸ್ತಾಗ್ತಾ ಇದ್ಯಾ?" ಎಂದು ಕೇಳಿದೆ.

"ಇಲ್ಲ ಪುಟ್ಟಾ, ಜಾಸ್ತಿ ನಡೆದ್ರೆ ಮಾತ್ರ ಸುಸ್ತಾಗುತ್ತೆ ಅಷ್ಟೆ" ಎಂದಳು. ಅಷ್ಟರಲ್ಲಿ ಅಂಕಲ್ ಬಂದರು. ಅಮ್ಮ ಥಟ್ಟನೆ ನನ್ನ ಕೈಯನ್ನು ಹೊಟ್ಟೆಯಿಂದ ತಳ್ಳಿ ಬಿಟ್ಟಳು. ಅಂಕಲ್ ಏನೂ ಹೇಳದೆ ಶೂ ಬಿಚ್ಚತೊಡಗಿದರು.

'ಅಮ್ಮ ನನ್ನ ಕೈ ಹಿಡಿದು ಅವಳ ಹೊಟ್ಟೆಯ ಮೇಲಿಟ್ಟುಕೊಂಡರೆ ಅಂಕಲ್ಲಿಗೇಕೆ ಕೋಪವೋ?'

ಮರುದಿನ ಬೆಳಗ್ಗೆಯೇ ಅಂಕಲ್ ನನ್ನನ್ನು ಹಾಸ್ಟೆಲ್ಲಿಗೆ ಬಿಟ್ಟು ಹೋದರು. ಇದಾಗಿ ಒಂದು ತಿಂಗಳು ಅಪ್ಪನೂ ಬರಲಿಲ್ಲ. ಅಮ್ಮನೂ ಬರಲಿಲ್ಲ. ಅಮ್ಮನ ನೆನಪಾಗುತ್ತಿದ್ದುದೇ ರಾತ್ರಿ ಮಲಗುವಾಗ. ಯಾಕೋ ಹಾಗೆ ಅವರ ನೆನಪಾದಾಗಲೆಲ್ಲಾ ಅಳು ಬರುತ್ತದೆ. ಎಲ್ಲಾ ಅಪ್ಪ ಅಮ್ಮಂದಿರಂತೆ ನನ್ನ ಅಪ್ಪ ಅಮ್ಮಂದಿರು ಅಲ್ಲ ಎನಿಸುತ್ತದೆ. ನಾನು ಹುಟ್ಟಲೇ ಬಾರದಿತ್ತೇನೋ ಎಂದೂ ನೆನೆಸಿಕೊಳ್ಳುತ್ತೇನೆ.

ನಂತರ ಅಪ್ಪ ಒಮ್ಮೆ ಮುಖ ತೋರಿಸಿದರು. "ಇಲ್ಲಿ ನಿಂಗೇನಾದ್ರೂ ತೊಂದರೆ ಆಗುತ್ತಾ? ಏನಾದರೂ ಹಣ ಬೇಕಾ?" ಎಂದು ಕೇಳಿದರು.

'ನಂಗೆ ಹಣ ಬೇಡಾ. ನೀವು ಬೇಕು' ಎಂದು ಹೇಳಿ ಬಿಡಲಾ? ಎನಿಸಿತು. ಆದರೆ ಅಪ್ಪ ಅಷ್ಟು ಸಲಿಗೆ ಕೊಡಲೇ ಇಲ್ಲವಲ್ಲಾ? ಮುಖ ದಪ್ಪ ಮಾಡಿಕೊಂಡೇ ಇದ್ದರು. ಹೊರಡುವಾಗ ಕೇಳಿದರು "ನಿನ್ನ ಅಮ್ಮ ಸದ್ಯ ಬರ್ತಿಲ್ಲ ಅಲ್ವಾ? ಅವಳಿಗೆ ಡೆಲಿವರಿ ಆಗಿದೇ ಅಂತ ಕಾಣುತ್ತೆ" ಎಂದರು. ಹೇಳುವಾಗ ಅವರ ಮುಖ ವಿಚಿತ್ರವಾಗಿ ಸೊಟ್ಟಗಾಗಿತ್ತು. ಡೆಲಿವರಿ ಎಂದರೆ ಏನು ಎಂದು ತಿಳಿಯದಿದ್ದರೂ ಅಮ್ಮನನ್ನು ಬಿಟ್ಟು ಬರುವಾಗ ಅವಳ ಹೊಟ್ಟೆ ಊದಿಕೊಂಡಿದ್ದುದು ನೆನಪಾಯಿತು. ಹೊಟ್ಟೆಯೊಳಗೆ ಪಾಪು ಇದೆ ಎಂದಿದ್ದೂ ನೆನಪಾಯಿತು. ಹೊಟ್ಟೆಯೊಳಗೆ ಪಾಪು ಇರುವುದಕ್ಕೆ ಡೆಲಿವರಿ ಎನ್ನುತ್ತಾರೇನೋ? ಆದರೂ ಸರಿಯಾಗಿ ತಿಳಿಯಬೇಕೆನಿಸಿ ಅಪ್ಪ ಹೋದಮೇಲೆ ಆಂಟಿಯ ಹತ್ತಿರ ಓಡಿದೆ. "ಆಂಟೀ, ಡೆಲಿವರಿ ಅಂದ್ರೆ ಏನು?" ಎಂದೆ.

"ಯಾಕೆ ನಿಮ್ಮಮ್ಮಂಗೆ ಡೆಲಿವರಿ ಆಯ್ತಂತಾ? ಹೊಟ್ಟೆಯೊಳಗಿಂದ ಮಗು ಹೊರಗೆ ಬರೋದಕ್ಕೂ ಡೆಲಿವರಿ ಅಂತಾರೆ. ಹಾಗಾದ್ರೆ ನಿಂಗೆ ತಮ್ಮನೋ, ತಂಗೀನೋ ಬಂದಿರ್ಬೇಕು. ಯಾರು ಹೇಳಿದ್ರು? ಡ್ಯಾಡಿ ಬಂದಿದ್ರಲ್ಲಾ, ಅವರು ಹೇಳಿದ್ರಾ?" ಎಂದರು ಆಂಟಿ.

"ಹೌದು. ಅಮ್ಮಂಗೆ ಡೆಲಿವರಿ ಆಗಿರ್ಬೇಕು ಅಂದ್ರು; ಅದಕ್ಕೇ ಕೇಳಿದೆ" ಎಂದೆ. ಆಂಟಿ ನನ್ನನ್ನೇ ದೃಷ್ಟಿಸಿ ನೋಡಿದರು. ನನ್ನ ತಲೆಕೂದಲ ಮೇಲೊಮ್ಮೆ ಕೈಯಾಡಿಸಿದರು. ಅಮ್ಮ ಕೈಯಾಡಿಸಿದಂತೆಯೇ ಆಯಿತು. ಹಾಗೇ ಅವರ ಕೈ ಹಿಡಿದು ಕೆನ್ನೆಗೆ ಒತ್ತಿಕೊಂಡೆ. "ಪೂರ್ ಬಾಯ್" ಎಂದರು.

ಅಂದು ಶಾಲೆಯಲ್ಲಿ ಒಂದು ಘಟನೆ ನಡೆದುಹೋಯಿತು. ಅದು ಯಾಕೆ ಹಾಗಾಯಿತು? ನಾನೇಕೆ ಹಾಗೆ ಮಾಡಿದೆ? ನನಗೇ ತಿಳಿಯದು. ತಪ್ಪು ಮಾತ್ರ ನನ್ನದೇ. ಕಿರಣ ತುಂಬಾ

ಒಳ್ಳೆಯ ಹುಡುಗ. ನಮ್ಮ ಬೆಂಚಿನಲ್ಲೇ ಕೂರುವುದು. ಬೆಳಗ್ಗೆಯೇ ಅವನ ಅಪ್ಪ ಅಮ್ಮ ಕಾರಿನಲ್ಲಿ ಅವನನ್ನು ಶಾಲೆಯವರೆಗೆ ಕರೆದುಕೊಂಡು ಬಂದುಬಿಟ್ಟರು. ಕಾರಿನಿಂದಿಳಿಯುವಾಗ ಅವನು ಅವನಪ್ಪನಿಗೆ ಮುತ್ತು ಕೊಟ್ಟ. ಅವನ ಅಮ್ಮ ಅವನಿಗೆ ಮುತ್ತು ಕೊಟ್ಟರು. ಪಕ್ಕದಲ್ಲೇ ಇದ್ದ ನನಗೆ ಏನೋ ಒಂದು ತರಹ ಆಯಿತು. ಅವನನ್ನು ಮಾತಾಡಿಸಬೇಕೆಂದೇ ಅನಿಸಲಿಲ್ಲ. ಅವನು ಶಾಲೆಯೊಳಗೆ ಬಂದಾಗ ಬೇಕೆಂದೇ ಅವನ ಜೊತೆ ಜಗಳ ತೆಗೆದೆ. ಜಗಳಾಡಲು ಯಾವ ಕಾರಣವೂ ಇರಲಿಲ್ಲ. ಮಾಮೂಲಿನಂತೆ ನನ್ನ ನೋಡಿ ನಕ್ಕ. "ನನ್ನ ನೋಡಿ ನಗ್ತೀಯೇನೋ" ಎಂದು ಗದರಿದೆ. "ನಾನೆಲ್ಲೋ ನಿನ್ನ ನೋಡಿ ನಗಾಡ್ದೆ?" ಎಂದಾಗ ಅವನೊಡನೆ ಜಗಳಕ್ಕೆ ನಿಂತೆ. ಅಷ್ಟಕ್ಕೂ ನಿಲ್ಲಿಸದೆ ಕೊನೆಗೆ ಅವನಿಗೆ ಒಂದೇಟು ಹೊಡೆದೇ ಬಿಟ್ಟೆ. ಕಕ್ಕಾಬಿಕ್ಕಿಯಾದ ಅವನು "ನಾನೇನೋ ಮಾಡ್ದೆ ನಿಂಗೇ?" ಎಂದು ತಿರುಗಿ ನನಗೆ ಹೊಡೆದಾಗ "ಇನ್ನೊಂದ್ಸಲ ನನ್ನ ನೋಡಿ ನಗಾಡಿದ್ರೆ ಹಲ್ಲು ಮುರೀತೀನಿ" ಎಂದು ಚೆನ್ನಾಗಿ ಮುಖ ಮೂತಿ ನೋಡದೆ ಬಾರಿಸಿಬಿಟ್ಟೆ. ಮಿಸ್ಸಿಗೆ ಕಂಪ್ಲೇಂಟ್ ಹೋಯಿತು. ಕರೆದು ವಿಚಾರಿಸಿದರು. ನನಗೆ ಎರಡೇಟು ಬಿಗಿದು "ಇನ್ನು ಹಾಗೆಲ್ಲಾ ಮಾಡ್ಬೇಡ" ಎಂದು ಎಚ್ಚರಿಕೆ ಹೇಳಿದರು. ಹಾಸ್ಟೆಲಿಗೆ ಬಂದ ಮೇಲೆ ಬಹಳ ಯೋಚಿಸಿದೆ "ಕಿರಣ ನನ್ನ ಫ್ರೆಂಡ್, ನಾನ್ಯಾಕೆ ಅವನಿಗೆ ಹೊಡೆದೆ?' ಏನು ಮಾಡಿದರೂ ಉತ್ತರ ಸಿಗಲಿಲ್ಲ.

ಆದರೆ ಯಾಕೋ ಏನೋ ಅಷ್ಟು ದೊಡ್ಡವನಾದ ಮೇಲೂ ಕಿರಣ ಅವನಪ್ಪನ ಕೆನ್ನೆಗೆ ಮುತ್ತು ಕೊಡುವ, ಅವನಮ್ಮ ಅವನ ಕೆನ್ನೆಗೆ ಮುತ್ತುಕೊಡುವ ದೃಶ್ಯಗಳೇ ನೆನಪಿಗೆ ಬರತೊಡಗಿದವು.

●●●

ಅಂಕಲ್ಲಿನ ಕಪ್ಪು ಕಾರು ಬಂದು ಶಾಲೆಯ ಗೇಟಿನ ಬಳಿಯೇ ನಿಂತುಕೊಂಡಾಗ ಅಮ್ಮ ಗ್ಲಾಸನ್ನು ಸರಿಸಿ ತಲೆ ಹೊರಗೆ ಹಾಕಿದಳು. ಸರಿಯಾಗಿ ಮೂರು ತಿಂಗಳ ನಂತರ ಅಮ್ಮ ನನ್ನನ್ನು ನೋಡಲು ಬಂದಿದ್ದಳು! ಅಲ್ಲಿಂದಲೇ ಬಾ, ಎಂಬಂತೆ ಕೈ ಬೀಸಿ ಕರೆದಳು. ಓಡಿ ಹೋಗಿ ಮಾತಾಡಿಸುವಾ ಎಂದುಕೊಂಡರೂ ಯಾಕೋ ಕಾಲೇ ಮುಂದೆ ಹೋಗದೆ ನಿಧಾನವಾಗಿ ನಡೆದು ಬಂದೆ.

"ಹೇಗಿದೀಯಾ ಪುಟ್ಟಾ?" ಎಂದಳು. ಮಾತೇ ಹೊರಡಲಿಲ್ಲ. ದುಃಖ ಉಕ್ಕಿ ಕಣ್ಣುಗಳಲ್ಲಿ ನೀರಿಳಿಯತೊಡಗಿತು. "ಯಾಕೆ ಪುಟ್ಟಾ ಅಳ್ತಿದೀಯಾ? ನಾನು ಬರ್ಲಿಲ್ಲ ಅಂತ ಬೇಜಾರಾ? ನೋಡು, ಈ ಪಾಪು ಬಂತಲ್ಲಾ, ಅದನ್ನು ನೋಡ್ಕೊಳ್ಳೋವಾಗ ಎಲ್ಲಿಗೂ ಹೋಗೋದಕ್ಕೆ ಆಗೋದಿಲ್ಲ. ಹಾಗಾಗಿ ಬರೋದಿಕ್ಕೆ ಆಗ್ಲಿಲ್ಲ. ಬಾ, ಇವೊತ್ತು ಮನೆಗೆ ಹೋಗೋಣ. ಹಾಸ್ಟೆಲ್ ಆಂಟಿಗೆ ಹೇಳಿದೀನಿ. ನಾಳೆ ಕರ್ಕೊಂಡು ಬಂದುಬಿಡ್ತೀನಿ" ಎಂದಳು.

"ನಾನು ಬರೋದಿಲ್ಲ" ಎಂದೆ. ನನಗೆ ನಿಜಕ್ಕೂ ಅಮ್ಮನ ಮೇಲೆ ಕೋಪ ಬಂದುಬಿಟ್ಟಿತ್ತು.

"ನೀನು ಜಾಣ ಅಲ್ವಾ? ಬಾ, ಹಾಗೆಲ್ಲಾ ಕೋಪ ಮಾಡ್ಕೋಬಾರ್ದು. ನಿಂಗೆ ಪುಟ್ಟ ತಮ್ಮ ಬಂದಿದಾನೆ. ಬಾ, ಬಾ" ಎಂದಳು ಅಮ್ಮ. ಅಂಕಲ್ ಕಾರಿನ ಸ್ಟೇರಿಂಗ್ ಹಿಡಿದವರು

ನನ್ನತ್ತ ತಿರುಗಿಯೂ ನೋಡಲಿಲ್ಲ. ನನಗೂ ಮಗು ನೋಡುವ, ಅದರೊಂದಿಗೆ ಆಡುವ ಆಸೆ ಇತ್ತು. ಆದರೆ ಅಮ್ಮನ ಮೇಲಿನ ಕೋಪ ಕಡಿಮೆಯಾಗಲಿಲ್ಲ.

"ಬಾರದೆ ಇದ್ರೆ ಬೇಡ ಬಿಡು, ಯಾಕೆ ಒತ್ತಾಯ ಮಾಡ್ತೀಯಾ? ಅವನು ಬಂದ್ರೆ ನಿಂಗೂ ನೋಡ್ಕೊಳ್ಳೋದು ಕಷ್ಟ ಅಲ್ವಾ?" ಎಂದರು ಅಂಕಲ್. ನಿಜಕ್ಕೂ ಅಮ್ಮ ನನ್ನನ್ನು ಬಿಟ್ಟೇ ಹೋಗಿಬಿಡುತ್ತಾಳೇನೋ ಎಂದು ಗಾಬರಿಯಾಯಿತು. ಪುನಃ ಅಮ್ಮ ಬಾ ಎನ್ನುವುದನ್ನೇ ಕಾಯತೊಡಗಿದೆ. ಅಂತೂ ಅಮ್ಮ ಮತ್ತೆ "ಸುಮ್ಮನೆ ಬಾ" ಎಂದಾಗ ಮಾತ್ರ ತಟಕ್ಕನೆ ಕಾರು ಹತ್ತಿ ಕುಳಿತುಬಿಟ್ಟೆ. ಆದರೆ ಮನೆಯಲ್ಲಿ ಮಗುವನ್ನು ಮಾತ್ರ ಎತ್ತಲು ಬಿಡಲಿಲ್ಲ. ಮೈ ಕೈ ಮುಟ್ಟಿದರೆ ಏನೂ ಹೇಳದೆ ಎತ್ತಲು ಹೋದಾಗ ಮಾತ್ರ "ಸಣ್ಣ ಪಾಪು ಅಲ್ವಾ? ಸ್ವಲ್ಪ ದೊಡ್ಡ ಆದ ಮೇಲೆ ಎತ್ತು. ಈಗ ಬೇಡ" ಎಂದಳು.

"ಡ್ಯಾಡಿ ಪಾಪು ಇದಕ್ಕಿಂತ ದೊಡ್ಡದು" ಎಂದೆ.

"ಅದು ಗಂಡೋ, ಹೆಣ್ಣೋ?" ಎಂದಳು ಅಮ್ಮ ಕುತೂಹಲದಿಂದ ನನ್ನ ಮುಖ ನೋಡುತ್ತಾ.

"ಹೆಣ್ಣು ಪಾಪು" ಎಂದೆ.

"ನೀನು ಹೋದಾಗ ಆಂಟಿ ಚೆನ್ನಾಗಿ ನೋಡ್ಕೋತಾರಾ?" ಕೇಳಿದಳು ಮುಖ ಆಚೆ ತಿರುಗಿಸಿ.

ಏನೆಂದು ಹೇಳಲಿ? ಅಮ್ಮನ ಮುಖವನ್ನೇ ಮಿಕಿ ಮಿಕಿ ನೋಡಿದೆ. ಮತ್ತೆ ಅಮ್ಮನೂ ಒತ್ತಾಯ ಮಾಡಲಿಲ್ಲ.

ಅದರ ಮರುದಿನ ಶಾಲೆಗೆ ಹೊರಡಬೇಕು ಎನ್ನುವಾಗ ಯಾಕೋ ಅಮ್ಮನನ್ನು ಬಿಟ್ಟು ಹೋಗಲು ಮನಸ್ಸೇ ಬರಲಿಲ್ಲ. ಇವತ್ತೊಂದು ದಿನವಾದರೂ ಅವಳ ಜೊತೆ ಕಳೆಯಬೇಕು ಎಂದು ತುಂಬ ಆಸೆಯಾಗತೊಡಗಿತು. ಶಾಲೆಗೆ ಹೋಗುವುದಿಲ್ಲ ಎಂದು ಹೇಳಿದರೆ ಅಮ್ಮ ತಕರಾರು ತೆಗೆಯುತ್ತಾಳೆ ಎನ್ನುವುದು ಗೊತ್ತು. ಯೋಚಿಸಿ ಶಾಲೆಗೆ ಹೊರಡುವ ಸಮಯ ಹತ್ತಿರ ಬರುತ್ತಿದ್ದಂತೆ ನುಡಿದೆ "ಮಮ್ಮೀ, ಯಾಕೋ ನಂಗೆ ಹೊಟ್ಟೆ ನೋವಾಗ್ತಿದೆ".

"ಯಾಕಪ್ಪಾ, ಏನೂ ಬೇಡದ್ದು ತಿನ್ಲಿಲ್ವಲ್ಲಾ? ಮತ್ಯಾಕೆ ಹೊಟ್ಟೆನೋವು?" ಎಂದಳು ಅಮ್ಮ.

"ಯಾಕೋ ಗೊತ್ತಿಲ್ಲ ಮಮ್ಮೀ, ತುಂಬಾ ಹೊಟ್ಟೆನೋವಾಗ್ತಾ ಇದೆ; ಈವೊತ್ತು ಸ್ಕೂಲಿಗೆ ಹೋಗೋದಕ್ಕೆ ಆಗೋದಿಲ್ಲ ಅಂತ ಕಾಣುತ್ತೆ" ಎಂದೆ ಹೊಟ್ಟೆಯನ್ನು ಮುಟ್ಟಿ ನೋಡಿಕೊಳ್ಳುತ್ತಾ. ಹಾಗೆ ಹೇಳಿದರೆ ಅಮ್ಮನಾಗಿಯೇ 'ಹಾಗಾದ್ರೆ ಈವತ್ತು ಸ್ಕೂಲಿಗೆ ಹೋಗ್ಬೇಡ' ಎನ್ನಬಹುದು ಎನ್ನುವುದು ನನ್ನ ಲೆಕ್ಕ!

ಆದರೆ ಅಮ್ಮ "ಅಂಥಾ ಹೊಟ್ಟೆನೋವೇನೂ ಇರುವ ಹಾಗೆ ಕಾಣೋದಿಲ್ವಲ್ಲಪ್ಪಾ, ಸ್ವಲ್ಪ ಹೊತ್ತು ಬಿಟ್ಟರೆ ಕಮ್ಮಿ ಆಗಬಹುದು" ಎಂದಳು ಮುಖ ನೋಡುತ್ತಾ.

"ಇಲ್ಲ, ಜೋರಾಗಿಯೇ ಇದೆ; ಜ್ವರ ಬೇರೆ ಬರುತ್ತೆ ಅಂತ ಕಾಣುತ್ತೆ; ಮೈ ಎಲ್ಲಾ ಬಿಸಿ ಆಗಿದೆ; ಈವತ್ತು ಸ್ಕೂಲಿಗೆ ಹೋಗೋದು ಕಷ್ಟ" ಎಂದೆ ಅಮ್ಮನ ಮುಖ ನೋಡದೆ.

"ಹಾಗಾದ್ರೆ ಹೇಗೂ ನಾನು ಇವತ್ತು ಸಂಜೆ ಡಾಕ್ಟರ ಹತ್ರ ಹೋಗ್ಬೇಕೂಂತ ಇದ್ದೆ. ಈಗಲೇ ಹೋದರಾಯ್ತು. ನೀನೂ ಬಾ, ಔಷಧಿ ತಗೊಂಡು ಹಾಗೇ ನಿನ್ನ ಸ್ಕೂಲಿಗೆ ಬಿಟ್ಟೇಬರ್ತೀನಿ" ಎಂದ ಅಮ್ಮ ನನ್ನ ಹಣೆ ಮುಟ್ಟಿ ನೋಡಿ ಬಟ್ಟೆ ಹಾಕತೊಡಗಿದಳು.

"ಆಸ್ಪತ್ರೆಗಾ? ಆಸ್ಪತ್ರೆಗೆ ಹೋಗುವಷ್ಟಿಲ್ಲ" ಎಂದೆ. ಸುಮ್ಮ ಸುಮ್ಮನೆ ಇಂಜೆಕ್ಷನ್ ಕೊಟ್ಟರೇ ಎಂಬ ಭಯ ಹತ್ತಿಕೊಂಡಿತು.

"ಒಂದೋ ಸ್ಕೂಲಿಗೆ ಹೋಗು, ಇಲ್ಲಾಂತಂದ್ರೆ ಡಾಕ್ಟರ ಹತ್ರ ಬಾ, ಸುಮ್ಮನೆ ಸಮಯ ವೇಸ್ಟ್ ಮಾಡ್ಬೇಡ" ಎಂದಳು ಅಮ್ಮ ಓರೆಗಣ್ಣಿಂದ ನನ್ನ ಮುಖ ನೋಡುತ್ತಾ. ಅಷ್ಟು ಹೇಳಿದರೂ ನನ್ನನ್ನು ಅರ್ಥಮಾಡಿಕೊಳ್ಳದೆ ತನ್ನದೇ ಹಠ ಸಾಧಿಸುವ ಅಮ್ಮನ ಮೇಲೆ ಇನ್ನಿಲ್ಲದ ಕೋಪ ಬರತೊಡಗಿತು.

ಅಮ್ಮನೇ "ನಡಿ, ಹಾಗೇ ಔಷಧಿ ಕೊಡಿಸಿಯೇ ಸ್ಕೂಲಿಗೆ ಬಿಟ್ಟು ಬರ್ತೀನಿ" ಎಂದು ಹೊರಡಿಸಿಯೇ ಬಿಟ್ಟಳು. ವಿಧಿಯಿಲ್ಲದೆ ಅವಳೊಡನೆ ಆಟೋ ಏರಿದೆ.

"ಇವ್ನಿಗೆ ಏನು?" ಎಂದರು ಡಾಕ್ಟರು.

"ಡಾಕ್ಟ್ರೇ, ಬೆಳಗ್ಗೆವರೆಗೆ ಚೆನ್ನಾಗಿದ್ದ; ಈಗ ಸ್ಕೂಲಿಗೆ ಹೊರಡುವ ಸಮಯದಲ್ಲಿ ಹೊಟ್ಟೆ ನೋವು ಅಂತಿದಾನೆ; ಜ್ವರ ಬೇರೆ ಬರುತ್ತೆ ಅಂದ" ನುಡಿದಳು ಅಮ್ಮ.

ಥರ್ಮಾಮೀಟರ್ ಇಟ್ಟು ನೋಡಿದ ಡಾಕ್ಟರು "ಜ್ವರ ಇಲ್ಲ, ಏನು ತಿಂದೆ ಮರೀ, ಏನಾಗುತ್ತೆ ಈಗ? ಲೂಸ್ ಮೋಷನ್ ಏನಾದ್ರೂ ಇದ್ಯಾ?" ಎಂದರು.

ಡಾಕ್ಟರು ನನಗೆ ಜ್ವರ ಇದೆ ಎಂದು ಹೇಳಲಿ ಎಂದುಕೊಂಡಿದ್ದೆ. ಆದರೆ ಅವರು ಜ್ವರ ಇಲ್ಲ ಎಂದಾಗ ನಿರಾಸೆಯಾಯಿತು. ಅವರು ಕೇಳಿದ್ದಕ್ಕೆಲ್ಲಾ ಅಮ್ಮನೇ ಉತ್ತರ ಹೇಳತೊಡಗಿದಾಗ ಕಿರಿ ಕಿರಿಯೇ ಆಗತೊಡಗಿತು.

"ಅಂಥಾ ತೊಂದರೆ ಏನೂ ಇಲ್ಲ. ಎಲ್ಲೋ ಸ್ವಲ್ಪ ಅಜೀರ್ಣ ಏನಾದರೂ ಆಗಿರ್ಬೇಕು ಅಷ್ಟೆ; ಈ ಮಾತ್ರೆ ಬೆಳಗ್ಗೆ ಅರ್ಧ, ರಾತ್ರಿ ಅರ್ಧ ತಗೊಳ್ಳಿ ಸಾಕು" ಎಂದು ಮಾತ್ರೆಗೆ ಬರೆದು ಕೊಟ್ಟರು.

"ಸ್ಕೂಲಿಗೆ ಹೋಗೋದಕ್ಕೆ ಏನೂ ತೊಂದರೆ ಇಲ್ವಾ?" ಕೇಳಿದಳು ಅಮ್ಮ ಕಾತರದಿಂದ.

"ಏನೂ ತೊಂದರೆ ಇಲ್ಲ, ಧಾರಾಳವಾಗಿ ಹೋಗಲಿ, ಈಗ್ಲೇ ಅರ್ಧ ಮಾತ್ರೆ ತಗೊಂಡು ಹೋಗಲಿ ಸಾಕು" ಎಂದರು ಡಾಕ್ಟರು.

ಏನೋ ಸಂಕಟ, ಯಾರೂ ನನ್ನನ್ನು ಅರ್ಥವೇ ಮಾಡಿಕೊಳ್ಳುವುದಿಲ್ಲ ಎಂಬ ದುಃಖ. ಅಮ್ಮನ ಮೇಲೂ ಡಾಕ್ಟರ ಮೇಲೂ ಬಂದ ಕೋಪ ಎಷ್ಟೆಂದರೆ "ನಂಗೆ ಮಾತ್ರೆ ಬೇಡ, ಏನೂ ಬೇಡ" ಎನ್ನುತ್ತಾ ಸ್ಕೂಲ್ ಬ್ಯಾಗನ್ನು ಹೆಗಲಿಗೇರಿಸಿ ಅಲ್ಲಿಂದ ಸ್ವಲ್ಪ ದೂರವೇ ಇದ್ದ ಶಾಲೆಗೆ ಧಡ ಧಡನೆ ಹೊರಟು ಬಿಟ್ಟೆ.

56

"ಆಕಾಶ್, ಮಾತ್ರೆ ತಿಂದೇ ಹೋಗೋ, ಸ್ಕೂಲು ಇಲ್ಲಿಂದ ದೂರ ಇದೆ ಕಣೋ, ಅಲ್ಲಿವರೆಗೆ ನಾನೇ ಆಟೋದಲ್ಲಿ ಬಿಟ್ಟುಬರ್ತೀನಿ, ನಿಲ್ಲು, ಏಯ್ ಆಕಾಶ್" ಎಂದು ಅಮ್ಮ ಕರೆಯುತ್ತಿದ್ದರೆ ನಾನಾಗಲೇ ರಸ್ತೆಯಲ್ಲಿ ಹೆಜ್ಜೆ ಹಾಕುತ್ತಿದ್ದೆ.

ಉಕ್ಕಿ ಉಕ್ಕಿ ಬರುವ ದು:ಖದ ಮುಂದೆ ಯಾರೂ ಬೇಡ, ಏನೂ ಬೇಡ ಎಂಬಂತಾಯಿತು.

●●●

ಇತ್ತೀಚೆಗೆ ಅಪ್ಪನ ಮುಖ ಕಾಣುವುದೇ ತೀರಾ ಕಮ್ಮಿ. ಈ ವರ್ಷ ಎರಡೇ ಸಲ ಅವರನ್ನು ನೋಡಿದ್ದು. ಮೊದಲ ಸಲ ಬಂದಾಗ ಮನೆಗೆ ಕರೆದುಕೊಂಡು ಹೋಗಿದ್ದರು. ಈಗ ಎರಡನೆಯ ಸಲ ಬಂದಾಗ ಅಲ್ಲೇ ಹಾಗೇ ಮಾತಾಡಿಸಿ, ಪಕ್ಕದ ಹೋಟೆಲ್ಲಿಗೆ ಕರೆದುಕೊಂಡು ಹೋಗಿ ತಿನ್ನಿಸಿ, ಕೈಗೂ ಒಂದಿಷ್ಟು ಹಣ ಕೊಟ್ಟರು. "ಜಾಸ್ತಿ ಹಣ ಇಟ್ಕೋಬಾರ್ದು ಅಂತ ಬೋರ್ಡಿಂಗ್ ಆಂಟಿ ಹೇಳಿದಾರೆ" ಎಂದೆ. ನನಗೂ ಯಾಕೋ ಅಪ್ಪನ ಕೈಯಿಂದ ಹಣ ತೆಗೆದುಕೊಳ್ಳುವುದೇ ಬೇಡ ಎನಿಸಿತು. ಅಪ್ಪ ಹಣ ಜೇಬಿಗೆ ಸೇರಿಸಿ "ಏನಾದ್ರೂ ಬೇಕಾದ್ರೆ ಈ ನಂಬರಿಗೆ ಫೋನ್ ಮಾಡು" ಎಂದು ತಮ್ಮ ಬದಲಾದ ಫೋನ್ ನಂಬರ್ ಕೊಟ್ಟರು. ಆಶ್ಚರ್ಯ ಎನಿಸುತ್ತದೆ. ನಾನು ಮನೆ ಬಿಟ್ಟ ನಂತರ ಅಪ್ಪನಿಗೆ ಒಮ್ಮೆಯೂ ಫೋನೇ ಮಾಡಿರಲಿಲ್ಲ. ಅಪ್ಪನೂ ನನಗಾಗಿ ನಮ್ಮ ಹಾಸ್ಟೆಲ್ಲಿಗೆ ಫೋನ್ ಮಾಡಿರಲಿಲ್ಲ!

ಈ ಸಲ ಅಮ್ಮ ನನ್ನನ್ನು ಮನೆಗೆ ಕರೆದುಕೊಂಡು ಹೋದಾಗ ಮನೆಯಲ್ಲಿ ಅಂದು ಅಂಕಲ್ಲಿನ ಮನೆಗೆ ಬಂದಿದ್ದ ಒಬ್ಬರು ಅಜ್ಜಿ ಬಂದಿದ್ದರು. ಹೋದ ತಕ್ಷಣ "ಇವನೇನಾ ನಿನ್ನ ಮೊದಲ ಗಂಡನ ಮಗ?" ಎಂದರು ಆಂಟಿಯ ಹತ್ತಿರ. ಅವರು ಕೇಳಿದ ರೀತಿ ನನಗೆ ಹೇಗೆ ಹೇಗೋ ಆಯಿತು. ಅಮ್ಮ ಅಡಿಗೆ ಮನೆಗೂ ಬಾರದೆ ಕೋಣೆಯಲ್ಲೇ ಪಾಪುವನ್ನು ಆಡಿಸುತ್ತಾ ಕೂತರು. ಅಜ್ಜಿಯೇ ಎಲ್ಲವನ್ನೂ ಮಾಡುತ್ತಿದ್ದರು. ನಾನು ಒಮ್ಮೆ ಅಲ್ಲಿಗೆ ಹೋದಾಗ ನನ್ನನ್ನೇ ನೋಡಿ ಹೇಳಿದರು "ನೀನು ಕೆಲಸ ಇಲ್ಲದೆ ಇಲ್ಲಿಗೆ ಬರಬಾರ್ದು. ಹೋಗು. ಪುಸ್ತಕ ತಗೊಂಡು ಓದು". ಅಷ್ಟರಲ್ಲಿ ಅಂಕಲ್ಲೂ ಬಂದರು. ಅವರು ಅಮ್ಮನ ಕೋಣೆಯಲ್ಲೇ ಕುಳಿತು ಮಾತನಾಡತೊಡಗಿದರು. ಅಮ್ಮನೊಂದಿಗೆ ಅವರು ಮಾತಾಡುವಾಗ ನಾನು ಅಲ್ಲಿಗೆ ಹೋದರೆ ಅವರಿಗೆ ಇಷ್ಟವಾಗುವುದಿಲ್ಲ. ಮುಖ ದಪ್ಪ ಮಾಡಿಕೊಳ್ಳುವಾಗಲೇ ಗೊತ್ತಾಗುತ್ತದೆ. ಅಡಿಗೆ ಮನೆಯಲ್ಲಿರುವ ಅಜ್ಜಿಗಂತೂ ನನ್ನನ್ನು ನೋಡಿದರೇ ಸಿಟ್ಟು ಬರುತ್ತದೆ. ವೆರಾಂಡ ಬಿಟ್ಟು ಆಚೀಚೆ ಹೋಗಲೇ ಕಷ್ಟವಾಗುತ್ತಿತ್ತು. ಏಕೋ ನಾನು ಯಾರಿಗೂ ಬೇಡ ಎನಿಸತೊಡಗಿತು. ಎರಡು ದಿನ ಶಾಲೆಗೆ ರಜೆ ಇತ್ತು. ಹಾಗಾಗಿ ಅಮ್ಮ ಇಲ್ಲಿಗೆ ಕರೆದುಕೊಂಡು ಬಂದಿದ್ದಳು. 'ಬೇಗ ರಜೆ ಮುಗಿದರೆ ಸಾಕಪ್ಪಾ' ಎನ್ನುವಂತಾಯಿತು. ಅಂಕಲ್ ಇಲ್ಲದಾಗ ಮಾತ್ರ ಅಮ್ಮ ತುಂಬ ಪ್ರೀತಿ ಮಾಡುತ್ತಿದ್ದಳು. ಆದರೂ ನನಗಿಂತಲೂ ಹೆಚ್ಚಾಗಿ ಅಮ್ಮನಿಗೆ ಪಾಪುವಿನ ಮೇಲೇ ಪ್ರೀತಿ! ಯಾವಾಗಲೂ ಅವಳು ಪಾಪುವಿನ ಹತ್ತಿರವೇ ಕುಳಿತಿರುವುದನ್ನು ನೋಡುವಾಗ ನನಗೆ ಹೇಗೆ ಹೇಗೋ ಆಗುತ್ತಿತ್ತು. ನಾನು ಯಾರದೋ ಮನೆಗೆ ಬಂದೆ ಎನ್ನುವಂತಾಯಿತು.

"ಬೆಳಗ್ಗೆ ಇಲ್ಲಿಂದಲೇ ಹೋಗು, ಅಂಕಲ್ ನಿನ್ನ ಶಾಲೆಯ ಹತ್ರ ಬಿಡ್ತಾರೆ" ಎಂದು

ಹಿಂದಿನ ದಿನವೇ ಹೇಳಿದ್ದಳು ಅಮ್ಮ. ಬೆಳಗ್ಗೆ ಶಾಲೆಗೆ ಹೊರಡುವಾಗ ಅಂಕಲ್ ಆಗಲೇ ತಿಂಡಿ ತಿಂದು ಹೊರಟಿದ್ದರು.

"ಆಕಾಶನ್ನ ಶಾಲೆಯ ಹತ್ರ ಬಿಟ್ಟು ಬಿಡಿ, ಮರೀಬೇಡಿ" ಎಂದಳು ಅಮ್ಮ. "ನಂಗೆ ಆಫೀಸಿಗೆ ಹೊತ್ತಾಯ್ತು, ಈಗಾಗೋದಿಲ್ಲ" ಎಂದರು ಅಂಕಲ್.

"ನಾನು ನಿನ್ನೇನೇ ಹೇಳಿರ್ಲಿಲ್ವಾ? ಅವನಿಗೂ ಶಾಲೆಗೆ ಹೋಗಬೇಕಲ್ವಾ?" ಮೆತ್ತಗಿನ ಧ್ವನಿಯಲ್ಲಿ ಹೇಳಿದಳು ಅಮ್ಮ. ಅಂಕಲ್ಲಿನ ಮುಖ ಧುಮುಗುಡತೊಡಗಿತು.

"ಅಷ್ಟು ಕಷ್ಟಕ್ಕೆ ಮತ್ತೆ ಯಾಕೆ ಕರ್ಕೊಂಡು ಬರಬೇಕಾಗಿತ್ತು? ಹೂಂ, ಹೊರಡು. ಎಲ್ಲಿ ಗಂಟು ಬಿತ್ತೋ ದರಿದ್ರದ್ದು" ಎಂದರು ನನ್ನ ಮುಖವನ್ನೇ ನೋಡಿ. ನಾನು ಅಮ್ಮನ ಮುಖ ನೋಡಿದೆ. ಅಮ್ಮ ತಗ್ಗಿಸಿದ ತಲೆ ಎತ್ತಲಿಲ್ಲ.

"ಏನ್ ನೋಡ್ತಾ ಇದೀಯಾ? ಹೊರಡು; ಇಲ್ಲಿದಿದ್ರೆ ಕಾಸು ಕೊಡ್ತೀನಿ; ಆಟೋ ಮಾಡ್ಕೊಂಡು ಹೋಗು" ಎಂದವರು ನಾನು ಗಲಿಬಿಲಿಯಾಗಿ ನೋಡುವಾಗ ಮತ್ತೆ ನನ್ನತ್ತ ತಿರುಗಿ "ಬಾ, ಡ್ರಾಪ್ ಮಾಡಿ ಹೋಗ್ತೀನಿ" ಎಂದರು.

ಮಾತಾಡದೆ ಕಾರು ಹತ್ತಿದೆ. ಅಮ್ಮ ಓರೆಗಣ್ಣಿಂದ ನನ್ನನ್ನೇ ನೋಡುವುದು ಕಾಣಿಸಿತು.

ನನಗೆ ಯಾರೋ ಗುರುತು ಪರಿಚಯ ಇಲ್ಲದವರ ಮನೆಗೆ ಬಂದು ಹೋಗುತ್ತಿದ್ದೇನೆ ಎನ್ನುವಂತಾಯಿತು.

●●●

ಬಹಳ ದಿನಗಳ ನಂತರ ಅಪ್ಪ ಶಾಲೆಗೆ ಬಂದರು. "ಹೇಗಿದೀಯಾ?" ಎಂದರು. "ಚೆನ್ನಾಗಿದೀನಿ" ಎಂದೆ. ತಿಂಡಿ ಕೊಡಿಸಿದರು.

"ನಿನ್ನ ಮನೆಗೆ ಕರ್ಕೊಂಡು ಹೋಗೋಣ ಅಂತಂದ್ರೆ ಅಲ್ಲಿ ಇಲ್ಲದ ಚೇಷ್ಟೆ ಮಾಡ್ತೀಯಲ್ಲಾ? ದೊಡ್ಡವನಾಗಿ ಮಗು ಹತ್ರ ಹೇಗೆ ನಡ್ಕೋಬೇಕು ಅಂತ ಗೊತ್ತಿಲ್ವಾ ನಿಂಗೆ? ಹಾಗೆ ಮಾಡಿದ್ರಿಂದ ನಿನ್ನ ಆಂಟಿಗೆ ನಿನ್ನ ಕಂಡ್ರೇ ಆಗೋದಿಲ್ಲ. ಅದೆಲ್ಲಾ ಯಾಕೆ ಬೇಕಿತ್ತು ನಿಂಗೆ?" ಎಂದರು ಹೊರಡುವಾಗ. ಇತ್ತೀಚೆಗೆ ನನಗೆ ಅಪ್ಪನ ಎದುರು ನಿಂತು ಮಾತಾಡಲು ಧೈರ್ಯ ಬರುವುದಿಲ್ಲ. ಈಗಂತೂ ಅವರ ಮುಖ ಅಷ್ಟೊಂದು ಗಂಭೀರವಾಗಿ ಇರುವಾಗ ಮಾತಾಡುವುದು ಹೇಗೆ? ಪೆದ್ದು ಪೆದ್ದಾಗಿ ಅವರನ್ನೇ ನೋಡಿದೆ.

"ಇನ್ನೊಂದ್ಸಲ ಬಂದಾಗ ಕರ್ಕೊಂಡು ಹೋಗ್ತೀನಿ; ಆಗ್ಲೂ ತರ್ಲೆ ಮಾಡಿದ್ರೆ ಮತ್ತೆ ಮನೆಗೇ ಕರ್ಕೊಂಡು ಹೋಗೋದಿಲ್ಲ" ಎಂದವರೇ ಹಾಸ್ಟೆಲ್ ಬಳಿ ಇಳಿಸಿ ಹೊರಟುಹೋದರು.

ಹಾಸ್ಟೆಲ್ಲಿನಲ್ಲಿ ಹೆಚ್ಚಿಗೆ ಹಣ ಇಟ್ಟುಕೊಳ್ಳುವಂತಿರಲಿಲ್ಲ. ಅಪ್ಪ ಅಮ್ಮ ಇಬ್ಬರೂ ಕೊಡುವ ಹಣವನ್ನು ಏನು ಮಾಡುವುದು ಎಂದು ಯೋಚಿಸಿ ಒಂದು ಉಪಾಯ ಮಾಡಿದೆ. ನಮ್ಮ ಶಾಲೆಯ ಪಕ್ಕದ ಗೂಡಂಗಡಿಯ ಅಂಕಲ್ ತುಂಬಾ ಒಳ್ಳೆಯವರು. 'ಹಣವನ್ನೆಲ್ಲಾ ಅವರ ಬಳಿ ಕೊಡುವುದು; ನನಗೆ ಬೇಕಾದ್ದನ್ನು ಅಲ್ಲಿಂದಲೇ ತೆಗೆದುಕೊಳ್ಳುವುದು' ಎಂದು ತೀರ್ಮಾನಿಸಿದೆ. ಅವರೂ ಒಪ್ಪಿದರು. ಅವರಿಗೆ ನನ್ನ ವಿಷಯವೆಲ್ಲಾ ಗೊತ್ತು. ನಾನೇ

ಹೇಳಿದ್ದೆ. ಒಂದು ದಿನ "ಅಮ್ಮ ಇಲ್ಲದೇ ನೀನೊಬ್ಬೇ ಇರ್ತಿಯಲ್ಲಾ, ನಿಂಗೆ ರಾತ್ರಿ ಚೆನ್ನಾಗಿ ನಿದ್ರೆ ಬರುತ್ತಾ?" ಎಂದರು ಯಾರೂ ಇಲ್ಲದಿದ್ದಾಗ.

"ಬರುತ್ತೆ. ಆದ್ರೆ ಅವರ ನೆನಪಾದಾಗ ಮಾತ್ರ ಅಳು ಬರುತ್ತೆ. ಹಾಗೇ ಅಳ್ತಾನೇ ನಿದ್ರೆ ಮಾಡಿಬಿಡ್ತೀನಿ, ಈಗ ಅದೇ ಅಭ್ಯಾಸ ಆಗಿ ಬಿಟ್ಟಿದೆ" ಎಂದೆ.

"ಪಾಪ, ತುಂಬಾ ಬೇಜಾರಾಗುತ್ತಲ್ವಾ?" ಎಂದರು.

"ಹೌದು, ಅಂಕಲ್" ಎಂದೆ.

"ನಿಂಗೆ ನಿನ್ನ ಮಮ್ಮಿ ಡ್ಯಾಡಿ ಕೇಳಿದಾಗೆಲ್ಲಾ ಹಣ ಕೊಡ್ತಾನೇ ಇರ್ತಾರಲ್ವಾ?" ಎಂದರು.

"ಕೇಳದೆ ಇದ್ರೂ ಕೊಡ್ತಾರೆ" ಎಂದೆ.

"ಒಂದು ಕೆಲಸ ಮಾಡು. ಒಂದು ಹೊಸಾ ಚಾಕೊಲೇಟ್ ಬಂದಿದೆ; ಕೊಡ್ತೀನಿ. ದಿನಾ ಮಲಗೋದಕ್ಕಿಂತ ಮುಂಚೆ ಒಂದು ತಿನ್ನು. ಖುಷಿ ಆಗುತ್ತೆ; ರಾತ್ರಿ ಒಳ್ಳೇ ನಿದ್ರೆಯೂ ಬರುತ್ತೆ. ಮಮ್ಮಿ ಡ್ಯಾಡಿ ಇವರ ನೆನಪೂ ಆಗೋದಿಲ್ಲ. ಆದರೆ ಮಾತ್ರ ಯಾರಿಗೂ ಅಂದ್ರೆ ಯಾರಿಗೂ ಹೇಳ್ಬಾರ್ದು" ಎಂದು ಹೇಳಿ ಒಂದು ಕವರಿನಲ್ಲಿ ಹತ್ತು ಚಾಕೊಲೇಟ್ ಹಾಕಿ "ಹೆಚ್ಚು ತಿನ್ಬಾರ್ದು. ದಿನಾ ಒಂದು ಮಾತ್ರ ತಿನ್ಬೇಕು" ಎಂದು ಎಚ್ಚರಿಕೆ ಹೇಳಿ ಕೊಟ್ಟರು.

ಅಂದೇ ಅವರು ಹೇಳಿದ ಹಾಗೆ ಊಟ ಮಾಡಿದ ಮೇಲೆ ಒಂದು ತಿಂದೆ. ಅಂಕಲ್ ಹೇಳಿದ್ದು ನಿಜ ಆಗಿತ್ತು. ಬೇರೆಲ್ಲಾ ಚಾಕೊಲೇಟ್‌ಗಳಂತಲ್ಲದೆ ಅದನ್ನು ತಿಂದ ಮೇಲೆ ಏನೋ ಒಂದು ತರಹದ ಖುಷಿಯಾಗತೊಡಗಿತು. ಎಲ್ಲೋ ತೇಲುತ್ತಿರುವ ಹಾಗೆ; ಆಕಾಶದಲ್ಲಿ ಹಾರುತ್ತಿರುವ ಹಾಗೆ; ಅಪ್ಪ ಅಮ್ಮನ ಜೊತೆಗೆ ಹಾಡು ಹೇಳುತ್ತಾ ಕುಣಿದ ಹಾಗೆ; ತೀರಾ ಸುಖ ಎನ್ನಿಸಿತು. ಮಲಗಿದ ಮೇಲೆ ನಿದ್ರೆ ಬಂದದ್ದೇ ತಿಳಿಯಲಿಲ್ಲ. ಬೆಳಗಾಗುವವರೆಗೆ ಹಾಗೇ ಖುಷಿ! ಪ್ರತಿದಿನ ಅದನ್ನೇ ತಿಂದು ಮಲಗತೊಡಗಿದೆ. ಹತ್ತು ಚಾಕೊಲೇಟ್ ಖಾಲಿಯಾಗಿಯೇ ಹೋಯಿತು. ಮತ್ತೆ ಹತ್ತು ಕೊಟ್ಟರು ಅಂಕಲ್. ಹೇಗೂ ಅಪ್ಪ ಅಮ್ಮ ಕೊಟ್ಟ ಹಣ ಅವರ ಹತ್ತಿರವೇ ಇತ್ತಲ್ಲ! ಅದಕ್ಕಾಗಿ ಅವರು ಹಣ ಕೇಳುವ ಪರಿಸ್ಥಿತಿಯಂತೂ ಇರಲಿಲ್ಲ. ನಾನು ಕೊಟ್ಟಿದ್ದ ಹಣದಲ್ಲೇ ವಜಾ ಮಾಡಿದರೆ ಸಾಕು. ಮತ್ತೆ ಸಂಜೆ ದಿನಾ ಅದನ್ನೇ ತಿನ್ನುವುದು ರೂಢಿಯಾಗಿಹೋಯಿತು.

ರಾತ್ರಿ ರಂಗು ರಂಗಾದ ಕನಸುಗಳು. ಪ್ರತಿದಿನಾ ರಾತ್ರಿ ಹಾಡು ಹೇಳುತ್ತಾ ಅಮ್ಮ ಅಪ್ಪನ ಜೊತೆ ಕುಣಿದಂತೆ; ತೊಟ್ಟಿಲಲ್ಲಿ ಕುಳಿತು ಜೋಕಾಲಿ ಆಡಿದಂತೆ; ಕೈಗೇ ಸಿಗುವಂತೆ ನಕ್ಷತ್ರಗಳು ಕಣ್ಣೆದುರೇ ಓಡಾಡಿದಂತೆ; ಹೀಗೇ.

ಯಾವ ನೋವಿನ ನೆನಪೂ ಇಲ್ಲ; ಎಂಥದೋ ಸುಖ!

●●●

ಶಾಲೆಯಲ್ಲಿ ಮತ್ತೊಂದು ವಾರ್ಷಿಕೋತ್ಸವ. ಕಳೆದ ವರ್ಷ ಬಹುಮಾನ ಬಂದಾಗ ಮನಸ್ಸಿಗಾದ ನೋವು ಮಾಸದೆ ಈ ವರ್ಷ ಮಿಸ್ ಎಷ್ಟು ಹೇಳಿದರೂ ನಾನು ಯಾವ ಚಟುವಟಿಕೆಗಳಿಗೂ ಸೇರಲಿಲ್ಲ. ಸೇರಿ ಏನಾಗಬೇಕು? ಬಹುಮಾನ ಬಂದರೆ ತೋರಿಸುವುದಾದರೂ ಯಾರಿಗೆ? ಎಂಬ ನಿರಾಸೆ ನನಗೆ. ಈ ಸಲದ ವಾರ್ಷಿಕೋತ್ಸವಕ್ಕೆ

ಎಲ್ಲಾ ಮಕ್ಕಳೂ ತಮ್ಮ ತಮ್ಮ ತಂದೆ ತಾಯಿಯರನ್ನು ಕಡ್ಡಾಯವಾಗಿ ಕರೆದುಕೊಂಡೇ ಬರಬೇಕು ಎಂದಿದ್ದರು ಮಿಸ್ಸು. ಈಗ ಬಂದ ಹೊಸ ಮಿಸ್ಸು ತುಂಬಾ ಸ್ಟ್ರಿಕ್ಟು. ನಾನು ಅಪ್ಪ ಅಮ್ಮ ಇಬ್ಬರಿಗೂ ಫೋನ್ ಮಾಡಿ ಹೇಳಿದೆ. ಕೊನೇ ಘಳಿಗೆಯವರೆಗೂ ಯಾರಾದರೂ ಒಬ್ಬರು ಬರಬಹುದು ಎಂದು ಕಣ್ಣು ಸೋಲುವವರೆಗೆ ಆಸೆಯಿಂದ ಕಾದೆ. ಆದರೆ ಆ ದಿನವೂ ಇಬ್ಬರೂ ಬರಲಿಲ್ಲ. ಅಂದು ನನಗೆ ಯಾವ ಮಟ್ಟದ ನಿರಾಸೆಯಾಯಿತೆಂದರೆ ಅದು ಕೋಪಕ್ಕೆ ತಿರುಗಿ ಅಪ್ಪ ಅಮ್ಮ ನನಗೆ ಅಪ್ಪ ಅಮ್ಮನೇ ಅಲ್ಲ ಎಂದುಕೊಂಡೆ.

ಮರುದಿನ "ಯಾರ್ಯಾರು ಪೇರೆಂಟ್ಸನ್ನು ಕರ್ಕೊಂಡು ಬರ್ಲಿಲ್ಲ? ಕೈಯೆತ್ತಿ" ಎಂದರು ಮಿಸ್ಸು.

ಇಡೀ ತರಗತಿಯಲ್ಲಿ ನಾನೊಬ್ಬನೇ ಕೈ ಎತ್ತಿದೆ.

"ಯಾಕೆ ಬರ್ಲಿಲ್ಲ ಅಂತ ಚೀಟಿ ಬರೆಸಿಕೊಂಡು ಬಾ" ಎಂದರು ಮಿಸ್.

"ನಾನು ಹಾಸ್ಟೆಲಲ್ಲಿರೋದು" ಎಂದೆ.

"ಅವನ ಫಾದರ್ ಅವನ ಮದರಿಗೆ ಡಿವೋರ್ಸ್ ಕೊಟ್ಟಿದಾರಂತೆ ಮಿಸ್. ಮತ್ತೆ ಇಬ್ರೂ ಬೇರೆ ಬೇರೆ ಮದ್ವೆ ಮಾಡ್ಕೊಂಡಿದಾರೆ. ಹಾಗಾಗಿ ಇವನನ್ನು ಹಾಸ್ಟೆಲ್ಲಿಗೆ ಸೇರ್ಸಿದಾರೆ. ಅದಕ್ಕೇ ಬರ್ಲಿಲ್ಲ" ಎಂದ ಸಂದೇಶ್ ಎನ್ನುವ ಹುಡುಗ.

"ಓ, ಪೂರ್ ಬಾಯ್" ಎಂದರು ಮಿಸ್. ಕೆಲವು ಮಕ್ಕಳು ನಕ್ಕದ್ದು ಕೇಳಿಸಿತು. ತಿರುಗಿ ನೋಡುವ ಧೈರ್ಯ ಬರಲಿಲ್ಲ. ಯಾರ ಮೇಲೋ ಕೋಪ! ಮರುದಿನ ಅಲ್ಲ; ಅದರ ಮರುದಿನ 'ಅಪ್ಪ, ಅಮ್ಮ, ಮಕ್ಕಳು' ಎಂಬ ಇಂಗ್ಲೀಷ್ ಪಾಠವನ್ನು ಮಿಸ್ ಮಾಡತೊಡಗಿದರು. ಅದರಲ್ಲಿ 'ಅಪ್ಪ ಅಮ್ಮ ದೇವರಿಗೆ ಸಮಾನ; ಏಕೆಂದರೆ ಅವರು ಮಕ್ಕಳನ್ನು ತಮ್ಮ ಜೀವಕ್ಕಿಂತ ಹೆಚ್ಚು ಪ್ರೀತಿಸುತ್ತಾರೆ. ಆದ್ದರಿಂದ ತಂದೆ ತಾಯಿಗಳನ್ನು ಮಕ್ಕಳು ದೇವರೆಂದು ಪೂಜೆ ಮಾಡಬೇಕು' ಎಂದೆಲ್ಲಾ ಅದನ್ನೇ ಎರಡೆರಡು ಸಲ ಹೇಳಿ ವಿವರಿಸಿದರು.

ಏಕೋ ಜಿ.ಆರ್.ಎಸ್ ಪಾರ್ಕಿನಲ್ಲಿ ನಾನು ಅಪ್ಪ ಅಮ್ಮನೊಡನೆ ಆಡಿದ್ದು ನೆನಪಿಗೆ ಬಂತು. ನಂತರ ಇಬ್ಬರೂ ನನ್ನನ್ನು ದೂರ ಮಾಡುತ್ತಿರುವುದರ ನೆನಪಾಯಿತು. ಅಪ್ಪ ಅಮ್ಮನ್ನ ದೇವರು ಎಂದು ಕರೆಯಬೇಕು ಎನ್ನುತ್ತಾರೆ. ಅಪ್ಪ ಅಮ್ಮ ಇಬ್ಬರೂ ತಮ್ಮ ಜೀವಕ್ಕಿಂತ ಹೆಚ್ಚು ಮಕ್ಕಳನ್ನು ಪ್ರೀತಿಸುತ್ತಾರೆ ಎನ್ನುವುದು ಸುಳ್ಳು ಎನ್ನಿಸಿತು. "ನೀವು ಹೇಳೋದು ಸುಳ್ಳು ಮಿಸ್, ಎಲ್ಲಾ ಪೇರೆಂಟ್ಸೂ ದೇವರಲ್ಲ" ಎಂದು ಜೋರಾಗಿ ಕಿರುಚಿ ಹೇಳಬೇಕು ಎನಿಸಿದರೂ ಗಂಟಲಿನಿಂದಾಚೆ ಸ್ವರವೇ ಹೊರಡಲಿಲ್ಲ. ಅಪ್ಪ ನನಗಿಂತ ಹೆಚ್ಚಾಗಿ ಆಂಟಿ ಮತ್ತು ಅವರ ಮಗುವನ್ನು ಪ್ರೀತಿಸುತ್ತಾರೆ; ಅಮ್ಮ ನನಗಿಂತ ಅಂಕಲ್ಲನ್ನು ಅವರ ಪಾಪುವನ್ನು ಪ್ರೀತಿಸುತ್ತಾರೆ. ಹಾಗಿರುವಾಗ ನಾನು ಯಾರನ್ನು ದೇವರೆಂದು ಕರೆಯಲಿ? ಯಾರನ್ನು ಕರೆಯಲಿ? ನಾನು ಯಾರಿಗೂ ಬೇಡದವನೇ ಇರಬೇಕು; ಅದಕ್ಕೇ ಅವರು ನನ್ನನ್ನು ದೂರ ಮಾಡಿರಬೇಕು ಎಂದುಕೊಂಡೆ. ಆಗಾಗ ಆಗುವಂತೆ ನಾನು ಹುಟ್ಟಲೇ

ಬಾರದಿತ್ತು ಎನಿಸಿ ಯಾಕೋ ತೀರಾ ಬೇಸರವಾಗತೊಡಗಿತು. ಅಂದು ಸಂಜೆ ಎರಡು ಚಾಕಲೇಟುಗಳನ್ನು ತಿಂದು ಮಲಗಿದೆ. ಬೆಳಗ್ಗೆ ಏಳುವಾಗ ತಡವೇ ಆಗಿಹೋಯಿತು.

ಎರಡು ದಿನ ಕಳೆದು ಅಮ್ಮ ಬಂದಾಗ ಕೇಳಿದೆ. "ಎಲ್ಲಾ ಪೇರೆಂಟ್ಸಿಗೂ ಮಕ್ಕಳು ಬೇಕು. ಸ್ಕೂಲ್‌ಡೇ ದಿನ ನನ್ನ ಮಮ್ಮಿ ಡ್ಯಾಡಿ ಬಿಟ್ಟು ಉಳಿದ ಎಲ್ಲಾ ಪೇರೆಂಟ್ಸೂ ಬಂದಿದ್ರು. ಆದರೆ ನನ್ನ ಡ್ಯಾಡಿ ಮಮ್ಮಿ ಇಬ್ಬರಿಗೂ ನಾನು ಬೇಡ; ನಾನು ಒಬ್ಬ ಪೂರ್ ಬಾಯ್ ಅಲ್ವಾ ಮಮ್ಮೀ? ಮಿಸ್ಸೂ ಹಾಗೇ ಹೇಳಿದ್ರು. ನಂಗೆ ನೀನು ಡ್ಯಾಡಿ ಇಬ್ರೂ ಇದ್ದೂ ಯಾರೂ ಇಲ್ಲದ ಹಾಗೆ ಯಾಕೆ ಮಮ್ಮಿ? ನಂಗ್ಯಾಕೆ ಹೀಗೆ? ನಾನು ಹುಟ್ಟಲೇ ಬಾರದಾಗಿತ್ತು ಅಲ್ವಾ?" ಹೇಳುವಾಗ ಗಂಟಲು ಕಟ್ಟಿ ಬಂತು.

ಅಮ್ಮ ನನ್ನ ಮುಖವನ್ನೇ ನೋಡಿ ನನ್ನನ್ನು ಗಟ್ಟಿಯಾಗಿ ಅಪ್ಪಿಕೊಂಡಳು. ಅವಳು ಅಳುತ್ತಿದ್ದಾಳೆ ಎನಿಸಿತು. ಏಕೆಂದರೆ ನನ್ನ ಕಿವಿಯ ಮೇಲೆಲ್ಲಾ ಬಿಸಿ ಬಿಸಿ ನೀರಿನ ಹನಿಗಳು ಬೀಳತೊಡಗಿದವು.

"ಸಾರಿ ಪುಟ್ಟಾ, ನಿನ್ನ ಡ್ಯಾಡಿ ಬರಬಹುದು ಅಂತ ತಿಳ್ಕೊಂಡೆ. ನಂಗೂ ಖಂಡಿತಾ ಬರ್ಬೇಕು ಅಂತಿತ್ತು. ಆದ್ರೆ ನಿನ್ನ ಅಂಕಲ್ಲಿಗೆ ಇಷ್ಟ ಇರ್ಲಿಲ್ಲ. ವಿರೋಧ ಮಾಡಿ ಬರೋದಕ್ಕೆ ಆಗ್ಲಿಲ್ಲ. ಅಲ್ಲದೆ ಈ ಪಾಪುವೂ ಸಣ್ಣದಲ್ವಾ? ಅದಕ್ಕೂ ಹುಶಾರಿರ್ಲಿಲ್ಲ. ಹಾಗಾಗಿ ಬರ್ಲಿಲ್ಲ ಅಷ್ಟೆ. ನಿಂಗೆ ನಾನಿದೀನಿ ಕಂದಾ. ಬೇಜಾರು ಮಾಡ್ಕೋಬೇಡ" ಎಂದಳು. ನನಗೆ ಅಮ್ಮ ಇನ್ನೂ ಸ್ವಲ್ಪ ಹೊತ್ತು ಹಾಗೇ ನನ್ನ ತಬ್ಬಿಕೊಂಡೇ ಇರಲಿ ಎನಿಸಿತು. ಆದರೆ ಅಮ್ಮ ಬೇಗ ಕಣ್ಣೊರೆಸಿಕೊಂಡು ನನ್ನನ್ನು ಬಿಟ್ಟುಬಿಟ್ಟಳು. ಅಮ್ಮ ಹೋದರೂ ಅವಳು ನನ್ನನ್ನು ತಬ್ಬಿಕೊಂಡ ನೆನಪೇ ನನಗೆ ಬಹಳ ದಿನಗಳವರೆಗೆ ಸಮಾಧಾನ ಕೊಟ್ಟಿತು.

'ಅಪ್ಪ ಮರೆತರೂ ಅಮ್ಮ ನನ್ನನ್ನು ಮರೆತಿಲ್ಲ' ಎನ್ನುವುದೇ ಮತ್ತೊಮ್ಮೆ ಅವಳು ಬರುವವರೆಗೆ ಕಾತರದಿಂದ ಕಾಯುವಂತೆ ಮಾಡುತ್ತಿತ್ತು.

●●●

ಅಂಗಡಿ ಅಂಕಲ್ ಹತ್ತಿರ ಕೊಟ್ಟ ಹಣ ಖಾಲಿಯಾಗಿತ್ತು. ಹಣಕ್ಕೇನು ಮಾಡುವುದು ಎಂದು ಯೋಚಿಸುತ್ತಿರುವಾಗಲೇ ಅಪ್ಪನ ಕೆಂಪು ಕಾರು ಗೇಟಿನ ಬಳಿ ಕಾದು ನಿಂತಿರುವುದು ಕಾಣಿಸಿತು. "ಹಣವೇನಾದ್ರೂ ಬೇಕಿತ್ತಾ?" ಎಂದರು. ಅವರ ಹತ್ತಿರ ಮಾತಾಡಲು ಇಷ್ಟ ಇಲ್ಲದೆ ಹೋದರೂ ಹಣ ಬೇಕಿತ್ತಲ್ಲ? "ಹೂಂ" ಎಂದು ತಲೆ ಆಡಿಸಿದೆ. ಗರಿಗರಿಯಾದ ನೂರರ ಹತ್ತು ನೋಟುಗಳನ್ನು ತೆಗೆದು ಜೇಬಿನಲ್ಲಿಟ್ಟರು. "ಜೋಪಾನ; ಹಾಸ್ಟೆಲ್ಲಿನಲ್ಲಿ ಕದೀತಾರಾ?" ಎಂದರು.

"ಹಾಸ್ಟೆಲ್ಲಿನಲ್ಲಿ ಇಡೋದಿಲ್ಲ; ಅಂಗಡಿ ಅಂಕಲ್ ಹತ್ರ ಕೊಟ್ಟಿರ್ತಿನಿ. ಬೇಕಾದಾಗ ತಗೊಳ್ತೀನಿ" ಅಂದೆ.

"ಗುಡ್" ಎಂದು ಹೇಳಿ ಹೊರಟು ಹೋದರು. ಹಾಗೇ ಹಣವನ್ನು ಅಂಗಡಿ ಅಂಕಲ್ ಕೈಗೆ ಕೊಟ್ಟು ಬಂದೆ. ಅಂಕಲ್ ಈಗ ಇನ್ನೂ ಒಂದು ತರಹದ ಚಾಕೊಲೇಟ್ ಕೊಟ್ಟಿದ್ದರು.

61

ಅದಂತೂ ಇನ್ನೂ ಖುಷಿ ಕೊಡುತ್ತಿತ್ತು. 'ಸ್ವಲ್ಪ ರೇಟು ಜಾಸ್ತಿ' ಎಂದಿದ್ದರು. ನನಗೆ ಹಣಕ್ಕೇನೂ ತೊಂದರೆ ಇರಲಿಲ್ಲ. ಬೇಕೆಂದರೆ ಅಪ್ಪ ಅಮ್ಮ ಇಬ್ಬರೂ ಕೇಳಿದಷ್ಟು ಹಣ ಕೊಡುತ್ತಾರೆ ಎನ್ನುವುದು ಗೊತ್ತು. ಆ ಹಣವನ್ನು ಎಲ್ಲಿ ಇಡುವುದು ಎನ್ನುವುದೇ ಸಮಸ್ಯೆ ಅಷ್ಟೆ. ನಾನು ಅದೇ ಚಾಕೊಲೇಟನ್ನು ನನ್ನ ಸ್ನೇಹಿತ ವಿಕಾಸ್ ಎಂಬ ಹುಡುಗನಿಗೂ ಕೊಟ್ಟೆ. ಅವನ ಅಪ್ಪನೂ ಅವನಮ್ಮನಿಗೆ ಡಿವೋರ್ಸ್ ಕೊಟ್ಟಿದ್ದರಂತೆ. ಅವನು ಮರುದಿನ 'ಅಂಥದ್ದೇ ಇನ್ನೂ ಬೇಕು' ಎಂದ. ಅವನಿಗೂ ಅದು ಸಿಗುವ ಜಾಗ ತೋರಿಸಿದೆ.

ಅಂಗಡಿ ಅಂಕಲ್ ಅವನಿಗೂ ಕೊಟ್ಟು ಹೇಳಿದರು "ನೋಡಿ, ಇಲ್ಲಿ ಸಿಗುತ್ತೆ ಅಂತ ಯಾರಿಗೂ ಹೇಳ್ಬಾರ್ದು. ಹಾಗೆ ಹೇಳಿದ್ರೆ ಮತ್ತೆ ನಾನು ಕೊಡೋದಿಲ್ಲ".

ನಾವಿಬ್ಬರೂ ತಲೆ ಆಡಿಸಿದೆವು. ಅವನೂ ಪ್ರತಿ ದಿನ ಅದನ್ನು ತಿಂದೇ ಮಲಗುವ ರೂಢಿ ಮಾಡಿಕೊಂಡ. ದಿನ ದಿನ ಕಳೆಯುತ್ತಿದ್ದಂತೆ ನಮಗಿಬ್ಬರಿಗೂ ಅದಿಲ್ಲದೆ ಹೋದರೆ ಸಾಧ್ಯವೇ ಇಲ್ಲ ಎನ್ನುವಷ್ಟು ಅದು ನಮ್ಮನ್ನು ಸೆಳೆಯತೊಡಗಿತು. ಅದರಿಂದ ಸಿಗುವ ಸಂತೋಷ ಬೇರೆ ಯಾವುದರಿಂದಲೂ ಸಿಗುತ್ತಿರಲಿಲ್ಲ. ಆದರೆ ಸಮಸ್ಯೆ ಎಂದರೆ ಅವನಿಗೆ ನನಗೆ ಸಿಗುವಂತೆ ಹಣ ಮನೆಯಿಂದ ಸಿಗುತ್ತಿರಲಿಲ್ಲ.

ಪರೀಕ್ಷೆಗೆ ಇನ್ನೊಂದು ತಿಂಗಳಿದೆ ಎನ್ನುವಾಗ ಒಂದು ಕೆಟ್ಟ ಘಟನೆ ನಡೆದು ಹೋಯಿತು. ನಾನು ವಿಕಾಸ್‌ಗೆ ಎಂದು ಹತ್ತು ಚಾಕೊಲೇಟ್ ಜೇಬಿನಲ್ಲಿರಿಸಿಕೊಂಡು ಹೋಗಿದ್ದೆ. ಅವನು ಅಂಕಲ್ಲಿಗೆ ಹಣವನ್ನು ಸರಿಯಾಗಿ ಕೊಟ್ಟಿರಲಿಲ್ಲ. ಅವನ ಅಮ್ಮ ಕೇಳಿದಾಗ ಹಣ ಕೊಡುತ್ತಿರಲಿಲ್ಲ. ಅದೊಂದು ವಿಷಯದಲ್ಲಿ ನನ್ನ ಅಪ್ಪ ಅಮ್ಮ ಧಾರಾಳಿಗಳಾಗಿದ್ದರು. ಕೇಳುವ ಮೊದಲೇ ಬೇಕಾದಷ್ಟು ಹಣ ಕೊಟ್ಟು ಬಿಡುತ್ತಿದ್ದರು. ಹಾಗಾಗಿ ನಾನೇ ನನ್ನ ಲೆಕ್ಕದಲ್ಲಿ ಹಣ ಮುರಿದುಕೊಳ್ಳಲು ಹೇಳಿ ಆ ಹತ್ತು ಚಾಕಲೇಟುಗಳನ್ನು ವಿಕಾಸ್‌ಗೆ ಕೊಟ್ಟು ಬಂದೆ. ಮರುದಿನ ಅಲ್ಲ; ಅದರ ಮರುದಿನ ಪ್ರಿನ್ಸಿಪಾಲರಿಂದ ನನಗೂ ವಿಕಾಸ್‌ಗೂ ಕರೆ ಬಂತು. ಹೆದರುತ್ತಲೇ ಅಲ್ಲಿಗೆ ಹೋದಾಗ ಅಲ್ಲಿ ಇನ್ನೂ ಹೆದರಿಕೆಯಾಗುವಂತೆ ನನ್ನ ಅಪ್ಪ, ವಿಕಾಸನ ಅಮ್ಮ ಮತ್ತು ಇನ್ನೂ ಒಬ್ಬರು ಖಾಕಿ ಶರ್ಟಿನ ಪೋಲೀಸಿನವರಂತೆ ಕಾಣುವ ಅಂಕಲ್ ಪ್ರಿನ್ಸಿಪಾಲರ ಜೊತೆಗೆ ಕುಳಿತಿದ್ದರು.

"ಯಾವತ್ತಿಂದ ಡ್ರಗ್ಸ್ ತಗೊಳೋದಕ್ಕೆ ಶುರು ಮಾಡ್ದೆ?" ಮುಖ ಕಪ್ಪು ಮಾಡಿ ಕೇಳಿದರು ಅಪ್ಪ.

"ಹಾಗಂದ್ರೆ?" ಯಾಕೆ ಹಾಗೆ ಕೇಳುತ್ತಿದ್ದಾರೆ ಎಂದು ತಿಳಿಯದೆ ಕೇಳಿದೆ. ನನಗೆ ಅವರು ಕೇಳಿದ್ದು ಅರ್ಥವೇ ಆಗಲಿಲ್ಲ.

"ತಗೊಳ್ಳೋದಕ್ಕೆ ಗೊತ್ತು. ಈಗ ನನ್ನೇ ಕೇಳ್ತೀಯಾ?" ಎನ್ನುತ್ತಾ ಎಲ್ಲರೆದುರಿಗೇ ಅಪ್ಪ ಕೆನ್ನೆಗೆ ಬಾರಿಸಿಬಿಟ್ಟರು.

ಎಂದೂ ಅಪ್ಪನಿಂದ ಒಂದೇಟೂ ತಿನ್ನದೇ ಇದ್ದ ನಾನು ಎಲ್ಲರೆದುರಿಗೇ ಕೆನ್ನೆಗೆ ಏಟು ತಿಂದೆ. ಅವಮಾನದಿಂದ ಏನು ಮಾತಾಡಲೂ ತೋಚಲಿಲ್ಲ.

"ಅವನಿಗ್ಯಾಕೆ ಹೊಡೀತೀರಿ? ಚಿಕ್ಕ ಮಕ್ಕಳಿಗೆ ಏನು ಗೊತ್ತಿರುತ್ತೆ? ನೀನು ಹೇಳು ಮರಿ, ನಿಂಗೆ ಚಾಕೊಲೇಟ್ ಯಾರು ಕೊಡ್ತಾ ಇದ್ರು? ಅದಕ್ಕೆಲ್ಲಾ ಹಣ ಎಲ್ಲಿಂದ ಬರ್ತಿತ್ತು?" ಎಂದರು ಅಪ್ಪನ ಜೊತೆಗಿದ್ದ ಖಾಕೀ ಅಂಕಲ್.

ಚಾಕೊಲೇಟ್ ಎಂದಾಗ ನೆನಪಾಯಿತು. "ಚಾಕೊಲೇಟಾ? ಅದನ್ನು ಪಕ್ಕದ ಅಂಕಲ್ ಅಂಗಡಿಯಿಂದ ತಗೊಳ್ತಾ ಇದ್ದೆ. ಹಣ ಡ್ಯಾಡಿ ಮಮ್ಮಿ ಇಬ್ರೂ ಕೊಡ್ತಾ ಇದ್ರು" ಎಂದೆ ಅಪ್ಪನ ಮುಖ ನೋಡುತ್ತಾ. ನಾನು ಎಲ್ಲಿಂದಾದರೂ ಹಣ ಕದ್ದೆ ಎಂಬ ಅನುಮಾನದಿಂದ ಕೇಳುತ್ತಿದ್ದಾರೇನೋ ಎಂಬ ಸಂದೇಹ ನನ್ನದು.

"ಡ್ರಗ್ಸ್ ತಗೋ ಅಂತ ನಿಂಗೆ ಹಣ ಕೊಟ್ನಾ? ರ್‍ಯಾಸ್ಕಲ್" ಅಪ್ಪ ಮತ್ತೆ ನನ್ನನ್ನು ಹೊಡೆಯಲು ಕುಳಿತಲ್ಲಿಂದ ಎದ್ದರು.

"ಛೇ, ಛೇ, ನೀವ್ಯಾಕೆ ಹಾಗೆ ಸಿಟ್ಟು ಮಾಡ್ತೀರಿ? ನಾನು ವಿಚಾರಿಸ್ತೀನಿ ಬಿಡಿ. ಹೇಳು ಮರಿ. ನಿಂಗೆ ಆ ಚಾಕೊಲೇಟನ್ನು ತಗೊಳೋದಕ್ಕೆ ಯಾರು ಹೇಳಿದ್ರು?" ಎಂದರು ಅಪ್ಪನ ಜೊತೆಗಿದ್ದ ಅಂಕಲ್ ನನ್ನ ಹೆಗಲ ಮೇಲೆ ಕೈಹಾಕಿ.

"ಅಂಗಡಿ ಅಂಕಲ್ಲೇ ಒಂದಿನ ನಿನ್ನ ಅಪ್ಪ ಅಮ್ಮ ಬೇರೆ ಇದಾರಲ್ಲಾ? ನಿಂಗೆ ಬೇಜಾರಾಗೋದಿಲ್ವಾ? ರಾತ್ರಿ ನಿದ್ರೆ ಬರೋದಿಲ್ವಾ? ಅಂತೆಲ್ಲಾ ಕೇಳಿ ನಾನು ರಾತ್ರಿ ಅಳ್ತಾ ಮಲಗ್ತಿದ್ದೆ ಅಂತ ಗೊತ್ತಾದಾಗ ಅವರೇ 'ಸಂಜೆ ಈ ಚಾಕೊಲೇಟ್ ತಿಂದು ಮಲ್ಕೋ. ರಾತ್ರಿ ಒಳ್ಳೇ ನಿದ್ರೆ ಬರುತ್ತೆ' ಅಂತ ಹೇಳಿ ಕೊಟ್ಟರು. ನಂಗೆ ಅದನ್ನು ತಿಂದ್ರೆ ಒಂಥರಾ ಖುಷಿ ಆಗ್ತಿತ್ತು. ಡ್ಯಾಡಿ ತೊಡೆ ಮೇಲೆ ಮಲ್ಕೊಂಡಿದೀನಿ ಅಂತ ಅನ್ನಿಸ್ತಾ ಇತ್ತು. ಹಾಗೇ ರಾತ್ರಿ ಒಳ್ಳೇ ನಿದ್ರೆಯೂ ಬರ್ತಿತ್ತು. ದಿನಾ ತಿಂತಿದ್ದೆ. ಹಾಸ್ಟೆಲ್ಲಿನಲ್ಲಿ ಹೆಚ್ಚಿಗೆ ಹಣ ಇಟ್ಕೊಳ್ಳೋ ಹಾಗಿಲ್ಲ ಎಂದಿದ್ರು. ಅದಕ್ಕೇ ಡ್ಯಾಡಿ ಮಮ್ಮಿ ಕೊಟ್ಟ ಹಣಾನ ಅಂಗಡಿ ಅಂಕಲ್ಲಿಗೇ ಕೊಟ್ಟು ನಂಗೆ ಬೇಕಾದ್ದು ಅಲ್ಲಿಂದ್ಲೇ ತಗೊಳ್ತಿದ್ದೆ" ಎಂದು ನಿಜವನ್ನೇ ಹೇಳಿದೆ.

"ನೀನು ವಿಕಾಸ್. ನಿಂಗೆ ಯಾರು ಚಾಕೋಲೇಟ್ ಅಭ್ಯಾಸ ಮಾಡ್ಸಿದ್ದು?" ಎಂದು ಅವರೇ ಅವನ ಹತ್ತಿರವೂ ಕೇಳಿದಾಗ "ನಾನೇ ಅವನಿಗೂ ಕೊಟ್ಟಿದ್ದು. ಪಾಪ ಅವನ ಡ್ಯಾಡಿಯೂ ಅವನ ಮಮ್ಮಿಗೆ ಡಿವೋರ್ಸ್ ಕೊಟ್ಟಿದಾರಂತೆ. ಅವ್ನಿಗೂ ರಾತ್ರಿ ಸರಿಯಾಗಿ ನಿದ್ರೆ ಬರೋದಿಲ್ವಂತೆ. ನನ್ನ ಹಾಗೆ ರಾತ್ರಿಯೆಲ್ಲಾ ಅವನೂ ಅಳ್ತಿದ್ದ. ತಿಂದ್ರೆ ಒಂಥರಾ ಖುಷಿಯಾಗಿರುತ್ತೆ; ರಾತ್ರಿ ಒಳ್ಳೇ ನಿದ್ರೆಯೂ ಬರುತ್ತೆ, ಅಂತ ಹೇಳಿ ನಾನೇ ಅವನಿಗೂ ನೀನೂ ತಿನ್ನು ಅಂತ ಕೊಟ್ಟೆ" ಎಂದೆ.

ಆ ಅಂಕಲ್ ಅಪ್ಪನ ಮುಖ ನೋಡಿದರು. ಅಪ್ಪನ ಮುಖ ಕೆಂಪು ಕೆಂಡದಂತಾಗಿತ್ತು.

"ನೀನು ಹೇಳೋದೆಲ್ಲಾ ಸತ್ಯ ತಾನೇ?" ಎಂದರು ಆ ಕೆಂಪು ಶರ್ಟಿನ ಅಂಕಲ್.

'ಹೌದು' ಎಂದು ತಲೆಯಾಡಿಸಿದೆ.

"ನೋಡು ಮರಿ. ಇನ್ನು ಆ ಚಾಕೊಲೇಟ್ ತಿನ್ಬೇಡ. ಅದು ತುಂಬಾ ಕೆಟ್ಟದ್ದು. ಅದರಲ್ಲಿ ಏನೇನೋ ಹಾಕಿರ್ತಾರೆ. ಮತ್ತೆ ಹಾಗೆ ಯಾರ್‍ಯಾರ ಕೈಲಿ ಹಣ ಕೊಟ್ಟು ಇಡ್ಬೇಡ. ನಿಮ್ಮ

ವಾರ್ಡನ್ ಇದಾರಲ್ಲಾ? ಅವರ ಕೈಗೇ ಕೊಡು. ಬೇಕಾದಾಗ ಯಾಕೆ ಬೇಕು ಅಂತ ಹೇಳಿ ತಗೋ. ಇನ್ನು ಮಾತ್ರ ಆ ಚಾಕೊಲೇಟ್ ತಿನ್ನಲೇ ಬಾರ್ದು; ಓ.ಕೇ." ಎಂದರು.

ಇಬ್ಬರೂ ತಲೆಯಾಡಿಸಿದೆವು. ಅಪ್ಪನ ಮುಖ ಧುಮುಗುಡುತ್ತಲೇ ಇತ್ತು. ಸದ್ಯ ಯಾರೂ ಹೊಡೆಯಲಿಲ್ಲವಲ್ಲಾ ಎಂದುಕೊಂಡು ನಾನೂ ವಿಕಾಸ್ ಇಬ್ಬರೂ ಹೊರಗೆ ಬರುವಾಗ "ನೀವ್ಯಾಕೆ ಮಕ್ಕಳ ಕೈಗೆ ಅಷ್ಟೊಂದು ಹಣ ಕೊಡೋದು? ನೋಡಿ, ಪೇರೆಂಟ್ಸ್ ಡೈರೆಕ್ಷನ್ ಇಲ್ದೇ ಹೋದ್ರೆ ಮಕ್ಕಳು ಹೇಗಾಗ್ತಾರೆ ಅಂತ. ಮೊದಲು ಆ ಅಂಗಡಿಯವನಿಗೆ ಒಂದು ಗತಿ ಕಾಣಿಸ್ಬೇಕು. ಶಾಲೆಯ ಹತ್ತಿರ ಡ್ರಗ್ಸ್ ಇರೋ ಚಾಕೋಲೇಟ್ ಮಾರೋದೂ ಅಂದ್ರೆ ಏನು?" ಎಂದು ಖಾಕಿ ಶರ್ಟ್ ಧರಿಸಿದ ಅಂಕಲ್ ಹೇಳುತ್ತಿರುವುದು ಕೇಳಿಸಿತು. ಡ್ರಗ್ಸ್ ಅಂದರೆ ಏನು? ಅದನ್ನು ಯಾಕೆ ತಿನ್ನಬಾರದು? ಎನ್ನುವ ಸಂಶಯ ಮಾತ್ರ ಹಾಗೇ ಉಳಿಯಿತು. ಅದನ್ನು ಯಾರ ಹತ್ತಿರ ಕೇಳುವುದು ಎಂದು ಯೋಚಿಸುವಾಗ ಅದನ್ನು ತಿನ್ನಬಾರದು ಎಂದಿದ್ದು ನೆನಪಾಗಿ ಕೇಳಿದರೆ ಯಾರಾದರೂ ಬೈಯ್ಯುತ್ತಾರೇನೋ ಎಂಬ ಹೆದರಿಕೆಯಾಗಿ ಯಾರಲ್ಲೂ ಕೇಳುವುದೇ ಬೇಡ ಎಂದು ಸುಮ್ಮನಾದೆ.

ಅದರ ಮುಂದಿನವಾರ ಅಪ್ಪ ನನ್ನನ್ನು ಮನೆಗೆ ಕರೆದುಕೊಂಡು ಹೋದರು. ದಾರಿಯಲ್ಲಿ ಒಂದೂ ಮಾತಾಡಲಿಲ್ಲ. ಮನೆಗೆ ಹೋದವರೇ ಎದುರಲ್ಲಿ ಕೂರಿಸಿ ಬೈಯತೊಡಗಿದರು. "ಪಾಪ; ಅನಾಥ ಆಗೋದು ಬೇಡ ಅಂತ ಹಣ ಕೊಟ್ರೆ ಅದನ್ನು ಯಾವ್ಯಾವುದಕ್ಕೋ ಖರ್ಚು ಮಾಡಿ ನನ್ಮೇಲೇ ಚಾಡಿ ಹೇಳ್ತೀಯಾ? ಇಷ್ಟು ದೊಡ್ಡ ಆಗಿದೀಯಾ, ಬುದ್ಧಿ ಇಲ್ವಾ ನಿಂಗೆ? ಇನ್ನು ಹಣ ಕೇಳೋದಕ್ಕೆ ಬಾ" ಎನ್ನುತ್ತಾ ಕಿವಿ ಹಿಡಿದು ಉರಿ ಕಿತ್ತು ಬರುವ ಹಾಗೆ ತಿರುಗಿಸತೊಡಗಿದರು.

ಅಳಬಾರದು ಎಂದುಕೊಂಡರೂ ಉರಿ, ಅಳು ಬರಿಸತೊಡಗಿತು. ಅಷ್ಟೆತ್ತರದ ಅಪ್ಪ ಈ ರೀತಿ ಗಟ್ಟಿಯಾಗಿ ಕಿವಿ ಹಿಡಿದು ಹಿಂಡಿದರೆ ಕಣ್ಣಲ್ಲಿ ನೀರಿಳಿಸುವುದೊಂದು ಬಿಟ್ಟು ನಾನಾದರೂ ಏನು ಮಾಡಲಿ?

ಇನ್ಯಾವತ್ತೂ ಅಪ್ಪನ ಜೊತೆಗೆ ಅವರ ಮನೆಗೆ ಬರಲೇಬಾರದು ಎನ್ನುವಷ್ಟು ಕೋಪ ಬಂತು.

●●●

ಅಮ್ಮನಿಗೆ ಚಾಕೊಲೇಟ್ ವಿಷಯ ಹೇಳಬಾರದು ಎಂದುಕೊಂಡಿದ್ದೆ. ಯಾರು ಹೇಳಿದರೋ, ಅಮ್ಮನಿಗಂತೂ ತಿಳಿದು ಹೋಯಿತು. ಒಂದು ಭಾನುವಾರ ಮನೆಗೆ ಕರೆದುಕೊಂಡು ಹೋದಳು. "ಸ್ಕೂಲಲ್ಲಿ ಏನೋ ಕಂಪ್ಲೇಂಟ್ ಅಂತೆ ಪುಟ್ಟಾ, ಏನಾಯ್ತು?" ಎಂದು ಕೇಳಿದಳು.

"ನಾನೇನೂ ತಪ್ಪು ಮಾಡಿಲ್ಲ ಮಮ್ಮೀ. ಡ್ಯಾಡಿ ನಂದೇ ತಪ್ಪು ಅಂತ ಹೇಳಿ ಹೊಡೆದ್ರು. ಮನೆಗೂ ಕರ್‍ಕೊಂಡು ಹೋಗಿ ಕಿವಿ ಹಿಂಡಿದ್ರು. ಇನ್ನು ಹಣಾನೂ ಕೊಡೋದಿಲ್ಲ ಅಂದ್ರು. ನಾನೇನು ತಪ್ಪು ಮಾಡಿದೀನಿ ಅಂತಲೇ ಗೊತ್ತಾಗ್ಲಿಲ್ಲ. ಬೇಕಾದಾಗ ಚಾಕೋಲೇಟ್ ತಿನ್ನು ಅಂತ ನೀನು ಹಣ ಕೊಡ್ತಿದ್ದೆ. ಡ್ಯಾಡೀನೂ ಕೊಡ್ತಿದ್ರು. ಅಂಗಡಿ ಅಂಕಲ್ ಕೊಡೋ

ಚಾಕೋಲೇಟ್ ತುಂಬಾ ಚೆನ್ನಾಗಿತ್ತು. ತಿಂದ್ರೆ ಬೇರೆಲ್ಲಾ ಚಾಕೋಲೇಟ್ ತಿಂದಿದ್ದಿಕ್ಕಿಂತ ಖುಷಿಯಾಗ್ತಿತ್ತು. ಡ್ಯಾಡಿ ತೊಡೆಮೇಲೆ ಮಲ್ಕೊಂಡಿದೀನಿ ಅಂತನ್ನಿಸ್ತಿತ್ತು; ನಿಮ್ಮ ಜೊತೆಗೆ ಡ್ಯಾನ್ಸ್ ಮಾಡಿದ ಹಾಗೆ ಆಗ್ತಿತ್ತು. ತಿಂದೆ. ಈಗ ಅದೇ ತಪ್ಪು ಅಂತ ಹೊಡೆದ್ರು. ಮೊದಲೇ ಅದನ್ನು ತಿನ್ಬಾರ್ದು ಅಂತ ಹೇಳಿದ್ರೆ ತಿಂತಿರ್ಲಿಲ್ಲ" ಎಂದೆ. ದು:ಖ ಒತ್ತರಿಸಿ ಬರತೊಡಗಿತು.

"ಅದ್ರಲ್ಲಿ ಡ್ರಗ್ಸ್ ಸೇರ್ಸಿದಾರಂತೆ ಮರೀ. ಅದಕ್ಕೇ ಅದನ್ನು ತಿನ್ಬಾರ್ದು. ನಿಂಗೆ ಗೊತ್ತಾಗಿಲ್ಲ ಬಿಡು. ತಪ್ಪು ನಿಂದಲ್ಲ. ಎಲ್ಲರ ಎದುರಿಗೆ ಡ್ಯಾಡಿ ನಿನ್ನ ಹೊಡೀಬಾರ್ದಾಗಿತ್ತು. ಇನ್ನು ಹಾಗೆ ತಿನ್ಬೇಡ ಆಯ್ತಾ?" ಎಂದಳು ಅಮ್ಮ ಬೆನ್ನ ಮೇಲೆ ಕೈಯಾಡಿಸುತ್ತಾ.

"ಮತ್ತೆ ಯಾವ ಚಾಕೋಲೇಟ್ ತಿನ್ಬೇಕು?" ಎಂದೆ.

"ಅದೊಂದು ಮಾತ್ರ ತಿನ್ಬೇಡ; ಅದರಲ್ಲಿ ಡ್ರಗ್ಸ್ ಸೇರಿಸಿರ್ತಾರೆ ಅಂತ ಪಾಪ ನಿಮಗೆ ಗೊತ್ತಾಗೋದಾದ್ರೂ ಹೇಗೆ? ನಿಮ್ಮ ಸ್ಕೂಲ್ ಹತ್ರ ಅದನ್ನ ತಂದು ಮಾರುವವನಿಗೆ ಬುದ್ಧಿ ಕಲಿಸ್ಬೇಕು ಅಷ್ಟೆ" ಎಂದಳು ಅಮ್ಮ ಯೋಚಿಸುತ್ತಾ.

"ಡ್ರಗ್ಸ್ ಅಂದ್ರೆ ಏನಮ್ಮಾ?" ಎಂದೆ.

"ಓ, ಅದು ನಿಂಗೆ ಗೊತ್ತಿಲ್ಲ ಅಲ್ವಾ? ಡ್ರಗ್ಸ್ ಅಂದ್ರೆ ಅದು ನಮ್ಮ ಆರೋಗ್ಯ ಹಾಳು ಮಾಡುವ ಒಂಥರಾ ಔಷಧಿ ಪುಟ್ಟಾ. ತಿಂದಾಗ ಖುಷಿ ಆಗುತ್ತೆ. ಆದರೆ ಅದನ್ನು ತಿಂದ್ರೆ ಮತ್ತೆ ಏನೇನೋ ಖಾಯಿಲೆ ಬರುತ್ತೆ. ಅದನ್ನು ಚಾಕೊಲೇಟಿಗೆ ಮಿಶ್ರ ಮಾಡಿ ಜಾಸ್ತಿ ರೇಟಿಗೆ ಮಕ್ಕಳಿಗೆ ಕೊಟ್ಟು ಹಣ ಮಾಡಿಕೊಳ್ತಾರೆ. ಪಾಪ, ನಿಂಗೆ ಅದು ಗೊತ್ತೇ ಇಲ್ಲ. ಹೋಗಲಿ ಬಿಡು; ಇನ್ನು ಅದನ್ನು ಮಾತ್ರ ತಿನ್ಬೇಡ" ಎಂದಳು ಅಮ್ಮ.

ಚಾಕೊಲೇಟ್ ಒಳಗೆ ಆರೋಗ್ಯಕ್ಕೆ ಹಾಳು ಮಾಡುವ ಔಷಧಿ ಸೇರಿಸುವುದಕ್ಕೆ ಡ್ರಗ್ಸ್ ಎನ್ನುವುದು ಎಂದು ಅರ್ಥ ಮಾಡಿಕೊಂಡೆ. ಮೊದಲೇ ಗೊತ್ತಿದ್ದರೆ ಈ ಆರೋಗ್ಯ ಹಾಳು ಮಾಡುವ ಚಾಕೊಲೇಟ್ ತಿನ್ನುತ್ತಲೇ ಇರಲಿಲ್ಲ ಎನಿಸಿ 'ಅಷ್ಟು ಒಳ್ಳೆಯ ಅಂಗಡಿ ಅಂಕಲ್ಲಿಗೆ ಇದು ಯಾಕೆ ಗೊತ್ತಿಲ್ಲಾ? ಅವರೇಕೆ ಇದನ್ನೇ ತಿನ್ನು ಎಂದು ಕೊಟ್ಟರು?' ಎಂಬ ಸಂಶಯ ಕಾಡಿತು. ಆದರೆ ನಂತರ ತಿಳಿಯಿತು; ಆ ಅಂಗಡಿಗೆ ಪೋಲೀಸರು ಬಂದು ಅಂಗಡಿ ಅಂಕಲ್ಲನ್ನು ಜೈಲಿಗೆ ಹಾಕುವುದಕ್ಕೆ ಕರೆದುಕೊಂಡು ಹೋಗಿದ್ದಾರಂತೆ! ವಿಕಾಸನೇ ಈ ವಿಷಯ ಹೇಳಿದ. ಒಳ್ಳೇ ಅಂಕಲ್, ಪಾಪ, ಪೋಲೀಸರು ಅವರಿಗೆ ತುಂಬಾ ಹೊಡೆಯುತ್ತಾರೇನೋ ಎಂದು ಭಯವಾಯಿತು.

ಅಂದು ಅಮ್ಮ ಪಾಪುವನ್ನು ಆಡಿಸುತ್ತಿರುವಾಗ ಅಂಕಲ್ ಬಂದರು. ಓರೆಗಣ್ಣಿಂದ ನನ್ನನ್ನು ನೋಡಿ ಒಂದೂ ಮಾತಾಡದೆ ಒಳನಡೆದರು. ನಾನು ಮಲಗಲು ಹೊರಟಾಗ ಕೇಳಿದರು "ಏನೋ ಅದು ನಿಂದು ಡ್ರಗ್ಸ್ ಗಲಾಟೆ. ಇನ್ನೂ ಫಿಫ್ತ್ ಸ್ಟಾಂಡರ್ಡ್ ಅಷ್ಟೆ. ಆಗ್ಲೇ ಎಲ್ಲಾ ಚಟ ಶುರು ಮಾಡ್ಕೊಂಡು ಬಿಟ್ಯಾ? ಈಗ್ಲೇ ಎರಡು ಬಾರಿಸಿ ಬುದ್ಧಿ ಕಲಿಸ್ಬೇಕಾಗಿತ್ತು. ಅದೆಲ್ಲಾ ಅಭ್ಯಾಸ ಆಗಿಬಿಟ್ರೆ ಮತ್ತೆ ತುಂಬಾ ಕಷ್ಟ" ಎನ್ನುತ್ತಾ ಅಮ್ಮನ ಕಡೆ ತಿರುಗಿ "ಇನ್ನು ಅವನ ಕೈಗೆ ಹಣ ಕೊಡ್ಬೇಡ. ಹಾಳಾಗಿ ಹೋಗ್ತಾನೆ. ಈಗ್ಲೇ ಎಚ್ಚರಿಕೆಯಿಂದ ಇರ್ಬೇಕು"

ಎಂದರು. ಅಮ್ಮ ಒಂದೂ ಮಾತಾಡದೆ ತಲೆ ತಗ್ಗಿಸಿ ನಿಂತಳು. ಅಳ್ತಾ ಇದಾಳೇನೋ ಅಂತಾಗಿ ಪಾಪ ಎನ್ನಿಸಿತು.

ಎಲ್ಲರೂ ಹೀಗೇ ಹೇಳುವುದನ್ನು ನೋಡಿ ನಾನು ಏನೋ ಮಾಡಬಾರದ ತಪ್ಪು ಮಾಡಿದ್ದೇನೆ ಎನ್ನುವುದು ಮಾತ್ರ ನನಗೆ ಖಚಿತವಾಯಿತು. ಆದರೆ ಅದು ನನಗೆ ತಿಳಿಯದೇ ಆಗಿದ್ದು ಎಂದು ಇವರಿಗೆಲ್ಲಾ ಅರ್ಥವಾಗುವಂತೆ ಹೇಳುವುದಾದರೂ ಹೇಗೆ???

●●●

ಚಾಕೊಲೇಟ್ ತಿನ್ನುವುದನ್ನು ಬಿಡಬೇಕಾಯಿತು. ಆದರೆ ಅದನ್ನು ತಿನ್ನಬೇಕು ಎಂಬ ಆಸೆಯನ್ನು ಮಾತ್ರ ಬಿಡಲು ಸಾಧ್ಯವಾಗಲಿಲ್ಲ. ಹಣವೂ ಇರಲಿಲ್ಲ. ಹಣ ಇದ್ದರೂ ಚಾಕೊಲೇಟೇ ಸಿಗುತ್ತಿರಲಿಲ್ಲ. ಏಕೆಂದರೆ ಅಂಗಡಿ ಅಂಕಲ್ ಅಂಗಡಿ ಬಾಗಿಲೇ ತೆರೆಯಲಿಲ್ಲ! ಪೋಲೀಸಿನವರು ಅವರಿಗೆ ಚೆನ್ನಾಗಿ ಹೊಡೆದು ಜೈಲಿಗೆ ಹಾಕಿದರಂತೆ ಎಂಬ ವರ್ತಮಾನ ಹಬ್ಬಿದ್ದರಿಂದ ಅಂಗಡಿ ಹತ್ತಿರ ಹೋಗಲೂ ಹೆದರಿಕೆಯಾಯಿತು. ಸಂಜೆಯಾಗುತ್ತಿದ್ದಂತೆ ಅದನ್ನು ತಿನ್ನಬೇಕೆಂಬ ಆಸೆ ಮಾತ್ರ ಬೆಟ್ಟದಷ್ಟಾಗುತ್ತದೆ. ಸಿಗದೇ ಇದ್ದರೆ ಮಾಡುವುದಾದರೂ ಏನು?

ಶಾಲೆಯಲ್ಲಿ ಒಬ್ಬೊಬ್ಬರೇ ಮಿಸ್ಸುಗಳು ಕರೆದು ವಿಚಾರಿಸಿದರು. ಏನೋ ಭಾರೀ ತಪ್ಪು ಮಾಡುವವನನ್ನು ನೋಡುವಂತೆ ನೋಡಿ 'ಇನ್ನು ಹಾಗೆ ಮಾಡ್ಬೇಡ; ಉಳಿದ ಹುಡುಗರೂ ಹಾಳಾಗ್ತಾರೆ' ಎಂದು ಎಲ್ಲರೂ ಬುದ್ಧಿ ಹೇಳಿದರು. ಅಷ್ಟೊಂದು ದೊಡ್ಡ ತಪ್ಪು ಏನು ಮಾಡಿದೆ ಎಂದೇ ನನಗೆ ತಿಳಿಯದೆ ಹೋಯಿತು. ನನ್ನಂತೆ ಬಹಳ ಹುಡುಗರೂ ಅದನ್ನು ಕೊಂಡು ತಿನ್ನುತ್ತಿದ್ದರು!

ಮೊದಲಿನಿಂದಲೂ ನನಗೂ ಗಗನ ಮತ್ತು ರಾಕೇಶ್ ಎನ್ನುವ ನನ್ನ ಹಿಂದಿನ ಬೆಂಚಿನಲ್ಲಿ ಕೂರುವ ಇಬ್ಬರಿಗೂ ಓದುವುದರಲ್ಲಿ ಪೈಪೋಟಿ ಇತ್ತು. ಆದರೆ ಈ ವರ್ಷ ಅವರಿಬ್ಬರೂ ನನಗಿಂತ ತುಂಬಾ ಮುಂದೆ ಇದ್ದರು. ಅಲ್ಲದೆ ಇನ್ನೂ ನಾಲ್ಕೈದು ಹುಡುಗರು ಕೂಡಾ ಟೆಸ್ಟುಗಳಲ್ಲಿ ನನಗಿಂತ ಹೆಚ್ಚು ಮಾರ್ಕ್ಸ್ ತೆಗೆದಿದ್ದರು. ಇತ್ತೀಚೆಗಂತೂ ಪಾಠ ಕೇಳಲೇ ಮನಸ್ಸಾಗುತ್ತಿರಲಿಲ್ಲ. ಪರೀಕ್ಷೆ ಬಂದೇ ಬಿಟ್ಟಿತು. ಪರೀಕ್ಷೆ ದಿನ ಬೆಳಗ್ಗೆಯವರೆಗೆ ಅಪ್ಪ ಅಥವಾ ಅಮ್ಮ ಬರಬಹುದು; ಬಂದು 'ಆಲ್ ದಿ ಬೆಸ್ಟ್' ಹೇಳಬಹುದು; 'ಚೆನ್ನಾಗಿ ಬರಿ ಪುಟ್ಟಾ' ಎಂದೆನ್ನಬಹುದು ಎಂದು ಕಾದೆ. ಕಾದಿದ್ದಷ್ಟೇ ಬಂತು. ಇಬ್ಬರೂ ಬರಲಿಲ್ಲ. ಪರೀಕ್ಷೆಗೆ ಹೋಗದೆ ಕದ್ದು ಕೂರಬೇಕು ಎಂದುಕೊಂಡೆ. ಆದರೆ ಹೇಗೆ ಕದ್ದು ಕೂರುವದು? ಎಲ್ಲಿ ಕದ್ದು ಕೂರುವುದು? ಎಂದು ತಿಳಿಯದೆ ಸ್ಕೂಲ್ ಬಸ್ ಹತ್ತಿದೆ. ಎಲ್ಲರೂ ಪರೀಕ್ಷೆಗೆ ಉತ್ತರ ಬರೆಯತೊಡಗಿದರೆ 'ನಾನ್ಯಾಕೆ ಬರೆಯಬೇಕು? ಯಾರಿಗಾಗಿ ಬರೆಯಬೇಕು?' ಎನಿಸತೊಡಗಿತು. ಪ್ರಶ್ನೆಪತ್ರಿಕೆ ತೆರೆದು ನೋಡಿದೆ. ಎಲ್ಲಾ ಉತ್ತರಗಳೂ ನನಗೆ ಗೊತ್ತಿರುವುದೇ! ನಾನು ಸುಮ್ಮನೇ ಇರುವುದನ್ನು ಮಿಸ್ ನೋಡುತ್ತಿದ್ದಾರೆ ಎನಿಸಿತು. ಅದರಲ್ಲಿದ್ದ ಪ್ರಶ್ನೆಗಳನ್ನೇ ಉತ್ತರ ಪತ್ರಿಕೆಯಲ್ಲಿ ಬರೆಯತೊಡಗಿದೆ. ಉತ್ತರ ಚೆನ್ನಾಗಿ ಗೊತ್ತಿದ್ದರೂ ಪುಟ ತುಂಬಾ ಬರೆದದ್ದನ್ನೇ ಬರೆದು ಮುಗಿಸಿದೆ. ಪುಟ ಭರ್ತಿಯಾದಾಗ ಕೊಟ್ಟು ಬಂದೆ. ಮರುದಿನ,

ಅದರ ಮರುದಿನ, ಎಲ್ಲಾ ಪರೀಕ್ಷೆಗಳನ್ನೂ ಹಾಗೇ ಬರೆದು ಮುಗಿಸಿದೆ.

'ಯಾರಿಗೋ ಚೆನ್ನಾಗಿ ಬುದ್ಧಿ ಕಲಿಸಿದೆ' ಎಂಬ ಸಮಾಧಾನ ಮನಸ್ಸಿಗೆ. ಹಾಯಾಗಿ ಮಲಗಿ ನಿದ್ರಿಸಿದೆ.

●●●

ಬೇಸಗೆ ರಜ ಬೇಡವೆಂದರೂ ಮತ್ತೆ ಬಂತು. ಮೊದಲೆಲ್ಲಾ ರಜೆ ಬಂತು ಎಂದರೆ ಎಷ್ಟು ಖುಷಿ? ಆದರೆ ಈಗ ಶಾಲೆ ಇದ್ದಿದ್ದರೇ ಚೆನ್ನಾಗಿತ್ತು ಎನಿಸಿತು. ಅಪ್ಪ ಅಮ್ಮ ಕರೆಯಲು ಬರಬಹುದು ಎಂದು ನೆನೆಸಿಕೊಳ್ಳುವಾಗ ಯಾಕೋ ಎಲ್ಲಿಗೂ ಹೋಗುವುದೇ ಬೇಡ ಎನ್ನುವಂತಾಯಿತು. ಅಮ್ಮನ ಜೊತೆ ಕಾಲ ಕಳೆಯಬೇಕೆಂಬ ಆಸೆ ಇದ್ದರೂ ಅಂಕಲ್ಲನ್ನು ನೆನೆಸಿಕೊಂಡಾಗ ಭಯವಾಗುತ್ತದೆ. ಅವರಿಗೆ ನಾನು ಇಷ್ಟ ಇಲ್ಲ ಎನ್ನುವುದು ನನಗೆ ಅರ್ಥವಾಗಿತ್ತು. ಅಲ್ಲದೇ ಅಮ್ಮನಿಗೂ ನನಗಿಂತ ಅಂಕಲ್ ಮತ್ತು ಅವರ ಪಾಪುವಿನ ಮೇಲೇ ಇಷ್ಟ ಜಾಸ್ತಿ ಎಂದೂ ತಿಳಿದುಹೋಗಿತ್ತು. ಇಲ್ಲದಿದ್ದರೆ ಅವರೇಕೆ ನನ್ನನ್ನು ಬಿಟ್ಟು ಅವರ ಜೊತೆಗೇ ಇರಬೇಕು? ಅಪ್ಪನಿಗೂ ಅಷ್ಟೆ; ಅವರಿಗೆ ಈಗ ಮೊದಲಿನಂತೆ ನನ್ನ ಮೇಲೆ ಪ್ರೀತಿ ಇಲ್ಲವೇ ಇಲ್ಲ. ಪ್ರೀತಿ ಇದ್ದಿದ್ದರೆ ನನ್ನ ತಪ್ಪಿಲ್ಲದೆ ಇದ್ದರೂ ಎಲ್ಲರ ಎದುರಿಗೇ ಯಾಕೆ ಹೊಡೆಯುತ್ತಿದ್ದರು? ಯಾಕೆ ನನ್ನ ಹತ್ತಿರ ಸರಿಯಾಗಿ ಮಾತಾಡುವುದಿಲ್ಲ? ಇನ್ನು ಆಂಟಿಗಂತೂ ನನ್ನನ್ನು ಕಂಡರೇ ಸಿಟ್ಟು. ಅಲ್ಲೂ ಆ ಪಾಪು ಬಂದಿದ್ದಕ್ಕೇ ಇರಬೇಕು ಅಪ್ಪನಿಗೆ ನನ್ನ ಮೇಲೆ ಪ್ರೀತಿ ಕಮ್ಮಿ ಆಗಿದ್ದು. ಯಾವಾಗಲೂ ಬರೀ ಇಂಥದ್ದೇ ಯೋಚನೆಗಳು! ಇನ್ನು ಆ ಮನೆಗಳಿಗೆ ಹೋಗಿ ಅಲ್ಲಿ ಆಡಲೂ ಆಗದೆ, ಮಾತಾಡಲೂ ಆಗದೆ ದಿನ ಕಳೆಯುವುದು ಹೇಗೆ? ಹಾಗೆಂದು ಹಾಸ್ಟೆಲಿನಲ್ಲಿಯೂ ಯಾರೂ ಇರುವುದಿಲ್ಲ. ಇಲ್ಲಿಯಾದರೂ ನಾನೊಬ್ಬನೇ ಕುಳಿತು ಮಾಡುವುದಾದರೂ ಏನು? ನನಗೆ ಯಾರೂ ಇಲ್ಲ. ಅಪ್ಪನೂ ಇಲ್ಲ, ಅಮ್ಮನೂ ಇಲ್ಲ, ನಾನೊಬ್ಬ ದಿಕ್ಕಿಲ್ಲದವನು ಎನಿಸಿತು. ಹಾಸ್ಟೆಲ್ ಆಂಟಿ ಮತ್ತು ಇಂಗ್ಲೀಷ್ ಮಿಸ್ ಇಬ್ಬರೂ 'ಪೂರ್ ಬಾಯ್' ಎಂದು ಹೇಳಿದ್ದು ಯಾಕೆ? ಎಂದು ಈಗ ಅರ್ಥವಾಗತೊಡಗಿತು. ಹೀಗೆ ಯಾರೂ ಇಲ್ಲದೆ ಇರುವವರನ್ನೇ 'ಪೂರ್ ಬಾಯ್' ಎಂದು ಕರೆಯುವುದು!

ಅಮ್ಮ ಬಂದು ಮನೆಗೆ ಕರೆದುಕೊಂಡು ಹೋಗಿ ವಾರ ಕಳೆದಿತ್ತು. ನಿಜಕ್ಕೂ ಮನೆಯೊಳಗೆ ತುಂಬಾ ಬೋರಾಗತೊಡಗಿತು. ಇದ್ದಕ್ಕಿದ್ದಂತೆ ಅಮ್ಮನಿಗೆ ಶಾಲೆಯಿಂದ ಪ್ರಿನ್ಸಿಪಾಲರ ಫೋನ್ ಬಂತು. "ನೀವು ಆಕಾಶನ ಮದರ್ ಅಲ್ವಾ? ಅವನನ್ನು ಕರ್‍ಕೊಂಡು ಕೂಡಲೇ ಬನ್ನಿ" ಎಂದರು. ಅರ್ಧ ದಿನ ರಜ ಹಾಕಿ ಅಮ್ಮ ಹೊರಟಳು. ದಾರಿಯಲ್ಲಿ ಅಮ್ಮ ಕೇಳಿದಳು "ಸ್ಕೂಲಲ್ಲಿ ಏನಾದ್ರೂ ತರ್ಲೆ ಮಾಡಿದ್ಯಾ? ಆವೊತ್ತು ಡ್ರಗ್ಸ್ ಚಾಕೊಲೇಟ್ ತಿಂತಿದ್ದೆ ಅಂತ ಕಂಪ್ಲೇಂಟ್ ಆಯ್ತು. ಇವತ್ತೇನು ಮಾಡಿದಿಯೋ? ಯಾಕೆ ಹೀಗೆಲ್ಲಾ ಮಾಡ್ತೀಯ ಪುಟ್ಟಾ? ಏನು ಮಾಡಿದೆ ಹೇಳು?" ಎಂದಳು.

"ನಾನ್ಯಾವ ತಪ್ಪೂ ಮಾಡಿಲ್ಲ ಮಮ್ಮೀ" ಎಂದೆ. ನನಗೆ ಉತ್ತರ ಪತ್ರಿಕೆಯಲ್ಲಿ ಬರೀ ಪ್ರಶ್ನೆಗಳನ್ನೇ ಬರೆದಿದ್ದು ನೆನಪಾಯಿತು.

ಅನಾಥ ಹಕ್ಕಿಯ ಕೂಗು

"ಮತ್ಯಾಕೆ ಅರ್ಜೆಂಟಾಗಿ ನಿನ್ನನ್ನೂ ಕರ್ಕೊಂಡು ಬಾ ಅಂತ ಕರೀತಾರೆ?" ಎಂದವಳೇ ಅಮ್ಮ ಮತ್ತೆ ಮಾತಾಡದೆ ಸುಮ್ಮನಾದಳು.

ಪ್ರಿನ್ಸಿಪಾಲರು ನಮಗಾಗಿಯೇ ಕಾಯುತ್ತಿದ್ದರು. "ಬನ್ನಿ" ಎಂದವರೇ ಒಳಗೆ ಕರೆದುಕೊಂಡು ಹೋದರು. ನಾನೂ ಹೆದರುತ್ತಲೇ ಹೋದೆ. ಪ್ರಿನ್ಸಿಪಾಲರು ಅಮ್ಮನನ್ನು ಕೂರಲು ಹೇಳಿ ಒಂದಷ್ಟು ಪೇಪರನ್ನು ಅವರ ಮುಂದೆ ಹರಡಿ 'ಓದಿ' ಎಂದರು. ನಾನೂ ಬಗ್ಗಿ ಕಣ್ಣಾಡಿಸಿದೆ. ಪರೀಕ್ಷೆಯಲ್ಲಿ ಉತ್ತರ ಬರೆಯದೇ ಬರೀ ಪ್ರಶ್ನೆಗಳನ್ನೇ ಬರೆದಿಟ್ಟ ನನ್ನದೇ ಉತ್ತರಪತ್ರಿಕೆಗಳು!

ಓದುತ್ತಿದ್ದಂತೆ ಅಮ್ಮನ ಮುಖ ಬಿಳಿಚಿಕೊಂಡಿತು. "ಇದೇನೋ? ಯಾಕೆ ಹೀಗೆ ಮಾಡಿದಿಯಾ? ಒಂದೇ ಒಂದು ಪ್ರಶ್ನೆಗೂ ಉತ್ತರ ಬರ್ದಿಲ್ವಲ್ಲಾ? ಎಲ್ಲಾ ಸಬ್ಜೆಕ್ಟಿಗೂ ಹೀಗೇ ಮಾಡಿದೀಯಲ್ಲಾ? ಯಾಕೆ ಮರೀ, ನಿಂಗೆ ಉತ್ತರ ಗೊತ್ತಿತ್ತಲ್ವಾ?" ಎಂದಳು ಅಮ್ಮ. ಅವರಿಗೆ ಷಾಕ್ ಆಗಿದ್ದುದು ಅವರ ಬೆವರು ಸುರಿಯುವ ಮುಖ ನೋಡಿದರೇ ತಿಳಿಯುತ್ತಿತ್ತು. ನಾನು ಏನೂ ಹೇಳದೆ ತಲೆ ತಗ್ಗಿಸಿದೆ.

"ಸುಮ್ಮ ಸುಮ್ಮನೇ ಮಕ್ಕಳು ಹೀಗೆಲ್ಲಾ ಮಾಡೋದಿಲ್ಲ. ಅವನು ಬ್ರಿಲಿಯಂಟ್ ಸ್ಟುಡೆಂಟ್. ನಾನೂ ಗಮನಿಸ್ತಾ ಇದೀನಿ: ಇತ್ತೀಚೆಗೆ ಅವನು ಹೀಗಾಡ್ತಾ ಇರೋದು. ಅವನ ಮನಸ್ಸಿಗೆ ಸಮಾಧಾನ ಇಲ್ಲ. ಏನೋ ತೊಂದರೆ ಇದೆ. ಒಂದು ಸಲ ಸೈಕಿಯಾಟ್ರಿಸ್ಟ್ ಹತ್ರ ತೋರ್ಸಿ" ಎಂದರು ಪ್ರಿನ್ಸಿಪಾಲ್. ಅಮ್ಮ ಅವರ ಮುಖವನ್ನೇ ನೋಡತೊಡಗಿದಳು.

"ಅಷ್ಟೇ ಅಲ್ಲ; ಕೊನೆಯ ದಿನದ ಪೇಪರಿನಲ್ಲಿ ಏನು ಬರ್ದಿದಾನೆ ನೋಡಿ. ನೀವೇ ಓದಿ, ಬೇಡ ಬಿಡಿ; ನಾನೇ ಓದಿ ಹೇಳ್ತೀನಿ" ಎನ್ನುತ್ತಾ ತಾವೇ ಓದತೊಡಗಿದರು. "ನೋಡಿ. ಅರ್ಧ ಪೇಪರಲ್ಲಿ ಬರೀ ಪ್ರಶ್ನೆಗಳನ್ನೇ ಬರ್ದಿಟ್ಟಿದಾನೆ. ನಂತರ 'ಅಪ್ಪ ಅಮ್ಮ ದೇವರು ಎನ್ನುತ್ತಾರೆ ಮಿಸ್. ಅವರಿಗೆ ಗೊತ್ತಿಲ್ಲ. ಎಲ್ಲಾ ಅಪ್ಪ ಅಮ್ಮ ದೇವರಲ್ಲ. ಅಪ್ಪ ತಿಳಿದುಕೊಂಡಷ್ಟು ಒಳ್ಳೆಯವರಲ್ಲ. ಅಮ್ಮನಿಗೂ ಎಲ್ಲಾ ಮಕ್ಕಳ ಮೇಲೂ ಪ್ರೀತಿ ಇರೋದಿಲ್ಲ; ಕೆಲವು ಮಕ್ಕಳ ಮೇಲೆ ಮಾತ್ರ ಪ್ರೀತಿ ಇರುತ್ತೆ. ಆಂಟಿ ಕೆಟ್ಟವರು. ಅಂಕಲ್ ಕೂಡಾ ಒಳ್ಳೆಯವರಲ್ಲ. ಅವರ ಪಾಪುವಿಗೆ ಅಪ್ಪ ಅಮ್ಮ ಇದಾರೆ. ನನಗೆ ಅಪ್ಪ ಬೇಕು, ಅಮ್ಮ ಬೇಕು. ಎಲ್ಲಾ ಮಕ್ಕಳ ಅಪ್ಪಂದಿರ ಹಾಗೆ ನನ್ನನ್ನೂ ಕೈಹಿಡಿದು ಕರ್ಕೊಂಡು ಹೋಗೋ ಅಪ್ಪ ಬೇಕು. ಪ್ರೀತಿ ಮಾಡೋ ಅಮ್ಮ ಬೇಕು. ನಂಗೆ ಅಜ್ಜನೂ ಇಲ್ಲ. ನಂಗೆ ಯಾರೂ ಇಲ್ಲ. ನಾನೊಬ್ಬ ಪೂರ್ ಬಾಯ್. ನಾನು ಪೂರ್ ಬಾಯ್, ನಾನು ಪೂರ್ ಬಾಯ್' ನೋಡಿ ಹೀಗೆಲ್ಲಾ ಬರ್ದಿದಾನೆ. ಹಾಗೆ ಅವನು ಬರೀಬೇಕಾದ್ರೆ ಅವನ ಮನಸ್ಸಿಗೆ ತುಂಬಾ ಘಾಸಿ ಆಗಿದೆ. ಇದಕ್ಕೆ ಯಾರು ಕಾರಣ ಅಂತ ಯೋಚನೆ ಮಾಡಿದೀರಾ?" ಎಂದರು.

ಅಮ್ಮ ಮುಖ ಕೆಳಗೆ ಹಾಕಿದಳು.

ನನಗೆ ಮಾತ್ರ ಅದನ್ನೆಲ್ಲಾ ನಾನು ಯಾವಾಗ ಬರೆದೆ? ಎನ್ನಿಸಿ ಆಶ್ಚರ್ಯವಾಯಿತು. ಆದರೆ ಬರೆದದ್ದು ಮಾತ್ರ ನಾನೇ ಎನ್ನುವುದಕ್ಕೆ ಸಾಕ್ಷಿಯಾಗಿ ಅದು ನನ್ನದೇ ಕೈ ಬರಹವಾಗಿತ್ತು!

●●●

ಮರುದಿನ ಅಮ್ಮ ಕೆಲಸಕ್ಕೆ ರಜ ಹಾಕಿ ನನ್ನನ್ನು ಸೈಕಿಯಾಟ್ರಿಸ್ಟ್ ಹತ್ತಿರ ಕರೆದುಕೊಂಡು ಹೋದಳು. ಅವರ ಹೆಸರು ಡಾ। ವೇದವ್ಯಾಸ್ ಅಂತೆ. ಅವರ ಛೇಂಬರಿಗೆ ಹೋಗುವ ಮೊದಲು ನೇಮ್ ಪ್ಲೇಟ್ ನೋಡಿದೆ. ಹಾಗೆ ಹೆಸರು ಹಾಕಿದರೆ ಅದು ಅವರದೇ ಎಂದು ನನಗೆ ಗೊತ್ತು. ನಮ್ಮ ಶಾಲೆಯ ಪ್ರಿನ್ಸಿಪಾಲರೂ ಹಾಗೇ ನೇಮ್‌ಪ್ಲೇಟ್ ಹಾಕಿದ್ದಾರೆ. ಅಮ್ಮ ಅವರ ಬಳಿ ಚಾಕೊಲೇಟ್ ವಿಷಯದಿಂದ ಹಿಡಿದು ಪ್ರಶ್ನೆ ಪತ್ರಿಕೆಯ ವಿಷಯದವರೆಗೆ ಎಲ್ಲವನ್ನೂ ಹೇಳಿದಳು. ನಾನು ಶಾಲೆಯಲ್ಲಿ ಎಲ್ಲರಿಗಿಂತ ಹೆಚ್ಚು ಮಾರ್ಕ್ಸ್ ತಗೊಳ್ತಾ ಇದ್ದೆ ಎನ್ನುವುದೊಂದು ಬಿಟ್ಟರೆ ಬೇರೆಲ್ಲಾ ನಾನು ಏನೇನೋ ಮಾಡಬಾರದ ತಪ್ಪುಗಳನ್ನೇ ಮಾಡಿದೆ ಎನ್ನುವಂತೆ ಮಾತಾಡಿದ್ದು ಮಾತ್ರ ನನಗೆ ತೀರ ಕಿರಿ ಕಿರಿಯಾಯಿತು. ಎಲ್ಲವನ್ನೂ ಕೇಳಿದ ಅವರು ಅಪ್ಪ ಅಮ್ಮ ಬೇರೆ ಬೇರೆ ಇರುವುದಕ್ಕೆ ಕಾರಣವನ್ನು ಕೇಳಿ, ಇಬ್ಬರೂ ಬೇರೆ ಬೇರೆ ಮದುವೆಯಾದ ವಿಚಾರವನ್ನೂ ತಿಳಿದುಕೊಂಡರು. ನಂತರ "ಇದರಲ್ಲಿ ವಿಶೇಷ ಏನೂ ಇಲ್ಲ ಬಿಡಿ, ಅವನಿಗೆ ಅಪ್ಪ ಅಮ್ಮನ ಪ್ರೀತಿ ಬೇಕಿತ್ತು. ಅದು ಸಿಗ್ತಾ ಇಲ್ಲ. ಮತ್ತು ನಿಮ್ಮಿಬ್ಬರ ಮನೆಗೆ ಹೋದಾಗಲೂ ಅವನನ್ನು ನೀವು ಚೆನ್ನಾಗಿ ನೋಡ್ಕೊಂಡಿಲ್ಲ ಅಂತ ಕಾಣುತ್ತೆ. ನೀವು ಅಂದ್ರೆ ನೀವು ಮಾತ್ರ ಅಂತಲ್ಲ; ಉಳಿದವರೂ ಆಗಬಹುದು. ಅದು ಅವನ ಮನಃಸ್ಥಿತಿ ಮೇಲೆ ಪರಿಣಾಮ ಬೀರುತ್ತೆ. ಅವನಿಗೆ ಅಹಿತ ಆಗೋ ಕೆಲಸ ನಿಮ್ಮಿಂದ ಆಗ್ತಿದೆ. ಅದಕ್ಕೇ ಪ್ರತೀಕಾರ ಭಾವನೆಯಾಗಿ ಅವನು ಉತ್ತರ ತಿಳಿದಿದ್ರೂ ಪ್ರಶ್ನೆಗಳನ್ನೇ ಬರ್ದಿದಾನೆ. ಮತ್ತೆ ಅವನು ಅಪ್ಪ ಅಮ್ಮನ ಬಗ್ಗೆ ಬರೆದದ್ದು ಸ್ಪಷ್ಟವಾಗಿಯೇ ಇದೆ. ಅವನ ಮನಸ್ಸಲ್ಲೆಲ್ಲಾ ಅದೇ ತುಂಬಿದೆ. ಮನಸ್ಸಿನೊಳಗೆ ಏನಿದೆಯೋ ಅಗನ್ನೇ ತನಗೇ ತಿಳೀದ ಹಾಗೆ ಬರ್ದಿದಾನೆ ಅಷ್ಟೆ. ಇದು ಒಂದು ತರಹದ ಮಾನಸಿಕ ರೋಗದ ಮುನ್ಸೂಚನೆ. ಅವನಿಗೆ ಸರಿಯಾಗಿ ಪ್ರೀತಿ ಸಿಕ್ಕಿದರೆ ಸಾಕು, ಸರಿಯಾಗ್ತಾನೆ. ಅಗವಾ ಈಗಿನ ಹಾಗೇ ಮುಂದುವರೆದರೆ ಅದು ಜಾಸ್ತಿಯಾದ್ರೂ ಆಗ್ಬಹುದು" ಎಂದರು ನನ್ನ ಕಡೆ ನೋಡುತ್ತಾ.

"ನನ್ನಿಂದಾದಷ್ಟು ಚೆನ್ನಾಗಿ ನೋಡಿಕೊಳ್ತಾ ಇದೀನಿ ಸರ್, ನಾನು ಇವನ್ನ ಮನೆಯೊಳಗೆ ಇಟ್ಕೊಳ್ಳೋದು ನನ್ನ ಈಗಿನ ಹಸ್ಬೆಂಡಿಗೆ ಏನೇನೂ ಇಷ್ಟ ಇಲ್ಲ. ಏನು ಮಾಡೋದು ಅಂತಾನೇ ಗೊತ್ತಾಗ್ತಿಲ್ಲ" ಎಂದಳು ಅಮ್ಮ ತಲೆತಗ್ಗಿಸಿ.

"ಸಹಜ ಬಿಡಿ. ಇಂತಹಾ ಮಕ್ಕಳನ್ನ ತನ್ನ ಮಗ ಅಂತ ತಿಳ್ಕೊಳ್ಳೋದಕ್ಕೆ ತುಂಬಾ ವಿಶಾಲ ಮನೋಭಾವ ಬೇಕು. ಅದ್ಸರಿ. ಮದುವೆಗೆ ಮೊದಲೇ ಇದನ್ನೆಲ್ಲಾ ಅವರ ಹತ್ರ ಮಾತಾಡಿರ್ಲಿಲ್ವಾ?" ಎಂದರು ಆ ಡಾಕ್ಟರ್.

"ಮಾತಾಡಿದ್ದೆ. ಆಗ ಒಪ್ಪಿಕೊಂಡಿದ್ರು. ಈಗ ಬೇರೆ ರಾಗ ಹಾಡ್ತಿದಾರೆ. ನನ್ನ ಸಂಬಳ ನೋಡಿ ಮದುವೆಯಾದ್ರು ಅಂತ ಕಾಣುತ್ತೆ. ಈಗ ಯಾಕಾದ್ರೂ ಬೇರೆ ಮದುವೆ ಆದ್ನೋ ಅಂತ ಆಗ್ಬಿಟ್ಟಿದೆ"

"ಕ್ಷಮಿಸಿ. ನಿಮ್ಮ ವೈಯಕ್ತಿಕ ಜೀವನದ ಬಗ್ಗೆ ಕೇಳ್ತೀನಿ ಅಂತ ತಿಳ್ಕೋಬೇಡಿ. ಎರಡನೇ ಮದುವೆ ಆದ ಮೇಲೆ ಹೇಗನ್ನಿಸ್ತಾ ಇದೆ?"

ಸ್ವಲ್ಪ ಹೊತ್ತು ಅಮ್ಮ ಮಾತೇ ಆಡಲಿಲ್ಲ. ಅವಳ ಕಣ್ಣುಗಳಲ್ಲಿ ನೀರಿಳಿಯತೊಡಗಿತು.

"ತಪ್ಪು ಮಾಡ್ದೆ ಸರ್. ಇವನ ಡ್ಯಾಡಿಯೂ ನಾನೂ ಐ.ಟಿ. ಕಂಪೆನಿಯಲ್ಲಿ ಕೆಲಸ ಮಾಡ್ತಾ ಇರೋದು ಅಲ್ವಾ? ಅಲ್ಲಿ ಒಬ್ಬರ ಹತ್ರ ಒಬ್ಬರು ಸಲಿಗೆಯಿಂದ ಮಾತಾಡೋದು ನಿಜ. ಸಂಬಂಧಗಳೂ ಗಂಟು ಹಾಕ್ಕೊಳ್ಳೋದು ನಿಜಾನೇ. ಹಾಗೇ ನನ್ನ ಹಸ್ಬೆಂಡೂ ಹಾಗೇ ಇರಬಹುದೇನೋ ಅನ್ನೋ ಅನುಮಾನ ನಂಗೆ ಶುರುವಾಯ್ತು. ಅವರಿಗೂ ನನ್ನ ಮೇಲೆ ಅಂಥದ್ದೇ ಅನುಮಾನ ಬಂತು. ನಂಗೆ ಸಂಬಳ ಜಾಸ್ತಿ ಅಂತ ಅವರಿಗೆ ಹೊಟ್ಟೆ ಉರಿ ಅಂತ ಅದನ್ನು ನಾನೇ ದೊಡ್ಡದು ಮಾಡಿ ಹೇಳ್ದೆ. ಈಗ ಅನ್ಸುತ್ತೆ. ಅವರ ಪ್ರತಿಷ್ಠೆಗೆ ತೊಂದರೆಯಾಗದ ಹಾಗೆ ನಡ್ಕೊಂಡಿದ್ರೆ ಈ ಪರಿಸ್ಥಿತಿ ಬರ್ತ್ತಿರ್ಲಿಲ್ಲ. ನಿಜವಾಗಿ ಅವರು ಡಿವೋರ್ಸ್ ಮಾಡಿ ಬೇರೆಯಾಗುವಷ್ಟು ಕೆಟ್ಟವರಾಗಿರ್ಲಿಲ್ಲ. ಅದೂ ಅಲ್ಲದೆ ನಮ್ಮಿಬ್ರಲ್ಲಿ ಸಂಶಯಗಳೇ ಜಾಸ್ತಿಯಾಗ್ತಾ ಹೋಗಿದ್ದೇ ಹೀಗಾಗೋದಕ್ಕೆ ಕಾರಣ ಆಯ್ತು. ನಿಜಕ್ಕೂ ಇಂತಹಾ ಸಂಶಯ, ಪ್ರತಿಷ್ಠೆ ಇಲ್ಲದೆ ಹೋಗಿದ್ರೆ ನಮ್ಮಿಬ್ಬರಲ್ಲಿ ಯಾವ ಜಗಳವೂ ಬರ್ತ್ತಿರ್ಲಿಲ್ಲ. ಅನಾವಶ್ಯ ಡಿವೋರ್ಸ್ ತಗೊಂಡು ಈಗ ನಮಗೂ ನೆಮ್ಮದಿ ಇಲ್ಲದೆ ಇವನ ಬದುಕನ್ನೂ ಹಾಳು ಮಾಡಿದೆವು ಅಂತ ಅನ್ನಿಸ್ತಾ ಇದೆ. ನಾವಿಬ್ರೂ ಅದನ್ನು ಅಲ್ಲಲ್ಲೇ ಪರಿಹರಿಸಿಕೊಳ್ಳೋ ಯೋಚನೆ ಮಾಡೋದರ ಬದಲು ಅದನ್ನೇ ಪ್ರತಿಷ್ಠೆಯ ವಿಷಯ ಆಗಿ ತಗೊಂಡು ಡಿವೋರ್ಸೇ ಎಲ್ಲದಕ್ಕೂ ಪರಿಹಾರ ಅಂತ ತಿಳ್ಕೊಂಡ್ವಿ. ಒಬ್ಬ ಮಗ ಇದಾನೆ; ನಾಳೆ ಅವನ ಭವಿಷ್ಯ ಏನಾಗಬಹುದು; ಅನ್ನೋ ಯೋಚನೇನೇ ಆಗ ನಮಗೆ ಬರ್ಲಿಲ್ಲ. ಇವನ ಅಜ್ಜ ಅಷ್ಟಲ್ಲದೆ ಹೇಳಿದ್ರೂ ನಮಗೆ ತಲೆಗೆ ಹೋಗ್ಲಿಲ್ಲ. ಈಗ ನೋಡಿದ್ರೆ ಇವನ ಸ್ಥಿತಿ ಹೀಗಾಗ್ಬಿಟ್ಟಿದೆ" ಎಂದಳು ಅಮ್ಮ.

"ನೀವಿಬ್ರೂ ತಪ್ಪುಗಳ ಮೇಲೆ ತಪ್ಪುಗಳನ್ನೇ ಮಾಡಿದ್ರಿ. ಒಬ್ಬರ ಮೇಲೆ ಒಬ್ಬರು ಆರೋಪ ಹೊರಿಸಿ ಡಿವೋರ್ಸ್ ತಗೊಂಡ್ರಿ. ಮಗ ಇರೋದನ್ನ ಮರೆತು ಬಿಟ್ರಿ. ಹೋಗಲಿ, ನಂತರವಾದ್ರೂ ನಿಧಾನವಾಗಿ ಒಳ್ಳೆಯ ಸ್ವಭಾವ ಇರುವ ಈ ಹುಡುಗನ್ನ ಚೆನ್ನಾಗಿ ನೋಡಿಕೊಳ್ಳುವ ಮನೋಭಾವದ ಗಂಡ ಸಿಗುವವರೆಗೆ ನೀವೂ ಕಾಯ್ಲಿಲ್ಲ. ನಿಮ್ಮ ಮೊದಲಿನ ಹಸ್ಬೆಂಡೂ ಕಾಯ್ಲಿಲ್ಲ. ಈಗ ಇಂಥಾ ಹುಡುಗನಿಗೆ ಈ ಪರಿಸ್ಥಿತಿ ತಂದಿದೀರಿ. ಇನ್ನೇನ್ಮಾಡ್ತೀರಿ? ಇವನ ಅಪ್ಪ ಆದ್ರೂ ಚೆನ್ನಾಗಿ ನೋಡಿಕೊಂಡಿದ್ರೆ ಆಗ್ತಿತ್ತು. ಅವರ ಮಿಸೆಸ್ ಹೇಗೆ?"

"ಇಲ್ಲ ಸರ್, ಅವಳಿಗೆ ಇವನ್ನ ಕಂಡ್ರೇ ಸಿಟ್ಟು ಬರುತ್ತಂತೆ. ಸರಿಯಾಗಿ ಮಾತೇ ಆಡ್ಸೋದಿಲ್ವಂತೆ. ಅಲ್ಲಂತೂ ಅವನಿಗೆ ಪ್ರೀತಿ ಸಿಗೋ ಹಾಗಿಲ್ಲ. ಅವರನ್ನ ದೂರೋದೂ ತಪ್ಪು ಅಂತ ಈಗ ಅನ್ಸುತ್ತೆ. ನನ್ನ ಈಗಿನ ಹಸ್ಬೆಂಡಿಗೆ ಇವನ್ನ ಕಂಡರೆ ಆಗೋದಿಲ್ಲ, ಹಾಗೇ ತಾನೇ ಅವರಿಗೂ. ತಮ್ಮದಲ್ಲದ ಮಕ್ಕಳನ್ನ ಪ್ರೀತಿ ಮಾಡು ಅಂತ ಹೇಳೋದಾದ್ರೂ ಹೇಗೆ? ಮುಖ್ಯ, ನಾವು ಯೋಚನೆ ಮಾಡ್ಬೇಕಾಗಿತ್ತು"

"ನಾವು ಇವನ ಖಾಯಿಲೆ ಮತ್ತು ಪರಿಹಾರದ ಬಗ್ಗೆ ಹೇಳ್ಬಹುದು. ಆದರೆ ಅದನ್ನು ಜಾರಿಗೆ ತರಬೇಕಾದವರು ಮಾತ್ರ ನೀವೇ. ಇವನು ಸಣ್ಣವನಾಗಿದ್ದಾಗ ತುಂಬಾ ಪ್ರೀತಿ ತೋರ್ಸಿದ್ರಾ?"

"ಹೌದು ಸರ್. ನಾವಿಬ್ರೂ ಇವನ್ನ ತುಂಬಾ ಪ್ರೀತಿಸ್ತಿದ್ವಿ. ಯಾವಾಗ ನಮ್ಮಿಬ್ರಲ್ಲಿ ಈಗೋ

ಪ್ರಾಬ್ಲಮ್ ಮತ್ತು ಅನುಮಾನ ಶುರುವಾಯ್ತೋ ಎಲ್ಲಾ ಹಾಳಾಗೋಯ್ತು. ಈಗನ್ಸುತ್ತೆ. ನಾವು ಸರಿಯಾಗಿ ಒಬ್ಬರಿಗೊಬ್ರು ಕೂತು ಈ ವಿಷಯದ ಬಗ್ಗೆ ಮಾತಾಡೇ ಇಲ್ಲ ಅಂತ. ಇವನ ಅಜ್ಜ ಕೈಮುಗಿದು ಕೇಳ್ಕೊಂಡ್ರು. ತಪ್ಪು ಮಾಡ್ತಾ ಇದೀರೀ, ಇವನ ಭವಿಷ್ಯ ಹಾಳಾಗುತ್ತೆ ಅಂತ. ಏನೂ ಆಗೋದಿಲ್ಲ ಅಂತನೇ ಭಾವಿಸಿದ್ವಿ. ಈಗ ಸರಿ ಮಾಡೋದಕ್ಕೇ ಆಗದೇ ಇರುವಂಥ ತಪ್ಪು ಮಾಡಿಬಿಟ್ಟಿದೀವಿ. ಹೋಗಲಿ, ಎರಡನೇ ಹಸ್ಬೆಂಡನ್ನು ಬಿಟ್ಟು ಇವನನ್ನೇ ನೋಡ್ಕೊಳ್ಳೋಣ ಅಂದ್ರೆ ಈಗ ನಂಗೆ ಅಲ್ಲೂ ಮತ್ತೊಬ್ಬ ಮಗ ಇದಾನೆ. ಯೋಚನೆ ಮಾಡದೆ ಎಂಥಾ ಕೆಲಸ ಆಗೋಯ್ತು ಅಂತ ಪಶ್ಚಾತ್ತಾಪ ಆಗ್ತಿದೆ"

"ಸರಿ; ಈಗ ನಿಮ್ಮ ಪರಿಸ್ಥಿತಿಗೆ ನಾನೇನೂ ಹೇಳೋ ಹಾಗಿಲ್ಲ. ನೀವೇ ಏನಾದ್ರೂ ಪರಿಹಾರ ಹುಡುಕ್ಕೊಳ್ಳಿ. ಮುಖ್ಯವಾಗಿ ಇವನಿಗೆ ಸಿಕ್ಕಿದ ಪ್ರೀತಿಯನ್ನು ಯಾರೋ ಕಿತ್ಕೊಂಡ್ರು ಅನ್ನೋ ದು:ಖ ಕಾಡ್ತಾ ಇದೆ. ಅದಕ್ಕೇನು ಮಾಡ್ಬಹುದು, ಅದನ್ನ ಯೋಚನೆ ಮಾಡಿ; ತುಂಬಾ ಒಳ್ಳೇ ಹುಡುಗನ ಹಾಗೆ ಕಾಣ್ತಾನೆ. ಜೊತೆಗೆ ಸದ್ಯಕ್ಕೆ ಒಂದು ತಿಂಗಳು ಈ ಔಷಧಿ ತೆಗೆದುಕೊಳ್ಳಲಿ" ಎಂದರು ಡಾ। ವೇದವ್ಯಾಸ್.

ಅಮ್ಮ ಅವರಿಗೆ ಕೈ ಮುಗಿದು ಎದ್ದಳು. ನನ್ನ ಕೈ ಅವಳ ಕೈಯೊಳಗೆ ಭದ್ರವಾಗಿತ್ತು. 'ಇನ್ನು ಅಮ್ಮನ ಪ್ರೀತಿ ಎಲ್ಲಾ ನನಗೇ' ಎಂದು ಅತ್ಯಂತ ಖುಷಿಯಾಯಿತು. ಅವಳ ಕೈಯನ್ನು ಮತ್ತೂ ಭದ್ರವಾಗಿ ಹಿಡಿದುಕೊಂಡೆ.

ಈ ಡಾಕ್ಟರು ಮಾತ್ರ ತುಂಬಾ ಒಳ್ಳೆಯ ಡಾಕ್ಟರು. ನನ್ನ ಕಷ್ಟ ಅರ್ಥ ಆಗಿದ್ದು ಇವರಿಗೆ ಮಾತ್ರ!

●●●

ಪ್ರಿನ್ಸಿಪಾಲರು ಪುನ: ನನ್ನನ್ನು ಶಾಲೆಗೆ ಕರೆಸಿ ಮತ್ತೆ ನನ್ನ ಕೈಲಿ ಪರೀಕ್ಷೆಗೆ ಉತ್ತರ ಬರೆಸಿದರು. ಪರೀಕ್ಷೆಯಲ್ಲಿ ಪಾಸೂ ಆದೆ.

ಸೈಕಿಯಾಟ್ರಿಸ್ಟ್ ಹತ್ತಿರ ಹೋಗಿ ಬಂದ ನಂತರ ಅಮ್ಮ ನನ್ನ ಮೇಲೆ ವಿಶೇಷ ಪ್ರೀತಿ ತೋರಿಸತೊಡಗಿದಳು. ಸ್ವಲ್ಪ ದಿನ ಅಂಕಲ್ ಕೂಡಾ ನನ್ನ ಹತ್ತಿರ ಒಂದೋ ಎರಡೋ ಮಾತಾಡುತ್ತಿದ್ದರು. ಈಗ ನಾನು ಅಮ್ಮನ ಪಾಪುವಿನೊಂದಿಗೆ ಆಡಿದರೂ ಯಾರೂ ಏನೂ ಅನ್ನುತ್ತಿರಲಿಲ್ಲ. ಆದರೆ ಅಂಕಲ್ ಮಾತ್ರ ಓರೆಗಣ್ಣಿನಿಂದ ನನ್ನನ್ನು ನೋಡುತ್ತಿರುತ್ತಾರೆ ಎಂದೇ ಅನಿಸುತ್ತಿತ್ತು. ಅಂಕಲ್ಲಿನ ಅಮ್ಮನೂ ಹೋಗಿದ್ದರು. ಹಾಗಾಗಿ ಅಂಕಲ್ ಇಲ್ಲದಾಗ ನಾನೂ ಅಮ್ಮನೂ, ಪಾಪು ಮತ್ತು ಪಾಪುವನ್ನು ನೋಡಿಕೊಳ್ಳುವ ಆಂಟಿ ಇರುತ್ತಿದ್ದೆವು. ಆ ಆಂಟಿ ತುಂಬಾ ಒಳ್ಳೆಯವರು. ನನಗೆ ಬೇಕಾದ್ದನ್ನು ಕೊಡುತ್ತಿದ್ದರು. ಮೊದಲು ನನಗೆ ಕೊಟ್ಟು ಮತ್ತೆ ಪಾಪುವಿಗೆ ತಿನ್ನಿಸುತ್ತಿದ್ದರು. ನಾನೇ 'ಸಣ್ಣ ಪಾಪು ಅಲ್ವಾ, ಅದಕ್ಕೇ ಮೊದಲು ಕೊಡಿ' ಎಂದ ಮೇಲೆ 'ನಿಂಗೆ ಮೊದ್ಲಾ ಅದಕ್ಕೆ ಮೊದಲಾ?' ಎಂದು ನನ್ನನ್ನು ಕೇಳಿ ಮತ್ತೆ ಮಗುವಿಗೆ ತಿನ್ನಿಸುತ್ತಿದ್ದರು. ಅಮ್ಮ ಒಂದು ದಿನವೂ ಹಾಗೆ ನನ್ನನ್ನು ಕೇಳಿರಲಿಲ್ಲ. 'ಪಾಪು ಸಣ್ಣದಲ್ವಾ? ಮೊದಲು ಪಾಪುವಿಗೆ; ಮತ್ತೆ ನಿನಗೆ' ಎನ್ನುತ್ತಿದ್ದರು.

ಈಗ ನನಗೆ ಮೊದಲಿನಷ್ಟು ಅಪ್ಪನ ನೆನಪಾಗುವುದಿಲ್ಲ. ಅಪ್ಪ ಒಬ್ಬರು ಇದ್ದಾರೆ ಆದರೆ ಅವರು ನನ್ನ ಅಪ್ಪ ಅಲ್ಲ ಎನ್ನುವಂತಾಗುತ್ತದೆ. ಅವರನ್ನು ನೆನಪಿಸಿಕೊಳ್ಳಬೇಕು ಎನಿಸುವುದೂ ಇಲ್ಲ. ಹಾಗಿರುವಾಗಲೇ ಅಪ್ಪ ಇದ್ದಾರೆ ಎಂಬ ಆ ನೆನಪೂ ದೂರ ಮಾಡುವ ಕಹಿ ಘಟನೆಯೊಂದು ನಡೆಯಿತು.

ನನ್ನ ರಜೆ ಮುಗಿಯುತ್ತಾ ಬರುತ್ತಿತ್ತು. ನಾನಿನ್ನು ಆರನೆಯ ತರಗತಿಗೆ ಸೇರಬೇಕಾಗಿತ್ತು. ಶಾಲೆಗೆ ಬೇಕಾದ ಒಂದು ವಸ್ತುವನ್ನು ಕೊಳ್ಳಲು ಮನೆಯ ಪಕ್ಕದಲ್ಲೇ ಇದ್ದ ಅಂಗಡಿಗೆ ಹೋಗಿದ್ದೆ. ಕೊಂಡು ತಿರುಗಿ ನೋಡಿದರೆ ಅಷ್ಟು ದೂರದಲ್ಲಿ ರಸ್ತೆಯ ಆಚೆ ಅಪ್ಪನ ಕಾರು! ಅದರೊಳಗೆ ಕನ್ನಡಕ ಹಾಕಿದ ಹ್ಯಾಂಡ್‌ಸಮ್ ಅಪ್ಪ! ನನ್ನನ್ನೇ ನೋಡುತ್ತಿದ್ದರು. ಒಂದು ಘಳಿಗೆ ಎಲ್ಲವನ್ನೂ ಮರೆತು ಅವರಿರುವಲ್ಲಿಗೆ ಓಡಿಬಿಡಲೇ ಎಂದುಕೊಂಡೆ. ಆದರೆ ಒಂದರ ಹಿಂದೊಂದರಂತೆ ರಭಸದಿಂದ ಓಡುವ ವಾಹನಗಳನ್ನು ಕಂಡು ಹೆದರಿಕೆಯಾಗಿ ನಿಂತೆ. ಅವರೂ ನನ್ನ ನೋಡಿದ್ದರಿಂದ ನಾನಿರುವಲ್ಲಿಗೆ ಬಂದೇ ಬರುತ್ತಾರೆ ಎಂದು ಅಲ್ಲೇ ಕಾಯುತ್ತಾ ನಿಂತೆ. ಏನನ್ನೋ ಕೊಂಡ ಆಂಟಿ ಕಾರೊಳಗೆ ಹತ್ತಿ ಕುಳಿತರು. ಕೈಯಲ್ಲಿ ಪಾಪುವೂ ಇತ್ತು. ತಕ್ಷಣ ಕಾರು ಸ್ಟಾರ್ಟ್ ಮಾಡಿದ ಅಪ್ಪ ನನ್ನೆದುರಿಗಾಗಿಯೇ ಹೊರಟರು. ಅವರು ಹಾಗೇ ಹೋಗಿಯೇ ಬಿಡುತ್ತಾರೇನೋ ಎಂದು ಆತಂಕವಾಗಿ "ಡ್ಯಾಡೀ" ಎಂದು ನನ್ನಿಂದಾದಷ್ಟು ಜೋರಾಗಿ ಕರೆದೆ. ಆದರೆ ಅವರು ನನ್ನನ್ನು ನೋಡೇ ಇಲ್ಲ ಎನ್ನುವಂತೆ ಹೋಗಿಬಿಟ್ಟರು. ನನ್ನ ಕೈಯಲ್ಲಿದ್ದ ವಸ್ತು ಕೆಳಗೆ ಬಿತ್ತು. ಹೇಳಲಾಗದ ಸಂಕಟ, ದು:ಖದಿಂದ ತತ್ತರಿಸಿ ಹೋದೆ. ಮೈಸೂರಿನ ಜಿ.ಆರ್.ಎಸ್ ಪಾರ್ಕಿನಲ್ಲಿ 'ನೀನು ನನ್ನ ಪುಟ್ಟ' ಎಂದು ನನ್ನ ಕೈ ಹಿಡಿದು ಎಳೆದಿದ್ದು ಇದೇ ಅಪ್ಪ ಎನ್ನುವುದು ನೆನಪಾಗಿ ಎದೆಯೊಳಗೆ ನನಗೆ ಯಾರೋ ಏನೋ ಮಾಡುತ್ತಿದ್ದಾರೆ ಎನಿಸತೊಡಗಿತು. ಕೈ ಜಾರಿ ಬಿದ್ದ ವಸ್ತುವನ್ನು ಎತ್ತಿಕೊಳ್ಳಲೂ ಮನಸ್ಸಾಗದೆ ಹಾಗೇ ಮನೆಗೆ ಬಂದು ಸೋಫಾದ ಮೇಲೆ ಮಲಗಿಬಿಟ್ಟೆ. ಯಾಕೋ ಅಪ್ಪನ ಮೇಲೂ ನನ್ನ ಮೇಲೂ ಎಲ್ಲರ ಮೇಲೂ ಇನ್ನಿಲ್ಲದ ಕೋಪ ಬರತೊಡಗಿತು. 'ದೇವರೇ, ನೋಡಿಯೂ ನೋಡದಂತೆ ಅಪ್ಪ ಹೋದರಲ್ಲಾ, ಹೋಗುವಾಗ ಆ ಕಾರಿಗೆ ಆಕ್ಸಿಡೆಂಟ್ ಆಗಲಿ. ಆ ಕಾರಿಗೆ ಬೆಂಕಿ ಬಿದ್ದು ಎಲ್ಲರೂ ಅಲ್ಲೇ ಸುಟ್ಟು ಹೋಗಲಿ' ಎಂದು ದೇವರನ್ನು ಬೇಡಿಕೊಂಡೆ. ಮನೆಗೆ ಬಂದು ಮೇಲೆ ಶೂ ಬಿಚ್ಚಿ ಒಳಗೆ ಬರಬೇಕೆನ್ನುವುದೂ ಮರೆತು ಹೋಗಿತ್ತು. ಬರೀ ಅದೇ ಯೋಚನೆ. 'ನನ್ನನ್ನು ಅಷ್ಟು ಪ್ರೀತಿಸುತ್ತಿದ್ದ ಅಪ್ಪ, ನನ್ನ ಕಂಡರೆ ಅಷ್ಟೊಂದು ಮುದ್ದಾಡುತ್ತಿದ್ದ ಅಪ್ಪ ಇಂದು ಕಂಡರೂ ಕಾಣದಂತೆ ಹೋದರು! ನಾನು ಕರೆದರೂ ಕೇಳದಂತೆ ಹೋದರು! ಅದೊಂದೇ ನನ್ನ ತಲೆಯಲ್ಲಿ ಕೊರೆಯುತ್ತಿದ್ದುದು!

ಎಷ್ಟು ಹೊತ್ತು ಹಾಗೇ ಬೋರಲಾಗಿ ಮಲಗಿದ್ದೆನೋ ಗೊತ್ತಿಲ್ಲ. ಮಂಕು ಆವರಿಸಿತ್ತು; ನಿದ್ರೆಯೂ ಬಂದಿರಬೇಕು. ಯಾರೋ ನನ್ನನ್ನು ಅಲುಗಾಡಿಸಿದಂತಾಗಿ ಎಚ್ಚರವಾಯಿತು. ಅಪ್ಪನೇ ನನ್ನನ್ನು ಎಬ್ಬಿಸಿದರೇನೋ ಎನ್ನಿಸಿ ಅಪ್ಪ ಮಾತಾಡಿಸಿದರೂ ಮಾತಾಡಬಾರದೆಂದು ಮುಖ ದಪ್ಪ ಮಾಡಿಕೊಂಡೇ ಕಣ್ಣು ಬಿಟ್ಟೆ. ಎದುರಲ್ಲಿ ಅಂಕಲ್!

"ಏಯ್, ಇಷ್ಟು ದೊಡ್ಡ ಆಗಿದೀಯ. ಶೂ ಬಿಚ್ಚಿ ಸೋಫಾದ ಮೇಲೆ ಬಿದ್ಕೋಬೇಕು ಅಂತ ಗೊತ್ತಿಲ್ವೇನೋ? ಥೂ ನಿನ್ನ. ಬೀದೀಲಿ ಬಿದ್ದವ್ನ ತಂದು ಸಾಕಿದ್ರೆ ಹೀಗೇ ಮಾಡೋದು"

ಎಂದು ಅಂಕಲ್ ಗದರಿದಾಗಲೇ ಎಚ್ಚರವಾಗಿದ್ದು. ಕೇಳುತ್ತಾ ಅವರ ಹಿಂದಿನಿಂದಲೇ ಬಂದ ಅಮ್ಮ ಥಟ್ಟನೆ ನಿಂತು ಬಿಟ್ಟಳು!

"ಯಾಕೆ ಪುಟ್ಟಾ ಹೀಗೆ ಮಾಡ್ತೀಯಾ? ಮೊದಲೇ ಎಲ್ರೂ ನಿನ್ನ ತಪ್ಪು ಹುಡುಕೋದಕ್ಕೇ ಕಾದಿರ್ತಾರೆ. ಬೀದೀಲಿ ನಡೆದಾಡಿದ ಶೂವನ್ನ ಬಿಚ್ಚದೇ ಸೋಫಾದ ಮೇಲೆ ಹತ್ತಿ ಮಲಗ್ತಾರಾ?" ಅಂಕಲ್ ಬಾತ್‌ರೂಮಿಗೆ ಹೋದಾಗ ಮೆತ್ತಗೆ ಕೇಳಿದಳು ಅಮ್ಮ ಬೇಸರದಿಂದ.

ನನಗೆ ಅವಳೊಂದಿಗೂ ಮಾತಾಡಲು ಮನಸ್ಸು ಬರಲಿಲ್ಲ. ಮತ್ತೆ ಹೇಳಿದಳು "ನಿಂಗೇ ಹೇಳ್ತಿರೋದು, ಯಾಕೆ ಹೀಗೆ ಮಾಡ್ತೀಯ ಹೇಳು? ನೀನು ಸಣ್ಣ ಮಗುವಾ? ಹೀಗೆ ಮಾಡೋದು ತಪ್ಪು ಅಂತ ನಿಂಗೆ ಗೊತ್ತಿಲ್ವಾ?"

"ಗೊತ್ತಿದೆ. ಆದ್ರೆ ಮರ್‍ತುಹೋಯ್ತು" ಎಂದೆ ಉದಾಸೀನದಿಂದ.

"ಯಾಕೆ ಮರ್‍ತುಹೋಗುತ್ತೆ? ಎಚ್ಚರ ಇಲ್ದಿದ್ರೆ ತಾನೇ ಮರ್‍ತು ಹೋಗೋದು?" ಸ್ವಲ್ಪ ಗಡುಸಾಗಿಯೇ ಇತ್ತು ಅಮ್ಮನ ಸ್ವರ.

"ಮತ್ತೆ ಡ್ಯಾಡಿ ಹಾಗೆ ಮಾಡಿದ್ರೆ ಇನ್ನೇನಾಗುತ್ತೆ?" ಎಂದೆ. ನನಗೆ ಅಪ್ಪನ ಮೇಲೆ ಬಂದ ಕೋಪ ದು:ಖವಾಗಿ ಮಾರ್ಪಾಡಾಯಿತು.

ಹೊರಟಿದ್ದ ಅಮ್ಮ ಹತ್ತಿರ ಬಂದು ಪಕ್ಕದಲ್ಲೇ ಕುಳಿತು ಕೇಳಿದಳು. "ಯಾಕೆ, ಡ್ಯಾಡಿ ಸಿಕ್ಕಿದ್ರಾ? ಏನು ಮಾಡಿದ್ರು? ಸರಿಯಾಗಿ ಮಾತಾಡ್ಲಿಲ್ವಾ?"

"ಮಾತಾಡ್ಸೋದು ಇರ್‍ಲಿ. ನನ್ನ ಚೆನ್ನಾಗಿ ನೋಡಿದ್ರೂ ನೋಡೇ ಇಲ್ಲ ಅನ್ನೋ ಹಾಗೆ ನನ್ನ ಪಕ್ಕಕ್ಕಾಗಿಯೇ ಕಾರಲ್ಲಿ ಹೋಗಿ ಬಿಟ್ರು. ನನ್ನ ಮಾತಾಡ್ಸೋದಕ್ಕೆ ಬಂದೇ ಬರ್‍ತಾರೆ ಅಂತ ಕಾಯ್ತಾ ನಿಂತಿದ್ದೆ. ಡ್ಯಾಡೀ ಅಂತ ಜೋರಾಗಿ ಕರ್‍ದೆ. ಆದ್ರೆ ಡ್ಯಾಡಿ..." ಮುಂದೆ ಮಾತಾಡಲಾಗದೆ ದುಃಖ ಉಮ್ಮಳಿಸಿ ಬರತೊಡಗಿತು.

"ಬಿಡು ಪುಟ್ಟಾ, ಅವರಿಲ್ಲದಿದ್ರೆ ನಾನಿದೀನಲ್ಲಾ? ಬೇಜಾರು ಮಾಡ್ಕೋಬೇಡ. ಹೋಗಿ ಶೂ ಬಿಚ್ಚಿಟ್ಟು ಬಾ. ಬೋರ್ನವಿಟಾ ಮಾಡಿ ಕೊಡ್ತೀನಿ. ಕುಡಿ" ಎಂದಳು ಅಮ್ಮ ನನ್ನ ತಲೆ ಕೂದಲ ಮೇಲೆ ಕೈಯಾಡಿಸುತ್ತಾ.

ಅಮ್ಮನ ಬಳಿ ಹೇಳಿದ ಮೇಲೆ ಎಷ್ಟೋ ಸಮಾಧಾನವಾಯಿತು. ಒಂದು ಖುಷಿಯ ವಿಷಯ ಹೇಳಲು ಮರೆತೆ. ನಾವಿಬ್ಬರೂ ಸೈಕಿಯಾಟ್ರಿಸ್ಟ್ ಹತ್ತಿರ ಹೋಗಿ ಬಂದ ಮೇಲೆ ಅಮ್ಮ ಅಂಕಲ್ಲನ್ನು ಬಲವಂತವಾಗಿ ಒಪ್ಪಿಸಿ ಹಾಸ್ಟೆಲ್ ಬದಲು ಪುನ: ಮನೆಯಿಂದಲೇ ಶಾಲೆಗೆ ಕಳಿಸಲು ನಿರ್ಧರಿಸಿದ್ದಳು!

●●●

ವಾರ ಕಳೆದಿರಬಹುದು. ಯಾಕೋ ಹೊಟ್ಟೆನೋವು ಶುರುವಾಗಿ ಬಿಟ್ಟಿತು. ಇತ್ತೀಚೆಗೆ ನನಗೆ ಆಗಾಗ ನಿಜಕ್ಕೂ ಹೊಟ್ಟೆನೋವು ಬಂದಿದೆ ಎನಿಸುತ್ತದೆ. ಆದರೆ ಔಷಧಿ ತೆಗೆದುಕೊಳ್ಳದಿದ್ದರೂ ಹಾಗೇ ಯಾವಾಗಲೋ ಕಮ್ಮಿಯಾಗಿ ಬಿಡುತ್ತದೆ. ಅಮ್ಮ ಬೆಳಗ್ಗೆಯೇ

73

ಪರಿಚಯದ ಡಾಕ್ಟರ ಹತ್ತಿರ ಕರೆದುಕೊಂಡು ಹೋಗಿ ಮಾತ್ರೆ ಔಷಧಿ ಕೊಡಿಸಿದಳು. ತೆಗೆದುಕೊಂಡ ಮೇಲೆ ಸ್ವಲ್ಪ ಕಮ್ಮಿಯಾಯಿತು. ಆದರೆ ರಾತ್ರಿ ಅಮ್ಮ ಬಂದವಳು "ಹೇಗಿದೆ ಪುಟ್ಟಾ ಹೊಟ್ಟೆನೋವು?" ಎಂದಾಗ ಮಾತ್ರ "ಕಮ್ಮಿಯಾಗಿಲ್ಲ" ಎಂದೆ. ಆ ಲೆಕ್ಕದಲ್ಲಾದರೂ ಅಮ್ಮ ಇಂದು ನನ್ನ ಜೊತೆಯಲ್ಲೇ ಮಲಗಲಿ ಎನ್ನುವುದು ನನ್ನ ಯೋಚನೆ! ಆದರೆ ನಿದ್ರೆ ಬಂದರೂ ತಾಳಿಕೊಂಡು ನಾನು ಅಮ್ಮನ ಕೆಲಸವೆಲ್ಲಾ ಮುಗಿಯುವವರೆಗೆ ಕಾದರೂ ಅಮ್ಮ ನನ್ನೊಂದಿಗೆ ಮಲಗುವ ಲಕ್ಷಣ ಕಾಣಲಿಲ್ಲ. ಮಲಗುವಾಗೊಮ್ಮೆ ಹಾಗೇ ಹಣೆ ಮುಟ್ಟಿ ನೋಡಿ ಹೊರಟ ಅಮ್ಮನನ್ನು ನಾನೇ ಕೇಳಿದೆ. "ಮಮ್ಮೀ. ನಂಗೆ ಹೊಟ್ಟೆನೋವು ಜಾಸ್ತಿ ಆಗ್ತಾ ಇದೆ. ನೀನೂ ನನ್ನ ಜೊತೇಲೇ ಮಲಕ್ಕೋ"

ನಿಜಕ್ಕೂ ನನಗೆ ಪುನ: ಸಣ್ಣದಾಗಿ ಹೊಟ್ಟೆನೋವು ಶುರುವಾಗುತ್ತಿದೆ ಎನಿಸಿತು. ಆಚೀಚೆ ನೋಡಿದ ಅಮ್ಮ "ಆಯ್ತು ಪುಟ್ಟಾ, ನೀನು ಮಲಗು. ನಿನ್ನ ಪಕ್ಕದಲ್ಲೇ ಮಲಕ್ಕೊಳ್ತೀನಿ" ಎಂದು ನನ್ನ ಜೊತೆ ಮಲಗಿದಳು. "ಮತ್ತೆ ಅರ್ಧದಲ್ಲಿ ಎದ್ದು ಹೋಗ್ಬೇಡಾ" ಎಂದು ನುಡಿದು ಅವಳ ಕುತ್ತಿಗೆಯ ಸುತ್ತ ಕೈ ಬಳಸಿ ಅಮ್ಮ ಇನ್ನು ಬಿಟ್ಟು ಹೋಗಲಾರಳು ಎಂದುಕೊಂಡು ಹಾಯಾಗಿ ಮಲಗಿದೆ. 'ಹಾ, ಇಂತಹಾ ಸುಖ ನನಗೆ ಯಾವತ್ತೂ ಸಿಕ್ಕಿಲ್ಲ' ಎನಿಸಿ ಅವಳ ಕುತ್ತಿಗೆ ಬಿಗಿಯುವಂತೆ ಕೈಯನ್ನು ಮತ್ತೂ ಬಿಗಿ ಮಾಡಿದೆ. ನಿದ್ದೆ ಬಂದಿದ್ದೇ ತಿಳಿಯಲಿಲ್ಲ.

ಯಾವಾಗ ಎಚ್ಚರವಾಯಿತೋ ತಿಳಿಯದು. ಅಮ್ಮನನ್ನು ಬಿಗಿಯಾಗಿ ಅಪ್ಪಿಕೊಂಡು ಮಲಗಿದ ಖುಷಿಯಲ್ಲಿ ಅಮ್ಮ ಜೊತೆಯಲ್ಲೇ ಇದ್ದಾಳೆಂದು ಕೈಯಾಡಿಸಿದರೆ ಮತ್ತೆ ಅಮ್ಮ ಇಲ್ಲ! ನನ್ನ ಜೊತೆ ಮಲಗುತ್ತೇನೆ ಎಂದು ಹೇಳಿ ಎದ್ದು ಹೋಗಿದ್ದಾಳೆ ಎನ್ನಿಸಿ ಆಚೀಚೆ ನೋಡಿದೆ. ಬಾತ್‌ರೂಮಿಗೆ ಹೋಗಿರಬೇಕೇನೋ ಎಂದುಕೊಂಡು ಮುಸುಕು ಹೊದ್ದು ಮಲಗಬೇಕು ಎನ್ನುವಾಗ ಟಾಯ್ಲೆಟ್ಟಿಗೆ ಹೋಗಿ ಬರಬೇಕೆನಿಸಿತು. ಅಮ್ಮನೂ ಅಲ್ಲೇ ಇರಬಹುದೆಂದು ಹೋದರೆ ಅಲ್ಲಿಯೂ ಅಮ್ಮ ಕಾಣಿಸಲಿಲ್ಲ. ಆದರೆ ಅಂಕಲ್ ಕೋಣೆಯಲ್ಲಿ ಬೆಳಕು ಕಾಣಿಸಿತು. 'ಓ, ಅಮ್ಮ ಇನ್ನೂ ಮಲಗಿಲ್ಲ, ನನ್ನ ಜೊತೆ ಮಲಗ್ತೀನಿ' ಎಂದು ಸುಳ್ಳು ಹೇಳಿ ಅಂಕಲ್ ಕೋಣೆಗೆ ಹೋಗಿ ಮಲಗಿದ್ದಾಳೆ ಎನ್ನಿಸಿ ಕೋಪವೂ ಬರತೊಡಗಿತು. ಇಲ್ಲದ ಹೊಟ್ಟೆ ನೋವು ಈಗ ನಿಜಕ್ಕೂ ಜೋರಾಗತೊಡಗಿತು. "ಯಾಕೆ ನಂಜೊತೆ ಮಲಗ್ತೀನಿ ಅಂತ ಸುಳ್ಳು ಹೇಳಿದೆ?" ಎಂದು ಈಗಲೇ ಅಮ್ಮನನ್ನು ಎಬ್ಬಿಸಿ ಕೇಳಬೇಕು ಎನಿಸಿತು. ನನಗಿಂತಲೂ ಆ ಪಾಪುವಿನ ಮೇಲೇ ಪ್ರೀತಿ ಜಾಸ್ತಿಯಾಗಿದ್ದಕ್ಕೇ ಅವನೊಂದಿಗೆ ಮಲಗಿರಬಹುದು ಎನಿಸಿತು. "ಮಮ್ಮೀ" ಎಂದು ಕರೆಯುವಾ ಎಂದು ಯೋಚಿಸಿದವನಿಗೆ ತಕ್ಷಣ ಅಲ್ಲಿ ಅಂಕಲ್ಲೂ ಮಲಗಿರುವುದು ನೆನಪಾಗಿ ಹೆದರಿಕೆಯಾಯಿತು. ಅಮ್ಮನಿಗೆ ನನಗಿಂತ ಆ ಪಾಪುವಿನ ಮೇಲೇ ಪ್ರೀತಿ ಜಾಸ್ತಿಯಾದ್ದರಿಂದ ನನಗೆ ಹುಶಾರಿಲ್ಲ ಎಂದರೂ ಕೇಳದೆ ಪಾಪುವಿನ ಜೊತೆಗೆ ಮಲಗಿರಬೇಕು ಎನ್ನುವುದನ್ನು ನೆನೆದು ಹೊಟ್ಟೆಯೊಳಗೆ ಉರಿ ಉರಿ ಸಂಕಟವಾಯಿತು. ಅದು ನಿಜವೋ ಸುಳ್ಳೋ ನೋಡಿಯೇ ಬಿಡಬೇಕು ಎನಿಸಿತು. ಆದರೆ ಕೋಣೆಯ ಬಾಗಿಲು ಹಾಕಿದೆ! ಅಲ್ಲದೆ ಹಾಗೆಲ್ಲಾ ಅವರ ಕೋಣೆಯ ಕಡೆ ನೋಡಿದರೆ ಅಂಕಲ್ ಬೈಯ್ಯುತ್ತಾರೆ ಎಂದೂ ಗೊತ್ತು. ಕೋಣೆಗೆ ಒಂದು ವೆಂಟಿಲೇಟರ್ ಇತ್ತು. ಅಲ್ಲಿಂದಲೂ ಬೆಳಕು ಹೊರಗೆ ಬರುತ್ತಿತ್ತು. ಅಲ್ಲಿಂದ ನೋಡಿದರೆ ಅದು ಅಂಕಲ್ಲಿಗೆ

ತಿಳಿಯುವುದಿಲ್ಲ! ಆದರೆ ಅದು ಎತ್ತರದಲ್ಲಿತ್ತು. ಸ್ಟೂಲೊಂದನ್ನು ಸದ್ದಾಗದಂತೆ ತಂದು ಅದರ ಕೆಳಗೆ ಇಟ್ಟೆ. ಸದ್ದು ಮಾಡದೆ ಅದನ್ನು ಹತ್ತಿ ನೋಡಿದರೂ ಎತ್ತರ ಸಾಲದೆ ಒಳಗೆ ನೋಡಲು ಸಾಧ್ಯವಾಗಲಿಲ್ಲ. ಆಚೀಚೆ ನೋಡಿದಾಗ ಕುರ್ಚಿ ಕಂಡಿತು. ಕಷ್ಟಪಟ್ಟು ಅದನ್ನೂ ಹೊತ್ತು ತಂದು ಗೋಡೆಯ ಪಕ್ಕದಲ್ಲಿಟ್ಟು ಮೆತ್ತಗೆ ಸ್ಟೂಲನ್ನು ಅದರ ಮೇಲಿಟ್ಟು ಹತ್ತಿ ವೆಂಟಿಲೇಟರ್ ಮೂಲಕ ಒಳಗೆ ಕಣ್ಣು ಹಾಯಿಸಿದೆ. 'ಥೂ, ಇದೇನಿದು? ಅಮ್ಮ ಪಾಪುವಿನ ಜೊತೆಗೆ ಮಲಗಿಲ್ಲ; ಬದಲಿಗೆ ಅಂಕಲ್ಲನ್ನು ತಬ್ಬಿ ಮಲಗಿದ್ದಾರೆ. ಇಬ್ಬರ ಮೈಮೇಲೂ ಒಂಚೂರೂ ಬಟ್ಟೆಯೇ ಇಲ್ಲ! ಆವೊತ್ತೊಂದು ದಿನ ಅಪ್ಪನೂ ಅಮ್ಮನೂ ಜಗಳಾಡಿದ ಮರುದಿನ ಅವರೂ ಹೀಗೇ ಬಟ್ಟೆಯಿಲ್ಲದೆ ಮಲಗಿದ್ದು ನೆನಪಿಗೆ ಬಂತು. ಅಮ್ಮ ನನ್ನನ್ನು ತಬ್ಬಿಕೊಂಡು ಮಲಗುತ್ತೇನೆ ಎಂದವಳು ಅಂಕಲ್ಲನ್ನು ತಬ್ಬಿಕೊಂಡು ಮಲಗಿದ್ದಾಳೆ! ಸುಳ್ಳುಗಾತಿ! ಥೂ, ಥೂ ಎನ್ನಿಸಿದರೂ ಪಾಪು ಜೊತೆಗೆ ಮಲಗಿಲ್ಲವೆಂದು ಸ್ವಲ್ಪ ಸಮಾಧಾನವಾಯಿತು. ಆದರೂ ಅಮ್ಮ ಹೀಗೆ ಮಾಡಿದ್ದಕ್ಕೆ ನಾಳೆ ಅವಳೊಂದಿಗೆ ಮಾತೇ ಆಡಬಾರದು ಎಂದು ನಿಶ್ಚೈಸಿ ಇನ್ನು ಹೋಗಿ ಹಾಗೇ ಸುಮ್ಮನೇ ಮಲಗಿ ಬಿಡಬೇಕು ಎಂದು ತಿರುಗಿದೆ. ಆದರೆ ನಾನು ಸ್ಟೂಲ್ ಮೇಲೆ ಹತ್ತಿ ನಿಂತಿದ್ದೇನೆ ಎನ್ನುವುದೇ ಮರೆತು ಹೋಗಿ ಅಲ್ಲಿಂದಲೇ ತಿರುಗಿ ಬಿಟ್ಟಿದ್ದೆ. ಸ್ಟೂಲಿನ ಜೊತೆಗೆ ನಾನೂ 'ಧಬ್' ಎಂದು ಬಿದ್ದಾಗ ಗಾಬರಿಯಾಗಿ ಹೋಯಿತು. ಒಳಗಿದ್ದವರಿಗೆ ಎಚ್ಚರವಾಗಿ ಅಂಕಲ್ ಎದ್ದು ಬಂದರೇ? ಎಂಬ ದಿಗಿಲಿನಿಂದ ಬೇಗ ಎದ್ದೆ. ಬಿದ್ದಿದ್ದು ನೆಲಕ್ಕಾದರೂ ತಲೆ ಕುರ್ಚಿಗೆ ಬಡಿದಿತ್ತು. ನೋವಿನಿಂದ ಚೀರುವ ಮನಸ್ಸಾದರೂ ಅವರಿಗೆಲ್ಲಾ ಎಚ್ಚರವಾದರೆ ಎಂದು ತಡೆದುಕೊಂಡೆ. ಆದರೆ ಅಷ್ಟರಲ್ಲಾಗಲೇ ಬಾಗಿಲು ತೆರೆದೇ ಬಿಟ್ಟಿತು!

ಮತ್ತೂ ಗಾಬರಿಯಾಗಿ ಅತ್ತ ನೋಡಿದರೆ ಎದುರಿಗೇ ಅಂಕಲ್!

ಸೊಂಟಕ್ಕೊಂದು ಟವೆಲ್ಲನ್ನು ಸುತ್ತಿಕೊಂಡು ನನ್ನನ್ನೂ ಕುರ್ಚಿಯನ್ನೂ ಬಿದ್ದ ಸ್ಟೂಲನ್ನೂ ನೋಡುತ್ತಾ ನಿಂತಿದ್ದಾರೆ! ಎದುರುಗಡೆ ಇರುವ ವೆಂಟಿಲೇಟರ್ ಕಡೆಗೂ ಒಮ್ಮೆ ಕಣ್ಣಾಡಿಸಿ "ಏನು ಮಾಡ್ತಾ ಇದೀಯೋ ಇಲ್ಲಿ?" ಎಂದರು.

ಅವರ ಉರಿಯುವ ಕಣ್ಣುಗಳನ್ನು ನೋಡಿಯೇ ನನ್ನ ಕೈಕಾಲು ನಡುಗತೊಡಗಿತು. ಮಾತಾಡಲು ಧೈರ್ಯ ಸಾಲದೆ 'ಅದೂ ಅದೂ" ಎನ್ನುತ್ತಾ ನೋವಾದ ತಲೆ ತಿಕ್ಕತೊಡಗಿದೆ.

"ನಿನ್ನೇ ಕೇಳ್ತಾ ಇರೋದು, ಏನು ಮಾಡ್ತಾ ಇದ್ದೆ ಇಲ್ಲಿ?" ಎಂದರು ಮತ್ತೆ. ಈ ಸಲ ಅವರು ಕೇಳಿದ ರೀತಿ ನೋಡಿಯೇ ಖಚಿತವಾಯಿತು. ನನಗೆ ಹೊಡೆತ ಖಂಡಿತ!

"ಅದೂ, ಅದೂ ಮಮ್ಮಿ ಮಮ್ಮೀ" ಎಂದೆ ತೊದಲುತ್ತಾ.

"ಏನು ಮಮ್ಮೀ" ಎಂದರು ಕೆಂಗಣ್ಣು ಬಿಡುತ್ತಾ.

"ಮಮ್ಮಿ ಯಾರ ಜೊತೇಲಿ ಮಲಗಿದಾಳೆ ಅಂತ ನೋಡೋದಕ್ಕೆ ಬಂದೆ" ಎಂದು ಬಿಟ್ಟೆ.

ಅಂಕಲ್ಲಿನ ಕಣ್ಣುಗಳು ಬೆಂಕಿಯನ್ನೇ ಕಾರತೊಡಗಿದವು. ಹತ್ತಿರ ಬಂದವರೇ ನನ್ನ ಶರ್ಟ್ ಹಿಡಿದು ಮೇಲೆತ್ತಿ ನಿಲ್ಲಿಸಿ ಬಾರಿಸತೊಡಗಿದರು. ಮೊದಲು ಕೆನ್ನೆಗೆ, ಮತ್ತೆ ಸಿಕ್ಕಿದಲ್ಲಿಗೆ,

ಎಲ್ಲಿಲ್ಲಿಗೆ ಹೊಡೆದರು ಎಂದು ತಿಳಿಯದು. ಎಂದೂ ಬೊಬ್ಬೆ ಹೊಡೆಯದ ನಾನು ಇಡೀ ಮನೆಯೆಲ್ಲಾ ಕೇಳುವಂತೆ ಬೊಬ್ಬೆ ಹೊಡೆಯ ತೊಡಗಿದೆ. ಅಷ್ಟರಲ್ಲಾಗಲೇ ಸೀರೆ ಸುತ್ತಿ ಅಮ್ಮ ಬಂದಿದ್ದಳು.

"ಯಾಕೆ ಹೊಡೀತೀರಿ? ಹೊಡೀಬೇಡಿ" ಎಂದು ತಡೆಯಲು ಹೋದ ಅವಳೂ ಕನ್ನೆಗೆ ಎರಡೇಟು ತಿಂದಳು. ಆದರೂ ನನ್ನ ಮತ್ತು ಅಂಕಲ್ಲಿನ ಮಧ್ಯೆ ನಿಂತು ಮತ್ತೆ "ಹೊಡೀಬೇಡಿ. ಏನಾಯ್ತೂಂತ ವಿಚಾರ್ಸೋಣ" ಎಂದು ಸಮಾಧಾನಿಸಲು ಪ್ರಯತ್ನಿಸಿದಳು.

"ಇಷ್ಟು ಸಣ್ಣವನು ಈಗಲೇ ಎಂಥಾ ಕೆಲಸ ಮಾಡ್ತಾನೆ ನೋಡು. ಕುರ್ಚಿ ಮೇಲೆ ಸ್ಟೂಲಿಟ್ಟು ವೆಂಟಿಲೇಟರ್ ಮೂಲಕ ಗಂಡ ಹೆಂಡತಿ ಏನು ಮಾಡ್ತಾರೆ ಅಂತ ನೋಡೋದಕ್ಕೆ ಶುರು ಮಾಡಿದಾನಲ್ಲಾ ರ್‍ಯಾಸ್ಕಲ್?" ಎನ್ನುತ್ತಾ ಮತ್ತೆ ಹೊಡೆಯತೊಡಗಿದರು. ಈ ಸಲ ಅವರು ಹೊಡೆದ ಏಟು ಕುರ್ಚಿ ತಗುಲಿ ಆದ ಏಟಿನ ಮೇಲೆಯೇ ಬಿತ್ತು. ಅಷ್ಟೇ ನನಗೆ ಗೊತ್ತಾಗಿದ್ದು. ಮುಂದೇನಾಯಿತೋ ತಿಳಿಯಲಿಲ್ಲ!

●●●

ಮರುದಿನ ಬೆಳಗ್ಗೆ ಎಚ್ಚರವಾದಾಗ ಹೊತ್ತೆಷ್ಟಾಗಿದೆ ಎಂದೇ ತಿಳಿಯಲಿಲ್ಲ. "ಮಮ್ಮೀ" ಎಂದು ಕರೆಯುವ ಮನಸ್ಸಾಯಿತು. ಆದರೆ ಥಟ್ಟನೆ ರಾತ್ರಿಯ ಘಟನೆ ನೆನಪಾಗಿ ಅಮ್ಮನೂ ಸುಳ್ಳು ಹೇಳಿದ್ದು ನೆನಪಾಗಿ ಯಾಕೋ ಕರೆಯಲೂ ಮನಸ್ಸಾಗದೆ ಹಾಗೇ ಮಲಗಿದೆ. ಹಣೆಯ ಒಂದು ಕಡೆ ಊದಿಕೊಂಡಿದ್ದುದು ಕೈಯಲ್ಲಿ ಮುಟ್ಟಿದಾಗ ತಿಳಿಯಿತು. ನನಗೇ ತಿಳಿಯದೆ ನರಳತೊಡಗಿದೆ. ಸ್ವಲ್ಪ ಹೊತ್ತಿಗೆ ಅಮ್ಮ ಬಂದಳು. ಹಣೆ ಮುಟ್ಟಿ ನೋಡಿ "ಜ್ವರ ಬಂದಿದೆ" ಎಂದಳು. ಚೆನ್ನಾಗಿ ಬೆಳಕಾಗಿದ್ದು ಕಂಡು ಸ್ಕೂಲಿಗೆ ಹೊತ್ತಾಗುತ್ತಿದೆ ಎನ್ನಿಸಿ "ಅಯ್ಯೋ ಸ್ಕೂಲಿಗೆ ಹೊತ್ತಾಯ್ತು" ಎಂದು ಏಳಲು ಹೊರಟರೆ ಏಳಲೂ ಸಾಧ್ಯವಾಗಲಿಲ್ಲ. ಅಂಕಲ್ ಹೊಡೆದದ್ದಕ್ಕೋ, ಸ್ಟೂಲಿನಿಂದ ಬಿದ್ದಿದ್ದಕ್ಕೋ ಅಥವಾ ಜ್ವರ ಬಂದಿದ್ದಕ್ಕೋ ತಿಳಿಯಲಿಲ್ಲ; ಮೈಕೈ ಎಲ್ಲಾ ನೋವು. ಮನಸ್ಸಿಗೂ ನೋವು!

"ಇವತ್ತು ಸ್ಕೂಲಿನ ಚಿಂತೆ ಬಿಡು; ಗಂಟೆ ಒಂಭತ್ತಾಯ್ತು. ಇವತ್ತು ರೆಸ್ಟ್ ತಗೋ, ನಾಳೆ ಹೋದರಾಯ್ತು, ನಾನೂ ರಜ ಹಾಕಿದೀನಿ" ಎಂದಳು ಅಮ್ಮ. ಶಾಲೆ ಶುರುವಾಗಿ ವಾರ ಕಳೆದಿತ್ತಷ್ಟೆ. ಈಗ ಜ್ವರ! ಶಾಲೆ ಶುರುವಾಗುವಾಗಲೇ ರಜ ಹಾಕಿದರೆ ಕ್ಲಾಸ್ ಮಿಸ್ ಬೈತಾರೇನೋ ಎಂದು ಹೆದರಿಕೆಯೂ ಆಗತೊಡಗಿತು.

ಅಮ್ಮ ಎಬ್ಬಿಸಿ ಮುಖ ತೊಳೆಸಿ ತಿಂಡಿ ತಿನ್ನಿಸಿದಳು. ಒಂದು ಮಾತ್ರೆಯನ್ನೂ ಕೊಟ್ಟು "ಹೆಚ್ಚು ಓಡಾಡ್ಬೇಡ. ಇವೊತ್ತೊಂದಿನ ರೆಸ್ಟ್ ತಗೋ. ನಾಳೆಗೆಲ್ಲಾ ಸರಿಹೋಗುತ್ತೆ" ಎಂದು ಹೊರಟವಳು ಮತ್ತೆ ಬಂದು ಹಾಸಿಗೆ ಮೇಲೆ ಕುಳಿತು "ಪುಟ್ಟಾ, ನಿನ್ನೆ ರಾತ್ರಿ ನೀನ್ಯಾಕೆ ಕುರ್ಚಿ ಮೇಲೆ ಹತ್ತಿ ವೆಂಟಿಲೇಟರಿನಲ್ಲಿ ಇಣುಕಿ ನೋಡಿದ್ದು. ಗಂಡ ಹೆಂಡತಿ ಮಲಗಿದ್ದಾಗ ಹಾಗೆಲ್ಲಾ ನೋಡ್ಬಾರ್ದು ಅಂತ ಗೊತ್ತಿಲ್ವಾ?" ಎಂದಳು. ಹಾಗೆ ಕೇಳುವಾಗ ಅವಳ ಮುಖ ಕೆಂಪು ಕೆಂಪಾಗಿ ನೋಡಲು ಮುದ್ದಾಗಿ ಕಂಡಳು.

ತಕ್ಷಣ ನನಗೆ ಅಮ್ಮ ರಾತ್ರಿ ನನ್ನ ಜೊತೆ ಮಲಗುತ್ತೇನೆ ಎಂದು ಸುಳ್ಳು ಹೇಳಿ ಅಂಕಲ್ ಜೊತೆ ಮಲಗಿದ್ದು ನೆನಪಾಯಿತು. ಅಮ್ಮನ ಮುಖ ನೋಡಲೂ ಹೇಗೆ ಹೇಗೋ ಆಯಿತು. "ಮತ್ಯಾಕೆ ನೀನು ನನ್ನೊತೆ ಮಲಗ್ತೀನಿ ಅಂತ ಸುಳ್ಳು ಹೇಳಿದ್ದು? ನಂಗೆ ಎಚ್ಚರ ಆದಾಗ ಪಕ್ಕದಲ್ಲಿ ನೀನಿರ್ಲಿಲ್ಲ. ನಂಗಿಂತ ನಿಂಗೆ ಆ ಪಾಪೂನೇ ಹೆಚ್ಚಾಗಿರ್ಬೇಕು. ಹಾಗಾಗಿ ಅದರ ಜೊತೆ ಮಲಗೋದಕ್ಕೇ ಹೋಗಿರ್ಬೇಕು ಅಂದ್ಕೊಂಡೆ. ಬಾಗಿಲು ಹಾಕಿತ್ತು. ಕರೆದ್ರೆ ಅಂಕಲ್ಲಿಗೆ ಸಿಟ್ಟು ಬರುತ್ತೆ. ನಿಜವಾ ಸುಳ್ಳಾ ಅಂತ ತಿಳಿಯೋದಕ್ಕೇ ಅಂತ ಹಾಗೆ ಹತ್ತಿ ನೋಡ್ದೆ" ಅಮ್ಮನ ಮುಖ ನೋಡಲೂ ನಾಚಿಕೆಯಾಗಿ ಮುಖ ತಿರುಗಿಸಿ ಹೇಳಿದೆ.

ಅಮ್ಮ ಬೆನ್ನ ಮೇಲೆ ಕೈಯಾಡಿಸಿದಳು. "ಇನ್ನು ಹಾಗೆಲ್ಲಾ ನೋಡೋದಕ್ಕೆ ಹೋಗ್ಬೇಡ. ಏನಾದ್ರೂ ಬೇಕಾದ್ರೆ ಜೋರಾಗಿ ನನ್ನ ಕರಿ. ಬರ್ತೀನಿ. ನಿಂಗೆ ನಿದ್ರೆ ಬಂದಿತ್ತಲ್ಲಾ, ಪಾಪು ಅಳ್ತಾ ಇತ್ತು. ಅದನ್ನ ಸಮಾಧಾನ ಮಾಡೋದಕ್ಕೆ ಹೋದೆ ಅಷ್ಟೆ" ಎಂದಳು ಅಮ್ಮ ಓರೆ ಕಣ್ಣಲ್ಲಿ ನೋಡುತ್ತಾ.

ನನಗೆ ಮಾತಾಡಲು ಮನಸ್ಸಾಗಲಿಲ್ಲ. ನಾನು ವೆಂಟಿಲೇಟರ್ ಮೂಲಕ ನೋಡಿದಾಗ ಪಾಪು ನಿದ್ರೆ ಮಾಡಿತ್ತು. "ಮತ್ತೆ ಸುಳ್ಳು ಹೇಳ್ತೀಯಾ?" ಎಂದು ಕೇಳಬೇಕು ಎಂದುಕೊಂಡೆ. ಆದರೆ ಅಮ್ಮ ಇನ್ನೂ ನನ್ನ ಬೆನ್ನ ಮೇಲೆ ಕೈಯಾಡಿಸುತ್ತಲೇ ಇದ್ದಳು. ಹೇಳಿದರೆ ಅಲ್ಲಿಂದ ಎದ್ದು ಹೋಗಿಬಿಟ್ಟರೇ? ಎನಿಸಿ ಹೇಳಲು ಮನಸ್ಸಾಗದೆ ಸುಮ್ಮನಾದೆ. ಅಲ್ಲದೆ ಹಾಗೆ ಹೇಳಲೂ ನಾಚಿಕೆಯಾಯಿತು. ನನ್ನ ಕುತ್ತಿಗೆ ಮೇಲೆ ಎರಡು ಹನಿ ಬಿಸಿ ನೀರು ಬಿದ್ದಂತಾಗಿ ಅಮ್ಮ ಅಳ್ತಾ ಇದಾಳೇನೋ ಎನ್ನಿಸಿದರೂ ನನ್ನನ್ನು ಬಿಟ್ಟು ಹೋಗಿದ್ದಕ್ಕೆ ಸ್ವಲ್ಪ ಅಳಲಿ ಎನ್ನಿಸಿತು. ಹಾಗೇ ಜೊಂಪು ಹತ್ತಿತು.

ಎಷ್ಟೋ ಹೊತ್ತಿನವರೆಗೆ ಅಮ್ಮ ಹಾಗೇ ನನ್ನ ಬೆನ್ನ ಮೇಲೆ ಕೈಯಾಡಿಸುತ್ತಿದ್ದಂತೆ ನಾನು ಅಮ್ಮನ ತೊಡೆಯ ಮೇಲೆ ತಲೆ ಇಟ್ಟು ಮಲಗಿದ್ದೇನೆಂಬಂತೆ ಭಾಸವಾಗುತ್ತಿತ್ತು. ಇದ್ದಕ್ಕಿದ್ದಂತೆ ಅಂಕಲ್ ನಮ್ಮಿಬ್ಬರನ್ನೂ ದುರುಗುಟ್ಟಿ ನೋಡುತ್ತಿರುವಂತೆ ಭಾಸವಾಗಿ ಜೊಂಪು ಹರಿದು ನೋಡಿದರೆ ಅಮ್ಮ ಕಾಣಿಸಲಿಲ್ಲ!

●●●

"ಈ ವರ್ಷ ನಿನ್ನನ್ನ ಮನೇಲೇ ಇಟ್ಕೊಂಡು ಶಾಲೆಗೆ ಕಳಿಸ್ಬೇಕೂ ಅಂತಿದ್ದೆ. ಮನೇಲಿ ಹೀಗೆಲ್ಲಾ ನಡೀತಾ ಇದೆಯಲ್ಲ ಪುಟ್ಟಾ. ನಿನ್ನ ಹೇಗೆ ಮನೇಲಿಟ್ಟುಕೊಳ್ಳಿ?" ಮರುದಿನ ಶಾಲೆಗೆ ಹೊರಡುವ ಮುನ್ನ ನನ್ನನ್ನೇ ಕೇಳಿದಳು ಅಮ್ಮ.

"ಬೇಡ, ನಿಂಗೆ ಕಷ್ಟ ಕೊಡೋದಿಲ್ಲ. ನಾನು ಹಾಸ್ಟೆಲಲ್ಲೇ ಇರ್ತೀನಿ" ಎಂದೆ. ಈಗ ಅಮ್ಮ ನನಗೆ ಮೊದಲಿನಷ್ಟು ಚೆಂದ ಕಾಣಿಸುವುದಿಲ್ಲ. ವಯಸ್ಸಾದರೂ ನನ್ನ ಹಾಸ್ಟೆಲ್ಲಿನ ಆಂಟಿ ಅಮ್ಮನಿಗಿಂತ ಚೆಂದ ಕಾಣುತ್ತಾರೆ. ನನ್ನ ಸ್ನೇಹಿತರ ಅಮ್ಮಂದಿರೂ ಕೂಡಾ ಅಮ್ಮನಿಗಿಂತ ಚೆಂದ ಇದ್ದಾರೆ. ಮೊನ್ನೆ ಗಗನಳ ಮಮ್ಮಿ ಅವಳನ್ನ ಕೈ ಹಿಡಿದು ಮಾರ್ಕೆಟ್ಟಿಗೆ ಕರೆದುಕೊಂಡು ಹೋಗುವಾಗ ಎಷ್ಟು ಚೆನ್ನಾಗಿ ಕಾಣಿಸುತ್ತಿದ್ರು?

"ನನ್ನ ಕ್ಷಮಿಸು ಬಿಡು ಪುಟ್ಟಾ. ತಾಯಿಯಾಗಿ ನಿನ್ನ ಚೆನ್ನಾಗಿ ನೋಡ್ಕೊಳ್ಳೋದಕ್ಕೆ

ಆಗ್ತಿಲ್ಲ. ಅಂಕಲ್ಲಿಗೆ ನಿನ್ನ ತಲೆ ಕಂಡ್ರೇನೇ ಆಗೋದಿಲ್ಲ. ಹೀಗೆಲ್ಲಾ ಆಗುತ್ತೆ ಅಂತ ಗೊತ್ತಾಗಿದ್ರೆ ನಾನು ಪುನಃ ಮದುವೇನೇ ಆಗ್ತಿರ್ಲಿಲ್ಲ. ಈಗ ಇನ್ನೊಂದು ಪಾಪು ಇದೆ. ಅದನ್ನೂ ನೋಡ್ಕೊಳ್ಬೇಕಲ್ಲಾ" ಕಣ್ಣೊರೆಸಿಕೊಳ್ಳುತ್ತಾ ನನ್ನನು ಬಿಗಿಯಾಗಿ ತಬ್ಬಿಕೊಂಡು ಹೇಳಿದಳು ಅಮ್ಮ.

"ನಿಂಗೆ ನಂಗಿಂತ ಆ ಮಗು ಮೇಲೇ ಪ್ರೀತಿ ಜಾಸ್ತಿ ಅಲ್ವಾ? ಯಾವಾಗ್ಲೂ ಅದರ ಜೊತೇನೇ ಇರ್ತೀಯಾ. ನಾನು ಡ್ಯಾಡಿಗೂ ಬೇಡ, ನಿಂಗೂ ಬೇಡ. ನಂಗೆ ಯಾರೂ ಇಲ್ಲ; ನಾನು ಪೂರ್ ಬಾಯ್ ಅಲ್ವಮ್ಮಾ?" ಎಂದೆ. ಗಂಟಲು ಕಟ್ಟಿ ಕಟ್ಟಿ ಬರತೊಡಗಿತು.

"ಹಾಗನ್ಬೇಡ ಕಂದಾ. ಅಮ್ಮಂಗೆ ಯಾವ ಮಕ್ಳೂ ಬೇಡ ಅಂತಾಗೋದಿಲ್ಲ. ಆದರೆ ಪರಿಸ್ಥಿತಿ ಹೀಗೆಲ್ಲಾ ಬಂದು ಬಿಡುತ್ತೆ. ಕೆಲವು ಸಮಯದಲ್ಲಿ ಬುದ್ಧಿ ಇಲ್ಲದೆ ಆತುರದ ನಿರ್ಧಾರ ತಗೊಂಡು ಬಿಡ್ತೀವಿ. ತಪ್ಪಾಗಿ ಹೋಗುತ್ತೆ. ಮತ್ತೆ ಸರಿ ಪಡಿಸೋದಕ್ಕೇ ಆಗೋದಿಲ್ಲ. ನಿಂಗೆ ಈಗ ಅದೆಲ್ಲಾ ಅರ್ಥ ಆಗೋದಿಲ್ಲ; ಪುನ: ನಿನ್ನ ಹಾಸ್ಟೆಲಲ್ಲಿ ಬಿಡ್ತೀನಿ. ಆದ್ರೆ ನಂಗೆ ನಿನ್ನ ಮೇಲೆ ಪ್ರೀತಿ ಇಲ್ಲಾಂತ ಮಾತ್ರ ಯಾವತ್ತೂ ತಿಳ್ಕೋಬೇಡ. ನೀನು ಯಾವತ್ತೂ ನನ್ನ ಮಗನೇ. ಬೇಜಾರು ಮಾಡ್ಕೋಬೇಡ" ಎಂದು ಹೇಳಿ ಅಮ್ಮ ನನ್ನನ್ನು ಬರಸೆಳೆದು ಹಣೆಗೆ ಮುತ್ತಿಟ್ಟಳು. ನನಗೆ ಎಲ್ಲವೂ ಮರೆತುಹೋಯಿತು. ಅಷ್ಟು ಹೊತ್ತು ಇದ್ದ ಮೈಕೈ ನೋವೂ ಇದ್ದಕ್ಕಿದ್ದಂತೆ ಕಡಿಮೆಯಾಗಿದೆ ಎನ್ನಿಸಿತು.

ಹಾಗೆ ಮತ್ತೆ ಶುರುವಾಯಿತು ಹಾಸ್ಟೆಲ್ ವಾಸ. ಈ ಇಡೀ ವರ್ಷ ಅಪ್ಪನ ಮುಖ ಕಾಣಲಿಲ್ಲ. ನನ್ನನ್ನು ಅಷ್ಟೊಂದು ಪ್ರೀತಿಸುತ್ತಿದ್ದ ಅಪ್ಪ, ನೀನು ನನಗೇ ಸೇರಿದ್ದೆಂದು ಅಮ್ಮನ ಜೊತೆ ಹಠ ಮಾಡುತ್ತಿದ್ದ ಅಪ್ಪನಿಗೆ ಈಗ ನನ್ನ ಮುಖ ನೋಡಲೂ ಇಷ್ಟವಿಲ್ಲ! ಎಷ್ಟೋ ಸಲ ಕೆಂಪು ಕಾರಿನಲ್ಲಿ ಕನ್ನಡಕ ಧರಿಸಿ ಸ್ಟೇರಿಂಗ್ ಮೇಲೆ ತಲೆಯಿಟ್ಟು ಕುಳಿತ ನನ್ನ ಹ್ಯಾಂಡ್‌ಸಮ್ ಅಪ್ಪ ಅಲ್ಲೆಲ್ಲಿಯಾದರೂ ಶಾಲೆಯ ಎದುರು, ರಸ್ತೆಯ ಬದಿಯಲ್ಲಿ, ನನಗಾಗಿ ಕಾಯುತ್ತಿದ್ದಾರೋ ಎಂದು ಆಚೀಚೆ ನೋಡುತ್ತೇನೆ. ನಿರಾಸೆಯಾಗುತ್ತದೆ. ಅವರ ನೆನಪೇ ಮಾಸತೊಡಗಿದೆ. ಇನ್ನೆಂದಿಗೂ ಅಪ್ಪ ನನ್ನನ್ನು ನೋಡಲು ಬರುವುದೇ ಇಲ್ಲವೇನೋ ಎನಿಸಿತೊಡಗಿದೆ. ಅಮ್ಮ ಮಾತ್ರ ಇಲ್ಲಿಗೆ ಬರುವಾಗ ಅಂಕಲ್ಲಿನ ಜೊತೆ ಜಗಳ ಮಾಡಿಯೇ ಬರುತ್ತಾಳೆ ಎನ್ನುವುದು ನನಗೆ ತಿಳಿಯುತ್ತದೆ. ಏಕೆಂದರೆ ಅಮ್ಮ ಅತ್ತಾಗ ಅವಳ ಮೂಗಿನ ತುದಿ ಕೆಂಪಾಗಿರುತ್ತದೆ. ಇಲ್ಲಿಗೆ ಬಂದಾಗೆಲ್ಲಾ ಅವಳ ಮೂಗಿನ ತುದಿ ಕೆಂಪಾಗಿರುವುದು ಕಾಣುತ್ತದೆ. "ಮಮ್ಮೀ, ನೀನು ಅತ್ತಿದೀಯಾ?" ಎಂದೊಮ್ಮೆ ಕೇಳಿದಾಗ "ಇಲ್ಲಪ್ಪ, ಯಾಕೆ ಹಾಗೆ ಕೇಳ್ತೀಯಾ?" ಎಂದು ಆಗಲೂ ಸುಳ್ಳು ಹೇಳಿದ್ದಳು. ಯಾವಾಗ ಬಂದರೂ ಆಟೋದಲ್ಲಿಯೇ ಬಂದು ನನ್ನನ್ನು ತುಂಬ ಪ್ರೀತಿಯಿಂದ ಮಾತಾಡಿಸಿ ಹೋಗುತ್ತಾಳೆ. 'ನಿನ್ನ ಆರೋಗ್ಯ ಹೇಗಿದೆ ಪುಟ್ಟಾ?' ಎಂದು ಮರೆಯದೆ ಕೇಳಿಯೇ ಹೊರಡುತ್ತಾಳೆ. ಆದರೂ ಅಮ್ಮ ನನ್ನನ್ನು ಮನೆಗೆ ಕರೆದುಕೊಂಡು ಹೋಗುವುದಿಲ್ಲ. ಮೊದಲೆಲ್ಲಾ ಶನಿವಾರ ಭಾನುವಾರ ಮನೆಗೆ ಹೋಗುತ್ತಿದ್ದೆ. ಅದಕ್ಕಾಗಿ ಸ್ಪೆಷಲ್ ಪರ್ಮಿಷನ್ ಪಡೆದಿದ್ದಳು ಅಮ್ಮ. ಈಗ ಯಾವುದೂ ಇಲ್ಲ. ಅಷ್ಟೇ ಅಲ್ಲ; ಮಧ್ಯದಲ್ಲಿ ಹದಿನೈದು ದಿನ ರಜ ಇದ್ದಾಗ ಕೂಡಾ ಅಮ್ಮ ನನ್ನನ್ನು ಮನೆಗೆ ಕರೆದುಕೊಂಡು ಹೋಗಲಿಲ್ಲ. ಆದರೆ ನಾನು ರಜೆಯಲ್ಲಿ

ನಾಲ್ಕೈದು ಸ್ನೇಹಿತರ ಜೊತೆಗೆ ಕ್ರಿಕೆಟ್ ಆಡಲು ಅಭ್ಯಾಸ ಮಾಡಿಕೊಂಡಿದ್ದೆ. ಹಾಗಾಗಿ ನನಗೆ ಬೋರಾಗಲಿಲ್ಲ.

ಮತ್ತೆ ಸ್ಕೂಲ್‌ಡೇ ಬಂತು. "ಮಕ್ಕಳೆಲ್ಲಾ ಪೇರೆಂಟ್ಸನ್ನು ಕರ್ಕೊಂಡು ಬರ್ಬೇಕು' ಎಂದರು ಹೊಸ ಮಿಸ್. ನೀನೂ ಅಷ್ಟೆ' ಎಂದರು ನನ್ನತ್ತ ನೋಡಿ.

"ನಂಗೆ ಡ್ಯಾಡಿ ಇಲ್ಲ" ಎಂದೆ ಧೈರ್ಯವಾಗಿ.

"ಯಾಕೆ, ಏನಾಗಿತ್ತು ಅವರಿಗೆ?" ಎಂದರು ಮಿಸ್.

"ಅವರಿಗೆ ಆಕ್ಸಿಡೆಂಟ್ ಆಗಿ ಸತ್ತು ಹೋದ್ರು" ಎಂದೆ.

"ಓ, ಸಾರಿ" ಎಂದರು ಮಿಸ್.

ಶಾಲೆ ಬಿಟ್ಟ ಮೇಲೆ ಗಗನ ಕೇಳಿದಳು "ನಿನ್ನ ಡ್ಯಾಡಿ ಯಾವಾಗ ತೀರ್ಕೊಂಡ್ರೋ?"

"ಕಳೆದ ವರ್ಷನೇ ತೀರ್ಕೊಂಡ್ರು" ಎಂದೆ.

"ಸುಳ್ಳು" ಎಂದಳು ಗಗನ.

"ಇಲ್ಲ ಸತ್ಯ" ಎಂದೆ.

"ಮೂರು ದಿನಗಳ ಮೊದಲು ನಾನೇ ನೋಡಿದೀನಿ ನಿನ್ನ ಡ್ಯಾಡೀನ. ನಿನ್ನ ಡ್ಯಾಡಿ, ಹೊಸಾ ಆಂಟಿ ಇಬ್ರೂ ನಮ್ಮನೆಗೆ ಬಂದಿದ್ರು. ಆಕಾಶ್ ಹೇಗೆ ಓದ್ತಿದಾನೆ ಅಂತ ನಿನ್ನ ಡ್ಯಾಡೀನೇ ಕೇಳಿದ್ರು. ಸತ್ತೋದ್ರ ಅಂತೀಯಾ? ಮಿಸ್ಸಿಗೆ ಹೇಳ್ತೀನಿ" ಎಂದಳು ಗಗನ ರಾಗ ಎಳೆಯುತ್ತಾ.

"ಅದೇನೋ ನಂಗೊತ್ತಿಲ್ಲ. ನನ್ನ ಪಾಲಿಗೆ ಮಾತ್ರ ಅವ್ರು ಸತ್ತಿದಾರೆ" ಎಂದೆ. ಏಕೋ ದು:ಖ ಉಕ್ಕಿ ಬಂತು.

"ಸಾರಿ ಕಣೋ, ಅಳ್ಬೇಡ" ಎಂದಳು ಗಗನ. ಅವಳಿಗೆ ವಿಷಯ ಗೊತ್ತಿತ್ತು!

ಎಷ್ಟೋ ಸಲ ನನಗೆ ದು:ಖವಾದಾಗೆಲ್ಲಾ ಗಗನ ನನ್ನನ್ನು ಸಮಾಧಾನ ಮಾಡುತ್ತಾಳೆ. ಒಂದೆರಡು ಸಲ ಅವಳ ಮನೆಗೂ ಕರೆದುಕೊಂಡು ಹೋಗಿದ್ದಳು. ಅವಳ ಅಮ್ಮ ಅಂತೂ ತುಂಬಾ ಒಳ್ಳೆಯವರು.

●●●

ಆರನೆಯ ತರಗತಿಯ ಕೊನೆಯ ಪರೀಕ್ಷೆ ಮುಗಿಸಿ ಹೊರಗೆ ಬರುತ್ತಿದ್ದೆ. ಅರೇ ಇದೇನಿದು? ಗೇಟಿನ ಪಕ್ಕದಲ್ಲೇ ಅಪ್ಪನ ಕೆಂಪು ಕಾರು! ಇನ್ನು ಶಾಲೆಗೆ ರಜ. ಕೊನೆಗಾದರೂ ಅಪ್ಪ ನನ್ನನ್ನು ಕರೆದುಕೊಂಡು ಹೋಗಲು ಬಂದಿದ್ದಾರೆ! ಅವರು ನನ್ನ ಪಾಲಿಗೆ ಸತ್ತೇ ಹೋಗಿದ್ದಾರೆ ಎಂದಿದ್ದು ಮರೆತೇ ಹೋಗಿ ಅವರು ಕರೆದರೆ ಏನು ಮಾಡುವುದು? ಎಂಬ ಯೋಚನೆ ಶುರುವಾಯಿತು. ಹೇಗೂ ಕರೆಯುತ್ತಾರೆ, ಕರೆದ ಕೂಡಲೇ ಒಪ್ಪಿಕೊಳ್ಳಬಾರದು. ಸಿಟ್ಟು ಬಂದವನ ಹಾಗೆ ನಟಿಸಬೇಕು. ಅವರು ಒತ್ತಾಯ

79

ಮಾಡಿ ಕರೆದ ಮೇಲೆ ಹೋಗಬೇಕು. 'ಇಷ್ಟು ದಿನ ಯಾಕೆ ಬರ್‍ಲಿಲ್ಲ? ನನ್ನ ಮೇಲೆ ನಿಮಗೆ ಪ್ರೀತಿ ಇಲ್ವೇ ಇಲ್ಲ, ಎಂದೆಲ್ಲಾ ಹೇಳಬೇಕು' ಎಂದು ಮನಸ್ಸಿನಲ್ಲೇ ನಿಶ್ಚೈಸಿಕೊಂಡೆ. 'ಈಸಲ ನಿಂಗೇನು ಬೇಕು?' ಎಂದು ಕೇಳಿದರೆ ಆ ಚಂದನ್ ತಗೊಂಡಿರೋ ಥರದ್ದೇ ಬೈಸಿಕಲ್ ತೆಗೆಸಿಕೊಳ್ಳಬೇಕು ಎಂದುಕೊಂಡೆ. ಕಾರೊಳಗೆ ಯಾರೂ ಕಾಣಲಿಲ್ಲ. ನನ್ನನ್ನು ಹುಡುಕಲು ಶಾಲೆಯೊಳಗೇ ಹೋಗಿರಬಹುದು; ಹೋಗಿ ಬರಲಿ; ಅಲ್ಲಿ ನನ್ನನ್ನು ಕಾಣದೆ ಹೊರಡುವ ಸಮಯದಲ್ಲಿ ತಟಕ್ಕನೆ ಹೋಗಿ ಎದುರಲ್ಲಿ ನಿಂತರಾಯಿತು, ಎಂದು ಪಕ್ಕದಲ್ಲಿದ್ದ ಇನ್ನೊಂದು ಕಾರಿನ ಹಿಂಬದಿಯಲ್ಲಿ ನಿಂತುಕೊಂಡೆ. ಸ್ವಲ್ಪ ಹೊತ್ತಿಗೆ ಅಪ್ಪ, ಹೊಸ ಆಂಟಿ ಮತ್ತು ಅವರ ಪಾಪು ಶೀತಲ್, ಮೂರೂ ಜನ ಪ್ರಿನ್ಸಿಪಾಲರಿರುವ ಆಫೀಸ್ ರೂಮಿಂದ ಬರುವುದು ಕಾಣಿಸಿತು. ಆಚೆ ಡ್ಯಾಡಿ, ಈಚೆ ಆಂಟಿ ಅವರಿಬ್ಬರ ಮಧ್ಯೆ ಶೀತಲ್! ಅವಳು ಅಪ್ಪ ಅಮ್ಮನ ಕೈ ಹಿಡಿದುಕೊಂಡು ಇಬ್ಬರ ಮಧ್ಯೆ ಕುಣಿಯುತ್ತಾ ಬರುತ್ತಿದ್ದಳು. ಮೂರು ಜನವೂ ನಗುತ್ತಾ ಕಾರಿರುವಲ್ಲಿಗೆ ಬಂದರು. ತಕ್ಷಣ ಮೈಸೂರಿನ ಜಿ.ಆರ್.ಎಸ್. ಪಾರ್ಕಿನಲ್ಲಿ ನಾನು ಅಪ್ಪ ಮತ್ತು ಅಮ್ಮ ಇದೇ ರೀತಿ ಬರುತ್ತಿದ್ದುದು ನೆನಪಾಗಿ ಕಣ್ಣು ಮಂಜಾಯಿತು. ಮೂರೂ ಜನ ಬಂದು ಕಾರು ಹತ್ತಿ ಕುಳಿತುಕೊಳ್ಳುವುದೂ ಕಾಣಿಸಿತು. ನನ್ನನ್ನು ಹುಡುಕಬಹುದು, ನನಗಾಗಿ ಕಾಯಬಹುದು ಎಂದು ನೋಡುತ್ತಿದ್ದ ನನಗೆ ಉದ್ವೇಗವಾಗತೊಡಗಿತು. ನನ್ನನ್ನು ಕಾಣದೆ 'ನಾನು ಅಮ್ಮನ ಮನೆಗೆ ಹೋಗಿರಬಹುದು' ಎಂದುಕೊಂಡು ಹಾಗೇ ಹೊರಟೇ ಬಿಟ್ಟರೇ ಎಂದು ಗಾಬರಿಯಾಗಿ ಅವರಿಗೆ ಕಾಣುವಂತೆ ಕಾರಿನೆದುರು ಹೋಗಿ ನಿಂತುಕೊಂಡೆ. ಅಪ್ಪ ನನ್ನನ್ನು ಗಮನಿಸಲೇ ಇಲ್ಲ. ಕಾರಂತೂ ಹೊರಟು ಬಿಟ್ಟಿತು. "ಡ್ಯಾಡೀ" ಎಂದು ಜೋರಾಗಿ ಕರೆದೆ. ಅದೂ ಅಪ್ಪನಿಗೆ ಕೇಳಿಸಲಿಲ್ಲ. ಅಪ್ಪ ಶಾಲೆಯಲ್ಲೆಲ್ಲಾ ನನ್ನನ್ನು ಹುಡುಕಿ ಕಾಣದೆ ಬೇಸರವಾಗಿ ಹೊರಟೇ ಬಿಟ್ಟರು ಎನಿಸಿ ನಾನು ಅವರಿಗೆ ಕಾಣದಂತೆ ಕದ್ದು ಕೂತಿದ್ದಕ್ಕಾಗಿ ತುಂಬ ದುಃಖವಾಯಿತು. 'ಛೇ, ಎಂಥಾ ತಪ್ಪು ಮಾಡಿದೆ' ಎಂದು ನನ್ನನ್ನು ನಾನೇ ಬೈದುಕೊಂಡೆ. ಸ್ಕೂಲ್ ಬಸ್ಸಿನ ಡ್ರೈವರ್ ಜೋರಾಗಿ ಹಾರನ್ ಮಾಡುತ್ತಾ "ಆಕಾಶ್, ನೀನು ಬರ್‍ತೀಯಾ, ಇಲ್ವಾ?" ಎಂದು ಗದರಿದಾಗ ಅಪ್ಪ ನನ್ನನ್ನು ಹುಡುಕಿಕೊಂಡು ಬಂದರೂ ನಾನು ಅವರಿಗೆ ಸಿಗದೆ ಆದ ಸಂಕಟದಿಂದ ಕಾಲೆಳೆಯುತ್ತಾ ಬಸ್ ಹತ್ತಿದೆ. 'ರಜ ಬಂತು ಎಂದು ನನ್ನನ್ನು ಕರೆದುಕೊಂಡು ಹೋಗಲೆಂದು ಬಂದ ಅಪ್ಪ ಎಷ್ಟು ಬೇಸರಿಸಿಕೊಂಡರೋ ಏನೋ? ಅಪರೂಪದಲ್ಲಿ ಬಂದವರು' ಎಂದು ನೆನೆದಾಗ ಏನನ್ನೋ ಕಳೆದುಕೊಂಡಂತಾಗಿ ಗಂಟಲು ಕಟ್ಟಿ ಬರತೊಡಗಿತು.

ಅಂದೇ ಸಂಜೆ ಅಮ್ಮ ನನ್ನನ್ನು ಮನೆಗೆ ಕರೆದುಕೊಂಡು ಹೋಗಲು ಹಾಸ್ಟೆಲ್ಲಿಗೆ ಬಂದಳು. ಬಂದ ಕೂಡಲೇ ಹೇಳಿದೆ "ಮಮ್ಮೀ. ಅಪರೂಪದಲ್ಲಿ ಇವೊತ್ತು ಡ್ಯಾಡಿ ನನ್ನ ಹುಡುಕ್ಕೊಂಡು ಸ್ಕೂಲಿಗೆ ಬಂದಿದ್ರು. ರಜ ಬಂತಲ್ಲಾ, ಮನೆಗೆ ಕರ್‍ಕೊಂಡು ಹೋಗೋದಕ್ಕೆ ಇರ್‍ಬೇಕು. ಆದ್ರೆ ನಾನು ಅವರಿಗೆ ಸರ್‍ಪ್ರೈಸ್ ಆಗ್ಲಿ ಅಂತ ಕಾರಿನ ಹಿಂದೆ ಕದ್ದು ಕೂತೆ. ಆದ್ರೆ ಅವರು ನನ್ನ ನೋಡದೆ ಹಾಗೇ ಹೋಗಿ ಬಿಟ್ರು" ಹೇಳುವಾಗ ಮತ್ತೊಮ್ಮೆ ಗಂಟಲು ಕಟ್ಟಿತು.

ಅಮ್ಮ ಅಷ್ಟು ಹೊತ್ತೂ ಮಾತಾಡದೆ ಸುಮ್ಮನಿದ್ದವಳು ನಂತರ ನಿಧಾನವಾಗಿ ನನ್ನ ಕೈ ಹಿಡಿದು ಹೇಳಿದಳು "ಅದು ಹಾಗಲ್ಲ ಪುಟ್ಟಾ, ಅವರು ನಿನ್ನ ಕರ್‍ಕೊಂಡು ಹೋಗೋದಕ್ಕೆ

ಅಂತ ಬಂದಿದ್ದಲ್ಲ; ಅವರ ಮಗಳಿಗೆ ಮೂರು ವರ್ಷ ಕಳೀತಲ್ಲಾ, ಅದಕ್ಕೆ ಕೆ.ಜಿ. ಕ್ಲಾಸಿಗೆ ಸೇರಿಸೋದಕ್ಕೆ ಬಂದವರು. ಈಗಲೇ ಅಡ್ಮಿಷನ್ ಮಾಡದೆ ಹೋದ್ರೆ ಮತ್ತೆ ಸೀಟು ಸಿಗೋದಿಲ್ಲ ಅಂತ ವಿಚಾರಿಸೋದಕ್ಕೆ ಬಂದಿದ್ರು. ನಾನು ಈಗ ತಾನೇ ಪ್ರಿನ್ಸಿಪಾಲರ ಹತ್ತಿರ ಹೋಗಿ ಬಂದೆ. ಅವರೇ ಹೇಳಿದ್ರು. ಅವರ ಮಗಳನ್ನೂ ನಿನ್ನ ಶಾಲೆಗೇ ಸೇರಿಸ್ತಾ ಇದಾರಂತೆ. ಬಿಡು, ಬೇಜಾರು ಮಾಡ್ಕೋಬೇಡ"

ಗಾಳಿ ತುಂಬಿ ಹಾರುತ್ತಿದ್ದ ಬೆಲೂನೊಂದು 'ಠುಸ್' ಎಂದು ಶಬ್ಧ ಮಾಡುತ್ತಾ ಒಡೆದು ಕೆಳಕ್ಕೆ ಬಿದ್ದಂತಾಯ್ತು!

●●●

ರಜ ಖುಷಿಯಿಂದಲೇ ಕಳೆಯಿತು. ಅದಕ್ಕೆ ಕಾರಣ ಮನೆಯ ಪಕ್ಕದ ಮೈದಾನದಲ್ಲಿ ಆಡಲು ಜಾಗ ಸಿಕ್ಕಿದ್ದು! ಅಲ್ಲದೆ ಅಂಕಲ್ ಕೂಡಾ ಎರಡು ತಿಂಗಳು ಫಾರಿನ್ ಟೂರ್ ಹೋಗಿದ್ದರು. ನನಗೆ ನಿಜಕ್ಕೂ ಇದು ನನ್ನ ಮನೆ ಎನಿಸಿ ಬಿಟ್ಟಿತು. ನಾನೇನು ಮಾಡಿದರೂ ಯಾರೂ ಕೇಳುವವರಿಲ್ಲ. ಆದರೂ ಅಮ್ಮ ಆಗಾಗ "ಪುಟ್ಟಾ, ನೀನು ಈಗ ಇದ್ದ ಹಾಗೆ ಅಂಕಲ್ ಬಂದ ಮೇಲೆ ಇರಬಾರ್ದು. ಅವರು ಬರುವವರೆಗೆ ನಿಂಗೆ ಹೇಗೆ ಬೇಕೋ ಹಾಗೆ ಫ್ರೀಯಾಗಿರು. ಅವರಿಗೆ ಇದೇ ಸಮಯದಲ್ಲಿ ಫಾರಿನ್ ಟೂರ್ ಇದ್ದಿದ್ದು ತುಂಬಾ ಒಳ್ಳೆಯದಾಯ್ತು. ಇಲ್ಲದೇ ಇದ್ರೆ ಏನಾದರೊಂದು ಕಾರಣ ಹುಡುಕಿ ನಿಂಗೆ ಹೊಡೀತಿದ್ರು" ಎಂದಾಗ ಅಮ್ಮನ ಕಣ್ಣುಗಳಲ್ಲಿ ಬೆಳಕು ಮೂಡುತ್ತಿತ್ತು. ಅಂಕಲ್ ಇಲ್ಲದಿದ್ದರೆ ನಿಜಕ್ಕೂ ಅಮ್ಮ ಒಳ್ಳೆಯ ಅಮ್ಮ ಎನಿಸಿತು. ಪಾಪುವಿಗೆ ನಿತೀಶ್ ಎಂದು ಹೆಸರಿಟ್ಟಿದ್ದರು. ಅವನೀಗ ಮನೆಯೊಳಗೆಲ್ಲಾ ಓಡಾಡುತ್ತಿದ್ದ. ನನಗೂ ಅವನನ್ನು ಆಡಿಸಲು ಖುಷಿಯಾಗುತ್ತಿತ್ತು. "ಅಣ್ಣ, ಅಣ್ಣ" ಎಂದು ತೊದಲುತ್ತಿದ್ದ ಅವನನ್ನು ಎತ್ತಿಕೊಂಡು ಹೊರಗೂ ತಿರುಗಾಡುತ್ತಿದ್ದೆ. ಸ್ವಲ್ಪ ದೊಡ್ಡವನಾಗಿದ್ದರೆ ಕ್ರಿಕೆಟ್ ಕಲಿಸಬಹುದಿತ್ತು ಎನಿಸಿತು. ಹಗಲಿಡೀ ಆಟ; ಮನೆಗೆ ಬಂದರೆ ಆಂಟಿಯೂ ತಿನ್ನಲು ಏನಾದರೂ ಕೊಡುತ್ತಿದ್ದರು. ಬೆಳಗ್ಗೆ ಕೆಲಸಕ್ಕೆ ಹೋಗುವ ಮೊದಲು ಅಮ್ಮ ಬೇಕಾದ್ದು ಮಾಡಿಕೊಡುತ್ತಿದ್ದಳು. ಇನ್ನು ಶಾಲೆ ಶುರುವಾದರೆ ಮತ್ತೆ ಹಾಸ್ಟೆಲ್ಲಿಗೆ ಸೇರಬೇಕು; ಇಲ್ಲೇ ಇರುವಂತಿದ್ದರೇ ಎಂದು ಮನಸ್ಸು ಹಂಬಲಿಸಿತು. ಆದರೆ ಇದೆಲ್ಲಾ ಅಂಕಲ್ ಬರುವವರೆಗೆ ಮಾತ್ರ ಎನ್ನುವುದು ತಿಳಿದಿತ್ತು. ಪುನಃ ಶಾಲೆ ಶುರುವಾಗಲು ಒಂದು ವಾರ ಇದೆ ಎನ್ನುವಾಗ ಅಂಕಲ್ ಬಂದರು. ಜೊತೆಯಲ್ಲಿ ನಿತೀಶನಿಗೆ ಹೊಸಾ ಬಟ್ಟೆಗಳು, ಬಣ್ಣ ಬಣ್ಣದ ಕಾರುಗಳು, ನಾನೆಂದೂ ನೋಡೇ ಇರದಂಥಾ ಆಟದ ಸಾಮಾನುಗಳೂ ಬಂದವು. ಅವುಗಳನ್ನೆಲ್ಲಾ ನನ್ನೆದುರೇ ತೆಗೆದೂ ತೆಗೆದೂ ನಿತೀಶನಿಗೆ ಕೊಟ್ಟರು. ನನಗೂ ಏನಾದರೂ ತಂದಿರಬಹುದು "ಇದು ನಿಂಗೆ" ಎಂದು ಅದರಲ್ಲಿ ಒಂದೆರಡನ್ನಾದರೂ ಕೊಡಬಹುದು ಎಂದು ಆಚೆಯೂ ಹೋಗದೆ ಆಸೆಯಿಂದ ಕಾಯುತ್ತಾ ಕುಳಿತೆ. ಆದರೆ ಅಂಕಲ್ ನನ್ನ ಕಡೆ ತಿರುಗಿ ಕೂಡಾ ನೋಡಲಿಲ್ಲ. ಅಮ್ಮ ಮಾತ್ರ ಓರೆಗಣ್ಣಲ್ಲಿ ನನ್ನನ್ನೇ ನೋಡುತ್ತಿದ್ದಳು. ಇನ್ನು ನನಗೆ ಯಾವುದೂ ಸಿಗಲಾರದು ಎಂದು ಖಚಿತವಾದಾಗ ನಾನು ಅಲ್ಲಿಂದ ಎದ್ದು ಈಚೆ ಬಂದೆ. ಅಮ್ಮ ಪಿಸುಮಾತಿನಲ್ಲಿ ಹೇಳುವುದು ಕೇಳಿಸಿತು "ಆಕಾಶ್‌ಗೆ ಒಂದು ಸಣ್ಣ ಗಿಫ್ಟ್ ಆದರೂ ತರಬಾರ್ದಿತ್ತಾ? ಅವನೂ ಸಣ್ಣವನಲ್ವಾ?"

"ಅವನು ನನ್ನ ಮಗನಾ? ನಿನ್ನ ಮಗನಿಗೆ ನೀನೇ ತಂದುಕೊಡು. ನನ್ನ ಮಗನಿಗೆ ನಾನು ತಂದಿದೀನಿ" ಎಂದು ಅಂಕಲ್ ಹೇಳುವುದೂ ಕೇಳಿಸಿತು.

"ತುಂಬಾ ಕಠಿಣ ಮನಸ್ಸು ನಿಮ್ದು" ಅಮ್ಮ ಹೇಳುತ್ತಿದ್ದಂತೆ ನಾನು ಆಟಕ್ಕೆ ನಡೆದೆ.

ಮತ್ತೆರಡು ಮೂರು ದಿನ ಕೂಡಾ ಅಂಕಲ್ ನನ್ನ ಹತ್ತಿರ ಮಾತಾಡಲಿಲ್ಲ. ನಿತೀಶ್ ಬಣ್ಣ ಬಣ್ಣದ ಆಟದ ಸಾಮಾನುಗಳ ಜೊತೆಗೆ ಆಡುತ್ತಿದ್ದ. ಆದರೆ ಅವನಿಗೆ ಅದರಲ್ಲಿ ಸರಿಯಾಗಿ ಆಡಲೂ ಬರುತ್ತಿರಲಿಲ್ಲ. ಆದರೆ ನನಗೆ ಅದರಲ್ಲೆಲ್ಲಾ ಹೇಗೆ ಆಡವುದೆಂದು ನೋಡುವಾಗಲೇ ತಿಳಿಯುತ್ತಿತ್ತು. ಒಂದು ದಿನ ಒಂದು ಕೀ ಇರುವ ಕಾರಿನ ಕೀ ತಿರುಗಿಸಲು ತಿಳಿಯದೆ ಒದ್ದಾಡುತ್ತಿದ್ದ. ಪಾಪ ಎನಿಸಿತು. ಅದರಲ್ಲಿ ಹೇಗೆ ಆಡುವುದು ಎಂದು ತೋರಿಸಿ ಕೊಡಲು ಕಾರನ್ನು ಅವನ ಕೈಯಿಂದ ತೆಗೆದುಕೊಂಡು ಕೀ ತಿರುಗಿಸತೊಡಗಿದೆ. ಪೆದ್ದ, ನಾನು ಅವನ ಕೈಯಿಂದ ಅದನ್ನು ಕಿತ್ತುಕೊಳ್ಳುತ್ತೇನೆ ಎಂದು ತಿಳಿದ ಎಂದು ಕಾಣುತ್ತದೆ. ನನಗೆ ಮುಟ್ಟಲು ಬಿಡದೆ ಅಳತೊಡಗಿದ. ಆದರೂ ಬಿಡದೆ ಹೇಳಿ ಕೊಡಲು ನೋಡಿದೆ. ಅವನೂ ಕಿತ್ತುಕೊಳ್ಳಲು ನೋಡಿದ. ಅರ್ಧ ಕೀ ತಿರುಗಿಸಿದ್ದೆ. ಮೊದಲೇ ಅರ್ಧ ಮುರಿದಿತ್ತು ಎಂದು ಕಾಣುತ್ತದೆ. ಎಳೆದಾಡುವಾಗ ಅದರ ಕೀ ಮುರಿದು ಬಿಟ್ಟಿತು. ಹೆದರಿಕೆಯಾಗಿ ಅದನ್ನು ಅಲ್ಲೇ ಬಿಟ್ಟು ಹಾಗೇ ಎದ್ದು ಹೋಗಲು ನೋಡಿದರೆ ಹಿಂದೆ ಅಂಕಲ್!

"ರ್‍ಯಾಸ್ಕಲ್, ಹೇಳ್ಲಿಲ್ವಾ ನಿಂಗೆ, ಅವನ ತಂಟೆಗೆ ಹೋಗ್ಬೇಡ ಅಂತ. ಅವನ ಆಟದ ಸಾಮಾನು ಮುಟ್ಬೇಡ ಅಂತ. ಅದು ಫಾರಿನ್ನಿಂದ ತಂದಿದ್ದು. ತಂದು ನಾಲ್ಕು ದಿನ ಕೂಡಾ ಆಗಿಲ್ಲ. ಆಗ್ಲೇ ಕೀ ಮುರ್‍ದು ಹಾಕ್ದೆ. ಹೊಟ್ಟೆ ಉರಿ ನಿಂಗೆ" ಎನ್ನುತ್ತಾ ಕಿವಿ ಹಿಡಿದು ಒಂದೇ ಸವನೆ ತಿರುಗಿಸತೊಡಗಿದರು. ನನಗೆ ಯಾರಾದರೂ ಕಿವಿ ಮುಟ್ಟಿದರೆ ಸಾಕು, ಕಿವಿಯೆಲ್ಲಾ ಕೆಂಪಾಗಿ ತುಂಬಾ ಉರಿ, ಕೋಪ ಬಂದುಬಿಡುತ್ತಿತ್ತು. 'ಹೊಟ್ಟೆ ಉರಿ ನಂಗಲ್ಲ, ನಿಮಗೆ' ಎನ್ನಬೇಕು ಎಂದುಕೊಂಡೆ. ಹಾಗೆ ಹೇಳಿದರೆ ಸಿಗುವ ಏಟಿನ ಹೆದರಿಕೆಯಿಂದ "ನಾನಲ್ಲ ಹಾಳುಮಾಡಿದ್ದು, ಅವನಿಗೆ ಆಡೋದಿಕ್ಕೆ ಗೊತ್ತಿಲ್ಲ; ಹೇಳಿಕೊಡೋಣಾಂತ ನೋಡಿದೆ ಅಷ್ಟೆ" ಎಂದು ಹೇಳಿ ಸುಮ್ಮನೆ ನಿಂತು ಕೊಂಡೆ.

"ಏನ್ ಹಾಗೆ ನೋಡ್ತೀಯಾ? ತೊಲಗಾಚೆ, ಡರ್ಟಿ ಫೆಲೋ" ಎಂದು ಕಿವಿಯನ್ನು ತಿರುಗಿಸುತ್ತಲೇ ತಳ್ಳಿ ಬಿಟ್ಟರು. ಇತ್ತೀಚೆಗೆ ಅವರ ಬಾಯಲ್ಲಿ ಬರುವುದೆಲ್ಲಾ ಇಂಗ್ಲೀಷ್ ಬೈಗುಳೇ. ಅಷ್ಟು ದಿನ ಖುಷಿಯಿಂದ ಕಳೆದಿದ್ದ ರಜದ ಸುಖವೆಲ್ಲಾ ಆ ಒಂದು ವಾರ ತಿಂದು ಹಾಕಿತು. ಈ ಅಂಕಲ್ ಅಪ್ಪನಿಗಿಂತ ತುಂಬಾ ಅಂದರೆ ತುಂಬಾ ಕೆಟ್ಟವರು ಎನ್ನುವುದು ತಿಳಿದುಹೋಯಿತು. ಇನ್ನು ಏನೇ ಆದರೂ ಅವರೊಡನೆ ಮಾತೇ ಆಡಬಾರದು. ಅವರಿರುವಾಗ ಇನ್ನಿಲ್ಲಿಗೆ ಬರಲೂ ಬಾರದು, ಅವರ ಮುಖವನ್ನೂ ನೋಡಬಾರದು ಎಂದುಕೊಂಡೆ.

ಆದರೆ ಅಷ್ಟರಲ್ಲಿ ಅಮ್ಮನ ನೆನಪಾಯಿತು. ಅಮ್ಮ? ಅವಳನ್ನು ನೋಡಬೇಕಾದರೆ ಮಾಡುವುದೇನು...?

●●●

ಅನಾಥ ಹಕ್ಕಿಯ ಕೂಗು

ನಾನು ಹೋಗುವ ಶಾಲೆಯ ಪಕ್ಕದಲ್ಲೇ ಅದಕ್ಕೆ ಮುಟ್ಟಿಕೊಂಡೇ ನರ್ಸರಿ ಸ್ಕೂಲ್. ನರ್ಸರಿ ಮಧ್ಯಾಹ್ನಕ್ಕೇ ಮುಗಿಯುತ್ತದೆ. ಏಳನೆಯ ತರಗತಿಗೆ ಸೇರಿ ಮೂರು ದಿನ ಕಳೆದಿತ್ತು ಅಷ್ಟೆ; ಮಧ್ಯಾಹ್ನ ಕಿಟಿಕಿಯಿಂದ ಹೊರಗೆ ನೋಡಿದರೆ ಅಪ್ಪನ ಕೆಂಪು ಕಾರು! ಅದರೊಳಗೆ ಆಂಟಿ! ಓ, ಅಮ್ಮ ಹೇಳಿದ್ದು ನಿಜ; ಶೀತಲ್ ನಮ್ಮ ಸ್ಕೂಲಿಗೇ ಸೇರಿದ್ದಳು. ಅವಳ್ಯಾವಾಗ ನರ್ಸರಿಗೆ ಸೇರಿದಳು ಎಂದು ಗೊತ್ತೇ ಆಗಲಿಲ್ಲ. ಸ್ವಲ್ಪ ಹೊತ್ತಿನಲ್ಲೇ ಶೀತಲ್ ಕೂಡಾ ಓಡುತ್ತಾ ಕಾರಿನ ಹತ್ತಿರ ಹೋಗುವುದು ಕಾಣಿಸಿತು. ಅಪ್ಪ ಆಂಟಿ ಇಬ್ಬರೂ ಕಾರಿನಿಂದಿಳಿದು ಅವಳನ್ನು ಎತ್ತಿಕೊಳ್ಳಲು ಓಡಿ ಬಂದರು. ಅಪ್ಪ ಅವಳನ್ನೆತ್ತಿ ಅಷ್ಟೆತ್ತರ ಹಾರಿಸಿ ಎದೆಗವಚಿಕೊಂಡರು. ಶೀತಲ್ ಅವರ ಕುತ್ತಿಗೆಗೇ ಜೋತುಬಿದ್ದಳು. ಆಂಟಿ ನಗುತ್ತಾ ಅವರ ಕೈಯಿಂದ ಶೀತಲ್‌ಳನ್ನು ಇಳಿಸಿ ಕೈ ಹಿಡಿದುಕೊಂಡು ಕಾರಿನೊಳಗೆ ಕುಳಿತರು. ಕಾರು ಭರ್ರೆಂದು ಹೊರಟುಹೋಯಿತು. ನೋಡುತ್ತಿದ್ದ ನನಗೆ ಹೊಟ್ಟೆಯೊಳಗೆ ಹೇಳಲಾಗದ ಸಂಕಟ. ಇದೇ ಶಾಲೆಗೆ ಬಂದರೂ ಅಪ್ಪನಿಗೆ ನನ್ನ ನೆನಪಿಲ್ಲ! ಆದರೆ ಶೀತಲ್‌ಳನ್ನು ಮಾತ್ರ ಅಷ್ಟು ಚೆನ್ನಾಗಿ ಮುದ್ದಾಡುತ್ತಾರೆ! ಅಷ್ಟೆತ್ತರ ಹಾರಿಸಿ ಹಿಡಿದುಕೊಳ್ಳುತ್ತಾರೆ! ನಾನು ತೀರ ಚಿಕ್ಕವನಾಗಿದ್ದಾಗ ನನ್ನನ್ನು ಮಾಡುತ್ತಿದ್ದ ಹಾಗೆ ಅವಳನ್ನು ಆಡಿಸುತ್ತಾರೆ! ಆದರೆ ಈಗ ನನ್ನನ್ನು ನೋಡಲೂ ಅವರಿಗೆ ಮನಸ್ಸಿಲ್ಲ! ನಾನೇನು ತಪ್ಪು ಮಾಡಿದೆ? ಎದೆಯಲ್ಲಿ ಭಗ ಭಗ ಎನ್ನತೊಡಗಿತು. ಶೀತಲ್‌ಳನ್ನು ನೆನೆದಾಗ ಅವಳ ಮೇಲೂ ಕೋಪ ಬರತೊಡಗಿತು. ನನಗಿಲ್ಲದ ಭಾಗ್ಯ ಅವಳಿಗೆ! ಅವಳಿಲ್ಲದಿದ್ದರೆ ಅಪ್ಪ ನನ್ನನ್ನು ನೋಡಲು ಖಂಡಿತಾ ಬರುತ್ತಿದ್ದರು! ನನ್ನನ್ನು ಅಪ್ಪ ದೂರ ಮಾಡಲು ಕಾರಣ ಅವಳೇ!

"ಆಕಾಶ್, ಪಾಠ ಕೇಳದೆ ಎಲ್ಲಿ ನೋಡ್ತಾ ಇದೀಯಾ?" ಎಂದು ಮಿಸ್ ಗದರಿದಾಗಲೇ ಎಚ್ಚರವಾಗಿದ್ದು. ಆದರೆ ಮತ್ತೆ ಮತ್ತೆ ಅದೇ ಯೋಚನೆ. 'ಎಲ್ಲಾ ಮಕ್ಕಳಿಗೂ ಇರುವಂತೆ ನನ್ನ ಅಮ್ಮ, ಅಪ್ಪ ಇಲ್ಲ. ನಾನೊಬ್ಬ ಮಾತ್ರ ಎಲ್ಲರಿಗಿಂತ ಬೇರೆ. ಈ ಪ್ರಪಂಚದಲ್ಲಿ ನಾನು ಒಂಟಿ. ಹೀಗೆ ಇರುವುದಕ್ಕೇ ಎಲ್ಲರೂ ನನ್ನನ್ನು ಪೂರ್‌ಬಾಯ್ ಎನ್ನುತ್ತಾರೆ ಅಂತ ಕಾಣುತ್ತೆ' ಯಾಕೋ ದು:ಖ ಒತ್ತರಿಸಿ ಬರತೊಡಗಿ ಶರ್ಟಿನ ತೋಳಿನಲ್ಲೇ ಕಣ್ಣೊರೆಸಿಕೊಂಡೆ.

ವಾರಕ್ಕೊಮ್ಮೆಯಾದರೂ, ಕೆಲವು ಸಲ ಮೂರು ದಿನಕ್ಕೊಮ್ಮೆ ಅಪ್ಪ ಮತ್ತು ಆಂಟಿ ಬಂದು ಶೀತಲ್‌ಳನ್ನು ಕರೆದುಕೊಂಡು ಹೋಗುವುದು ಕಾಣುತ್ತದೆ. ಆದರೆ ಒಂದು ಸಾರಿ, ಕೇವಲ ಒಂದೇ ಒಂದು ಸಾರಿ ಅಪ್ಪ ನನ್ನನ್ನು ಮಾತಾಡಿಸಲು ಬರಲೇ ಇಲ್ಲ! ನನ್ನ ಪ್ರೀತಿಯ ಅಪ್ಪ ನಾನು ಅವರ ಕುತ್ತಿಗೆಯನ್ನು ತೋಳಿನಿಂದ ಬಳಸುವಾಗ ಹಾಗೇ ಅಪ್ಪಿಕೊಂಡು ಮುದ್ದಾಡುತ್ತಿದ್ದ ಅಪ್ಪ ಈ ಪ್ರೀತಿ ನನಗೆ ಶಾಶ್ವತ ಎಂಬಂತೆ ಮಾಡಿದ್ದ ಅಪ್ಪ ಇಷ್ಟು ಬೇಗ ನನ್ನನ್ನು ಮರೆತರು. ಒಂದು ಸಲ ಕೂಡಾ 'ಹೇಗಿದೀಯಾ ಆಕಾಶ್?' ಎಂದು ಕೇಳಲಿಲ್ಲ! ಈಗ ಅವರಿಗೆ ಶೀತಲ್ ಮಾತ್ರ ಸಾಕು. ನಾನೇಕೆ ಬೇಡ? ನಾನೇನು ತಪ್ಪು ಮಾಡಿದೆ? ನೆನೆದು ವಿಲಿ ವಿಲಿ ಒದ್ದಾಡಿ ಹೋಗುತ್ತದೆ ಜೀವ. ಸಮಾಧಾನ ಹೇಳಲು ನನಗಾದರೂ ಇಲ್ಲಿ ಯಾರಿದ್ದಾರೆ? ಮೊದಲೆಲ್ಲಾ ಅಪ್ಪ ಎಷ್ಟು ಹ್ಯಾಂಡ್‌ಸಮ್ ಆಗಿ ಕಾಣಿಸುತ್ತಿದ್ದರು? ಈಗಂತೂ ಅವರು ಹಾಗೆ ಇಲ್ಲವೇ ಇಲ್ಲ; ಅವರ ಮುಖ ನೋಡಿದರೇ ಹೆದರಿಕೆಯಾಗುತ್ತದೆ. ಅವರಿಗಿಂತ ನನ್ನ ಸ್ನೇಹಿತರ ಅಪ್ಪಂದಿರು ನಿಜಕ್ಕೂ ಹ್ಯಾಂಡ್‌ಸಮ್ ಆಗಿದ್ದಾರೆ!

83

ಅನಾಥ ಹಕ್ಕಿಯ ಕೂಗು

ಮೂರು ನಾಲ್ಕು ವಾರ ಹೀಗೇ ಕಳೆದಿರಬಹುದು. ಇನ್ನಂತೂ ಅಪ್ಪ ಕರೆದು ಮಾತಾಡಿದರೂ ನಾನೇ ಮಾತಾಡುವುದಿಲ್ಲ ಎಂದು ತೀರ್ಮಾನಿಸಿದ್ದೆ. ಅದೊಂದು ದಿನ ಸ್ಕೂಲಿನಲ್ಲಿ ಆಡಲು ಬಿಟ್ಟಿದ್ದರು. ನಮ್ಮ ಶಾಲೆಯೂ ಶೀತಲ್‌ಳ ನರ್ಸರಿಯೂ ಅಕ್ಕಪಕ್ಕ. ಆಟದ ಗ್ರೌಂಡ್ ಕೂಡಾ ಅಕ್ಕ ಪಕ್ಕವೇ. ನಾವು ಫುಟ್‌ಬಾಲ್ ಆಡುತ್ತಿದ್ದೆವು. ನಾವೀಚೆ ಆಡುತ್ತಿದ್ದರೆ ಆಚೆ ನರ್ಸರಿ ಮಕ್ಕಳನ್ನು ಆಡಿಸುತ್ತಿದ್ದರು. ಫುಟ್‌ಬಾಲ್ ಅವರಿದ್ದೆಡೆಗೆ ಓಡತೊಡಗಿತು. ಬಾಲಿನ ಹಿಂದೆ ನಾನು. ಬಾಲು ತಗ್ಗಿಗೆ ಇಳಿದು ಶೀತಲ್ ಆಡುತ್ತಿದ್ದ ಗ್ರೌಂಡಿಗೆ ಓಡತೊಡಗಿತು. ಆಚೆ ಬದಿಯಲ್ಲಿ ಆಡುತ್ತಿದ್ದ ಶೀತಲ್‌ಳ ಬಳಿಗೇ ಹೋಯಿತು. ಅವಳು ಬಾಲನ್ನು ಎತ್ತಿಕೊಂಡಳು. ಹಿಂದೆಯೇ ಬಂದ ನಾನು "ಬಾಲ್ ಕೊಡು" ಎಂದೆ.

"ನಿಂಗೆ ಕೊಡೋದಿಲ್ಲ, ಮಿಸ್ಸಿಗೆ ಕೊಡ್ತೀನಿ" ಎಂದಳು ಚೇಷ್ಟೆ ನಗು ನಗುತ್ತಾ.

"ಇಲ್ಲ. ನಂಗೇ ಕೊಡು" ಎಂದೆ ಒರಟಾಗಿ.

"ಕೊಡೋಲ್ಲ, ಮಿಸ್ಸಿಗೇ ಕೊಡೋದು" ಎನ್ನುತ್ತಾ ಅದನ್ನೆತ್ತಿಕೊಂಡು ಓಡಲು ನೋಡಿದಳು. ನಾನೂ ಅವಳ ಕೈಯಿಂದ ಬಾಲನ್ನು ಕಿತ್ತುಕೊಳ್ಳಲು ನೋಡಿದೆ. ಆದರೆ ಅವಳು ಗಟ್ಟಿಯಾಗಿ ಹಿಡಿದುಕೊಂಡು ಮಿಸ್ ಇದ್ದಲ್ಲಿಗೆ ಓಡತೊಡಗಿದಳು. ನನಗೆ ಯಾವತ್ತೂ ಅಂತಹಾ ಕೋಪ ಬಂದಿರಲಿಲ್ಲ. ಓಡಿ ಅವಳನ್ನು ಹಿಡಿದೆ. ಆಗಲೂ ಕೊಸರಾಡತೊಡಗಿದಳು. ತಡೆಯಲಾಗಲಿಲ್ಲ. ಹಿಡಿದು ಎಲ್ಲೆಂದರಲ್ಲಿಗೆ ಬಾರಿಸತೊಡಗಿದೆ. "ತಗೋ ಹೊಡೀಬೇಡ" ಎಂದು ಶೀತಲ್ ಬೊಬ್ಬೆ ಹೊಡೆಯತೊಡಗಿದಳು. ಆದರೆ ನಾನೇನು ಮಾಡುತ್ತಿದ್ದೇನೆ ಎನ್ನುವುದು ಮರೆತು ಹೋಗಿತ್ತು. ಮಿಸ್ ಬಂದು ಶೀತಲ್‌ಳನ್ನು ನನ್ನಿಂದ ಬಿಡಿಸಿ, ನನ್ನ ಕೆನ್ನೆಗೆ ನಾಲ್ಕು ಬಾರಿಸುವಾಗಲೇ ಎಚ್ಚರವಾಗಿದ್ದು.

"ಏನಾಯ್ತು ನಿಂಗೆ? ನೀನೇನು ಮನುಷ್ಯನೋ? ರಾಕ್ಷಸನೋ? ಅಷ್ಟು ಸಣ್ಣ ಮಗೂಗೆ ಹಾಗೊಂದು ಹೊಡೀತಿಯಲ್ಲಾ?" ಎನ್ನುತ್ತಾ ನನ್ನನ್ನು ದರದರನೆ ಎಳೆದುಕೊಂಡು ಪ್ರಿನ್ಸಿಪಾಲರ ರೂಮಿನತ್ತ ನಡೆಯತೊಡಗಿದರು. ವಿಚಾರಣೆ ನಡೆಯಿತು.

"ನೀನ್ಯಾಕೆ ಹಾಗೆ ಹೊಡ್ದಿದ್ದು?" ಎಂದರು ಪ್ರಿನ್ಸಿಪಾಲ್ ನನ್ನನ್ನೇ ನೋಡುತ್ತಾ.

"ಅವಳು ಬಾಲ್ ಕೊಡ್ಲಿಲ್ಲ" ಎಂದೆ.

"ಅಷ್ಟಕ್ಕೇ ಅಷ್ಟೊಂದು ಹೊಡೀತಾರಾ? ಮಿಸ್ಸಿಗೆ ಹೇಳಿದ್ರೆ ಮಿಸ್ ಕೊಡಿಸ್ತಿದ್ರು. ನೀನ್ಯಾಕೆ ಹೊಡೀಬೇಕಾಗಿತ್ತು?" ಎಂದರು. ಈಗ ನನಗೂ ಅನಿಸತೊಡಗಿತ್ತು. ನಾನ್ಯಾಕೆ ಹಾಗೊಂದು ಹೊಡೆದೆ?

"ಗೊತ್ತಾಗ್ತಿಲ್ಲ" ಎಂದೆ.

"ಅಂದ್ರೆ?" ಎಂದರು ಮಿಸ್ ಅರ್ಥವಾಗದೆ.

84

“ಇಲ್ಲಿ ಬಿಡಿ. ನಾನು ವಿಚಾರಿಸ್ತೀನಿ. ನೀವು ಹೊಸಬ್ರು, ನಿಮಗೆ ಗೊತ್ತಿಲ್ಲ, ಇವನ ಪೇರೆಂಟ್ಸ್ ಡಿವೋರ್ಸ್ ತಗೊಂಡಿದಾರೆ. ಮೊದಲೊಂದ್ಸಲ ಹೀಗೇ ಏನೋ ಮಾಡಿದಾಗ ಸೈಕಿಯಾಟ್ರಿಸ್ಟ್ ಹತ್ರ ಕಳಿಸಿದ್ದೆ. ಸರಿಯಾಗಿತ್ತು. ಈಗ ಮತ್ತೆ ಹೀಗೆ ಮಾಡಿದಾನೆ. ಬೇಕೂಂತ ಮಾಡಿದ್ದಲ್ಲ ಅಂತ ಕಾಣುತ್ತೆ. ಆದರೂ ಹೀಗಾದ್ರೆ ಕಷ್ಟ. ಇವನ ತಂಗಿ ಅವಳು. ಏನೋ ಜಲಸಿ ಇರ್ಬೇಕು ಅಂತ ಕಾಣುತ್ತೆ. ನಾನು ಹ್ಯಾಂಡಲ್ ಮಾಡ್ತೀನಿ, ನೀವು ಹೋಗಿ” ಎಂದರು ಪ್ರಿನ್ಸಿಪಾಲ್.

ನನಗೆ ಚೆನ್ನಾಗಿ ಹೊಡೆಯಬಹುದು. ಶಿಕ್ಷೆ ಕೊಡಬಹುದು ಎಂದುಕೊಂಡೆ. ನನಗೆ ಶಿಕ್ಷೆಯ ಹೆದರಿಕೆಯೂ ಇರಲಿಲ್ಲ. ಆದರೆ ಪ್ರಿನ್ಸಿಪಾಲರು ಏನೂ ಮಾಡಲಿಲ್ಲ. “ಈಗ ಕ್ಲಾಸಿಗೆ ಹೋಗು. ಮತ್ತೆ ಕರೆಸ್ತೀನಿ” ಎಂದರು. ನಾನು ಕ್ಲಾಸಿಗೆ ತೆರಳಿದೆ.

ಅಂದೇ ಅಮ್ಮನಿಗೆ ಕರೆಹೋಯಿತು. ಅಮ್ಮ ಕೆಲಸದ ಮಧ್ಯದಲ್ಲೇ ರಜೆ ಪಡೆದು ಬಂದಳು. ಪ್ರಿನ್ಸಿಪಾಲರೂ ಅಮ್ಮನೂ ಕೋಣೆಯೊಳಗೆ ಬಹಳ ಹೊತ್ತು ಮಾತಾಡುತ್ತಿದ್ದರು. ಮಧ್ಯಾಹ್ನ ಊಟದ ಸಮಯದಲ್ಲಿ ಹೊರಬಂದಾಗ “ಹೇಗಿದೀಯ ಪುಟ್ಟಾ? ನಿನ್ನ ನೋಡ್ಕೊಂಡು ಹೋಗೋಣ ಅಂತ ಬಂದೆ” ಎಂದಳು.

ನನಗೆ ಗೊತ್ತಿತ್ತು; ಅಮ್ಮನನ್ನು ಪ್ರಿನ್ಸಿಪಾಲರು ಕರೆಸಿದ್ದು ಎಂದು “ಸುಳ್ಳು. ಪ್ರಿನ್ಸಿಪಾಲ್ ಸರ್ ನಿನ್ನ ಕರ್ಸಿದಾರೆ. ನಂಗೆಲ್ಲಾ ಗೊತ್ತು” ಎಂದೆ.

ಅಮ್ಮ ನನ್ನ ಮುಖವನ್ನೇ ನೋಡಿದಳು. “ಗೊತ್ತಿದ್ದೂ ಮತ್ತೆ ಯಾಕೆ ಪುಟ್ಟಾ, ಹೀಗೆಲ್ಲಾ ಮಾಡ್ತೀಯಾ” ಎಂದಳು. ಅಲ್ಲಿ ಪ್ರೀತಿ ಇತ್ತು, ಕರುಣೆ ಇತ್ತು, ವ್ಯಥೆಯೂ ಇತ್ತು. ಅಮ್ಮ ಅಳುತ್ತಿದ್ದಾಳೇನೋ ಎನಿಸಿತು. ಮೂಗಿನ ತುದಿ ಕೆಂಪು ಕೆಂಪಾಗುತ್ತಿತ್ತು. ಆದರೂ ಅವಳ ಕಣ್ಣುಗಳನ್ನು ಎದುರಿಸಿದೆ.

“ಮತ್ತೆ ಯಾಕೆ ಡ್ಯಾಡಿ ನನ್ನೆದುರಿಗೇ ಅವ್ಳನ್ನ ಎತ್ತಿ ಅಷ್ಟೆತ್ತರಕ್ಕೆ ಹಾರ್‍ಸೋದು?” ಎಂದೆ.

ಅಮ್ಮ ನನ್ನ ತಲೆ ಮೇಲೆ ಕೈಯಾಡಿಸತೊಡಗಿದಳು. “ಇನ್ನು ಅವಳ ತಂಟೆಗೆ ಹೋಗ್ಬೇಡ ಪುಟ್ಟಾ” ಎಂದಳು.

ತಲೆ ಆಡಿಸಿದೆ. ಆದರೆ ನನಗೆ ನಾನು ಮಾಡಿದ ಕೆಲಸದ ಬಗ್ಗೆ ಯಾವ ಬೇಸರವೂ ಇರಲಿಲ್ಲ. ಬದಲಿಗೆ ಏನೋ ಸಾಧನೆ ಮಾಡಿದ ತೃಪ್ತಿ ಇತ್ತು! ಸಮಾಧಾನ ಇತ್ತು! ಯಾರ ಮೇಲೋ ಸೇಡು ತೀರಿಸಿಕೊಂಡ ಖುಷಿ ಇತ್ತು!

●●●

ಅಮ್ಮ ಕೆಲಸಕ್ಕೆ ರಜೆ ಹಾಕಿ ಮತ್ತೆ ನನ್ನನ್ನು ಸೈಕಿಯಾಟ್ರಿಸ್ಟ್ ಹತ್ತಿರ ಕರದುಕೊಂಡು ಹೋದಳು. ನಡೆದ ಘಟನೆ ವಿವರಿಸಿ “ಈಗ ನನ್ನಿಂದಾದಷ್ಟೂ ಪ್ರೀತಿ ತೋರಿಸ್ತಿದೀನಿ ಡಾಕ್ಟ್ರೇ. ಮತ್ತೂ ಯಾಕೆ ಹೀಗೆ ಮಾಡ್ತಾನೆ? ಆ ಹುಡುಗಿ ಇವನಿಗೆ ಏನೂ ಮಾಡಿಲ್ಲ.

ಅವಳಷ್ಟಕ್ಕೇ ಆಡ್ತಾ ಇದ್ದಳಂತೆ. ಬಾಲ್ ತಗೊಂಡು ಕೊಡೋದಿಲ್ಲ ಎಂದಳಂತೆ. ಮಿಸ್ ಕೊಡಿಸ್ತಿದ್ರು. ಅಷ್ಟಕ್ಕೇ ಆ ರೀತಿ ಹೊಡ್ದು ಬಿಡೋದಾ? ಅದೂ ಒಂದೆರಡು ಏಟು ಅಲ್ಲ. ಟೀಚರ್ ಬಂದು ಬಿಡಿಸುವವರೆಗೂ ಮೈಮೇಲೆ ಜ್ಞಾನ ಇಲ್ಲದೆ ಹೊಡೀತಾ ಇದ್ನಂತೆ" ಎಂದಳು ದುಗುಡದಿಂದ.

"ಯಾರು ಆ ಹುಡುಗಿ?" ಕೇಳಿದರು ಡಾಕ್ಟರ್.

"ಆಂಟಿ ಮಗು" ನಾನೇ ಉತ್ತರಿಸಿದೆ ಮುಖ ಹೊತ್ತುಕೊಂಡೇ.

"ಆಂಟಿ ಅಂದ್ರೆ ಯಾವ ಆಂಟಿ?"

"ಅಂದ್ರೆ ನನ್ನ ಮೊದಲ್ನೇ ಹಸ್ಬೆಂಡ್ ಸೆಕೆಂಡ್ ಮ್ಯಾರೀಜ್ ಆಗಿದಾರಲ್ಲಾ, ಅವರ ಮಗು ಅವಳು. ಈ ವರ್ಷ ಮನೆಗೆ ಹತ್ತಿರ ಆಗುತ್ತೆ ಅಂತ ಇವನು ಓದುವ ಶಾಲೆಯ ನರ್ಸರಿಗೇ ಸೇರ್ಸಿದಾರೆ" ಎಂದಳು ಅಮ್ಮ ಮುಜುಗರದಿಂದ.

"ಓಹ್" ಎಂದ ಡಾಕ್ಟರು "ಇವನ ಹತ್ರ ಅವರು ಹೇಗೆ ನಡೆದು ಕೊಳ್ತಾರೆ? ಆಗಾಗ ಬಂದು ಮನೆಗೆ ಕರ್ಕೊಂಡು ಹೋಗೋದಿಲ್ವಾ?" ಎಂದರು ನನ್ನ ಕಡೆ ತಿರುಗಿ ನೋಡುತ್ತಾ.

"ಇಲ್ಲ ಒಂದು ವರ್ಷ ಆಯ್ತು ನನ್ನ ಕರ್ಕೊಂಡು ಹೋಗದೆ" ಗಟ್ಟಿಯಾಗಿ ನಾನೇ ಉತ್ತರಿಸಿದೆ.

"ಹೋಗಲಿ. ಶಾಲೆಗೆ ಬಂದು ಚೆನ್ನಾಗಿ ಮಾತಾಡಿ ಹೋಗ್ತಾರಾ?"

"ಇಲ್ಲ. ನನ್ನ ಕಂಡ್ರೂ ಕಾಣದ ಹಾಗೆ ಹೋಗ್ತಾರೆ. ಆದರೆ ಅವಳನ್ನು ಮಾತ್ರ ಆಗಾಗ ಬಂದು ಕಾರಲ್ಲಿ ಕರ್ಕೊಂಡು ಹೋಗ್ತಾರೆ. ಅಷ್ಟೆತ್ರ ಎತ್ತಿ ಆಡಿಸ್ತಾರೆ. ಅವರು ಬಂದು ಹೋಗೋದೆಲ್ಲಾ ನಂಗೆ ಕಿಟಕೀಲಿ ಕಾಣ್ತಾ ಇರುತ್ತೆ" ಮತ್ತೆ ನಾನೇ ಉತ್ತರಿಸಿದೆ. ಈ ಡಾಕ್ಟರಿಗೆ ನಾನು ಹೇಳಿದ್ದೆಲ್ಲಾ ಅರ್ಥವಾಗುತ್ತದೆ ಎಂಬ ನಂಬಿಕೆ ನನಗಿತ್ತು.

"ಐ.ಸೀ. ನೋಡಿ ಮೇಡಂ. ತಪ್ಪು ಇವನ ಡ್ಯಾಡೀದು. ಮೊದಲು ಚೆನ್ನಾಗಿ ಪ್ರೀತಿ ಮಾಡ್ತಿದ್ದ ಮಗೂನ ಒಂದೇ ಸಲ ದೂರ ಮಾಡಿ ಇವನನ್ನು ಮಾತೂ ಆಡಿಸ್ದೆ ಇವನೆದುರೇ ಅವಳ ಮೇಲೆ ಪ್ರೀತಿ ತೋರ್ಸಿದ್ರೆ ಇವನಿಗೆ ಹರ್ಟ್ ಆಗೋದಿಲ್ವಾ? ಅವಳನ್ನು ಕರ್ಕೊಂಡು ಹೋಗಿ ಬಂದು ಮಾಡೋದು ಇವನಿಗೆ ಕಾಣುತ್ತೆ. ಡ್ಯಾಡಿ ನನ್ನ ಮೇಲೆ ಪ್ರೀತಿ ತೋರಿಸದೆ ಇರೋದಕ್ಕೆ ಅವಳೇ ಕಾರಣ ಇರ್ಬೇಕು ಅಂತ ಇವನ ಸುಪ್ತ ಮನಸ್ಸಿಗೆ ಬಂದಿದೆ. ಅದಕ್ಕೇ ಸಣ್ಣ ಕಾರಣ ಸಿಕ್ಕಿದ ತಕ್ಷಣ ಹಾಗೆ ಹೊಡ್ದಿದಾನೆ. ಇದೆಲ್ಲಾ ತುಂಬ ಸೂಕ್ಷ್ಮ ವಿಷಯ; ತಂದೆಯಾಗಿ ಅಷ್ಟೂ ಅರ್ಥ ಮಾಡಿಕೊಳ್ಳದಿದ್ರೆ ಹೇಗೆ" ಎಂದರು ಡಾಕ್ಟರು.

ಅಮ್ಮ ಮಾತಾಡದೆ ಅವರ ಮುಖ ನೋಡುತ್ತಾ ಕುಳಿತಳು.

"ಅದು ಚಿಕ್ಕ ಮಗು ಅಲ್ವಾ ಆಕಾಶ್, ನಿಂಗೆ ನಿನ್ನ ಡ್ಯಾಡಿ ಮೇಲೆ ಕೋಪ ಇರಬಹುದು; ಆದರೆ ಮಗು ಏನು ತಪ್ಪು ಮಾಡಿದೆ ಹೇಳು; ನಿಂಗೆ ಕೋಪ ಬಂದ್ರೆ ನಿನ್ನಮ್ಮಂಗೆ ಹೇಳು,

ಇನ್ನು ಆ ಮಗೂನ ನಿನ್ನ ತಂಗಿ ಅಂತ ನೋಡ್ಕೋ ಬೇಕು, ಪಾಪ ಅಲ್ವಾ?" ಎಂದರು ನನ್ನನ್ನೇ ನೋಡುತ್ತಾ.

"ಹೊಡೆದಾದ್ಮೇಲೆ ನಂಗೂ ಹೊಡೀಬಾರ್ದಾಗಿತ್ತು ಅಂತಾಯ್ತು. ಯಾಕೆ ಹೊಡ್ದೆ ಅಂತಾನೇ ಗೊತ್ತಾಗ್ತಿಲ್ಲ" ಎಂದೆ ಮುಜುಗರದಿಂದ. ನನಗೆ ಈಗಲೂ ಹಾಗೆ ಹೊಡೆದಿದ್ದರ ಬಗ್ಗೆ ಪಶ್ಚಾತ್ತಾಪ ಇತ್ತು. ಒಂದು ಕಡೆ ಅವಳು ಚಿಕ್ಕ ಹುಡುಗಿ ಎನಿಸಿದರೂ ಮತ್ತೊಂದು ಕಡೆ ಅವಳಿಂದಾಗಿಯೇ ಅಪ್ಪ ದೂರಾಗಿದ್ದು ಎನಿಸುತ್ತಿತ್ತು.

"ಇರ್ಲಿ ಬಿಡು, ಆಗಿದ್ದು ಆಗಿ ಹೋಯ್ತು. ಇನ್ನು ಮಾತ್ರ 'ಅವಳು ಚಿಕ್ಕವಳು, ನಿಂಗೆ ಯಾವ ತೊಂದರೆಯೂ ಮಾಡುವವಳಲ್ಲ, ಅಣ್ಣ ಅಂತ ನಿನ್ಮೇಲೆ ತುಂಬ ಪ್ರೀತಿ ಇದೆ ಅಂತ ತಿಳ್ಕೋ ಆಯ್ತಾ?" ಎಂದರು ಡಾಕ್ಟರು ನಯವಾಗಿ.

"ಮತ್ತೆ ಹೀಗಾದ್ರೆ ಏನ್ಮಾಡೋದು ಡಾಕ್ಟ್ರೇ? ಅವಳನ್ನೂ ಇದೇ ಸ್ಕೂಲಿಗೆ ತಂದು ಸೇರ್ಸಿದಾರೆ. ಇಬ್ರುದೂ ಒಂದೇ ಸ್ಕೂಲು" ಕಳವಳದಿಂದ ಕೇಳಿದಳು ಅಮ್ಮ.

"ಒಂದೋ ಇವನ ಡ್ಯಾಡಿ ಇವನ ಹತ್ರ ಚೆನ್ನಾಗಿ ನಡ್ಕೋಬೇಕು. ಇಲ್ಲದೇ ಇದ್ರೆ ಇವನನ್ನ ಅಥವಾ ಅವಳನ್ನ ಬೇರೆ ಸ್ಕೂಲಿಗೆ ಹಾಕ್ಬೇಕು. ಇಲ್ಲದಿದ್ರೆ ಮತ್ತೆ ಹೀಗಾದ್ರೂ ಆಗ್ಬಹುದು" ಎಂದರು ಡಾಕ್ಟರು.

ಅಮ್ಮ ಯೋಚಿಸುತ್ತಾ ಕುಳಿತಳು. ನನಗಂತೂ ಆಗಿದ್ದಕ್ಕೆ ಯಾವ ಬೇಸರವೂ ಇರಲಿಲ್ಲ.

●●●

ಮರುದಿನವೇ ಅಪ್ಪನ ಕೆಂಪು ಕಾರು ಶಾಲೆಯ ಆವರಣದ ಒಳಗೆ ಬಂದು ನಿಂತಿತು. ಅಪ್ಪ ಸೀದಾ ಪ್ರಿನ್ಸಿಪಾಲರ ಕೋಣೆಗೆ ಹೋಗುವುದೂ ಶಾಲೆಯ ಕಿಟಕಿಯಿಂದಲೇ ಕಾಣಿಸಿತು. ಮಧ್ಯಾಹ್ನದ ಊಟದ ವೇಳೆಗೆ ಪ್ರಿನ್ಸಿಪಾಲರೇ ನನ್ನನ್ನು ಕರೆಸಿದರು. ಅಪ್ಪನೂ ಅಲ್ಲೇ ಕುಳಿತಿದ್ದರು.

"ಆಕಾಶ್, ನಿನ್ನ ಡ್ಯಾಡಿ ನಿನ್ನ ಮನೆಗೆ ಕರ್ಕೊಂಡು ಹೋಗ್ತಾ ಇದಾರೆ. ಅರ್ಧ ದಿನ ರಜೆ ಹಾಕಿ ಅವರ ಜೊತೆ ಹೋಗು, ನಿನ್ನತ್ರ ಮಾತಾಡೋದಿದ್ಯಂತೆ" ಎಂದರು.

ಒಂದು ಕಡೆ ನನಗೆ ಖುಷಿ ಆಯಿತು. ವರ್ಷದಿಂದ ನನ್ನನ್ನು ಮನೆಗೆ ಕರೆಯದ ಅಪ್ಪ ಈಗ ನನ್ನನ್ನು ಮನೆಗೆ ಕರೆಯುತ್ತಿದ್ದಾರೆ? ಅಂದರೆ ಅವರ ಮಗಳಿಗೆ ಬಾರಿಸಿದ್ದಕ್ಕೆ ಚೆನ್ನಾಗಿ ಬುದ್ಧಿ ಬಂದಿರಬೇಕು, ಪ್ರೀತಿ ತೋರಿಸದಿದ್ದುದಕ್ಕೆ ನಾನು ಹಾಗೆ ಹೊಡೆದಿರಬೇಕು ಎಂದು ಅರ್ಥವಾಗಿ ನನ್ನನ್ನು ಮನೆಗೆ ಕರೆಯುತ್ತಿದ್ದಾರೆ ಎನಿಸಿತು. ಈಗಲಾದರೂ ನನಗಾಗುವ ಸಂಕಟ ಅರ್ಥವಾಯಿತಲ್ಲಾ ಎಂದು ಸಮಾಧಾನವೂ ಆಯಿತು. ಆದರೂ ಮತ್ತೊಂದು ಕಡೆ ಅಪ್ಪನಿಗೆ ಶೀತಲ್‌ಗೆ ಹೊಡೆದಿದ್ದಕ್ಕೆ ಕೋಪವೇನಾದರೂ ಇದೆಯೇನೋ ಎಂಬ ಅನುಮಾನ ಬಂದು ಅವರ ಮುಖ ನೋಡಿದೆ. ಅಪ್ಪನೂ ಮುಗುಳ್ನಗುತ್ತಾ ಬಾ

ಎನ್ನುವಂತೆ ತಲೆಯಾಡಿಸಿ ಕರೆದರು. ಪ್ರಿನ್ಸಿಪಾಲರೂ "ನಾನೆಲ್ಲಾ ಹೇಳಿದೀನಿ ಹೋಗು" ಎಂದರು. ಆಗಲಿ, ಎನ್ನುವಂತೆ ತಲೆ ಆಡಿಸಿದೆ. ವರ್ಷದ ನಂತರ ಅವರ ಜೊತೆಗೆ ಮನೆಗೆ ಹೊರಟಿದ್ದೆ. ದಾರಿಯಲ್ಲಿ ಒಂದೂ ಮಾತಾಡದ ಅಪ್ಪ ಮನೆ ತಲುಪುತ್ತಿದ್ದಂತೆ "ಬಾ ಒಳಗೆ" ಎಂದರು. ಒಳಗೆ ಹೋಗಿ ಸುತ್ತೆಲ್ಲಾ ಕಣ್ಣಾಡಿಸಿದೆ. ಶೀತಲ್‌ಳ ಮುಖ ಊದಿತ್ತು. ಪಾಪ ಎನಿಸಿತು. ನನಗ್ಯಾಕೆ ಅವಳ ಮೇಲೆ ಅಷ್ಟೊಂದು ಸಿಟ್ಟು ಬಂತು ಎಂದು ತಿಳಿಯಲಿಲ್ಲ.

"ತುಂಬಾ ಏಟಾಯ್ತಾ? ಸಾರಿ" ಎಂದು ಕೈ ಹಿಡಿದುಕೊಂಡೆ.

"ನೀನ್ಯಾಕೆ ನಂಗೆ ಅಷ್ಟು ಜೋರಾಗಿ ಹೊಡ್ದಿದ್ದು?" ಎಂದಳು ಮುದ್ದು ಮುದ್ದಾಗಿ.

"ಸಾರೀ. ಯಾಕೇಂತ ಗೊತ್ತಿಲ್ಲ. ಹೊಡ್ದು ಬಿಟ್ಟೆ" ಎಂದೆ. ಅವಳ ಮುಖ ಹಾಗೊಂದು ಊದಿದ್ದನ್ನು ನೋಡುವಾಗ ನಾನು ಅವಳನ್ನು ಹಾಗೊಂದು ಹೊಡೆದಿದ್ದಕ್ಕೆ ನಿಜಕ್ಕೂ ತುಂಬ ಪಶ್ಚಾತ್ತಾಪವಾಯಿತು. ನೋಡುತ್ತಲೇ ಇದ್ದ ಅಪ್ಪ ಎದ್ದು ಬಂದರು "ಯಾಕೇಂತ ಗೊತ್ತಿಲ್ಲ ಅಲ್ವಾ? ನಾಲ್ಕು ಒದೆ ಬಿದ್ರೆ ಯಾಕೇಂತ ಗೊತ್ತಾಗುತ್ತೆ. ಈಗ ಹೇಳು ಯಾಕೆ ಅವಳಿಗೆ ಹಾಗೆ ಹೊಡ್ದಿದ್ದು? ನಿಂಗೆ ಅವಳ ಮೇಲೆ ದ್ವೇಷ ಅಲ್ವಾ? ಇಷ್ಟು ಸಣ್ಣ ವಯಸ್ಸಿಗೇ ಈ ರೀತಿ ರೌಡೀಸಮ್ ಮಾಡ್ತೀಯಲ್ಲಾ, ನೀನು ನನ್ನ ಮಗಾಂತ ಹೇಳ್ಕೊಳ್ಳೋದಕ್ಕೆ ನಾಚಿಕೆಯಾಗುತ್ತೆ" ಎನ್ನುತ್ತಾ ರಪರಪನೆ ಬಾರಿಸತೊಡಗಿದರು. ನಾನು ಶೀತಲ್‌ಗೆ ಎಷ್ಟು ಹೊಡೆದಿದ್ದೆನೋ ಅದಕ್ಕಿಂತಲೂ ಹೆಚ್ಚಿಗೆ ಏಟುಗಳು ನನಗೆ ಬಿದ್ದವು. ಎಲ್ಲವನ್ನೂ ಹಲ್ಲು ಕಚ್ಚಿ ಸಹಿಸಿದೆ. ಆಶ್ಚರ್ಯ ಎಂದರೆ ಅವರು ಅಷ್ಟು ಹೊಡೆದರೂ ನನ್ನ ಕಣ್ಣಲ್ಲಿ ಒಂದು ತೊಟ್ಟೂ ನೀರು ಬರಲಿಲ್ಲ. ಶೀತಲ್ ಮಾತ್ರ "ಅವನಿಗೆ ಹೊಡೀಬೇಡಿ ಡ್ಯಾಡೀ" ಎಂದು ಕಿರಿಚುತ್ತಾ ತಾನೂ ಅಳುತ್ತಿದ್ದಳು. ಆದರೆ ಎಲ್ಲವನ್ನೂ ನೋಡುತ್ತಿದ್ದ ಆಂಟಿ "ನೋಡಿ, ಅಷ್ಟು ಹೊಡೆದ್ರೂ ಅವನ ಕಣ್ಣಲ್ಲಿ ಒಂದು ತೊಟ್ಟು ನೀರು ಕೂಡಾ ಬರ್ಲಿಲ್ಲ; ಸ್ಯಾಡಿಸ್ಟ್" ಎಂದರು. ಆದರೆ ನನಗೆ ನೋವಿನ ಮಧ್ಯದಲ್ಲೂ ಅನ್ನಿಸಿತು. 'ಸ್ಯಾಡಿಸ್ಟ್ ಅಂದರೆ ಏನು? ಮಿಸ್‌ನ್ನು ಕೇಳುವುದಾ? ಅಮ್ಮನನ್ನು ಕೇಳುವುದಾ?'

ನಾನು ಬಹಳ ಹೊತ್ತು ಅಲುಗಾಡದೆ ನಿಂತಿದ್ದೆ. ಅಪ್ಪನೇ ಆಂಟಿ ಮಾಡಿಟ್ಟಿದ್ದ ಒಂದು ಲೋಟ ಬೋರ್ನ್‌ವಿಟಾ ತಂದು "ಕುಡಿ, ಇನ್ನು ಹಾಗೆ ಮಾಡ್ಬೇಡ" ಎಂದರು.

ನನಗೆ ಏನೂ ಬೇಡ ಎನ್ನಿಸಿತು. ಅಪ್ಪ ಅಷ್ಟು ದಿನ ಕಳೆದ ಮೇಲೆ ನಗುತ್ತಾ ಮನೆಗೆ ಕರೆದು ಕೊಂಡು ಬಂದು ನನಗೆ ಈ ರೀತಿ ಹೊಡೆಯುತ್ತಾರೆ ಎಂದು ಕನಸಿನಲ್ಲೂ ತಿಳಿದಿರಲಿಲ್ಲ.

"ಏನೂ ಬೇಡ, ನಾನು ಹಾಸ್ಟೆಲ್ಲಿಗೆ ಹೋಗ್ತೀನಿ" ಎಂದೆ.

"ಸುಮ್ನೆ ಕುಡಿ" ಎಂದರು.

"ಬೇಡ. ನಾನು ಸತ್ರೂ ಕುಡಿಯೋದಿಲ್ಲ" ಎಂದೆ.

"ನೋಡು, ನೀನು ಮಾಡೋದು ಸರಿ ಇಲ್ಲ. ಏನಾಗಿದೆ ನಿಂಗೆ? ಅಷ್ಟು ಒಳ್ಳೆ ಸ್ಕೂಲಲ್ಲಿ ಓದ್ತಾ ಇದೀಯ. ಯಾಕೆ ಹೀಗೆ ಹಾಳಾದೆ? ಚಿಕ್ಕ ಮಗು ಅಂತಾನೂ ಗೊತ್ತಿಲ್ವಾ? ಯಾಕೋ ನಿನ್ನ ಬುದ್ಧಿ ತೀರಾ ಹಾಳಾಗಿದೆ. ಇನ್ನಾದ್ರೂ ಒಳ್ಳೆ ಬುದ್ಧಿ ಕಲಿ. ಒಂದು ಮಾತು ನೆನಪಿಟ್ಕೋ. ಇನ್ನೊಂದ್ಸಲ ಅವಳ ತಂಟೆಗೆ ಬಂದ್ರೆ ಮಾತ್ರ ನಾನು ಸುಮ್ನಿರೋದಿಲ್ಲ. ಏನು ಮಾಡಿದಾಳೆ ಅವಳು ನಿಂಗೆ? ಪಾಪ ಚಿಕ್ಕ ಮಗು ಅದು. ನಿಂಗೆ ತಂಗಿ. ಆ ಜ್ಞಾನವೂ ಇಲ್ವಾ ನಿಂಗೆ? ನಡಿ, ಈಗಲೇ ಹಾಸ್ಟೆಲ್ಲಿಗೆ ಬಿಟ್ಟು ಬರ್ತೀನಿ" ಎಂದರು.

ಕಾರು ಹತ್ತಿದೆ. ಹಾಸ್ಟೆಲ್ಲಿನ ಹತ್ತಿರ ನನ್ನನ್ನು ಬಿಟ್ಟ ಅಪ್ಪ ಇಳಿಯುವಾಗ "ನಾನು ಹೊಡ್ದೆ ಅಂತೇನಾದ್ರೂ ಪ್ರಿನ್ಸಿಪಾಲರಿಗೆ ಹೇಳಿದ್ರೆ ಮತ್ತೆ ಯಾವತ್ತೂ ನಿನ್ನ ಮುಖ ನೋಡೋದಿಲ್ಲ" ಎಂದವರೇ ತಿರುಗಿಯೂ ನೋಡದೆ ನಡೆದರು. ಅವರ ಮುಖ ಮಾತ್ರ ಊದಿಕೊಂಡೇ ಇತ್ತು.

'ಶೀತಲ್ ಚಿಕ್ಕವಳಂತೆ; ನಾನು ಮಾತ್ರ ದೊಡ್ಡವನಾ...? ನಾನು ಯಾಕೆ ಹೊಡೆಯುತ್ತಿದ್ದೇನೆ ಎಂದೇ ತಿಳಿಯದೆ ಅವಳಿಗೆ ಹೊಡೆದೆ... ಅಪ್ಪ ಎಲ್ಲಾ ಗೊತ್ತಿದ್ದೂ ನನಗೆ ಹೊಡೀಬಹುದಾ...? ನಾನೂ ಸಣ್ಣವನಲ್ವಾ...? ಮನೆಗೆ ಕರೆದುಕೊಂಡು ಬಂದು ಪ್ರೀತಿ ತೋರಿಸುತ್ತಾರೆ ಎಂದು ತಿಳಿದಿದ್ದೆ... ಬದಲಿಗೆ ಏಟಿನ ರುಚಿ ತೋರಿಸಿದರು.... ಇವರು ನನ್ನ ಹ್ಯಾಂಡ್‌ಸಮ್ ಅಪ್ಪ ಅಲ್ಲವೇ ಅಲ್ಲ; ಇವರು ಖಂಡಿತಾ ಒಳ್ಳೆಯವರಲ್ಲ; ಇನ್ನು ಯಾವತ್ತೂ ಇವರನ್ನು ನಂಬಬಾರದು... ಇವರಿಗಿಂತ ಯಾವಾಗಲೂ ಕೋಲಲ್ಲಿ ಹೊಡೆಯುವ ನಮ್ಮ ಕೆಟ್ಟ ಮ್ಯಾತ್ಸ್ ಟೀಚರೇ ಚೆಂದ' ಯೋಚಿಸುತ್ತಾ ಕೋಣೆಗೆ ಬಂದು ಬಿದ್ದುಕೊಂಡೆ.

ಎದೆಯಲ್ಲಿ ಬೆಂಕಿ 'ಧಗ ಧಗ' ಎಂದು ಉರಿಯತೊಡಗಿತು.

●●●

ತನುಶ್ರೀ ಎಂದು ಅವಳ ಹೆಸರು. ತುಂಬ ಒಳ್ಳೆಯ ಹುಡುಗಿ. ತೆಳ್ಳಗೆ ಉದ್ದವಾಗಿದ್ದಳು. ಸ್ವಲ್ಪ ದಪ್ಪ ಇದ್ದಿದ್ದರೆ ಗಗನಳಿಗಿಂತ ಇವಳೇ ಚೆಂದ ಕಾಣುತ್ತಿದ್ದಳು. ಆದರೆ ಯಾವಾಗ ನೋಡಿದರೂ ಅವಳ ಮುಖ ಬಾಡಿಕೊಂಡೇ ಇರುತ್ತಿತ್ತು. ಮನೆಯಿಂದ ಬರುವಾಗ ಯಾವಾಗಲೂ ಅತ್ತೇ ಹೊರಡುತ್ತಿದ್ದಳು ಎಂದು ಕಾಣುತ್ತದೆ. ಅವಳ ಕಣ್ಣುಗಳು ಊದಿಕೊಂಡಿರುತ್ತಿತ್ತು. ಕೆಲವೊಮ್ಮೆ ಹಾಕಿದ ಪೌಡರನ್ನು ತೊಳೆಯುತ್ತಾ ಕಣ್ಣೀರು ಕೆನ್ನೆಯ ಮೇಲೆಲ್ಲಾ ಇಳಿದದ್ದು ಕಾಣುತ್ತಿತ್ತು. ಒಂದು ದಿನ ನಾನೇ ಕೇಳಿದೆ "ನೀನು ಮನೆಯಿಂದ ಹೊರಡುವಾಗ ಅತ್ತುಕೊಂಡೇ ಹೊರಡ್ತೀಯಾ?"

ಅವಳಿಗೆ ಆಶ್ಚರ್ಯ! "ನಿಂಗೆ ಹೇಗೆ ಗೊತ್ತಾಯ್ತು?" ಎಂದಳು ಕಣ್ಣರಳಿಸಿ.

"ಹೇಗೋ ಗೊತ್ತಾಯ್ತು; ನಿಜ ತಾನೇ?" ಎಂದೆ. ನನಗೆ ಅಂಥಾದ್ದೆಲ್ಲಾ ಬೇಗ ಗೊತ್ತಾಗಿ ಬಿಡುತ್ತದೆ.

"ಹೌದು, ಆಂಟಿ ಆಗಾಗ ನಂಗೆ ಹೊಡೀತಿರ್ತಾರೆ. ಆಗೆಲ್ಲಾ ಅಮ್ಮನ ನೆನಪಾಗಿ ಅಳು ಬರುತ್ತೆ" ಎಂದಳು ದುಗುಡದಿಂದ.

"ಯಾಕೆ? ನಿಂಗೆ ಮಮ್ಮಿ ಇಲ್ವಾ? ಎಂದೆ.

"ಇಲ್ಲ, ಮಮ್ಮಿಗೆ ಏನೋ ಖಾಯಿಲೆ ಆಗಿ ತೀರ್ಕೊಂಡು ಬಿಟ್ರು. ಆಗ ನಾನು ತುಂಬಾ ಸಣ್ಣವಳು. ಡ್ಯಾಡಿ ಮತ್ತೊಂದು ಮದುವೆ ಆದ್ರು. ಈ ಆಂಟಿ ತುಂಬ ಜೋರು. ಅವರಿಗೆ ಮಗು ಹುಟ್ಟೋವರೆಗೆ ಚೆನ್ನಾಗಿದ್ರು. ಈಗ ನನ್ನ ಕಂಡ್ರೆ ಆಗೋದಿಲ್ಲ. ಅವರ ಮಗನೂ ನನ್ನ ಜೊತೆಗೆ ಸ್ಕೂಲಿಗೆ ಬರ್ತಾನೆ. ಅವನೇನು ಮಾಡಿದ್ರೂ ನಾನು ಅವನಿಗೆ ಜೋರು ಮಾಡೋ ಹಾಗಿಲ್ಲ. ಜೋರು ಮಾಡಿದ್ರೆ ಹೊಡೀತಾರೆ. ಮನೆ ಕೆಲಸ ಎಲ್ಲಾ ನಾನೇ ಮಾಡ್ಬೇಕು. ಮನೆ ಕೆಲಸ ಮಾಡಿ ಸ್ಕೂಲಿಗೆ ಹೊರಡುವಾಗ ಹೊತ್ತಾಗುತ್ತೆ. ಮಾಡಿದ್ದೊಂದೂ ಅವರಿಗೆ ಸರಿಯಾಗೋದಿಲ್ಲ. ಇವತ್ತೂ ಹಾಗೇ ಏಟು ತಿಂದು ಬಂದೆ. ಅವರು ಹೊಡ್ದಾಗೆಲ್ಲಾ ಅಮ್ಮನ ನೆನಪಾಗುತ್ತೆ" ಎಂದಳು.

ಹೋ, ಇವಳ ಕಷ್ಟವೂ ನನ್ನ ಹಾಗೇ ಎನಿಸಿತು. ಅವಳ ತಮ್ಮ ಅವಳ ಆಂಟಿ ಮಗ ಎಂದು ನನಗೆ ಗೊತ್ತೇ ಇರಲಿಲ್ಲ. ತುಂಬ ತುಂಟ. ಅವನು ಹೇಳಿದ ಹಾಗೇ ನಡೆಯಬೇಕು. ಅವನು ಕ್ಲಾಸ್ ಬಿಟ್ಟ ತಕ್ಷಣ ಶಾಲೆ ಬ್ಯಾಗು, ಊಟದ ಬುಟ್ಟಿ ಎಲ್ಲಾ ತಂದು ತನುಶ್ರೀ ಕೈಗೇ ಕೊಡುತ್ತಿದ್ದ. ಎಲ್ಲವನ್ನೂ ಅವಳೇ ಹೊತ್ತುಕೊಂಡು ಹೋಗಬೇಕಾಗಿತ್ತು. ಅಂದಿನಿಂದ ನನಗೆ ಅವಳೊಡನೆ ಫ್ರೆಂಡ್‌ಶಿಪ್ ಬೆಳೆಯಿತು. ನಾನೂ ನನಗಾದ ದುಃಖ ಸಂಕಟವನ್ನು ಅವಳ ಹತ್ತಿರ ಹೇಳಿಕೊಳ್ಳುತ್ತಿದ್ದೆ. ಅವಳೂ ತನ್ನ ಸಂಕಟವನ್ನು ನನ್ನೊಡನೆ ಹೇಳುತ್ತಿದ್ದಳು. ಕೇಳುತ್ತಾ ಕೇಳುತ್ತಾ ಅವಳ ಕಷ್ಟದ ಮುಂದೆ ನನ್ನ ಕಷ್ಟ ಏನೂ ಅಲ್ಲವೇನೋ? ಎನಿಸಿತು. ನನಗೆ ಅವರೇನೂ ಮಾಡದಿದ್ದರೂ ಅವಳ ಆಂಟಿ ಮತ್ತು ಆ ಆಂಟಿ ಮಗನ ಮೇಲೆ ದ್ವೇಷವೇ ಬೆಳೆಯತೊಡಗಿತು. ಆ ಹುಡುಗನನ್ನು ಕಂಡ ತಕ್ಷಣ ಕೋಪ ಬರತೊಡಗಿತು. ಅವನಿಗೆ ಚೆನ್ನಾಗಿ ಬುದ್ಧಿ ಕಲಿಸಲೇಬೇಕು ಎಂದು ಕಾಯತೊಡಗಿದೆ.

ಒಂದು ದಿನ ತನುಶ್ರೀ ಚೆನ್ನಾಗಿ ಪೆಟ್ಟು ತಿಂದು ಶಾಲೆಗೆ ಬಂದಿದ್ದಳು. ಅವಳ ಕೈ ಕೆಂಪಾಗುವಂತೆ ಜಿಗುಟಿ ಬಳೆ ಚೂರಿನಲ್ಲಿ ಗೀರಿದ್ದರು ಅವಳ ಆಂಟಿ. ಕೈ ಕೆಂಪಾಗಿ ಊದಿಕೊಂಡಿತ್ತು. ನೋಡಿ ನನಗೆ ತುಂಬಾ ಸಂಕಟವಾಯಿತು. ಅಂದೇ ಸಂಜೆ ಶಾಲೆ ಬಿಟ್ಟಾಗ ಅವಳ ತಮ್ಮ ಶಾಲೆ ಬ್ಯಾಗು ಮತ್ತು ಬುಟ್ಟಿಯನ್ನು ತಂದು ಅವಳ ಮುಂದೆ ಎಸೆದ. ತನುಶ್ರೀಗೆ ಅವಳ ಆಂಟಿ ಮಧ್ಯಾಹ್ನದ ಊಟವನ್ನೂ ಕೊಟ್ಟಿರಲಿಲ್ಲ. ತುಂಬ ಸುಸ್ತಾಗಿದ್ದಳು. ನನಗೆ ಎಲ್ಲಿಲ್ಲದ ಕೋಪ ಬಂದು ಬಿಟ್ಟಿತು. "ಏಯ್, ಇಷ್ಟು ದೊಡ್ಡ ಆಗಿದೀಯ. ನಿನ್ನ ಬ್ಯಾಗು ನಿಂಗೆ ಹೊರೋದಕ್ಕೆ ಆಗೋದಿಲ್ವಾ? ನೀನೇ ಹೊತ್ಕೊ. ಅವಳು ಮಧ್ಯಾಹ್ನ ಊಟವೂ ಮಾಡಿಲ್ಲ" ಎಂದೆ ಅವಳ ಪರವಾಗಿ. ಆದರೆ ಅವನು ಅದನ್ನು ಲೆಕ್ಕಕ್ಕೇ ತೆಗೆದುಕೊಳ್ಳದೆ "ಮಮ್ಮಿ ಹೇಳಿದಾರೆ ಅವಳಿಗೆ ಕೊಡೋದಕ್ಕೆ. ದಿನಾ ಅವಳಿಗೇ ಕೊಡೋದು" ಎಂದು ಹೇಳಿ ಓಡಿಯೇ ಬಿಟ್ಟ. ಕೋಪದಿಂದ ಬೆಂಕಿಯಾಗಿಬಿಟ್ಟೆ. ಓಡಿ ಅವನನ್ನು ಹಿಡಿದೆ.

"ನೀನು ಬ್ಯಾಗ್ ಹೊರೋದಿಲ್ವಾ? ಯಾಕೆ ಹೊರೋದಿಲ್ಲ?" ಎನ್ನುತ್ತಾ ಅವನ ಮೂತಿಗೆ ಗುದ್ದತೊಡಗಿದೆ. ಅಂದು ಶೀತಲ್ ಚೆಂಡು ಕಿತ್ತುಕೊಂಡು ಓಡಿದಾಗ ಹೊಡೆದಿದ್ದೆನಲ್ಲಾ? ಅದೇ ಆವೇಶ ಬಂದಿತ್ತು. ಅದೇ ರೀತಿ ಇವನಿಗೂ ಹೊಡೆಯತೊಡಗಿದೆ. ಅತ್ತು ಬೊಬ್ಬೆ ಮಾಡಿದ. ಅವನ ಮೂಗಿನಲ್ಲಿ ರಕ್ತ ಇಳಿಯತೊಡಗಿತು. ಆದರೂ ನನಗೆ ಹೊಡೆಯುವುದನ್ನು ನಿಲ್ಲಿಸಬೇಕೆಂದು ತೋರಲಿಲ್ಲ. ಕೂಡಲೇ ಪಿ.ಟಿ. ಮಿಸ್ ಬಂದರು. ನಾವು ಮೂರೂ ಜನರನ್ನು ಪ್ರಿನ್ಸಿಪಾಲರಿರುವಲ್ಲಿಗೆ ಕರೆದುಕೊಂಡು ಹೋದರು. ತನುಶ್ರೀ ತುಂಬಾ ಹೆದರಿ ಹೋಗಿದ್ದಳು. "ನೀನ್ಯಾಕೆ ಹೊಡೆಯೋದಕ್ಕೆ ಹೋದೆ. ನಂಗಿನ್ನು ಮನೇಲಿ ಮತ್ತೆ ಏಟು ಬೀಳುತ್ತೆ" ಎಂದು ನಾಲ್ಕಾರು ಬಾರಿಯಾದರೂ ಭಯದಿಂದ ಹೇಳಿದಳು. ಪ್ರಿನ್ಸಿಪಾಲರು ಎಲ್ಲವನ್ನೂ ವಿಚಾರಿಸಿ "ನೀನ್ಯಾಕೆ ಎಲ್ಲರಿಗೂ ಬುದ್ಧಿ ಕಲಿಸೋದಕ್ಕೆ ಹೋಗೋದು? ನಾಳೆ ನಿನ್ನ ಮಮ್ಮೀನ ಕರ್‍ಕೊಂಡು ಬಾ" ಎಂದರು. ನನಗೆ ಅವರು ಹೊಡೆಯಬಹುದೆಂದು ಭಾವಿಸಿದ್ದೆ. ಹೊಡೆದರೆ ಹೊಡೆಯಲಿ ಎಂದುಕೊಂಡು ಧೈರ್ಯವಾಗಿದ್ದೆ. ಆದರೆ ಇಂದೂ ಕೂಡಾ ಅವರೇನೂ ಹೇಳದೆ ಅಮ್ಮನನ್ನು ಕರೆದುಕೊಂಡು ಬರಲು ಹೇಳಿದ್ದು ಆಶ್ಚರ್ಯವಾಯಿತು. ನಂತರ ತನುಶ್ರೀಯ ತಮ್ಮನಿಗೆ ಸಮಾಧಾನ ಹೇಳಿ "ನೀನು ಹೀಗೆ ಮಾಡಿದ್ರೆ ನಾಳೆ ಇವನ ಪೇರೆಂಟ್ಸಿಗೆ ಏನು ಉತ್ತರ ಹೇಳೋದು?" ಎಂದು ಮತ್ತೊಮ್ಮೆ ನನ್ನನ್ನು ಗದರಿಸಿ ಕಳಿಸಿದರು. ತನುಶ್ರೀ ಮಾತ್ರ ಮುಂದೆ ಮನೆಯಲ್ಲಿ ಏನಾಗುವುದೋ ಎಂದು ಬಹಳ ಹೆದರಿದ್ದಳು.

ಅಂದೆಲ್ಲಾ ನನಗೆ ತನುಶ್ರೀಯದೇ ಚಿಂತೆಯಾಯಿತು. ಪಾಪ, ಅವಳಿಗೆ ಅವಳ ಆಂಟಿ ಪುನ: ಹೊಡೆಯುತ್ತಾರೇನೋ? ನನ್ನ ದೆಸೆಯಿಂದ ಅವಳು ಪೆಟ್ಟು ತಿನ್ನಬೇಕಾಗುತ್ತೇನೋ? ಎಂದು ತಳಮಳವಾಯಿತು. ಮರುದಿನ ಬೆಳಗ್ಗೆ ಶಾಲೆಗೆ ಬಂದವನೇ ಮೊದಲು ಕೇಳಿದೆ "ನಿನ್ನೆ ಮತ್ತೆ ಆಂಟಿ ಹೊಡೆದ್ರಾ?" ಎಂದು. ತನುಶ್ರೀ ಮಾತಾಡಲಿಲ್ಲ. ತಿರುಗಿ ನಿಂತು ಬೆನ್ನಿನ ಹಿಂಭಾಗ ತೋರಿಸಿದಳು. ಅಲ್ಲಿ ಕೆಂಪಾಗಿತ್ತು. ಅಸಹಾಯಕತೆಯಿಂದ ಉಗುಳು ನುಂಗಿದೆ. ಪ್ರಕರಣ ಅಷ್ಟಕ್ಕೇ ಮುಗಿಯಲಿಲ್ಲ. ನಾನು ಅಮ್ಮನಿಗೆ ತಿಳಿಸದಿದ್ದರೂ ಪ್ರಿನ್ಸಿಪಾಲರೇ ಫೋನ್ ಮಾಡಿ ಕರೆಸಿದರು. ತನುಶ್ರೀ ಆಂಟಿಯೂ ಬಂದಿದ್ದರು. ನನ್ನನ್ನೂ ಕರೆಸಿದರು. ನನ್ನ ಮುಖ ಕಾಣುತ್ತಲೇ ತನುಶ್ರೀ ಆಂಟಿ "ಯಾರು, ಯಾರು ಆ ಹುಡುಗ? ಇವನೇನಾ? ನೀನೇ ಏನೋ ಆಕಾಶ್ ಅಂದ್ರೇ? ಯಾಕೆ ಹೊಡ್ದೆ ನನ್ಮಗಂಗೆ?" ಎನ್ನುತ್ತಾ ಕೋಪದಿಂದ ಎದ್ದು ನಿಂತರು.

"ನಾನು ವಿಚಾರಿಸ್ತೀನಿ ಬಿಡಿ. ನೀವು ಸ್ವಲ್ಪ ತಾಳ್ಮೆ ತಗೊಳ್ಳಿ" ಎಂದು ಪ್ರಿನ್ಸಿಪಾಲರೇ ಕೂರಿಸಿ, ನನ್ನತ್ತ ತಿರುಗಿ "ಹೇಳು, ಯಾಕೆ ಹೊಡ್ದೆ?" ಎಂದು ಕೇಳಿದರು.

ಏನೆಂದು ಹೇಳಲಿ? ಮಾತಾಡದೆ ನಿಂತೆ.

"ಯಾಕೆ ಹೊಡ್ದೆ ಹೇಳು? ಅವನೇನು ಮಾಡಿದ್ದ ನಿಂಗೆ" ಎಂದಳು ಅಮ್ಮ ದುಗುಡದಿಂದ.

"ನಂಗೇನೂ ಮಾಡಿಲ್ಲ. ಆದ್ರೆ ತನುಶ್ರೀಗೆ ಅವನ ಬ್ಯಾಗನ್ನೆಲ್ಲಾ ಹೊರಿಸ್ದ. ಅದಕ್ಕೇ

ಹೊಡ್ದೆ" ಎಂದೆ. ಯಾಕೆ ಅವನಿಗೂ ಅಷ್ಟೊಂದು ಹೊಡೆದೆ ಎಂದು ನನಗೆ ಹತ್ತು ಬಾರಿಯಾದರೂ ಅನಿಸಿತ್ತು.

"ಅವನು ಹೊರಿಸಿದ್ರೆ ನಿಂಗೇನಾಯ್ತು? ನಿನ್ನ ಕೈಲಿ ಹೊರೋದಕ್ಕೆ ಕೊಟ್ನಾ? ಅಷ್ಟಕ್ಕೆ ಅವನಿಗೆ ಹೊಡೆಯೋದಕ್ಕೆ ನೀನ್ಯಾರು?" ಎಂದರು ತನುಶ್ರೀಯ ಆಂಟಿ. ಅವರ ಮುಖ ಕೆಂಪಾಗಿ ಕೋಪದಿಂದ ಕುದಿಯುತ್ತಿದ್ದರು.

"ಮತ್ತೆ ನೀವ್ಯಾಕೆ ತನುಶ್ರೀಗೆ ಹಾಗೆ ಹೊಡೆಯೋದು? ಅವಳ ಕೈಗೆ ಬರೆ ಹಾಕೋದು ಯಾಕೆ? ಬಳೆ ಚೂರಲ್ಲಿ ಯಾಕೆ ಗೀರೋದು? ಅವಳಿಗೆ ನೋವಾಗೋದಿಲ್ವಾ? ಅವಳಿಗೆ ಯಾಕೆ ಮಧ್ಯಾಹ್ನ ಊಟ ಕೊಡೋದಿಲ್ಲ? ಅವಳಿಗೆ ಹಸಿಯೋದಿಲ್ವಾ? ಬೇಜಾರಾಗೋದಿಲ್ವಾ? ಮಮ್ಮೀನೂ ಇಲ್ಲ ಅವ್ಳಿಗೆ" ಎಂದೆ ಧೈರ್ಯವಾಗಿ.

ಆಂಟಿಯ ಮುಖ ಕೆಂಪು ಕೆಂಪಾಗಿ ಬಿಟ್ಟಿತು. "ಅದನ್ನೆಲ್ಲಾ ಕೇಳೋದಕ್ಕೆ ನೀನ್ಯಾರೋ? ಅವಳೇನು ನಿನ್ನ ಹೆಂಡ್ತಿಯಾ? ಅವಳಿಗೆ ಏನು ಬೇಕಾದ್ರೂ ಮಾಡ್ತೀನಿ. ತಪ್ಪು ಮಾಡಿದಾಗ ಹೊಡೀತೀನಿ. ಅದು ನಮ್ಮ ಮನೆ ವಿಷಯ. ನೀನೇನು ದಾದಾಗಿರಿ ಮಾಡೋದು? ಅಷ್ಟಕ್ಕೂ ನೀನ್ಯಾರು? ಚೋಟುದ್ದ ಇದೀಯಾ? ತಪ್ಪು ಮಾಡಿ ಮತ್ತೆ ಮಾತಾಡ್ತೀಯಾ? ಅವಳೇನಾದ್ರೂ ತಪ್ಪು ಮಾಡಿದ್ರೆ ಟೀಚರ್ಸ್ ಹೊಡೀತಾರೆ" ಎಂದರು ಆಂಟಿ ಸುಡು ಸುಡು ಮುಖ ಮಾಡಿ.

ನಾನು ತಲೆತಗ್ಗಿಸಿ ನಿಂತೆ.

"ಸಾರಿ ಮೇಡಂ. ಇತ್ತೀಚೆಗೆ ಅವನು ಸ್ವಲ್ಪ ಹೀಗೇ ಆಡ್ತಾನೆ. ನಿಮ್ಮ ಮಗಾಂತ ಅಲ್ಲ. ಇವನ ತಂಗಿಗೂ ಹಾಗೇ ಹೊಡ್ದು ಬಿಟ್ಟಿದ್ದ. ನಾನು ಸಾರಿ ಕೇಳ್ಕೊಳ್ತೀನಿ. ಇನ್ಮೇಲೆ ಹೀಗೆ ಮಾಡದ ಹಾಗೆ ಬುದ್ಧಿ ಹೇಳ್ತೀನಿ, ಪ್ಲೀಸ್ ಇದನ್ನು ದೊಡ್ಡದು ಮಾಡ್ಬೇಡಿ" ಎಂದಳು ಅಮ್ಮ ಅವರ ಕೈಹಿಡಿದು.

ಪ್ರಿನ್ಸಿಪಾಲರೂ ಸಮಾಧಾನ ಹೇಳಿ "ಪ್ಲೀಸ್ ಅವರು ಹೇಳಿದ ಹಾಗೆ ಇದನ್ನೇ ದೊಡ್ಡದು ಮಾಡ್ಬೇಡಿ. ಆ ಹುಡುಗನ ಮೇಲೆ ಸ್ವಲ್ಪ ಕನಿಕರ ಇರ್ಲಿ. ಅವನು ಬೇಕೂಂತ ಹಾಗೆ ಮಾಡೋದಿಲ್ಲ. ಇಲ್ಲಿಗೇ ಬಿಟ್ಟುಬಿಡಿ. ನಾವೂ ಕೇರ್ ತಗೊಳ್ತೀವಿ" ಎಂದರು. ಯಾಕೋ ತನುಶ್ರೀಯ ಆಂಟಿಯೂ ಸುಮ್ಮನಾಗಿ ಅಮ್ಮನ ಹತ್ತಿರ ಹೆಚ್ಚು ಮಾತಾಡದೆ "ನೀವೆಲ್ಲಾ ಹೇಳಿದೀರಿ ಅಂತ ಸುಮ್ಮನಾಗಿದೀನಿ, ಇನ್ನೊಂದ್ಸಲ ನನ್ನ ಮಗನ ಮೈಮುಟ್ಟಿದರೆ ಮಾತ್ರ ಸುಮ್ಮನಿರೋದಿಲ್ಲ" ಎಂದು ಕೆಕ್ಕರಿಸಿ ನನ್ನನ್ನು ನೋಡುತ್ತಾ ಅವರ ಮಗನ ಕೈ ಹಿಡಿದುಕೊಂಡು ಎದ್ದು ಹೋದರು.

ಮತ್ತೆ ಒಂದು ವಾರ ತನುಶ್ರೀ ಶಾಲೆಗೇ ಬರಲಿಲ್ಲ. ಇನ್ನು ಅವಳನ್ನು ಸ್ಕೂಲಿಗೇ ಕಳಿಸುವುದಿಲ್ಲವೇನೋ? ಎಂದು ಭಯವಾಯಿತು. ಅವಳ ಮನೆಗೇ ಹೋಗಿ ಕೇಳಿ ಬರಲಾ? ಎಂದು ಯೋಚಿಸಿದೆ. ಆದರೆ ವಾರ ಕಳೆದ ಮೇಲೆ ತನುಶ್ರೀ ಬಂದಳು. ಬಂದ ದಿನವೇ

"ನೀನ್ಯಾಕೆ ನನ್ನ ಪರವಾಗಿ ಹಾಗೆಲ್ಲಾ ಅವನಿಗೆ ಹೊಡಿಯೋದಕ್ಕೆ ಹೋಗೋದು ಆಕಾಶ್? ಮನೇಲಿ ನಡೆದ ವಿಷಯಾನ ಊರೆಲ್ಲಾ ಹೇಳ್ತೀಯಾ ಅಂತ ಆಂಟಿ ಮತ್ತೂ ಹೊಡೆದು ಒಂದು ವಾರ ಶಾಲೆಗೇ ಕಳಿಸ್ಲಿಲ್ಲ. ಪ್ಲೀಸ್, ನಂಗಾಗಿ ಇನ್ನು ಹಾಗೆಲ್ಲಾ ಮಾಡ್ಬೇಡ" ಎಂದಳು ಕೈಯನ್ನು ಹಿಡಿದು.

'ಆಯಿತು' ಎಂಬಂತೆ ತಲೆ ಆಡಿಸಿದೆ. ಅವಳು ಪುನ: ಸ್ಕೂಲಿಗೆ ಬಂದಿದ್ದು ಮಾತ್ರ ಎಷ್ಟೋ ಸಮಾಧಾನವಾಯಿತು. ಏಕೋ ತನುಶ್ರೀಗೆ ನೋವಾದರೆ ನನಗೆ ಅದಕ್ಕಿಂತ ನೋವಾಗುತ್ತದೆ ಎನ್ನಿಸಿತು.

ಇಷ್ಟೆಲ್ಲಾ ಆದರೂ ಅದರ ನೆನಪಾದಾಗೆಲ್ಲಾ 'ತನುಶ್ರೀಯ ಆಂಟಿಗೆ ಚೆನ್ನಾಗಿ ಬುದ್ಧಿ ಕಲಿಸಿದೆ' ಎಂಬ ಸಮಾಧಾನವನ್ನು ಮಾತ್ರ ನನ್ನಿಂದ ಯಾರಿಗೂ ಕಿತ್ತುಕೊಳ್ಳಲಾಗಲಿಲ್ಲ.

●●●

ಪ್ರತಿ ವರ್ಷಕ್ಕಿಂತ ಈ ವರ್ಷ ಸ್ಕೂಲ್‌ಡೇ ಒಂದು ತಿಂಗಳು ಮೊದಲೇ ಮಾಡಿದರು. ಅಂದು ಎಲ್.ಕೆ.ಜಿ.ಯಿಂದ ಎಸ್.ಎಸ್.ಎಲ್.ಸಿ. ಯವರೆಗೆ ಎಲ್ಲಾ ಮಕ್ಕಳೂ ತಂದೆ ತಾಯಿಯರೂ ಸೇರುತ್ತಾರೆ. ಶಾಲೆಯ ಹೊರಗೆ ದೊಡ್ಡ ಪೆಂಡಾಲ್ ಹಾಕಿ ತುಂಬ ಚೆನ್ನಾಗಿ ಮಾಡಿರುತ್ತಾರೆ. ಅಮ್ಮ 'ಖಂಡಿತಾ ಬರ್ತೀನಿ' ಎಂದಿದ್ದಳು. ಅಪ್ಪನ ಹತ್ತಿರ ಬರ್ತೀರಾ ಎಂದು ಕೇಳಲೂ ಮನಸ್ಸು ಬರಲಿಲ್ಲ. ಕರೆದರೂ ಅವರು ಬರುವುದಿಲ್ಲ ಎಂದು ಗೊತ್ತಿತ್ತು. ಇತ್ತೀಚೆಗೆ ನನಗೆ ಯಾವ ಬಹುಮಾನವೂ ಬಂದಿರಲಿಲ್ಲ. ಈ ಸಲ ನನಗೊಂದು ಖುಷಿ ಇತ್ತು. ಈ ಸಲ ಸ್ಪೋರ್ಟ್ಸ್ ಒಂದರಲ್ಲಿ ನನಗೆ ಸೆಕೆಂಡ್ ಪ್ರೈಝ್ ಬಂದಿತ್ತು. ಅಷ್ಟು ಜನರೆದುರು ತೆಗೆದುಕೊಳ್ಳುವಾಗ ಅದನ್ನು ಅಮ್ಮ ನೋಡುತ್ತಾಳೆ ಎನ್ನುವುದೇ ಖುಷಿ. ಆದರೂ ಅನುಮಾನ. ಅಮ್ಮ ಬರುತ್ತಾಳೋ, ಇಲ್ಲವೋ? ಆದರೆ ತಡವಾಗಿಯಾದರೂ ಅಮ್ಮ ಬಂದಳು. ನನಗೆ ಬಂದ ಬಹುಮಾನ ಅಮ್ಮನ ಕೈಗೆ ಕೊಡಬೇಕು ಎಂದುಕೊಂಡೆ. ಮಧ್ಯೆ ಒಮ್ಮೆ ಕಣ್ಣಾಡಿಸಿದರೆ ದೂರದಲ್ಲಿ ಹೊರಗೆ ಅಪ್ಪನ ಕೆಂಪು ಕಾರು! 'ಹೋ, ಅಪ್ಪನೂ ಬಂದಿದಾರೆ' ಎಂದು ಒಂದು ಘಳಿಗೆ ಖುಷಿಯಾಯಿತು. ಎಲ್ಲಿದ್ದಾರೆ ಎಂದು ಹುಡುಕಿ ನೋಡಿದರೆ ಮುಂದಿನ ಸಾಲಲ್ಲೇ ಕುಳಿತಿದ್ದರು. ಆದರೆ ಮಾತಾಡಿಸಲು ಮನಸ್ಸಾಗಲಿಲ್ಲ. ಅವರಾಗಿಯೇ ಮಾತಾಡಿಸಲಿ ಹೇಗೂ ನಾನು ಬಹುಮಾನ ಪಡೆಯುವುದನ್ನು ನೋಡುತ್ತಾರೆ. ಆಗಲಾದರೂ ಖುಷಿಯಾಗಿ ಕಂಗ್ರಾಟ್ಸ್ ಎನ್ನಬಹುದು ಎಂದು ಮನದಲ್ಲೇ ಹೆಮ್ಮೆ ಪಟ್ಟುಕೊಂಡೆ. ಪ್ರೈಝ್ ತೆಗೆದುಕೊಂಡ ಮೇಲೆ ಅಮ್ಮನಿಗೆ ಕೊಡಲೋ, ಅಥವಾ 'ನೋಡಿ ನಿಮ್ಮ ಮಗ ಪ್ರೈಝ್ ತಗೊಂಡಿದಾನೆ' ಎಂದು ತಿಳಿಸಲು ಅಪ್ಪನಿಗೇ ಕೊಡಲೋ ಎಂದು ಒಂದು ಘಳಿಗೆ ಯೋಚಿಸಿ, ಅಪ್ಪ ವರ್ಷದಿಂದ ಮಾತಾಡದೆ, ಮೊನ್ನೆ ಮನೆಗೂ ಕರೆದುಕೊಂಡು ಹೋಗಿ ಹೊಡೆದಿದ್ದು ನೆನಪಾಗಿ ಅಮ್ಮನಿಗೇ ಕೊಡುವುದು ಎಂದುಕೊಂಡೆ. ಪ್ರೈಝ್ ಹಂಚುವ ಸಮಯವೂ ಬಂತು. ಮೊದಲು ಎಲ್.ಕೆ.ಜಿ. ಮಕ್ಕಳಿಗೆ ಕೊಡತೊಡಗಿದರು. ಹೋ, ಒಂದರಲ್ಲಿ ಶೀತಲ್‌ಗೂ ಪ್ರೈಝ್ ಬಂದಿತ್ತು. ಖುಷಿಯಾಗಿ ಚಪ್ಪಾಳೆ ತಟ್ಟಿದೆ.

ಅಪ್ಪನೂ ಆಂಟಿಯೂ ಎದ್ದು ನಿಂತು ಜೋರಾಗಿ ಚಪ್ಪಾಳೆ ತಟ್ಟುವುದು ಕಂಡಿತು. ತಕ್ಷಣ ಒಳಗೇ ಸಂಕಟವಾಗತೊಡಗಿತು. ಓ, ಡ್ಯಾಡಿ ನನಗಾಗಿ ಬಂದಿಲ್ಲ. ಶೀತಲ್‌ಗೆ ಪ್ರೈಝ್ ಬಂದಿದೆ ಎಂದು ಬಂದಿದ್ದಾರೆ! ಕಹಿ ಎನಿಸಿತು. ಆದರೂ ಅವರ ಎದುರಿಗೇ ಪ್ರೈಝ್ ತೆಗೆದುಕೊಳ್ಳುತ್ತೇನಲ್ಲಾ, ಅದನ್ನೂ ನೋಡಲಿ, ಎನಿಸಿತು. ನಾನು ಪ್ರೈಝ್ ತೆಗೆದುಕೊಂಡ ತಕ್ಷಣ ಮೊದಲು ಅಮ್ಮನತ್ತ ನೋಡಿ ಮತ್ತೆ ಅಪ್ಪನ ಕಡೆಗೆ ನೋಡಿದೆ. ಅಮ್ಮ ಖುಷಿಯಿಂದ ಚಪ್ಪಾಳೆ ತಟ್ಟುತ್ತಿದ್ದಳು. ಅಪ್ಪ ಕುಳಿತಲ್ಲೇ ಒಮ್ಮೆ ಆಚೆ ಹೊರಳಿ ಸುಮ್ಮನಾದರು. ಆಂಟಿ ಶೀತಲ್‌ಳ ಬಹುಮಾನ ಹಿಡಿದುಕೊಂಡು ಹಾಗೇ ಕುಳಿತಿದ್ದರು. ಪಡೆದ ಬಹುಮಾನದ ಖುಷಿ ಮುರುಟಿ ಹೋಯಿತು. ಮುಖ ಸಪ್ಪೆ ಮಾಡಿಕೊಂಡೇ ಅದನ್ನು ತಂದು ಅಮ್ಮನ ಕೈಗೆ ಕೊಟ್ಟೆ. ಅಮ್ಮ ನನ್ನ ತಲೆ ನೇವರಿಸಿದರು. ಹಾಗೆಯೇ "ಪುಟ್ಟಾ, ನಂಗೆ ಬೇಗ ಹೋಗ್ಬೇಕು. ನೀನು ಪ್ರೈಝ್ ತಗೊಳ್ಳೋದು ನೋಡೋಣಾಂತ ಅರ್ಧ ದಿನ ರಜ ಹಾಕಿ ಬಂದೆ. ನಾನು ಬರ್ಲಾ?" ಎಂದವಳೇ ಅಮ್ಮ ಬಹುಮಾನವನ್ನು ನನ್ನ ಕೈಗೇ ಕೊಟ್ಟು "ಇದನ್ನು ರೂಮಲ್ಲೇ ಇಟ್ಕೊಂಡಿರು" ಎಂದು ಹೇಳಿ ನನ್ನ ಕೈಯನ್ನು ಅದುಮಿ ಕೆನ್ನೆ ತಟ್ಟಿ ಹೊರಟುಹೋದಳು. ಅಮ್ಮ ಬಹುಮಾನವನ್ನು ಮನೆಗೆ ತೆಗೆದುಕೊಂಡು ಹೋಗಿ ಷೋಕೇಸಿನಲ್ಲಿ ಇಡಬಹುದು ಎಂದುಕೊಂಡಿದ್ದೆ. ಅವಳೂ ಅತ್ತ ಹೋದ ಮೇಲೆ 'ಇನ್ನು ಇಲ್ಲಿ ನನ್ನವರಾರೂ ಇಲ್ಲ, ನಾನು ಒಬ್ಬಂಟಿ' ಎನಿಸಿ ಏಕೋ ಎದೆ ಭಾರವಾಯಿತು. ದುಃಖ ಉಕ್ಕಿ ಬರತೊಡಗಿತು.

ಎಲ್ಲಾ ತಂದೆ ತಾಯಿಯರೂ ಅವರವರ ಮಕ್ಕಳನ್ನು ಕೈ ಹಿಡಿದು ಕರೆದುಕೊಂಡು ಹೊರಡುತ್ತಿದ್ದರು. ಬಹುಮಾನ ಪಡೆದ ಮಕ್ಕಳಂತೂ ಹೆಮ್ಮೆಯಿಂದ ಆಚೀಚೆ ನೋಡುತ್ತಾ ಅಮ್ಮನ ಅಥವಾ ಅಪ್ಪನ ಕೈ ಹಿಡಿದು ನಡೆಯುತ್ತಿದ್ದರು. ಅವರ ಬಹುಮಾನಗಳೆಲ್ಲಾ ಹೆತ್ತವರ ಕೈಯಲ್ಲಿತ್ತು. ನಾನು ಮಾತ್ರ ನನ್ನದನ್ನು ನನ್ನ ಕೈಯಲ್ಲಿ ಹಿಡಿದು ಅನಾಥನಂತೆ ನಿಂತಿದ್ದೆ. ಒಂದೇ ಸಮಾಧಾನ ಎಂದರೆ ಅಮ್ಮ ಬಂದು ಹೋದಳು ಎನ್ನುವುದು!

ಅಪ್ಪ ನನಗಾಗಿ ಬಂದಿರಲಿಲ್ಲ. ಅವರ ಶೀತಲ್‌ಗಾಗಿ ಬಂದಿದ್ದರು. ಶೀತಲ್ ಪ್ರೈಝ್ ತಗೊಳ್ಳುವಾಗ ಎದ್ದು ನಿಂತು ಚಪ್ಪಾಳೆ ತಟ್ಟಿದರು. ನಾನು ತೆಗೆದುಕೊಳ್ಳುವಾಗ ಚಪ್ಪಾಳೆ ಕೂಡ ಹೊಡೆಯಲಿಲ್ಲ! ಅದೊಂದೇ ನನ್ನ ತಲೆಯಲ್ಲಿ ಕೊರೆಯುತ್ತಿತ್ತು. ಅಪ್ಪನಿಗೆ ನಾನೇನು ಮಾಡಿದೆ? ನನ್ನನ್ಯಾಕೆ ಹೀಗೆ ದೂರ ಮಾಡುತ್ತಾರೆ? ಎಂದು ಎಷ್ಟು ಯೋಚಿಸಿದರೂ ತಿಳಿಯದಾಯಿತು. ಶೀತಲ್ ಇರುವುದಕ್ಕೇ ನನ್ನನ್ನು ದೂರ ಮಾಡುತ್ತಿದ್ದಾರೆ; ಅವಳಿಲ್ಲದಿದ್ದರೆ ಖಂಡಿತಾ ಚಪ್ಪಾಳೆ ತಟ್ಟಿ ಖುಷಿ ಪಡುತ್ತಿದ್ದರು ಎನಿಸಿತು. ಯಾಕೋ ಮತ್ತೆ ಅವಳ ಮೇಲೆ ಎಲ್ಲಿಲ್ಲದ ಸಿಟ್ಟು ಬರತೊಡಗಿತು. 'ಮೊನ್ನೆ ಅವಳಿಗೆ ಹೊಡೆದದ್ದು ಕಮ್ಮಿಯಾಯಿತು. ಆಗಲೇ ಇನ್ನೂ ನಾಲ್ಕು ಬಾರಿಸಬೇಕಾಗಿತ್ತು; ಆಗ ಅಪ್ಪನಿಗೆ ಬುದ್ಧಿ ಬರುತ್ತಿತ್ತು. ಅವಳು ಪ್ರೈಜ್ ತೆಗೆದುಕೊಳ್ಳುವಾಗ ನಾನು ಚಪ್ಪಾಳೆ ಹೊಡೆಯಬಾರದಿತ್ತು' ಎನಿಸಿತು.

ಆಗಲೇ ಅರ್ಧ ಜನ ಖಾಲಿಯಾಗಿದ್ದರು. ನಾನೂ ಇನ್ನು ಹಾಸ್ಟೆಲ್ಲಿಗೆ ಹೋಗುವುದು ಎಂದಾದಾಗ ಆಂಟಿ ಶೀತಲ್‌ಳ ಕೈ ಹಿಡಿದು ಬರುತ್ತಿರುವುದು ಕಾಣಿಸಿತು. ಏಕೋ

ಆಂಟಿಯನ್ನೂ ಶೀತಲ್‌ಳನ್ನೂ ನೋಡುತ್ತಿದ್ದಂತೆ ವಿಚಿತ್ರವಾದ ಸಂಕಟವಾಗತೊಡಗಿತು. ಇವರಿಬ್ಬರೂ ನನ್ನ ಶತ್ರುಗಳು ಎನಿಸಿತು. 'ಇವರಿಂದಲೇ ನಾನು ಸಂಕಟ ಅನುಭವಿಸುತ್ತಿದ್ದೇನೆ; ಇವರು ಬಂದ ಮೇಲೇ ಅಪ್ಪ ನನ್ನನ್ನು ದೂರ ಮಾಡಿದರು' ಎನಿಸತೊಡಗಿತು. ಆಂಟಿ ನನ್ನನ್ನು ದುರುಗುಟ್ಟಿ ನೋಡಿಕೊಂಡೇ ಬರುತ್ತಿದ್ದರು. ಶೀತಲ್ ಹತ್ತಿರ ಬರುತ್ತಿದ್ದಂತೆ ತಕ್ಷಣ ನನ್ನ ಕಾಲು ಮುಂದೆ ಹೋಯಿತು. ಅವಳು ಹೆಜ್ಜೆ ಎತ್ತಿ ಇಡುತ್ತಿದ್ದಂತೆ ಅವಳಿಗೆ ಅಡ್ಡ ಕಾಲು ಕೊಟ್ಟು ಬೀಳಿಸಿದೆ. "ಮಮ್ಮೀ" ಎನ್ನುತ್ತಾ ಬಿದ್ದಳು. ನನಗೆ ಎಲ್ಲವೂ ಮರೆತು ಹೋಯಿತು. ನನ್ನ ಮೈಮೇಲೆ ಆವೇಶ ಬಂದಿತ್ತು. ಅವಳನ್ನು ತುಳಿಯತೊಡಗಿದೆ. ನನ್ನ ಕಾಲಡಿಯಲ್ಲಿ ಆಂಟಿ ಮತ್ತು ಅಪ್ಪ ಇದ್ದಾರೆ ಎಂದೇ ಭಾವಿಸಿಕೊಂಡು ಶಕ್ತಿಯನ್ನೆಲ್ಲಾ ಶೂವಿಗೆ ಹಾಕಿ ತುಳಿದೆ. ಯಾರೋ ನನ್ನ ಕೈ ಹಿಡಿದು ಎಳೆಯುತ್ತಿದ್ದರೂ ಲೆಕ್ಕಿಸದೆ ತುಳಿದೆ. ಅವಳ ಕೈ ಕಾಲು ಬೆನ್ನು ಎಲ್ಲೆಂದರಲ್ಲಿ ತುಳಿದು ಒಮ್ಮೆಲೇ ಅಲ್ಲಿಂದ ಓಡತೊಡಗಿದೆ. ಆಂಟಿ ಕಿರುಚುವುದು ಕೇಳಿಸುತ್ತಿತ್ತು 'ಹಿಡ್ಕೊಳ್ಳಿ, ಹಿಡ್ಕೊಳ್ಳಿ' ಎಂದು.

ಕೆಲವರು ಹಿಂದೆಯೇ ಓಡಿ ಬಂದರು. ಯಾರೋ ಹಿಡಿದರು. ಇನ್ಯಾರೋ ಬಡಿದರು. ಬೆನ್ನಿಗೆರಡು ಗುದ್ದಿದರು. ಕಿವಿ ಹಿಂಡಿದರು. ಕೊನೆಗೆ ಎಳೆಯುತ್ತಾ ಪ್ರಿನ್ಸಿಪಾಲರ ರೂಮಿಗೆ ಕರೆದುಕೊಂಡು ಹೋದರು.

ಅಲ್ಲಿ ಕ್ಲಾಸ್ ಮಿಸ್ ಮಾತ್ರ ಇದ್ದರು. ಪ್ರಿನ್ಸಿಪಾಲರಿಗೆ ಕರೆ ಹೋಯಿತು. ಎಲ್ಲೋ ಇದ್ದ ಪ್ರಿನ್ಸಿಪಾಲರು ಓಡೋಡಿ ಬಂದರು. ನನ್ನನ್ನು ನೋಡಿದವರೇ "ಇವನಾ? ಮತ್ತೆ ಗಲಾಟೆ ಮಾಡಿದ್ನಾ?" ಎಂದರು. ಹಿಂದೆಯೇ ನಿಂತಿದ್ದ ಆಂಟಿ "ಬರೀ ಗಲಾಟೆ ಮಾಡಿದ್ದಲ್ಲ, ಇನ್ನೊಂದು ಕ್ಷಣ ತಡ ಮಾಡಿದ್ದರೆ ಇವ್ನನ್ನ ಸಾಯಿಸಿ ಬಿಡ್ತಿದ್ದ" ಎಂದರು.

"ಇವನ ಡ್ಯಾಡಿ ಎಲ್ಲಿ" ಎಂದರು ಪ್ರಿನ್ಸಿಪಾಲ್.

ಸ್ವಲ್ಪ ಹೊತ್ತಿನಲ್ಲಿ ಅಪ್ಪನೂ ಬಂದರು. ಬರುತ್ತಿದ್ದಂತೆ "ರ್‍ಯಾಸ್ಕಲ್, ಮತ್ತೆ ಶುರು ಮಾಡಿದ್ಯಾ? ಅಯ್ಯೋ ಹೇಗೆ ಹೊಡ್ಡಿದಾನೆ? ಇದು ಎರಡ್ನೇ ಸಲ ಈ ರೀತಿ ಹೊಡೆಯೋದು" ಎನ್ನುತ್ತಾ ಪ್ರಿನ್ಸಿಪಾಲರ ಎದುರಿಗೇ ನನ್ನ ಕಿವಿ ಹಿಡಿದು ಕೆನ್ನೆಗೆ ರಪ ರಪ ಬಾರಿಸತೊಡಗಿದರು. ಮತ್ತೂ ಹೊಡೆಯುತ್ತಿದ್ದರೇನೋ? ತಕ್ಷಣ ಪ್ರಿನ್ಸಿಪಾಲರು ಹೇಳಿದರು. "ಮಿ. ಪ್ರತಾಪ್, ಸಾಕು ನಿಲ್ಸಿ ನಿಮ್ಮ ಪ್ರತಾಪ. ಮಕ್ಕಳ ಮನಸ್ಸನ್ನ ಅರ್ಥ ಮಾಡ್ಕೋಬೇಕು. ಮೂರು ವರ್ಷದಿಂದ ನಿಮ್ಮನ್ನು ಗಮನಿಸ್ತಾ ಇದೀನಿ. ಅವನು ಈ ರೀತಿ ಆಗೋದಕ್ಕೆ ಪೂರ್ತಿಯಾಗಿ ನೀವೇ ಕಾರಣ. ಈಗ ಎಲ್ಲರೆದುರು ಅವನಿಗೆ ಹೊಡೀಬೇಡಿ. ಈಗ ಈ ಮಗೂಗೆ ಏಟಾಗಿದ್ರೆ ಟ್ರೀಟ್‌ಮೆಂಟ್ ಮಾಡ್ಸಿ. ನಾಳೆ ಬೆಳಗ್ಗೆ ಬನ್ನಿ. ನಿಮ್ಮ ಹತ್ರ ಸ್ವಲ್ಪ ಮಾತಾಡ್ಬೇಕು. ನೀನು ಹೋಗು ಆಕಾಶ್" ಎಂದು ನನ್ನ ಕಳಿಸಿ ಬಿಟ್ಟರು.

"ಚಿಕ್ಕ ಮಗೂನ ಈ ರೀತಿ ಹೊಡ್ಡಿದಾನೆ. ಅವ್ನಿಗೆ ಪನಿಷ್‌ಮೆಂಟ್ ಕೊಡೋದು ಬಿಟ್ಟು, ಹಾಗೇ ಕಳಿಸ್ತಿದೀರಲ್ಲಾ?" ಎಂದು ಆಂಟಿ ಹೇಳುತ್ತಿದ್ದರೆ "ನಿಮಗೆ ಅದೆಲ್ಲಾ ಗೊತ್ತಾಗೋದಿಲ್ಲ ಮೇಡಂ. ಮಕ್ಕಳ ಮನಸ್ಸು ನಿಮಗೆ ಅರ್ಥ ಆಗೋದಿಲ್ಲ. ನಾಳೆ ನಿಮ್ಮ ಹಸ್ಬೆಂಡನ್ನ ಮರೀದೆ

ಕಳಿಸಿ" ಎಂದು ಪ್ರಿನ್ಸಿಪಾಲರು ಹೇಳುತ್ತಿದ್ದುದು ಅರೆಬರೆ ಕೇಳಿಸಿತು. ಈ ಗಲಾಟೆಯಲ್ಲಿ ನನಗೆ ಬಂದ ಬಹುಮಾನ ಎಲ್ಲಿ ಹೋಯಿತು ಎಂದೇ ತಿಳಿಯಲಿಲ್ಲ.

ಯಾಕೋ ಇಷ್ಟೆಲ್ಲಾ ಆದರೂ ತುಂಬಾ ಸಮಾಧಾನ; ನನಗೆ ಹಾಗೆ ಮಾಡಿದ್ದಕ್ಕೆ ಆಂಟಿಗೂ ಅಪ್ಪನಿಗೂ ಚೆನ್ನಾಗಿ ಬುದ್ಧಿ ಕಲಿಸಿದೆ!

●●●

ಮರುದಿನ ಶಾಲೆಯಲ್ಲೆಲ್ಲಾ ಅದೇ ಮಾತು. ಸ್ನೇಹಿತರೆಲ್ಲಾ ಕೇಳಿದರು "ಯಾಕೆ ಅವ್ಳಿಗೆ ಹೊಡ್ದಿದ್ದು?"

ಯಾಕೆಂದು ಹೇಳಲಿ? ಕಾರಣ ನನಗೇ ಹೊಳೆಯಲಿಲ್ಲ. ಅವಳಿಗೆ ಅಷ್ಟೊಂದು ಹೊಡೆದೆನಾ ಎನ್ನಿಸಿತು. ಹಾಗೆ ಹೊಡೆಯುವಾಗ ನಾನು ಅಪ್ಪ ಮತ್ತು ಆಂಟಿಗೆ ಹೊಡೆಯುತ್ತಿದ್ದೇನೆ ಎಂದೇ ತಿಳಿದುಕೊಂಡಿದ್ದೆ ಎಂದು ಅವರಿಗೆ ಹೇಳುವುದಾದರೂ ಹೇಗೆ? ಏನೂ ಹೇಳದೆ ಅವರ ಮುಖವನ್ನೇ ಮಿಕಿ ಮಿಕಿ ನೋಡಿದೆ.

ಹನ್ನೊಂದು ಗಂಟೆಗೆ ಅಪ್ಪ ಪ್ರಿನ್ಸಿಪಾಲರ ಕೋಣೆಗೆ ಹೋಗುವುದು ತರಗತಿಯ ಕಿಟಕಿಯಿಂದ ಕಾಣಿಸಿತು. ನನ್ನನ್ನು ಕರೆಸಬಹುದು ಎಂದುಕೊಂಡೆ. ಕರೆಸಿದರೆ "ನೀವ್ಯಾಕೆ ನನ್ನ ದೂರ ಮಾಡಿದ್ದು?" ಎಂದು ಪ್ರಿನ್ಸಿಪಾಲರೆದುರಿಗೇ ಅವರನ್ನು ಕೇಳಬೇಕು ಎಂದು ಗಟ್ಟಿ ತೀರ್ಮಾನ ಮಾಡಿದೆ. ಆದರೆ ಪ್ರಿನ್ಸಿಪಾಲರೂ ನನ್ನನ್ನು ಕರೆಸಲಿಲ್ಲ. ಅಪ್ಪ ನೋಡಲೂ ಬರಲಿಲ್ಲ. ಅಲ್ಲಿ ಅವರು ಏನೇನು ಮಾತಾಡಿದರು? ಅದೂ ತಿಳಿಯಲಿಲ್ಲ.

ಆದರೆ ಸಂಜೆ ಅಮ್ಮ ಬಂದಳು. ಅತ್ತಿದ್ದಳು ಎಂದು ಕಾಣುತ್ತದೆ. ಕಣ್ಣುಗಳು ಊದಿಕೊಂಡಿದ್ದವು. ಮೂಗಿನ ತುದಿ ಕೆಂಪು ಕೆಂಪಾಗಿತ್ತು. "ನಾನು ಹೋಗುವವರೆಗೆ ಎಲ್ಲಾ ಸರಿಯಾಗಿತ್ತಲ್ಲ ಪುಟ್ಟಾ, ಏನಾಯ್ತು?" ಎಂದು ವಿಚಾರಿಸಿದಳು.

ಇದಕ್ಕೂ ಮೊದಲು ಶೀತಲ್‌ಳನ್ನು ಹೊಡೆದಾಗ ಅಪ್ಪ ನನ್ನನ್ನು ಮನೆಗೆ ಕರೆದುಕೊಂಡು ಹೋಗಿ ಹೊಡೆದದ್ದನ್ನು ನಾನು ಅಮ್ಮನಿಗೆ ಹೇಳಿರಲಿಲ್ಲ. ಈಗ ಕೇಳಿದಾಗ ಅದನ್ನೂ ಹೇಳಿದೆ. "ನಿಂಗೆ ಆ ಮಗು ಕಂಡ್ರೆ ಕೋಪಾನಾ?" ಕೇಳಿದಳು ಅಮ್ಮ.

"ಇಲ್ಲ" ಎಂದೆ.

"ಮತ್ಯಾಕೆ ನೀನು ಅವಳಿಗೆ ಹೊಡೀತೀಯಾ? ನಿಂದು ತಪ್ಪಲ್ವಾ?" ಎಂದಳು.

ಮುಖ ಕೆಳಗೆ ಹಾಕಿದೆ.

"ನಿನ್ನ ಡ್ಯಾಡಿ ಮೇಲೆ ನಿಂಗೆ ತುಂಬಾ ಕೋಪ ಇದೆ ಅಲ್ವಾ?" ಎಂದಳು.

ಹೌದು ಎನ್ನುವಂತೆ ತಲೆ ಆಡಿಸಿದೆ.

"ಡ್ಯಾಡಿ ಮೇಲಿನ ಸಿಟ್ಟು ಅವಳ ಮೇಲೆ ಯಾಕೆ ತೀರಿಸಿಕೊಳ್ತೀಯಾ? ಅವಳು ಸಣ್ಣವಳು ಅಲ್ವಾ?" ಎಂದಳು.

"ಆದ್ರೆ ಅವಳು ಬಂದ್ಮೇಲೇ ತಾನೇ ಡ್ಯಾಡಿ ನನ್ನ ಸರಿಯಾಗಿ ಮಾತೂ ಆಡಿಸದೆ ಇರೋದು" ಎಂದೆ.

"ಅದು ಅವಳ ತಪ್ಪಲ್ವಲ್ಲಾ ಪುಟ್ಟಾ, ತಪ್ಪು ಡ್ಯಾಡೀದು ತಾನೇ, ಅವಳಿಗೆ ಹೊಡೆದ್ರೆ ನೋವಾಗೋದಿಲ್ವಾ?"

"ಆದ್ರೆ ಅವಳಿಗೆ ಹೊಡೆದ್ರೆ ಅದು ಡ್ಯಾಡಿಗೆ...." ಮುಂದೆ ಹೇಗೆ ಹೇಳಬೇಕೋ ತಿಳಿಯಲಿಲ್ಲ.

"ನೋಡು ಪುಟ್ಟಾ, ಅವಳಿಗೆ ಹೊಡೆದ್ರೆ ಅದು ಡ್ಯಾಡಿಗೆ ಬೀಳೋದಿಲ್ಲ ಕಂದಾ, ಅವಳಿಗೆ ಏಟಾಗುತ್ತೆ ಅಷ್ಟೆ; ನೀನು ಕೆಟ್ಟವನಾಗ್ತೀಯ; ಇನ್ನು ನೀನು ಅವಳಿಗೆ ಹೊಡೀಬಾರ್ದು. ಹಾಗಂತ ನಂಗೆ ಪ್ರಾಮಿಸ್ ಮಾಡು" ಎಂದಳು ಅಮ್ಮ ನನ್ನ ಮುಖವನ್ನೇ ನೋಡುತ್ತಾ. ಪ್ರಾಮಿಸ್ ಮಾಡಿದೆ

'ಹೌದಲ್ಲವಾ? ಪಾಪ, ನನಗಿಂತ ಚಿಕ್ಕವಳು ಅವಳು; ಅವಳಿಗೆ ಹೊಡೆದ್ರೆ ಅದು ಡ್ಯಾಡಿಗೆ ಹೇಗೆ ಹೊಡೆದ ಹಾಗೆ ಆಗುತ್ತೆ? ಛೇ, ಮತ್ಯಾಕೆ ನಾನು ಅವಳಿಗೆ ಹಾಗೊಂದು ಹೊಡೆದೆ??, ಛೇ'

●●●

ಪರೀಕ್ಷೆ ಮುಗಿಯಿತು. ಅಮ್ಮ ಪರೀಕ್ಷೆಯ ಸಮಯದಲ್ಲಿ ತುಂಬಾ ಪ್ರೀತಿ ತೋರಿಸುತ್ತಿದ್ದಳು. ಆಗಾಗ ಬಂದು 'ಈ ಸಲ ಕಳೆದ ವರ್ಷ ಮಾಡಿದ ಹಾಗೆ ಮಾಡ್ಬೇಡ' ಎಂದು ನೆನಪಿಸುತ್ತಿದ್ದಳು. ಆದರೆ ಪರೀಕ್ಷೆ ನಿಜವಾಗಿ ಕಷ್ಟವಿತ್ತು. ನಾನು ವರ್ಷವಿಡೀ ಸರಿಯಾಗಿ ಓದಿರಲಿಲ್ಲ. ಓದುವ ಮನಸ್ಸೂ ಆಗಿರಲಿಲ್ಲ. ಪರೀಕ್ಷೆಯಲ್ಲಿ ಫೈಲಾಗುತ್ತೇನೆ ಎನ್ನುವುದು ನನಗೇ ತಿಳಿದು ಹೋಗಿತ್ತು. ಬೇಸಗೆ ರಜೆಯಲ್ಲಿ ನನ್ನನ್ನೇನು ಮಾಡುವುದು? ಎಂಬ ಸಮಸ್ಯೆ ಅಮ್ಮನಿಗೆ. ಮನೆಗೆ ಕರೆದುಕೊಂಡು ಹೋದರೆ ಅಂಕಲ್‌ಗೆ ಕಿರಿಕಿರಿಯಾದರೆ? ಅದನ್ನು ಹೇಳಿಯೇ ಮನೆಗೆ ಕರೆದುಕೊಂಡು ಹೋದಳು. ಕಳೆದ ವರ್ಷ ಅಂಕಲ್ ಇದೇ ಸಮಯದಲ್ಲಿ ಫಾರಿನ್ನಿಗೆ ಹೋಗಿದ್ದರು. ಈ ಸಲ ಮಾತ್ರ ಮನೆಯಲ್ಲೇ ಇದ್ದರು.

ಇನ್ನೂ ಒಂದು ಬೇಸರದ ಸಂಗತಿ ಎಂದರೆ ಪರೀಕ್ಷೆ ಮುಗಿದು ಮತ್ತೆ ಸ್ಕೂಲ್ ಶುರುವಾಗುವವರೆಗೆ ನನಗೆ ತನುಶ್ರೀಯನ್ನು ಕಾಣಲಾಗುವುದಿಲ್ಲ! ಇತ್ತೀಚೆಗೆ ನನಗೆ ಬೇಸರವಾದಾಗ ಅವಳು ಕೈ ಹಿಡಿದು ಸಮಾಧಾನ ಮಾಡುತ್ತಿದ್ದಳು. ಹಾಗೇ ಅವಳು ನೊಂದಿರುವಾಗ ನಾನೂ ಅವಳನ್ನು ಸಮಾಧಾನ ಮಾಡುತ್ತಿದ್ದೆ. ಒಂದೊಂದು ಸಲ ನಮ್ಮ ಕಷ್ಟ ಹೇಳಿಕೊಳ್ಳುವಾಗ ಇಬ್ಬರಿಗೂ ಒಟ್ಟಿಗೇ ಅಳು ಬರುತಿತ್ತು. ಆದರೆ ಬೇಗ ಕಣ್ಣೊರೆಸಿಕೊಂಡು ಸಮಾಧಾನ ಮಾಡುತ್ತಿದ್ದುದು ತನುಶ್ರೀಯೇ.

"ಬೇಡಾಂದ್ರೂ ಇಲ್ಲಿಗೇ ಕರ್ಕೊಂಡು ಬಂದ್ಯಾ? ಇನ್ನು ರಜೆ ಕಳೆಯೋವರೆಗೂ ಉಂಟು ಇವನ ಚೇಷ್ಟೆ" ಅಂಕಲ್ ಮನೆಗೆ ಬರುವಾಗಲೇ ಸ್ವಾಗತ ನೀಡಿದರು.

"ಅವನಿಗೆ ಎಲ್ಲಾ ಹೇಳಿದೀನಿ, ಅವನಷ್ಟಕ್ಕೆ ಅವನಿರ್‍ತಾನೆ. ಸ್ವಲ್ಪ ದಿನ ನಾನೂ ರಜ ಹಾಕ್ತೀನಿ; ನೀವೇನು ಚಿಂತೆ ಮಾಡ್ಬೇಡಿ" ಎಂದಳು ಅಮ್ಮ ನನ್ನ ಕಡೆ ನೋಡಿ. ನಾನೂ ತಲೆ ಆಡಿಸಿದೆ.

"ನೋಡು, ಪಾಪುವಿಗೆ ಯಾವ ಕಾರಣಕ್ಕೂ ತೊಂದರೆ ಕೊಡ್ಬಾರ್ದು. ಮೊದಲೇ ಹೇಳಿದೀನಿ. ನಿನ್ನಷ್ಟಕ್ಕೇ ನೀನಿರು. ತಲೆಹರಟೆ ಮಾಡಿದ್ರೆ ಗೊತ್ತುಂಟಲ್ಲ" ಎಂದು ನನಗೆ ಎಚ್ಚರಿಕೆ ಹೇಳಿಯೇ ಮರುದಿನ ಅಂಕಲ್ ಕೆಲಸಕ್ಕೆ ಹೊರಟರು.

ಅಮ್ಮನಿಗೂ ತುಂಬಾ ಹೆದರಿಕೆ ಇದ್ದಂತೆ ಕಂಡಿತು. ಕೆಲಸಕ್ಕೆ ಹೊರಡುವ ಮೊದಲು "ಪುಟ್ಟಾ, ನಾನೂ ಇರೋದಿಲ್ಲ. ಕೆಲಸವಳು ಮಾತ್ರ ಇರೋದು. ನೀನು ಮಗುವಿನ ಹತ್ರ ಮಾತ್ರ ಹೋಗೋದೇ ಬೇಡ. ಆಡಿ ಬಂದು ಆದಷ್ಟು ಕೋಣೆಯೊಳಗೇ ಇರು. ನಿಂಗೆ ಏನು ಬೇಕಾದ್ರೂ ನನ್ನತ್ರ ಕೇಳು ತಂದುಕೊಡ್ತೀನಿ; ಏನಾದ್ರೂ ಮಗುವಿನ ಹತ್ರ ಜಗಳ ಮಾಡಿದ್ರೆ ಮತ್ತೆ ಅಂಕಲ್ಲಿಗೆ ಕೋಪ ಬರುತ್ತೆ. ನಂಗೆ ತುಂಬ ಕಷ್ಟ ಆಗುತ್ತೆ. ನಿಂಗೇನಾದರೂ ತೊಂದರೆಯಾದ್ರೆ ನನ್ನತ್ರ ಹೇಳು. ಆದರೆ ಜಗಳ ಮಾತ್ರ ಆಡ್ಬೇಡ ಆಯ್ತಾ?" ಎಂದಳು ನನ್ನನ್ನೇ ನೋಡುತ್ತಾ.

"ನಾನು ಅಷ್ಟು ಕೆಟ್ಟವನಾ ಮಮ್ಮೀ" ಎಂದೆ. ಎಲ್ಲರೂ ನನ್ನನ್ನು ಕೆಟ್ಟವನೆಂದೇ ತಿಳಿದಿದ್ದಾರೆ ಎಂದು ನನಗೆ ತೀರ ಬೇಸರವಾಯಿತು.

"ಹಾಗಲ್ಲ ಪುಟ್ಟಾ, ಆ ಮಗುವಿಗೆ ಏನೂ ಗೊತ್ತಿಲ್ಲ ಅಲ್ವಾ? ನೀನಾದ್ರೆ ಈಗ ದೊಡ್ಡವನಾಗಿದೀಯ. ಮಗು ತಂಟೆ ಮಾಡಿದ್ರೂ ನೀನೇ ಸುಮ್ಮನಿರಬೇಕು. ಆಯ್ತಾ?" ಎಂದು ರಮಿಸಿಯೇ ಅಮ್ಮ ಕೆಲಸಕ್ಕೆ ಹೋದಳು.

ಎರಡೇ ದಿನದಲ್ಲಿ ನನಗೆ ಮನೆ ಬೋರು ಎಂದರೆ ಬೋರಾಗತೊಡಗಿತು. ಕಳೆದ ವರ್ಷದಂತೆ ಆಡಲು ಜನವಿಲ್ಲ; ಟಿ.ವಿ. ಎದುರು ಬಹಳಷ್ಟು ಹೊತ್ತು ಕಳೆಯುತ್ತಿದ್ದೆ. ಆ ಹೊತ್ತಿಗೆ ಸರಿಯಾಗಿ ಅಂಕಲ್ಲಿಗೆ ಬಯ್ಯುವುದಕ್ಕೆ, ಹೀಯಾಳಿಸುವುದಕ್ಕೆ ಮತ್ತೂ ಒಂದು ವಿಷಯ ಸಿಕ್ಕಿತು. ಪರೀಕ್ಷೆಯಲ್ಲಿ ನಾನು ಫೈಲಾಗಿದ್ದೆ! ನನಗೆ ಅದು ಹೀಗಾಗುವುದೆಂದು ಮೊದಲೇ ತಿಳಿದಿತ್ತು. ಆದರೆ ಅಮ್ಮ ಮಾತ್ರ ಮೂರು ದಿನ ತುಂಬ ಮಂಕಾಗಿದ್ದಳು. "ಅವನು ಆಡೋದು ನೋಡುವಾಗ್ಲೇ ಈ ವರ್ಷ ಅವನು ಪಾಸಾಗೋದಿಲ್ಲ ಅಂತ ನಂಗೆ ಅನುಮಾನ ಇತ್ತು" ಎಂದರು ಅಂಕಲ್. ಮನಸ್ಸಿಗೆ ಕಿರಿ ಕಿರಿ ಎಂದುಕೊಂಡಿರುವಾಗಲೇ ಒಂದೆರಡು ದಿನಗಳಲ್ಲೇ ಕಳೆದ ವರ್ಷ ಕ್ರಿಕೆಟ್ ಆಡಿದ ಹುಡುಗನೊಬ್ಬ ಸಿಕ್ಕಿದ. ಅವನೇ ಮತ್ತಿಬ್ಬರನ್ನು ಜೊತೆ ಮಾಡಿದ. ಕ್ರಿಕೆಟ್ ಆಡುವ ಸಿದ್ಧತೆ ಮಾಡುವುದರ ಒಳಗೆ ಮತ್ತೆ ನಾಲ್ಕು ಜನ ಸೇರಿಕೊಂಡರು. ಕಿರಿ ಕಿರಿ, ಬೋರು ಕಳೆಯತೊಡಗಿತು. ಕ್ರಿಕೆಟ್ ಆಡಿ

ಬರುವಾಗ ಕತ್ತಲಾಗಿ ಬಿಡುತ್ತಿತ್ತು. ಅಷ್ಟರಲ್ಲಾಗಲೇ ಅಂಕಲ್ ಬಂದು ಬಿಡುತ್ತಿದ್ದರು. ನಾನು ಹೆದರಿಕೊಂಡೇ ಮನೆಯೊಳಗೆ ಬರುತ್ತಿದ್ದೆ. ಬಂದವನೇ ಕೈ ಕಾಲು ತೊಳೆದು ಕೋಣೆ ಸೇರಿಬಿಡುತ್ತಿದ್ದೆ. ಅಮ್ಮ 'ಹಾಗೇ ಮಾಡು' ಎಂದಿದ್ದಳು. ಆದಷ್ಟು ತಡವಾಗಿಯೇ ಬರುತ್ತಿದ್ದೆ. ಅಂದೂ ಹಾಗೇ ಆಟ ಮುಗಿಸಿ ನಿಧಾನವಾಗಿ ಮನೆಗೆ ಹೋಗುತ್ತಾ ಇದ್ದೆ. 'ಆಕಾಶ್' ಎಂದು ಯಾರೋ ಕರೆದಂತಾಗಿ ತಿರುಗಿ ನೋಡಿದರೆ ಮೊದಲು ಚಾಕೊಲೇಟ್ ಕೊಡುತ್ತಿದ್ದ ಅಂಗಡಿ ಅಂಕಲ್! ಅವರೇ ಹತ್ತಿರ ಬಂದು "ಹೇಗಿದೀಯಾ?" ಎಂದರು.

"ಚೆನ್ನಾಗಿದೀನಿ, ನೀವ್ಯಾಕೆ ಅಂಗಡಿ ಮುಚ್ಚಿದ್ದು? ನಿಮ್ಮನ್ನು ಪೋಲೀಸಿನವರು ಕರೆದುಕೊಂಡು ಹೋಗಿದ್ರಂತೆ?" ಎಂದೆ ಅಳುಕುತ್ತಾ.

"ಹೌದು ಕಣೋ, ಸುಮ್ಮನೆ ನನಗೆ ತೊಂದರೆ ಕೊಟ್ರು. ಅಂಗಡಿ ಮುಚ್ಚಬೇಕಾಯ್ತು. ಈಗ ಬೇರೆ ಕಡೆ ಅಂಗಡಿ ಹಾಕಿದೀನಿ, ಬಾ. ಇಲ್ಲೇ ಪಕ್ಕದಲ್ಲೇ ಇದೆ. ಬರ್ತೀಯಾ?" ಎಂದರು.

ಬೇಗ ಮನೆಗೆ ಹೋಗಿ ಮಾಡುವುದೇನು? ಎಂದು ಅವರ ಜೊತೆ ಹೊರಟೆ. ಅವರು ಈಗ ಬೇರೆ ಕಡೆ ಅಂಗಡಿ ಹಾಕಿದ್ದರು. ಅಂಗಡಿಯಿಂದ ಒಂದೆರಡು ಚಾಕಲೇಟ್ ಕೊಟ್ಟರು. "ಹೇಗಿದೀಯಾ? ಮಮ್ಮಿ ಡ್ಯಾಡಿ ಹೇಗಿದಾರೆ?' ಎಂದೆಲ್ಲಾ ತುಂಬ ಪ್ರೀತಿಯಿಂದ ವಿಚಾರಿಸಿದರು.

ಏಕೋ ಎಲ್ಲವನ್ನೂ ಅವರಲ್ಲಿ ಹೇಳಿಕೊಳ್ಳಬೇಕು ಎನಿಸಿತು. "ಡ್ಯಾಡಿ ನನ್ನ ಹತ್ರ ಮಾತೇ ಆಡೋದಿಲ್ಲ. ಮಮ್ಮಿ ಮಾತ್ರ ನನ್ನ ಪ್ರೀತಿ ಮಾಡೋದು. ಅಂಕಲ್ ಕಂಡ್ರೆ ಭಯ" ಎಂದೆಲ್ಲಾ ನಡೆದುದೆಲ್ಲವನ್ನೂ ಹೇಳಿದೆ.

"ಛೇ ಪಾಪ, ನಿಂಗೆ ತುಂಬ ಕಷ್ಟ ಆಗಿರ್ಬೇಕು ಅಲ್ವಾ? ಅಮ್ಮ ಬರೋದು ತುಂಬಾ ತಡ ಅಲ್ವಾ?" ಎಂದರು.

ಹೌದು ಎಂದು ತಲೆಯಾಡಿಸಿದೆ.

"ಆವೊತ್ತು ನಿಂಗೆ ಚಾಕೋಲೇಟ್ ಕೊಡ್ತಿದ್ನಲ್ಲಾ, ಅದು ತಿಂದ್ರೆ ಚೆನ್ನಾಗಿ ನಿದ್ರೆ ಬರ್ತಿತ್ತು ಅಲ್ವಾ?" ಎಂದರು.

"ಹೌದು, ಆದ್ರೆ ಅದು ಒಳ್ಳೇದಲ್ವಂತೆ, ಅದನ್ನು ತಿನ್ಬಾರ್ದು ಅಂತ ಮಮ್ಮಿಯೂ ಹೇಳಿದಾರೆ" ಎಂದೆ.

"ಹೌದಂತೆ. ನಂಗೂ ಗೊತ್ತಾಗ್ಲಿಲ್ಲ. ಈಗ ಅದರ ಬದಲಿಗೆ ಮಾತ್ರೆ ಬಂದಿದೆ. ಅದನ್ನು ತಿಂದ್ರೆ ಏನೂ ತೊಂದ್ರೆ ಇಲ್ಲ. ತುಂಬಾ ಖುಷಿ ಆಗುತ್ತೆ. ನಿನ್ನ ಅಂಕಲ್ ಜೋರು ಮಾಡಿದ್ರೂ ಹೆದರಿಕೆ ಆಗೋದಿಲ್ಲ. ರಾತ್ರಿ ನಿಂಗೆ ಒಬ್ಬನೇ ಮಲಗುವಾಗ ಭಯ ಆಗುತ್ತಲ್ಲ, ಅದೂ ಆಗೋದಿಲ್ಲ. ಕೊಡ್ಲಾ?" ಎಂದರು.

"ಬೇಡ. ನನ್ನತ್ರ ದುಡ್ಡಿಲ್ಲ" ಎಂದೆ.

"ಅಯ್ಯೋ ನನ್ನತ್ರ ಯಾಕೆ ಸಂಕೋಚ? ಇವತ್ತು ದುಡ್ಡು ಬೇಡ. ನಿನ್ನ ಮಮ್ಮಿ ಕೊಟ್ಟ ಮೇಲೆ ಕೊಡು ಸಾಕು, ಈಗ ಮಾತ್ರೆ ನುಂಗಿ ನೋಡು. ಖುಷಿಯಾದ್ರೆ ಮತ್ತೆ ತಗೋ" ಎನ್ನುತ್ತಾ ಎರಡು ಬಿಳೀ ಮಾತ್ರೆಗಳನ್ನು ತೆಗೆದು ನನ್ನ ಜೇಬಿಗೆ ಹಾಕಿದರು.

ಏನೂ ಮಾತಾಡದೆ ಮನೆಗೆ ಬಂದೆ. ತಿನ್ನಲೋ, ಬೇಡವೋ ಎಂಬ ಅನುಮಾನ ಕಾಡಿತು. ಆದರೆ ಮಾತ್ರೆ ತಿನ್ನುವುದರಿಂದ ಖುಷಿಯಾಗುತ್ತದೆ ಎಂದಾದರೆ ಯಾಕೆ ತಿನ್ನಬಾರದು? ಅಪ್ಪನಿಗೇ ನಾನು ಬೇಡ, ಮಾತ್ರೆ ತಿಂದರೆ ಅವರಿಗೇನು? ಅಮ್ಮನಿಗಾದರೂ ನನ್ನ ಕಷ್ಟ ಅರ್ಥವಾಗುತ್ತಾ? ನನಗೆ ಖುಷಿಯಾಗಲಿ ಎಂದು ಎಲ್ಲಿಗಾದರೂ ಕರೆದುಕೊಂಡು ಹೋಗಿದ್ದಾರಾ? ನಾನು ತಿಂದರೆ ಇವರಿಗೇನು? ಎನಿಸಿದ್ದೇ ಒಂದು ಮಾತ್ರೆ ನುಂಗಿದೆ. ಕೆಲವೇ ನಿಮಿಷದಲ್ಲಿ ಸ್ವರ್ಗದಲ್ಲಿ ತೇಲಾಡಿದ ಅನುಭವವಾಗತೊಡಗಿತು. ಅಂಗಡಿ ಅಂಕಲ್ ಹೇಳಿದ್ದು ನಿಜವಾಗಿತ್ತು! ಮಾತ್ರೆ ತಿಂದರೆ ನಿಜಕ್ಕೂ ಖುಷಿಯಾಗುತ್ತಿತ್ತು. ಮರುದಿನ ಸಂಜೆ ಉಳಿದ ಮತ್ತೊಂದು ಮಾತ್ರೆಯನ್ನೂ ತಿಂದೆ. ಅದರ ಮರುದಿನಕ್ಕಾಗುವಾಗ ಮಾತ್ರ ಚಿಂತೆಯಾಯಿತು. ಈಗ ನನಗೆ ಮೊದಲಿನಂತೆ ಹಣ ಸಿಗುತ್ತಿರಲಿಲ್ಲ. ಅಪ್ಪ ನನ್ನನ್ನು ನೋಡಲೂ ಬರುತ್ತಿರಲಿಲ್ಲ. ಅಮ್ಮ ಬೇಕಾದ್ದನ್ನು ತಾನೇ ಕೊಡಿಸುತ್ತಿದ್ದಳು. 'ಅವಶ್ಯಕತೆ ಇದ್ದರೆ ಕೇಳಿಕೋ' ಎಂದು ವಾರ್ಡನ್ ಹತ್ತಿರ ಲೆಕ್ಕಮಾಡಿ ಹಣ ಕೊಡುತ್ತಿದ್ದಳು. ವಾರ್ಡನ್ನನ್ನು ಒಪ್ಪಿಸಿ ಹಣ ಪಡೆಯುವುದು ಸುಲಭವಾಗಿರಲಿಲ್ಲ. ಈಗ ಮಾತ್ರೆ ತಿನ್ನಲು ಹಣವೆಲ್ಲಿ? ಐವತ್ತು ರೂಪಾಯಿ ಮಾತ್ರ ನನ್ನ ಹತ್ತಿರ ಇತ್ತು. ಖರ್ಚು ಮಾಡಿದರೆ ಅದಕ್ಕೂ ಅಮ್ಮನಿಗೆ ಲೆಕ್ಕ ಕೊಡಬೇಕಾಗಿತ್ತು. ತಿನ್ನುವುದೇ ಬೇಡ ಎಂದು ಸುಮ್ಮನಾದೆ. ಆದರೆ ರಾತ್ರಿ ಊಟವಾಗುತ್ತಿದ್ದಂತೆ ಮತ್ತೆ ಅದರ ನೆನಪಾಗತೊಡಗಿತು. ಏನಾದರಾಗಲೀ ಎಂದುಕೊಂಡು ಇದ್ದ ಐವತ್ತು ರೂಪಾಯಿಯನ್ನೇ ತೆಗೆದುಕೊಂಡು ಹೊರಟೆ. ಅಂಗಡಿ ಅಂಕಲ್ ನನ್ನ ನೋಡಿ ಮುಗುಳ್ನಕ್ಕರು. "ಮಾತ್ರೆ ಬೇಕಾ?" ಎಂದರು. 'ಹೂಂ' ಎಂದೆ. "ಆದರೆ ನಾನು ಕೊಟ್ಟೆ ಅಂತ ಮನೆಯಲ್ಲೂ ಹೇಳ್ಬಾರ್ದು. ಹಾಗಾದ್ರೆ ಮಾತ್ರ ಕೊಡ್ತೀನಿ" ಎಂದರು. ತಲೆಯಾಡಿಸಿದೆ.

ಐವತ್ತು ರುಪಾಯಿಗೆ ಐದು ಮಾತ್ರೆ ಸಿಕ್ಕಿತು. ಐದು ದಿನಕ್ಕೆ ತೊಂದರೆ ಇಲ್ಲ ಎನಿಸಿತು. ಬರುವಾಗ ಮಾತ್ರ 'ಇಟ್ಟುಕೊಳ್ಳಲು ಕೊಟ್ಟ ಹಣ ಏನಾಯ್ತು?' ಎಂದು ಅಮ್ಮ ಕೇಳಿದರೆ? ಎನ್ನುವ ಯೋಚನೆ ಶುರುವಾಯಿತು. ಆಟ ಆಡಿ ಬರುವಾಗ ಹಣ ಕಳೆದುಹೋಯ್ತು, ಎಂದು ಹೇಳಿಬಿಡುವುದು ಎಂದು ನಿಶ್ಚೈಸಿದೆ.

ಐದು ದಿನ ಕಳೆದದ್ದೇ ತಿಳಿಯಲಿಲ್ಲ. ಆರನೆಯ ದಿನ ಬೆಳಗ್ಗೆಯೇ ಯೋಚನೆ ಶುರುವಾಯಿತು. 'ಇನ್ನು ಮಾತ್ರೆ ಕೊಳ್ಳಲು ಹಣಕ್ಕೇನು ಮಾಡುವುದು?'. ಒಂದಂತೂ ಖಚಿತವಾಗಿತ್ತು, ಅಮ್ಮನ ಬೀರುವಿನಲ್ಲಿ ಯಾವಾಗಲೂ ದುಡ್ಡಿರುತ್ತದೆ! ಆದರೆ ತೆಗೆಯುವುದು ಹೇಗೆ? ಅದಕ್ಕೂ ಉಪಾಯ ಹುಡುಕಿದೆ. ನಾನು ಊಟ ಮುಗಿಸಿ ಮಧ್ಯಾಹ್ನ ಆಟಕ್ಕೆ ಹೊರಡುವಾಗ ಕೆಲಸದ ಆಂಟಿ ಮಗುವನ್ನು ಮಲಗಿಸಿಕೊಂಡು ಅವರೂ ಮಲಗುತ್ತಾರೆ

ಎನ್ನುವುದು ನೆನಪಾಯಿತು. ಆ ಸಮಯದಲ್ಲಿ ಅಮ್ಮನ ಕೋಣೆಯಲ್ಲಿ ಯಾರೂ ಇರುವುದಿಲ್ಲ! ಮಾತ್ರೆಗೆ ಬೇಕಾದಷ್ಟು ಹಣ ಅಲ್ಲಿಂದಲೇ ತೆಗೆದುಬಿಡುವುದು ಎಂದು ನಿರ್ಧರಿಸಿದೆ. ಸರಿ. ಆ ಸಮಯಕ್ಕಾಗಿ ಕಾಯತೊಡಗಿದೆ. ಅಂತಹಾ ಸಮಯ ಸಿಕ್ಕಿದ್ದೇ ಅಮ್ಮನ ಕೋಣೆಗೆ ನಿಧಾನವಾಗಿ ಹೋದೆ. ಆದರೆ ಬೀರು ಲಾಕ್ ಆಗಿತ್ತು. ಅಮ್ಮ ಕೀ ಎಲ್ಲಿಡುತ್ತಾರೆ ಎಂದು ಯೋಚಿಸಿದೆ. ಆವೊತ್ತೊಂದು ದಿನ ಇನ್ನೊಂದು ಮರದ ಡ್ರಾಯರ್ ಒಳಗೆ ಕೀ ಇಡುವುದನ್ನು ಕಂಡಿದ್ದೆ. ಅಲ್ಲೂ ಹುಡುಕಿದೆ. ಸಿಕ್ಕಿತು. ಸದ್ದಾಗದಂತೆ ಬಾಗಿಲು ತೆಗೆದೆ. ಬೀರುವಿನೊಳಗೆ ನೂರರ ನೋಟುಗಳು ಸಾಕಷ್ಟಿದ್ದವು. ನೂರರ ನಾಲ್ಕು ನೋಟುಗಳನ್ನು ತೆಗೆದುಕೊಂಡು ಮತ್ತೆ ಹಾಗೇ ಲಾಕ್ ಮಾಡಿ, ಕೀ ಇದ್ದಲ್ಲೇ ಇಟ್ಟು ಜಾಗ ಖಾಲಿ ಮಾಡಿದೆ. ನೂರು ರುಪಾಯಿಗೆ ಹತ್ತರಂತೆ ನಾನೂರು ರುಪಾಯಿಗೆ ಎಷ್ಟು ಬರಬಹುದು ಎಂದು ಲೆಕ್ಕ ಹಾಕಿದೆ. ನಲವತ್ತು! ಇನ್ನು ನಲವತ್ತು ದಿನಗಳವರೆಗೆ ಚಿಂತೆ ಇಲ್ಲ ಎಂದಾದಾಗ ಖುಷಿಯಾಗಿ ಆ ಹಣವನ್ನು ಜೇಬಿಗಿಳಿಸಿ ಆಟಕ್ಕೆ ನಡೆದೆ.

ಏನೋ ತಪ್ಪು ಮಾಡಿದೆ ಎನಿಸಿದರೂ ಮನಸ್ಸು ಮಾತ್ರ ಹಕ್ಕಿಯಂತೆ ಹಾರತೊಡಗಿತು.

●●●

ಎರಡು ಮೂರು ದಿನ ಒಳಗೇ ಅಳುಕಿತ್ತು. ಅಮ್ಮನ ಬೀರುವಿನಿಂದ ಹಣ ತೆಗೆದ ವಿಷಯ ಅವಳಿಗೇನಾದರೂ ತಿಳಿದರೇ! ಆದರೆ ಏನೂ ಆಗಲಿಲ್ಲ. ಅಮ್ಮನಿಗೆ ಅದು ಗೊತ್ತೇ ಆಗಲಿಲ್ಲ. ರಜೆಯೂ ಮುಗಿಯುತ್ತಾ ಬಂತು. ಇದರ ಮಧ್ಯೆ ಅಂಕಲ್ ಕೈಯಿಂದ ಐದಾರು ಸಲ ಬೈಸಿಕೊಂಡಿದ್ದೆ. ಆದರೂ ನನಗೆ ಹೆಚ್ಚು ಬೇಸರವಾಗಲಿಲ್ಲ. ಮಾತ್ರೆ ನುಂಗಿದಾಗ ಆಗುವ ಖುಷಿಯ ಮುಂದೆ ಅವರೆಷ್ಟು ಬೈದರೂ ನನಗೆ ನಾಟುತ್ತಿರಲಿಲ್ಲ. ಅಮ್ಮನೂ ಪ್ರತಿಸಾರಿಯೂ ಅವರಿಗೆ ಸಮಾಧಾನ ಹೇಳುತ್ತಿದ್ದಳು. ಎಲ್ಲಕ್ಕಿಂತ ಮುಖ್ಯವಾಗಿ ಕ್ರಿಕೆಟ್ ಆಡಲು ಹುಡುಗರು ಜೊತೆಗಿದ್ದರು. ಹಾಗಾಗಿ ಹೆಚ್ಚಾಗಿ ಮನೆಯಿಂದ ಹೊರಗೇ ಸಮಯ ಕಳೆಯುತ್ತಿದ್ದೆ. ರಜೆ ಮುಗಿಯುತ್ತಾ ಬರುತ್ತಿದ್ದಂತೆ ಮಾತ್ರೆಗಳು ಮುಗಿಯುತ್ತಾ ಬಂದವು. ಆಗ ಅವಿಲ್ಲದೇ ಇದ್ದರೆ ಏನೋ ಕಳೆದುಕೊಂಡಂತಾಗುತ್ತಿತ್ತು. ಆ ಹೊತ್ತು ಬರುತ್ತಿದ್ದಂತೆ ಅದನ್ನು ನುಂಗಿದರೇ ಸಮಾಧಾನ. ಊಟವಿಲ್ಲದಿದ್ದರೂ ಬೇಸರವಾಗುತ್ತಿರಲಿಲ್ಲ. ಯೋಚನೆಯಾಗಿದ್ದೆಂದರೆ ಇನ್ನು ಮಾತ್ರೆಗೆ ಪುನ: ಹಣವೆಲ್ಲಿಂದ ತರುವುದು? ಎಂದು. ಶಾಲೆ ಶುರುವಾದರೆ ಆಗಾಗ ಮನೆಗೂ ಬರುವಂತಿಲ್ಲ. ಮೊದಲಿನಂತೆ ಆಗಾಗ ಅಮ್ಮನೂ ಕರೆದುಕೊಂಡು ಬರುವುದಿಲ್ಲ. ಬೀರುವಿನಿಂದ ಆಗಾಗ ಹಣ ತೆಗೆಯಲು ಅವಕಾಶವೂ ಇಲ್ಲ! ಒಂದಾರು ತಿಂಗಳಿಗಾಗುವಷ್ಟು ಹಣ ಮೊದಲೇ ತೆಗೆದುಕೊಂಡು ಬಿಡಬೇಕು. ಅದನ್ನು ಅಂಗಡಿ ಅಂಕಲ್ ಕೈಗೆ ಕೊಟ್ಟುಹೋದರೆ ಬೇಕು ಬೇಕಾದಾಗ ಅಲ್ಲಿಗೆ ಹೋಗಿ ಮಾತ್ರೆ ತೆಗೆದುಕೊಳ್ಳಬಹುದು! ಈ ಯೋಚನೆ ಬಂದಿದ್ದೇ ಸಮಯಕ್ಕಾಗಿ ಕಾಯತೊಡಗಿದೆ. ಅದೇನೂ ಕಷ್ಟದ ಕೆಲಸವಾಗಿರಲಿಲ್ಲ. ಬೆಳಗ್ಗೆ ಅಂಕಲ್ ಮತ್ತು ಅಮ್ಮ ಇಬ್ಬರೂ ಮನೆಯಲ್ಲಿರುವುದಿಲ್ಲ. ಬೀರುವಿನ ಕೀ ಇಡುವ ಜಾಗವೂ ಗೊತ್ತಿತ್ತು. ಮತ್ತೆ ಅಂಕಲ್ ಮತ್ತು ಅಮ್ಮ ಕೆಲಸಕ್ಕೆ ಹೋದಾಗ ಕೆಲಸದ ಆಂಟಿ ಮಗುವನ್ನು ಮಲಗಿಸುವ ಸಮಯ ಕಾಯತೊಡಗಿದೆ.

101

ಮಗುವಿನ ಜೊತೆಗೆ ಅವರೂ ಮಲಗಿದ ತಕ್ಷಣ ಮೆಲ್ಲನೆ ಅಮ್ಮನ ಕೋಣೆಗೆ ನುಗ್ಗಿದೆ. ಎಷ್ಟು ಹಣ ಬೇಕಾಗಬಹುದೆಂದು ಲೆಕ್ಕ ಹಾಕಿದೆ. ಆರು ತಿಂಗಳಿಗೆ ಎರಡು ಸಾವಿರ ಸಾಕೆನಿಸಿತು. ಹಣ ಬಿರುವಿನಲ್ಲಿ ಸಾಕಷ್ಟಿತ್ತು. ಎಣಿಸುತ್ತಾ ಕುಳಿತರೆ ಕೆಲಸದ ಆಂಟಿಗೆ ಎಚ್ಚರವಾಗಿ ನೋಡಿದರೆ? ಎಂಬ ಅಳುಕಾಗಿ ಅಂದಾಜು ಎರಡು ಸಾವಿರ ಇರಬಹುದು ಎಂದು ಒಂದಷ್ಟು ಹಣ ತೆಗೆದು ಜೇಬಿಗಿಳಿಸಿ ಲಾಕ್ ಮಾಡಿ, ಕೀಯನ್ನು ಮೊದಲಿನ ಜಾಗದಲ್ಲೇ ಇರಿಸಿ ಹೊರಬಂದೆ. ಹಣವನ್ನು ನನ್ನ ಕೋಣೆಯ ಸೂಟ್‌ಕೇಸಿನಲ್ಲಿಟ್ಟು ಆಟಕ್ಕೆ ನಡೆದೆ. ಅಂದು ಮತ್ತು ಮರುದಿನವೆಲ್ಲಾ ಎದೆ ಹೊಡೆದುಕೊಳ್ಳುತ್ತಿತ್ತು. ಯಾರೂ ಇಲ್ಲದಾಗ ಬಾಗಿಲು ಹಾಕಿ ಹಣ ಲೆಕ್ಕ ಮಾಡಿದೆ. ಎರಡುಸಾವಿರ ಎಂದು ತೆಗೆದುಕೊಂಡಿದ್ದ ಹಣ ಮೂರೂವರೆ ಸಾವಿರವಾಗಿತ್ತು. ಇರಲಿ ಎಂದು ಭದ್ರ ಮಾಡಿದೆ. ಅಮ್ಮ ಹಣದ ಸುದ್ದಿಯೇ ತೆಗೆಯದಿದ್ದಾಗ ನಿಶ್ಚಿಂತನಾದೆ.

ಮರುದಿನವೇ ಸೋಮವಾರ. ಅಂದೇ ನನ್ನ ಶಾಲೆ ಶುರುವಾಗುವುದಿತ್ತು. ನನ್ನನ್ನು ಹಾಸ್ಟೆಲ್ಲಿಗೆ ಬಿಡುವ ಏರ್ಪಾಡಾಗಿತ್ತು. ಬೆಳಗ್ಗೆಯೇ ಅಮ್ಮ ಹೇಳಿದಳು "ಆಕಾಶ್, ಈವೊತ್ತು ನಿನ್ನನ್ನು ಸ್ಕೂಲಿಗೆ ಸೇರಿಸಿ, ಹಾಸ್ಟೆಲ್ ಫೀಸ್ ಕಟ್ಟಿ ಬರ್ತೀನಿ. ರೆಡಿಯಾಗಿದೀಯಾ? ನಾಳೆಯಿಂದ ಸ್ಕೂಲ್ ಶುರು"

"ಹೂಂ" ಎಂದೆ. ಇಂದೇ ಸಂಜೆ ಹಣವನ್ನೆಲ್ಲಾ ಅಂಗಡಿ ಅಂಕಲ್‌ಗೆ ಕೊಟ್ಟು ಸ್ವಲ್ಪ ಮಾತ್ರ ತೆಗೆದುಕೊಂಡು ಹೋಗಬೇಕು ಎಂದು ನಿರ್ಧಾರ ಮಾಡಿದೆ.

ಅಂಕಲ್ ಆಫೀಸಿಗೆ ಹೊರಡುತ್ತಾ ಇದ್ದರು. ಸಾಕ್ಸ್ ಹಾಕುತ್ತಿದ್ದರು. ಅವರ ಹತ್ತಿರ ಬಂದ ಅಮ್ಮ ಮೆಲುದನಿಯಲ್ಲಿ ಕೇಳಿದಳು "ಬೀರುವಿನಿಂದ ನೀವೇನಾದ್ರೂ ಹಣ ತೆಗೆದ್ರಾ?" ಎಂದಳು.

"ಇಲ್ವಲ್ಲಾ?" ಎಂದರು ಅಂಕಲ್. ಸ್ವಲ್ಪ ಯೋಚಿಸಿ ಮತ್ತೆ "ಎಷ್ಟು?" ಎಂದರು.

"ಮೊನ್ನೆ ಆಕಾಶ್‌ಗೆ ಹಾಸ್ಟೆಲ್ಲಿಗೆ ಕಟ್ಟೋದಕ್ಕೆ ಅಂತ ಮೂವತ್ತು ಸಾವಿರ ತಂದಿದ್ದೆ. ಅದ್ರಲ್ಲಿ ಮೂರೂವರೆ ಸಾವಿರ ಕಮ್ಮಿ ಇದೆ. ಚೆನ್ನಾಗಿ ಲೆಕ್ಕ ಮಾಡಿ ಇಟ್ಟ ನೆನಪು" ಎಂದಳು.

ನನ್ನ ಕಿವಿ ನೆಟ್ಟಗಾಯಿತು. ಕೇಳಿಸದವನಂತೆ ಕಾಲಲ್ಲಾಡಿಸುತ್ತಾ ಟಿ.ವಿ. ನೋಡುತ್ತಾ ಕುಳಿತೆ.

"ಹಾಗಾದ್ರೆ ಏನಾಯ್ತು?" ಎಂದ ಅಂಕಲ್ ನನ್ನ ಕಡೆ ನೋಡಿದರು. ನಾನು ಪೂರ್ತಿ ಟಿ.ವಿ.ಯತ್ತ ಕಣ್ಣು ನೆಟ್ಟೆ. ಆದರೆ ಕಿವಿ ಮಾತ್ರ ಅತ್ತಲೇ!

"ಲಾಕ್ ಮಾಡಿರ್ಲಿಲ್ವಾ?" ಎಂದರು ಅಂಕಲ್.

"ಮಾಡಿದ್ದೆ, ಲಾಕ್ ಓಪನ್ ಆಗಿರ್ಲಿಲ್ಲ" ಎಂದಳು ಅಮ್ಮ.

"ಅದು ಹೇಗೆ ಸಾಧ್ಯ? ಕೀ ಎಲ್ಲಿಡ್ತೀಯಾ" ಎಂದರು ಅಂಕಲ್ ಮೆತ್ತಗೆ.

"ಕೀ ಮಾಮೂಲಿ ಜಾಗದಲ್ಲೇ ಇಡ್ತಾ ಇದ್ದೆ" ಎಂದಳು ಅಮ್ಮನೂ ಮೆತ್ತಗಿನ ಧ್ವನಿಯಲ್ಲೇ.

"ಆಕಾಶ್, ನೀನೇನಾದ್ರೂ ಬೀರುವಿನಿಂದ ಹಣ ತೆಗೆದ್ಯಾ?" ಎಂದರು ಅಂಕಲ್.

"ಯಾವ ಹಣ? ನಂಗೇನೂ ಗೊತ್ತಿಲ್ಲ" ಎಂದೆ ಇಲ್ಲದ ಧೈರ್ಯ ತಂದುಕೊಂಡು.

"ಅವ್ನನ್ಯಾಕೆ ಕೇಳ್ತೀರಿ? ಅವನಂಥವನಲ್ಲ. ಹಣ ಬೇಕಾದ್ರೆ ನನ್ನ ಕೇಳ್ತಾನೆ" ಎಂದಳು ಅಮ್ಮ.

"ಮತ್ತಿನ್ಯಾರು ತೆಗೀತಾರೆ? ಯಶೋದ ಕೆಲಸದವಳಾದ್ರೂ ನಾನು ಸಣ್ಣವನಿದ್ದಾಗಿಂದ ನೋಡ್ತಾ ಇರುವವಳು. ಅವಳು ತೆಗೆಯೋದಿಲ್ಲ. ಅಲ್ಲದೆ ಅವಳು ನಮ್ಮ ಕೋಣೆಗೆ ಹೋಗೋದೇ ಇಲ್ಲ. ಇವಂದೇ ಕೆಲಸ ಇರ್ಬೇಕು" ಎಂದರು ಅಂಕಲ್ ನನ್ನೆಡೆಗೆ ದೃಷ್ಟಿಬೀರಿ.

"ನಾನಲ್ಲ. ನಂಗೇನೂ ಗೊತ್ತಿಲ್ಲ. ಯಾವ ಹಣ?" ಎಂದೆ ಮುಗ್ಧನಂತೆ.

"ಬಿಡಿ, ಅವನು ಸುಳ್ಳು ಹೇಳೋದಿಲ್ಲ. ನನಗೇ ಲೆಕ್ಕ ತಪ್ಪಿರ್ಬಹುದು; ನಿಮಗೆ ಹೊತ್ತಾಗುತ್ತೆ, ನೀವು ಹೊರಡಿ" ಎಂದಳು ಅಮ್ಮ.

ಆದರೆ ಅಂಕಲ್ ಬಿಡಲಿಲ್ಲ. "ಆಕಾಶ್, ನಿಜ ಹೇಳು. ಹಣ ತೆಗ್ದಿದೀಯಾ?" ಕಣ್ಣು ಹೊರಳಿಸಿ ಕೇಳಿದರು.

"ಹೇಳಿದ್ನಲ್ಲಾ, ನಾನು ತೆಗ್ದಿಲ್ಲ" ಎಂದೆ ಭಂಡ ಧೈರ್ಯದಿಂದ.

"ಎಲ್ಲಿ ನಿನ್ನ ಸೂಟ್‌ಕೇಸ್ ನೋಡೋಣ ತೆಗಿ" ಎನ್ನುತ್ತಾ ಅಂಕಲ್ ಕೋಣೆಯೊಳಗೆ ನುಗ್ಗಿಯೇ ಬಿಟ್ಟರು. ನಾನು ಸಹಾಯಕ್ಕಾಗಿ ಅಮ್ಮನ ಮುಖ ನೋಡಿದೆ.

"ನೀನು ತೆಗ್ದಿಲ್ಲ ಅಂದ್ಮೇಲೆ ನೋಡಿಕೊಳ್ಳಲಿ ಬಿಡು. ನೀನ್ಯಾಕೆ ಹೆದರ್ತೀಯ?" ಅಮ್ಮ ನನ್ನ ಮೇಲಿನ ನಂಬಿಕೆಯಿಂದ ಅಂಕಲ್ಲಿಗೆ ಕೇಳುವಂತೆಯೇ ಹೇಳಿದಳು.

ನಾನು ಸಿಕ್ಕಿಹಾಕಿಕೊಳ್ಳುತ್ತೇನೆ ಎನಿಸಿತು. ನಿನ್ನೆಯೇ ಅಂಗಡಿ ಅಂಕಲ್ ಹತ್ತಿರ ಹಣ ಕೊಟ್ಟು ಬಂದಿದ್ದರೆ? ಎಂದು ನನ್ನ ಪೆದ್ದುತನಕ್ಕೆ ನನಗೇ ಬೇಸರವಾಯಿತು. ಸೂಟ್‌ಕೇಸು ತೆರೆದ ಅಂಕಲ್ ಎರಡೇ ನಿಮಿಷದಲ್ಲಿ ಹಣ ಕೈಯಲ್ಲಿ ಹಿಡಿದು ಹೊರಬಂದರು. "ಏಯ್. ಇದ್ಯಾವ್ದೋ ಹಣ?" ಎಂದರು ಹಣವನ್ನು ಎತ್ತಿ ನನ್ನ ಮುಂದೆ ಆಡಿಸುತ್ತಾ.

ನನ್ನ ಕಾಲು ನಡುಗತೊಡಗಿದರೆ ಅಮ್ಮ ಗರಬಡಿದವಳಂತೆ ನಿಂತುಕೊಂಡಿದ್ದಳು!

●●●

ಹಿಂದಿನ ದಿನ ಹಣ ಕದ್ದಿದ್ದಕ್ಕೆ ಅಂಕಲ್ ಅಂದು ಅಪ್ಪ ಹೊಡೆದಿದ್ದಕ್ಕಿಂತ ಜೋರಾಗಿ ಹೊಡೆದಿದ್ದರು. ಅದರಿಂದಾಗಿ ಮನಸ್ಸು, ದೇಹ ಎರಡಕ್ಕೂ ಪೆಟ್ಟಾಗಿತ್ತು. ಅಮ್ಮ ತಡೆದರೂ ಕೇಳದೆ ಅಂಕಲ್ ಹಿಗ್ಗಾಮುಗ್ಗಾ ಬಾರಿಸಿಬಿಟ್ಟಿದ್ದರು. ನನಗೆ ಅಳದೆ ಮನಸ್ಸು ಕಲ್ಲು ಮಾಡಿಕೊಂಡು ಅಭ್ಯಾಸವಿತ್ತು. "ಇಷ್ಟು ಹೊಡೆದ್ರೂ ಅವನ ಕಣ್ಣಲ್ಲಿ ನೀರು ಬರುತ್ತಾ ನೋಡು?" ಎನ್ನುತ್ತಾ ಅಂಕಲ್ ಮತ್ತೂ ಹೊಡೆದಿದ್ದರು. ನನ್ನನ್ನು ಬಿಡಿಸಲು ಹೋಗಿ ಅಮ್ಮನೂ ಎರಡೇಟು ತಿನ್ನಬೇಕಾಯಿತು. ಅಂದಿಡೀ ಇಬ್ಬರೂ ನನ್ನೊಡನೆ ಮಾತಾಡಿರಲಿಲ್ಲ. ಬೆಳಗ್ಗೆಯೇ ನನ್ನನ್ನು ಹಾಸ್ಟೆಲ್ಲಿಗೆ ಸೇರಿಸಬೇಕಾಗಿತ್ತು. ಆದರೂ ಅಂಕಲ್ ಹೋಗುವವರೆಗೆ ಕಾದ ಅಮ್ಮ ಅವರಾಚೆ ಹೋದಮೇಲೆ "ಇದ್ಯಾಕೆ ಹೀಗೆ ಮಾಡಿದ್ಯೋ? ಬೇಕಾದ್ದಕ್ಕೆ ಹಣ ಕೇಳಿದ್ರೆ ನಾನು ಕೊಡ್ತಿರ್ಲಿಲ್ವಾ? ಕಳ್ಳ ಅನ್ನೋ ಹೆಸರು ತಗೊಂಡ್ಯಲ್ಲೋ?" ಎಂದಳು. ಅವಳ ಕಣ್ಣುಗಳಲ್ಲಿ ನೀರು ಹನಿಯಲು ತಯಾರಾಗಿತ್ತು. ಅಮ್ಮ ವಿಧವಿಧವಾಗಿ ಹಣ ಯಾಕೆ ಕದ್ದೆ ಎಂದು ಕೇಳಿದಳು.

ಆದರೂ ನಾನು ಮಾತ್ರೆಯ ವಿಷಯ ಮಾತ್ರ ಹೇಳಲಿಲ್ಲ.

"ಹೋಗಲಿ, ಪುನ: ಶಾಲೆಗಾದ್ರೂ ಸೇರು. ನೀನು ಹೀಗೆ ಮಾಡಿದ್ರೆ ನಿನ್ನ ಪರ ವಹಿಸಿ ಮಾತಾಡೋದಕ್ಕೆ ಆಗೋದಿಲ್ಲ. ತಪ್ಪು ಮಾಡಿ ಬಿಟ್ಟೆ ನೀನು" ಎಂದಳು ಅಮ್ಮ ವ್ಯಥೆಯಿಂದ.

ಶಾಲೆಗೆ ಬಂದಾಗ ಮಾತ್ರ ಅಲ್ಲಿ ಇನ್ನೊಂದೇ ವಿಚಾರ ಅರಿವಿಗೆ ಬಂತು. ನಾವು ಹೋಗುತ್ತಿದ್ದಂತೆ ಪ್ರಿನ್ಸಿಪಾಲರೇ ನಮ್ಮನ್ನು ಕರೆಸಿ "ನೋಡಿ ಮೇಡಂ. ಬೇಜಾರು ಮಾಡ್ಕೋಬೇಡಿ. ನಿಮ್ಮಗನ ಪರಿಸ್ಥಿತಿ ನಂಗೆ ಅರ್ಥ ಆಗುತ್ತೆ. ಆದರೆ ಇದು ಪ್ರೈವೇಟ್ ಸ್ಕೂಲು. ಇದಕ್ಕೆ ಕಮಿಟಿ ಇದೆ. ಕಮಿಟಿಯಲ್ಲಿ ಇವನ ಡ್ಯಾಡಿ ಕಡೆಯವರಿದಾರೆ. ಅವರೇ ಖುದ್ದಾಗಿ ಬಂದು ನನಗೆ ಹೇಳಿದಾರೆ 'ನಿಮ್ಮ ಮಗನಿಗೆ ಸೀಟು ಕೊಡ್ಬೇಡಿ' ಅಂತ. ರಿಯಲಿ ಸಾರಿ, ಟಿ.ಸಿ. ಕೊಡ್ತೀನಿ. ಇವನನ್ನು ಬೇರೆ ಶಾಲೆಗೆ ಸೇರಿಸಿ" ಎಂದು ಹೇಳಿದರು.

ಅಮ್ಮನ ಮುಖ ಬಿಳಿಚಿಕೊಂಡಿತು. "ಯಾಕೆ ಸರ್? ಅಂಥದ್ದೇನಾಯ್ತು?" ಎಂದಳು.

"ನಿಮಗೇ ಗೊತ್ತಲ್ಲ ಮೇಡಂ. ಇವ್ನು ಆ ಹುಡುಗಿ ಕಂಡಾಗೆಲ್ಲಾ ಅವಳಿಗೆ ಹೊಡೆಯೋದು. ಅದಕ್ಕೆ ಕಾರಣ ನಂಗೂ ಗೊತ್ತು. ಆದರೆ ನಾನು ಹೆಲ್ಪ್‌ಲೆಸ್. ನಂಗೆ ಪ್ರೆಶರ್ ಹಾಕಿದಾರೆ. ನೀವಿವನನ್ನು ಬೇರೆ ಸ್ಕೂಲಿಗೆ ಹಾಕಿ. ಇಲ್ಲಿದ್ರೆ ಆ ಹುಡುಗಿಗೆ ಪುನ: ಹಾಗೇ ಹೊಡೆದ್ರೆ ಅನ್ನೋ ಹೆದರಿಕೆ ಇದೆ ಅವರಿಗೆ. ಅಲ್ಲ ಅಂತ ತೆಗೆದು ಹಾಕೋದಕ್ಕೂ ಆಗೋದಿಲ್ಲ ಅಲ್ವಾ? ಒಂಥರದಲ್ಲಿ ಅದೂ ಒಳ್ಳೇದೇ. ಅಲ್ಲದೆ ಇವನು ಫೈಲಾಗಿದಾನೆ, ನಮ್ಮ ಶಾಲೆಗೂ ಕೆಟ್ಟ ಹೆಸರು. ನಂಗೆ ಸಮರ್ಥನೆ ಮಾಡೋದಕ್ಕೂ ಸಾಧ್ಯ ಆಗ್ಲಿಲ್ಲ" ಎಂದರು ಪ್ರಿನ್ಸಿಪಾಲರು. ಅಮ್ಮನ ಬೇಡಿಕೆ ವ್ಯರ್ಥವಾಗಿ ಟಿ.ಸಿ. ಕೈಗೆ ಬಂತು. ಅಷ್ಟು ವರ್ಷ ಓದಿದ ಆ ಶಾಲೆಯ ಋಣ ಅಂದಿಗೆ ಮುಗಿಯಿತು. ಎಲ್ಲಕ್ಕಿಂತ ಮುಖ್ಯವಾಗಿ ಯಾವಾಗಲೂ ನನ್ನ ಪರವಾಗಿಯೇ ಮಾತಾಡುತ್ತಿದ್ದ ಪ್ರಿನ್ಸಿಪಾಲರ ಸಹಾಯ ತಪ್ಪಿ ಹೋಯಿತು.

ಈಗಾಗಲೇ ಎಲ್ಲಾ ಶಾಲೆಗಳಲ್ಲೂ ಅಡ್ಮಿಷನ್ ಆಗಿತ್ತು. ಸಾಲದ್ದಕ್ಕೆ ನಾನು ಫೈಲಾಗಿ ಪುನ: ಅದೇ ತರಗತಿಗೆ ಸೀಟು ಕೇಳಬೇಕಾಗಿತ್ತು. ಪ್ರತಿಷ್ಠಿತ ಶಾಲೆಗಳಲ್ಲೆಲ್ಲೂ ಸೀಟು ದೊರೆಯಲಿಲ್ಲ. ಒಂದು ವಾರ ಕೆಲಸಕ್ಕೆ ರಜ ಹಾಕಿ ನನ್ನೊಂದಿಗೆ ಅಲೆದಳು ಅಮ್ಮ. ನಾನಿದ್ದ ಹಾಸ್ಟೆಲ್ ಅದೇ ಸ್ಕೂಲಿಗೆ ಸೇರಿದ್ದಾಗಿತ್ತು. ಹಾಗಾಗಿ ಅಲ್ಲೂ ಇರುವಂತಿರಲಿಲ್ಲ. ಬೇರೆ ಕಡೆ ಕೆಲವು ಸಾಮಾನ್ಯ ದರ್ಜೆಯ ಶಾಲೆಗಳಲ್ಲಿ ಸೀಟು ದೊರೆತರೂ ಹಾಸ್ಟೆಲ್ ಸಿಗಲಿಲ್ಲ. ಹಾಸ್ಟೆಲ್ ಇರುವಲ್ಲಿ ಹತ್ತಿರ ಶಾಲೆ ಸಿಗಲಿಲ್ಲ. ಅಂತೂ ಕೊನೆಗೆ ಯಾವುದೋ ಒಂದು ಸಾಮಾನ್ಯ ದರ್ಜೆಯ ಶಾಲೆಯಲ್ಲಿ ಸೀಟು ದೊರೆಯಿತು. ಅದರದ್ದೇ ಆದ ಒಂದು ಕಳಪೆ ಹಾಸ್ಟೆಲ್ಲೂ ದೊರಕಿತು. ಅಮ್ಮ ನಿಟ್ಟುಸಿರು ಬಿಟ್ಟಳು. ಅದು ಮನೆಯಿಂದ ತುಂಬ ದೂರವೂ ಇತ್ತು.

ರಜೆ ಹಾಕಿದ್ದಕ್ಕೆ ಅಮ್ಮನ ಆಫೀಸಿನವರು ಮಾಡುವ ಕಿರಿಕಿರಿ, ಒಳ್ಳೆಯ ಶಾಲೆಗಳಲ್ಲೆಲ್ಲೂ ಸೀಟೂ ಸಿಕ್ಕದೆ ಬೀದಿ ಬೀದಿ ಅಲೆದದ್ದು, ಫೈಲಾದ ಸರ್ಟಿಫಿಕೇಟ್ ಹಿಡಿದು ಹೋದಾಗ ಎಲ್ಲರೂ ಕಡೆಗಣ್ಣಿನಿಂದ ನೋಡಿದ್ದು, ನಾನು ಹಣ ಕದ್ದೆ ಎಂಬ ಸಂಕಟ, ಎಲ್ಲಾ ಸೇರಿ ಅಮ್ಮ ಹಣ್ಣಾಗಿದ್ದಳು. “ಇನ್ನು ಎಲ್ಲರಿಗೂ ಹೇಗೆ ಮುಖ ತೋರಿಸ್ತೀಯಾ?” ಎಂದು ಮನೆಗೆ ನುಗ್ಗುವ ಮೊದಲೇ ಸಿಡುಕುತ್ತಲೇ ಕೇಳಿದಳು. ನಾನು ಉತ್ತರಿಸದೆ ಒಳ ನಡೆದೆ. ನನಗೂ ತಿರುಗಿ ಸಾಕಾಗಿ ಹೋಗಿತ್ತು. ಅಲ್ಲದೆ ನನ್ನ ಗೆಳೆಯರನ್ನೆಲ್ಲಾ ಬಿಟ್ಟು ದಿಢೀರನೆ ಯಾವುದೋ ಒಂದು ಶಾಲೆಗೆ ಹೋಗಿ ಸೇರಬೇಕು ಎನ್ನುವುದೇ ನನಗೆ ತುಂಬ ಕಿರಿಕಿರಿ ತರುವ ವಿಚಾರವಾಗಿತ್ತು. ಅದಕ್ಕಿಂತಲೂ ಬೇಸರವಾಗಿದ್ದು ಇನ್ನು ತನುಶ್ರೀ ನನಗೆ ಸಿಗುವುದಿಲ್ಲ!

ನನ್ನ ಶಾಲೆ ಬದಲಾಯಿತು, ನನ್ನ ಯೂನಿಫಾರಂ, ಹಾಸ್ಟೆಲ್, ಎಲ್ಲವೂ ಬದಲಾದವು. ಅದಕ್ಕಾಗಿ ಮತ್ತೊಂದು ದಿನ ಅಮ್ಮ ರಜೆ ಹಾಕಬೇಕಾಯಿತು. ಪುಸ್ತಕ, ಬ್ಯಾಗು ಎಲ್ಲವನ್ನೂ ಕೊಡಿಸಿ ಬರುವಾಗ ದಾರಿಯಲ್ಲಿ “ನಿಂಗೇನಾದ್ರೂ ಹಣ ಬೇಕಾದ್ರೆ ನನ್ನ ಕೇಳು. ಕದೀ ಬೇಡ; ಕಳ್ಳ ಅನ್ನೋ ಹೆಸರೂ ತಗೋಬೇಡ. ಕೇಳ್ತಾ ಇದೀಯಾ?” ಎಂದಳು ಸ್ವಲ್ಪ ಸಿಟ್ಟಿನಿಂದಲೇ.

“ಮತ್ತೆ ನಂಗೆ ಬೇಕಾದ್ರೆ ಯಾರು ಹಣ ಕೊಡ್ತಾರೆ?” ಎಂದೆ ಮೆಲ್ಲನೆ. ಹೇಗಾದರೂ ಮಾತ್ರೆಗೆ ಹಣ ಅಮ್ಮನಿಂದಲೇ ಪಡೆಯಬೇಕಾಗಿತ್ತು.

“ಹೇಳ್ಲಿಲ್ವಾ ಬೇಕಾದ್ದಕ್ಕೆ ಕೇಳು ಅಂತ. ಯಾವುದಕ್ಕೆ ಹಣ ಬೇಕು ನಿಂಗೆ?” ಮುಖ ಚೂಪು ಮಾಡಿ ಕೇಳಿದಳು ಅಮ್ಮ.

ಅವಕಾಶ ಕಳೆದುಕೊಂಡರೆ ಮತ್ತೆ ಸಿಗಲಾರದು ಎನಿಸಿತು. “ನಂಗೆ ಮುನ್ನೂರು ರುಪಾಯಿ ಬೇಕು” ಎಂದೆ.

“ಅದೇ ಯಾಕೆ ಬೇಕು ಹೇಳು ಮುನ್ನೂರು ರೂಪಾಯಿ?” ಎಂದಳು ಅಮ್ಮ ಮತ್ತೆ ನನ್ನ ಮುಖ ನೋಡುತ್ತಾ.

“ನಂಗೆ ಮಾತ್ರೆ ತಗೋಬೇಕು” ಎಂದೆ. ನಿಜ ಹೇಳದಿದ್ದರೆ ಹಣಕ್ಕೆ ಬೇರೆ ದಾರಿ

ಇಲ್ಲ ಎನಿಸಿತು. ನಿನ್ನೆಗೇ ಮಾತ್ರೆ ಮುಗಿದು ಅದಿಲ್ಲದೇ ಇದ್ದರೆ ಆಗುವ ಕಷ್ಟದ ಅನುಭವ ಆಗಿಹೋಗಿತ್ತು.

"ಎಂಥಾ ಮಾತ್ರೆ? ನಿಂಗೇನು ಖಾಯಿಲೆ ಇದೆ? ಯಾವ ಡಾಕ್ಟರ್ ಹೇಳಿದ್ದು ಮಾತ್ರೆ ತಗೊಳೋದಕ್ಕೆ?" ನಾಲ್ಕಾರು ಪ್ರಶ್ನೆಗಳು ಒಟ್ಟಿಗೇ ಬಂದವು.

"ಅಂಗಡಿ ಅಂಕಲ್ ಮಾತ್ರೆ ಕೊಡ್ತಾರೆ. ಕಾಯಿಲೆಗಲ್ಲ; ಅದು ತಗೊಂಡ್ರೆ ಖುಷಿಯಾಗುತ್ತೆ, ನಿದ್ರೆಯೂ ಚೆನ್ನಾಗಿ ಬರುತ್ತೆ" ಹೇಳಿದೆ ಮೆತ್ತಗೆ. ಮಾತಾಡುತ್ತಾ ಮನೆಯೊಳಗೆ ಬಂದಿದ್ದೆವು.

"ಯಾವ ಮಾತ್ರೆ? ಯಾವನವ್ನು ಅಂಗಡಿ ಅಂಕಲ್? ಅದೇ ಕಳೆದ ಸಲ ಚಾಕೊಲೇಟ್ ಕೊಟ್ಟವ್ನಾ?" ಅಮ್ಮನಿಗೆ ವಾಸನೆ ಬಡಿಯಿತು.

"ಹೌದು, ಅದಿಲ್ಲದೇ ಇದ್ರೆ ನಂಗೆ ರಾತ್ರಿ ನಿದ್ರೆ ಬರೋದಿಲ್ಲ. ಅದೊಂದಿದ್ರೆ ಊಟಾನೂ ಬೇಡ ಬೇಕಾದ್ರೆ. ತಿಂದ್ರೆ ಖುಷೀ ಆಗುತ್ತೆ" ಅಮ್ಮನ ಉತ್ತರ ನಿರೀಕ್ಷೆ ಮಾಡುತ್ತಾ ಅಮ್ಮನ ಮುಖವನ್ನೇ ನೋಡುತ್ತಾ ಹೇಳಿದೆ.

"ಈಗ ದಿನಾ ಅದನ್ನು ತಿಂತಾ ಇದೀಯಾ?" ಚೂಪು ನೋಟದಿಂದಲೇ ಕೇಳಿದಳು ಅಮ್ಮ. ಮುಖ ಕೆಳಗೆ ಹಾಕಿದೆ.

"ಹೇಳು, ದಿನಾ ತಿಂತಾ ಇದೀಯಾ?" ನನ್ನನ್ನು ಅಲ್ಲಾಡಿಸುತ್ತಾ ಕೇಳಿದಳು

"ಹೌದು. ರಜ ಬಂದ್ಮೇಲೆ ದಿನಾ ತಿಂತಾ ಇದೀನಿ. ಅಂಗಡಿ ಅಂಕಲ್ ಈಗ ಇಲ್ಲೇ ಪಕ್ಕದಲ್ಲಿ ಅಂಗಡಿ ಹಾಕಿದಾರೆ" ಎಂದೆ.

"ಅಂದ್ರೆ ಮತ್ತೆ ಡ್ರಗ್ಸ್ ತಗೋತಿದೀಯಾ? ಅಯ್ಯೋ ದೇವರೇ. ನಿಂಗೆ ಬುದ್ಧಿ ಬರೋದೇ ಇಲ್ವಾ?" ಅಮ್ಮ ಉದ್ವೇಗದಿಂದ ಕಂಪಿಸತೊಡಗಿದಳು. ತುಂಬ ಹತಾಶಳಾಗಿರಬೇಕು. ಆಚೀಚೆ ಕಣ್ಣಾಡಿಸಿದಳು. ಎತ್ತರದಲ್ಲಿದ್ದ ವೆಂಟಿಲೇಟರ್‌ನ್ನು ಮೇಲೆ ಕೆಳಗೆ ಮಾಡಲು ಒಂದು ಕೋಲು ಯಾವಾಗಲೂ ಒಂದು ಮೂಲೆಯಲ್ಲಿರುತ್ತಿತ್ತು. ಅದನ್ನು ತಂದವಳೇ "ಹಣ ಬೇಕಾ ನಿಂಗೆ ಡ್ರಗ್ಸ್ ತಗೊಳ್ಳೋದಕ್ಕೆ? ಡ್ರಗ್ಸ್ ತಗೋತೀಯಾ? ಈಗ ಗೊತ್ತಾಯ್ತು, ಆವೊತ್ತು ಬೀರುವಿನಿಂದ ಹಣ ಕದ್ದಿದ್ದು ಇದಕ್ಕೇ ತಾನೇ? ಎಲ್ಲಾ ಕೆಟ್ಟ ಬುದ್ಧಿಯೂ ಇದೆಯಲ್ಲಾ ನಿಂಗೆ? ಯಾಕೆ ಹೀಗಾಗಿ ಹೋದೆ ನೀನು?" ಎನ್ನುತ್ತಾ ರಪರಪನೆ ಕೋಲಿನಿಂದ ಎಲ್ಲಿಗೆಂದೂ ನೋಡದೆ ಬಾರಿಸತೊಡಗಿದಳು.

ಅಳುವುದನ್ನು ತಡೆಹಿಡಿಯಲು ಗಟ್ಟಿಯಾಗಿ ಅಭ್ಯಾಸ ಮಾಡಿದ್ದೆನಲ್ಲಾ. ಅಳಲಿಲ್ಲ "ಇನ್ನೂ ಹೊಡಿ, ಬೇಕಾದ್ರೆ ಸಾಯ್ಸಿ. ಹೇಗೂ ಅಂಕಲ್ ಕೈಲಿ, ಡ್ಯಾಡಿ ಕೈಲಿ ಎಲ್ಲಾ ಏಟು ತಿಂದು ಅಭ್ಯಾಸ ಆಗಿದೆ. ನೀನೂ ಹೊಡಿ, ಹೊಡೆದೇ ಸಾಯಿಸಿ ಬಿಡಿ, ನಿಮಗ್ಯಾರಿಗೂ ನಾನು ಬೇಕಿಲ್ಲ" ಎಂದೆ.

"ಇನ್ನೂ ಹೊಡೀಬೇಕಾ?" ಎಂದವಳು ಮತ್ತೆ ನಾಲ್ಕು ಬಾರಿಸಿ ಕೊನೆಗೆ ಸುಸ್ತಾದವಳಂತೆ ಸೋಫಾದಲ್ಲಿ ಕುಕ್ಕರಿಸಿದಳು. ಮೊದಲ ಬಾರಿಗೆ ಅಮ್ಮನ ಕೈಯಿಂದ ಕೋಲಿನಲ್ಲಿ ಏಟು

ತಿಂದೆ. ಕಾಲೂ ಊದಿಕೊಂಡಿತ್ತು. ಕೈಗಂಟು, ಬೆನ್ನು ಎಲ್ಲೆಂದರಲ್ಲಿಗೆ ಬಾರಿಸಿದ್ದರಿಂದಾದ ಉರಿ ಕಿತ್ತು ತಿನ್ನುತ್ತಿತ್ತು. ಮೊನ್ನೆ ತಾನೇ ಅಂಕಲ್ ಕೈಯಿಂದ ತಿಂದ ಏಟಿನ ನೋವುಗಳೆಲ್ಲಾ ವಾಸಿಯಾಗತೊಡಗಿತ್ತು ಅಷ್ಟೇ; ಈಗ ಪುನ: ಎಲ್ಲಾ ಕಡೆಗೂ ಏಟು ತಿಂದಿದ್ದೆ. ನನಗೆ ಅದೆಲ್ಲಕ್ಕಿಂತ ಮುಖ್ಯವಾಗಿ ಇನ್ನು ಮಾತ್ರೆ ತಿನ್ನಲು ಹಣ ಸಿಗಲಾರದು ಎಂಬ ನೋವು, ನಿರಾಸೆಯೇ ಅದಕ್ಕಿಂತಲೂ ಹೆಚ್ಚಾಗಿತ್ತು.

"ನೀನು, ಡ್ಯಾಡಿ, ಅಂಕಲ್, ಆಂಟಿ ಎಲ್ರೂ ಒಂದೇ. ನೀವೆಲ್ಲಾ ನನ್ನ ಶತ್ರುಗಳು. ನಿಮಗ್ಯಾರಿಗೂ ನಾನು ಬೇಡ. ನಾನೊಬ್ಬ ಪರದೇಶಿ, ಪೂರ್‌ಬಾಯ್, ನಾನು ಸತ್ರೇ ನಿಮಗೆಲ್ಲಾ ಸಂತೋಷ. ನಿಂಗೆ ನಿನ್ನ ಗಂಡ, ಮಗ; ಡ್ಯಾಡಿಗೆ ಅವರ ಹೆಂಡತಿ, ಮಗಳು ಸಾಕು. ನಾನ್ಯಾಕೆ ಇನ್ನು ನಿಮಗೆ? ನಾನು ನಿಮಗೆಲ್ಲಾ ಹೊರೆಯಾಗಿದೀನಿ, ಅದಕ್ಕೇ ಎಲ್ರೂ ನಂಗೆ ಹೊಡೆಯೋದು" ಹಣ ಸಿಗದ ನಿರಾಸೆಯನ್ನು ಅಮ್ಮನ ಮೇಲೆ ತೋರಿಸುತ್ತಾ ಅವಳೆದುರೇ ನಿಂತು ನುಡಿದೆ.

ಅಳುವುದನ್ನು ನಿಲ್ಲಿಸಿದ ಅಮ್ಮ ಬೆಚ್ಚಿ ನನ್ನ ಮುಖವನ್ನೇ ನೋಡತೊಡಗಿದಳು. ಅವಳ ಕಣ್ಣುಗಳಲ್ಲಿ ಇಳಿದ ನೀರು ಹಾಗೇ ಗಟ್ಟಿಯಾಗತೊಡಗಿತು. ಬೆಪ್ಪಾದವಳಂತೆ ಬಾಯಿಯ ಮೇಲೆ ಇಟ್ಟುಕೊಂಡ ಕೈ ಹಾಗೇ ಇತ್ತು!

ಏನೋ ಸಮಾಧಾನ. ನನಗೆ ಹೊಡೆದಿದ್ದಕ್ಕೆ ಸರಿಯಾಗಿ ಎಲ್ಲರ ಮೇಲೂ ಪ್ರತೀಕಾರ ತೀರಿಸಿದ ತೃಪ್ತಿ. ಅಮ್ಮನ ಮೇಲೂ! ಕೋಣೆಗೆ ಹೋಗಿ ಬಾಗಿಲು ಹಾಕಿಕೊಂಡೆ.

●●●

ಹೊಸ ಶಾಲೆ. ಹೊಸ ಹಾಸ್ಟೆಲ್. ಹಳೆಯ ಸ್ನೇಹಿತರೂ ಇಲ್ಲ. ಹತ್ತಿರ ಹತ್ತಿರ ಎರಡು ತಿಂಗಳಿಂದ ಅಭ್ಯಾಸ ಆಗಿದ್ದ ಮಾತ್ರೆ ಈಗ ಇಲ್ಲ. ಸರಿಯಾಗಿ ನಿದ್ರೆಯೂ ಬರುವುದಿಲ್ಲ. ಏನೋ ಅಸಹನೆ, ಯಾರ ಮೇಲೋ ಕೋಪ. ಯಾರಿಗೂ ಸರಿಯಾಗಿ ಇಂಗ್ಲೀಷ್ ಕೂಡಾ ಬರುವುದಿಲ್ಲ. ಅಕ್ಕಪಕ್ಕದ ಹುಡುಗರೊಂದಿಗೆ ಒಗ್ಗಿಕೊಳ್ಳುವುದೇ ಕಷ್ಟವಾಗತೊಡಗಿತು. ನಾನೇ ವಿನಾ ಕಾರಣ ಜಗಳ ತೆಗೆಯುತ್ತಿದ್ದೆ. ಯಾಕೆ ಜಗಳಾಡುತ್ತಿದ್ದೆ ಎಂದು ನನಗೇ ಅರ್ಥವಾಗುತ್ತಿರಲಿಲ್ಲ. ಮೊದಲೆಲ್ಲಾ ಶಾಲೆಗೆ ನಾನೇ ಮೊದಲಿಗನಾಗಬೇಕೆಂಬ ಹಠ ಇತ್ತು. ಮೂರು ಜನ ಅದಕ್ಕಾಗಿ ಸ್ಪರ್ಧೆ ನಡೆಸುತ್ತಿದ್ದೆವು. ಆದರೆ ಈಗ ಓದಬೇಕೆಂಬ ಉತ್ಸಾಹವೇ ಬತ್ತಿಹೋಗಿತ್ತು. ಪಾಠ ಕೇಳಬೇಕೆಂಬ ಮನಸ್ಸು ಕೂಡಾ ಇರಲಿಲ್ಲ. ಏನಾದರೊಂದು ಕಾರಣಕ್ಕೆ ಟೀಚರ್ರೂ ಏಟು ಕೊಡುತ್ತಿದ್ದರು. ದಡ್ಡ ಹುಡುಗರ ಸಾಲಿನಲ್ಲಿ ನಾನೂ ಒಬ್ಬನಾದೆ. ಮೊದಲೆಲ್ಲಾ ಗರಿಗರಿಯಾದ ನೂರರ ಮೂರು ನಾಲ್ಕು ನೋಟುಗಳನ್ನು ಜೇಬಿನಲ್ಲಿಟ್ಟು ಹೋಗುತ್ತಿದ್ದ ಅಮ್ಮ ಈಗ ಹತ್ತು ರುಪಾಯಿ ಸಹಾ ಕೊಡುವುದಿಲ್ಲ. ಮೂರು ಸಲ ಹಾಸ್ಟೆಲ್ಲಿಗೆ ಬಂದಾಗಲೂ ನಾನಾಗಿ ಬಾಯಿ ಬಿಟ್ಟು ಕೇಳಿದ್ದೆ. "ಮಮ್ಮೀ ನಂಗೊಂದು ನೂರು ರುಪಾಯಿಯಾದ್ರೂ ಕೊಡು" ಎಂದು.

"ನಿಂಗೆ ಹಣ ಕೊಡೋದಿಲ್ಲ. ಏನು ಬೇಕು ಹೇಳು. ನಾನೇ ತೆಕ್ಕೊಡ್ತೀನಿ" ಎನ್ನತೊಡಗಿದಳು. ಮಾತ್ರೆ ತಿನ್ನಲು ಹಣ ಬೇಕು ಎಂದರೆ ಕೊಡುವುದಿಲ್ಲ ಎಂದು ಗೊತ್ತಿತ್ತು.

107

ಬೇರೇನೂ ಹೇಳಲು ತೋಚುತ್ತಿರಲಿಲ್ಲ. ಹಾಗಾಗಿ ಕೆಲವೊಮ್ಮೆ ನಿಜವಾಗಿ ಏನಾದರೂ ಬೇಕಾದರೂ ಸಹ ಹಣ ಕೈಯಲ್ಲಿ ಇಲ್ಲದಂತಾಗಿ ತುಂಬ ಕಷ್ಟವಾಗುತ್ತಿತ್ತು. ಅಮ್ಮ ಮತ್ತು ಅಪ್ಪನ ಹತ್ತಿರ ಅಷ್ಟೊಂದು ಹಣವಿದ್ದರೂ ನನಗೆ ಮಾತ್ರ ಕೇಳಿದರೂ ಕೊಡುವುದಿಲ್ಲ! 'ಎಲ್ಲರೂ ಬೇಕೆಂದೇ ನನಗೆ ತೊಂದರೆ ಕೊಡಬೇಕೆಂದೇ ಹೀಗೆ ಮಾಡುತ್ತಿದ್ದಾರೆ' ಎನಿಸತೊಡಗಿತು.

ಈಗಿನ ನನ್ನ ಶಾಲೆಗೂ ಹಾಸ್ಟೆಲ್ಲಿಗೂ ಹೆಚ್ಚಿಗೆ ದೂರವಿಲ್ಲ. ಹಾಗಾಗಿ ನಡೆದುಕೊಂಡೇ ಹೋಗುತ್ತಿದ್ದೆ. ಮಧ್ಯದಲ್ಲಿ ಒಂದು ದೊಡ್ಡ ಹೋಟೆಲ್. ಅಲ್ಲಿರುವ ತಿಂಡಿಗಳನ್ನು ನೋಡುವಾಗ ಆಸೆಯಾಗುತ್ತಿತ್ತು. ಹಣ ಕೊಡದ ಅಮ್ಮನ ಮೇಲೆ ತುಂಬ ಕೋಪ ಬರುತ್ತಿತ್ತು. ಎಲ್ಲಾ ತಂದೆ ತಾಯಿಯರೂ ಮಕ್ಕಳಿಗೆ ಹಣ ಕೊಡುತ್ತಾರೆ. ಮೊದಲೆಲ್ಲಾ ಕೈತುಂಬ ಹಣ ಕೊಡುತ್ತಿದ್ದ ಅಮ್ಮ, ಅಪ್ಪ ಈಗ ಮಾತ್ರ ಕೊಡುತ್ತಿಲ್ಲ ಎಂದು ಸಂಕಟವಾಗುತ್ತಿತ್ತು. ಒಂದು ದಿನ ಶಾಲೆ ಬಿಟ್ಟ ನಂತರ ನಡೆದುಕೊಂಡು ಹಾಸ್ಟೆಲ್ಲಿಗೆ ಹೋಗುತ್ತಿದ್ದೆ. ಧಿಢೀನೆ ಎದುರಿಗೆ ಅಪ್ಪನ ಕೆಂಪು ಕಾರು! ತಕ್ಷಣ ಅವರು ನನಗೆ ನೂರರ ನೋಟುಗಳನ್ನು ಕೊಡುತ್ತಿದ್ದುದು ನೆನಪಾಯಿತು. ನಾನ್ಯಾಕೆ ಅವರ ಹತ್ತಿರ ಹಣ ಕೇಳಬಾರದು? ಅವರು ನನ್ನ ಅಪ್ಪ ತಾನೇ? ಎಲ್ಲಾ ಮಕ್ಕಳೂ ಅವರವರ ಅಪ್ಪಂದಿರ ಹತ್ತಿರವೇ ಹಣ ಕೇಳುವುದು! ಸರಿ, ಅವರ ಕಾರಿನ ಪಕ್ಕದಲ್ಲಿಯೇ ಅವರನ್ನು ಕಾಯುತ್ತಾ ಹಾಗೇ ನಿಂತುಕೊಂಡೆ. ಸ್ವಲ್ಪ ಹೊತ್ತಿನಲ್ಲಿ ಅಪ್ಪ, ಆಂಟಿ ಮತ್ತು ಶೀತಲ್ ಬರುವುದು ಕಾಣಿಸಿತು. ಶೀತಲ್ ತುಂಬಾ ಖುಷಿಯಿಂದ ಅಪ್ಪನ ಕೈ ಹಿಡಿದುಕೊಂಡು ನಡೆದು ಬರುತ್ತಿದ್ದಳು. ನಾನೂ ಹಾಗೇ ಬರುತ್ತಿದ್ದುದು ನೆನಪಾಗಿ ಹೊಟ್ಟೆಯೊಳಗೆ ಕೆಟ್ಟ ಸಂಕಟವಾಗತೊಡಗಿತು.

ಅವರು ಹತ್ತಿರ ಬರುತ್ತಿದ್ದಂತೆ ನಾನೇ "ಡ್ಯಾಡೀ" ಎಂದೆ ಜೋರಾಗಿ. ತಿರುಗಿ ನೋಡಿದ ಅವರು "ಓ. ನೀನಿಲ್ಲಿದೀಯಾ? ಹೇಗಿದೀಯಾ?" ಎಂದರು. ಅವರ ಮುಖದಲ್ಲಿ ಕೋಪ ಇಲ್ಲದ್ದು ಕಂಡು ಧೈರ್ಯ ಬಂತು.

"ಹೇಗೋ ಇದೀನಿ" ಎಂದೆ ಮುಖ ಸಪ್ಪಗೆ ಮಾಡಿಕೊಂಡು.

"ಈಗ ಯಾವ ಶಾಲೆಗೆ ಸೇರಿದೀಯಾ?" ಎಂದರು ಮುಖ ನೋಡಿ.

ಹೇಳಿದೆ. "ಸರಿ" ಎಂದು ಹೊರಟೇ ಬಿಟ್ಟರು.

ತಕ್ಷಣ ಹೇಳಿದೆ "ಡ್ಯಾಡಿ, ನಂಗೆ ಸ್ವಲ್ಪ ಹಣ ಬೇಕಾಗಿತ್ತು".

ಒಂದು ಕ್ಷಣ ನನ್ನ ಮುಖವನ್ನೇ ನೋಡಿ "ಯಾಕೆ?" ಎಂದರು.

"ಇಲ್ಲಿ ಹಾಸ್ಟೆಲ್ಲು ಫೀ ಬಾಕಿ ಇದೆ. ದಿನಾ ಕೇಳ್ತಾರೆ" ಎಂದು ಬಿಟ್ಟೆ ಬೇರೇನೂ ತೋಚದೆ.

"ಓ. ಈಗ ನಿಂಗೆ ಹಾಸ್ಟೆಲ್ಲೂ ಬೇರೆ ಅಲ್ವಾ? ಹೇಗಿದೆ ಹಾಸ್ಟೆಲ್ಲೂ? ಹಣ ನಿನ್ನ ಮಮ್ಮಿ ಕೊಡ್ತಾ ಇಲ್ವಾ?" ಎಂದರು.

"ಇಲ್ಲ, ಸರಿಯಾಗಿ ಕೊಡ್ತಾ ಇಲ್ಲ, ಮಮ್ಮಿ ನಂಗೆ ಹಣ ಕೊಡೋದು ಅಂಕಲ್ಲಿಗೆ ಇಷ್ಟ ಇಲ್ಲ" ಎಂದೆ. ಹಾಗೆ ಹೇಳಿದರೆ ಅವರು ಖಂಡಿತಾ ನನಗೆ ಹಣ ಕೊಡಬಹುದು ಎನಿಸಿತು. ನನ್ನ ಊಹೆಯೂ ಸುಳ್ಳಾಗಲಿಲ್ಲ.

"ಹ್ಲಾಂ, ಸರಿ, ಸರಿ, ಎಷ್ಟು ಬೇಕು?" ಎನ್ನುತ್ತಾ ನೂರರ ಮೂವತ್ತು ನೋಟುಗಳನ್ನು ಎಣಿಸಿ ಕೊಟ್ಟರು. "ಸಾಕಾ" ಎಂದರು. ಖುಷಿಯಿಂದ ತಲೆಯಾಡಿಸಿ ಹಣ ಜೇಬಿಗಿರಿಸಿದೆ.

ಕೊಟ್ಟು ಕಾರಿನ ಕಡೆಗೆ ಹೊರಟವರು ಮತ್ತೆ ತಿರುಗಿ ಬಂದು "ನೋಡು, ಮೊದಲು ಹಾಸ್ಟೆಲ್ ಫೀಸ್ ಕಟ್ಟು. ಹಣ ಸಾಲದೆ ಬಂದ್ರೆ ಸಂಕೋಚ ಮಾಡ್ಕೋಬೇಡ. ಈ ನಂಬರಿಗೆ ಫೋನ್ ಮಾಡು, ನಾನೇ ಬಂದು ಹಣ ಕೊಡ್ತೀನಿ" ಎಂದರು.

"ಸರಿ ಡ್ಯಾಡಿ" ಎಂದೆ. ಆಂಟಿ ಮತ್ತು ಶೀತಲ್‌ಳನ್ನು ಕರೆದುಕೊಂಡು ಕಾರೊಳಗೆ ಕುಳಿತರು.

ಅವರು ಯಾವ ಕಡೆ ಹೋದರು ಎಂದು ಕೂಡಾ ಚಿಂತಿಸಲಿಲ್ಲ.

ಈಗ ನನ್ನ ಮನಸ್ಸು ಲೆಕ್ಕ ಹಾಕುತ್ತಿದ್ದುದು ಒಂದೇ "ಮಾತ್ರೆ ತೆಗೆದುಕೊಳ್ಳಲು ಅಂಗಡಿ ಅಂಕಲ್ ಇರುವಲ್ಲಿಗೆ ಇಲ್ಲಿಂದ ಎಷ್ಟು ದೂರ ಆಗಬಹುದು? ಹೋಗುವುದು ಹೇಗೆ? ಈಗ ಅವರಿರುತ್ತಾರೋ ಇಲ್ಲವೋ'.

●●●

ಹಣಕ್ಕೆ ದಾರಿ ಸಿಕ್ಕಿತ್ತು. ಎರಡೋ ಮೂರೋ ತಿಂಗಳಿಗೊಮ್ಮೆ ಅಪ್ಪನಿಗೆ ಫೋನ್ ಮಾಡಿದರೆ ಅವರೇ ಬರುತ್ತಿದ್ದರು. ಸಾವಿರ, ಎರಡು ಸಾವಿರ ಹಣ ಕೊಟ್ಟು ಹೊಗುತ್ತಿದ್ದರು. ಬೇರೆ ಯಾವುದಕ್ಕೂ ಹಣ ಖರ್ಚು ಮಾಡುತ್ತಿರಲಿಲ್ಲ. ಒಮ್ಮೆ ಹಣ ಖಾಲಿ ಆದರೆ ಮತ್ತೆ ಮಾತ್ರೆಗೆ ಹಣ ಹೊಂದಿಸುವುದು ಎಷ್ಟು ಕಷ್ಟ ಎನ್ನುವುದು ಈಗಾಗಲೇ ಅನುಭವವಾಗಿತ್ತು. ಅಪ್ಪ ಹಣ ಕೊಟ್ಟದ್ದನ್ನು ಅಮ್ಮನಿಗೆ ಹೇಳಬಾರದೆಂಬ ಬಗ್ಗೆ ಎಚ್ಚರಿಕೆ ಇತ್ತು. ಈಗ ದಿನ ಕಳೆಯುವುದು ಕಷ್ಟವಾಗುತ್ತಿರಲಿಲ್ಲ. ಸಂಜೆಯಾಗುತ್ತಿದ್ದಂತೆ ಮಾತ್ರೆ ತಿನ್ನುವ ನೆನಪೇ ಖುಷಿ ಕೊಡುತ್ತದೆ. ಓದುವ ಚಿಂತೆಯಂತೂ ತುಂಬ ದೂರ. ಶಾಲೆಯಲ್ಲಿ ಏಟು ತಿನ್ನುವುದು ಸಾಮಾನ್ಯವಾಗಿತ್ತು. ಒಬ್ಬರು ಮಿಸ್ ಅಂತೂ "ದಡ್ಡ" ಎಂದೇ ಅಡ್ಡ ಹೆಸರಿನಿಂದ ಕರೆಯುತ್ತಾರೆ. ನನಗೇನೂ ಬೇಸರವಿಲ್ಲ. ಆದರೆ ಅಮ್ಮನಿಗೆ ಮಾತ್ರ ಇದರ ಬಗ್ಗೆ ಎಲ್ಲಾ ತುಂಬ ಬೇಸರವಿತ್ತು. ಪ್ರತಿಸಲ ಬಂದಾಗಲೂ ಅಂಕಪಟ್ಟಿ ತೆಗೆದುನೋಡಿ "ಇದ್ಯಾಕೆ, ಇಷ್ಟು ಕಮ್ಮಿ ತೆಗೀತಿದೀಯಾ? ಟ್ಯೂಷನ್ನಿಗೆ ಸೇರು, ನೀನು ಮೊದಲು ಸ್ಕೂಲಿಗೆ ಫರ್ಸ್ಟ್ ಅಥವಾ ಸೆಕೆಂಡ್ ಬರ್ತಿದ್ದೆ, ಈಗೇನಾಗಿದೆ ನಿಂಗೆ?" ಎಂದೂ ಕೇಳುತ್ತಿದ್ದಳು. ಆದರೆ ನಾನು ಟ್ಯೂಷನ್ನಿಗೆ ಹೋಗುವುದನ್ನು ಗಟ್ಟಿಯಾಗಿ ನಿರಾಕರಿಸಿ ಬಿಟ್ಟೆ. ಸಂಜೆ ಟ್ಯೂಷನಿಗೆ ಹೋದರೆ ಮಾತ್ರೆ ತಿನ್ನುವುದು ಹೇಗೆ?

109

ಪರೀಕ್ಷೆ ಹತ್ತಿರ ಬಂತು. ಅದು ಹೇಗೆ ಅಮ್ಮನಿಗೆ ಗೊತ್ತಾಯ್ತು? ಯಾರು ಹೇಳಿದರು? ಎಂದು ತಿಳಿಯಲಿಲ್ಲ. ನಾನು ಪ್ರತಿದಿನ ಎಂಥದ್ದೋ ಮಾತ್ರೆ ತಿನ್ನುತ್ತೇನೆ ಎನ್ನುವುದು ಅವಳಿಗೆ ತಿಳಿದುಬಿಟ್ಟಿತು. ಬಹುಶ: ನಮ್ಮ ಹಾಸ್ಟೆಲ್ಲಿನಲ್ಲಿ ನನ್ನ ಜೊತೆ ಇರುವ ಹುಡುಗನನ್ನೇ ಅಮ್ಮ ನನಗೇ ತಿಳಿಯದಂತೆ ಕೇಳಿ ತಿಳಿದುಕೊಂಡಿರಬೇಕು. ಅವನಿಗೆ ಅದು ಯಾವ ಮಾತ್ರೆ ಎಂದು ಗೊತ್ತಿಲ್ಲದಿದ್ದರೂ ನಾನು ದಿನಾ ಅದನ್ನು ಯಾರಿಗೂ ಕಾಣದಂತೆ ತಿನ್ನುತ್ತೇನೆ ಎನ್ನುವುದು ತಿಳಿದು ಹೋಗಿತ್ತು. ಒಂದು ದಿನ ಸಂಜೆ ಅಮ್ಮ ಸೀದಾ ಹಾಸ್ಟೆಲ್ಲಿಗೆ ಬಂದವಳು ನನ್ನ ಕೋಣೆಗೇ ಬಂದು ಎಲ್ಲವನ್ನೂ ಹುಡುಕತೊಡಗಿದಳು.

"ಏನು ಹುಡುಕ್ತೀಯಾ?" ಎಂದೆ ಅಸಮಾಧಾನದಿಂದ.

"ಪುನ: ಮಾತ್ರೆ ತಿಂತಾ ಇದೀಯೇನೋ ಅಂತ ಅನುಮಾನದಿಂದ ಹುಡುಕ್ತಾ ಇದೀನಿ" ಎಂದಳು.

"ನಾನ್ಯಾವ ಮಾತ್ರೇನೂ ತಿಂತಾ ಇಲ್ಲ. ಮಾತ್ರೆ ತನ್ನೋದಕ್ಕೆ ಹಣ ಬೇಡ್ವಾ? ಅಲ್ಲೇನೂ ಇಲ್ಲ" ಎನ್ನುತ್ತಾ ಅಡ್ಡ ನಿಲ್ಲಲು ಪ್ರಯತ್ನಿಸಿದೆ. ಅಮ್ಮನಿಗೆ ಮತ್ತೂ ಅನುಮಾನವಾಯಿತು. ಸೂಟ್‌ಕೇಸಿನೊಳಗೆ ಆಗ ತಾನೇ ಒಂದು ತಿಂಗಳಿಗಾಗುವಷ್ಟು ತಂದಿಟ್ಟ ಮೂವತ್ತು ಮಾತ್ರೆಗಳು ಅಮ್ಮನ ಕೈಗೆ ಸಿಕ್ಕಿ ಬಿಟ್ಟವು.

ಅಮ್ಮನ ಮುಖ ಪೂರ್ತಿ ಬಿಳಿಚಿಹೋಯಿತು. "ಸತ್ಯ ಹೇಳು? ಇದಕ್ಕೆಲ್ಲಾ ಹಣ ಯಾರು ಕೊಟ್ರು? ಪುನ: ಹಣ ಎಲ್ಲಿಂದ ಕದ್ದೆ?" ಎಂದಳು ನನ್ನನ್ನೇ ನೋಡುತ್ತಾ.

"ಎಲ್ಲೂ ಕದೀಲಿಲ್ಲ, ಡ್ಯಾಡಿ ಹಣ ಕೊಟ್ರು" ಎಂದು ಹೇಳುವಾ ಎಂದುಕೊಂಡೆ. ಆದರೆ ಅಮ್ಮ ಮತ್ತೆ ಹಣ ಸಿಗದ ಹಾಗೆ ಮಾಡುವುದು ಖಚಿತ ಎನಿಸಿ "ಒಂದು ದಿನ ದಾರೀಲಿ ಬರ್ತಾ ಇರುವಾಗ ಸ್ವಲ್ಪ ಹಣ ಬಿದ್ದು ಸಿಕ್ತು. ಅದ್ರಲ್ಲಿ ತಂದಿಟ್ಟೆ. ಯಾವಾಗ್ಲೂ ತಿನ್ನೋದಿಲ್ಲ. ನಿನ್ನ ಮತ್ತೆ ಡ್ಯಾಡಿ ನೆನಪಾದಾಗ ಮಾತ್ರ ತಿಂತೀನಿ" ಅಮ್ಮನಿಗೆ ಅನುಕಂಪ ಬರಲಿ ಎಂದು ಹೇಳಿದೆ. ಈಗ ಸುಳ್ಳು ಹೇಳಲು ಮೊದಲಿನಷ್ಟು ಕಷ್ಟವಾಗುವುದಿಲ್ಲ.

"ಸುಳ್ಳು ಹೇಳ್ಬೇಡ. ಸತ್ಯ ಹೇಳು. ನೀನು ದಿನಾ ತಿಂತಾ ಇದೀಯ. ಇಲ್ಲದೇ ಇದ್ರೆ ಇಷ್ಟು ಕಮ್ಮಿ ಮಾರ್ಕ್ಸ್ ತಗೋತಿರ್ಲಿಲ್ಲ. ನಂಗೇ ತಿಳೀದ ಹಾಗೆ ಏನೋ ನಡೀತಿದೆ. ಹಣ ಬಿದ್ದು ಸಿಕ್ತು ಅಂದರೆ ನಾನು ನಂಬೋದಿಲ್ಲ. ನಿಂಗೆ ಹಣ ಯಾರು ಕೊಡ್ತಾರೆ ಹೇಳು? ಸತ್ಯ ಹೇಳದೆ ಹೋದರೆ ಈಗಲೇ ಪೋಲೀಸಿಗೆ ತಿಳಿಸ್ತೀನಿ. ಅವರೇ ಬಂದು ಬಾಯಿ ಬಿಡಿಸ್ತಾರೆ" ಎಂದಳು ಅಮ್ಮ. ಅವಳಿಗೆ ಉದ್ವೇಗ, ಕೋಪ ಬಂದಿದ್ದು ಸ್ಪಷ್ಟವಾಗಿ ತಿಳಿಯಿತು. ನಾನು ಮಾತಾಡದೇ ನಿಂತೆ. ಅಮ್ಮ ನನ್ನನ್ನು ಪೋಲೀಸಿಗೆ ಹಿಡಿದುಕೊಡುವುದಿಲ್ಲ ಎನ್ನುವುದು ನನಗೆ ಗೊತ್ತು!

"ಇದನ್ನು ಎಲ್ಲಿಂದ ತರ್ತಿಯಾ? ಪುನ: ಅದೇ ಅಂಗಡಿಯಿಂದ ತಾನೇ? ತಾಳು, ನೀನೇ ಹೇಳದೆ ಇದ್ರೆ ನಾನೇ ಪೋಲೀಸಿಗೆ ಹೇಳಿ ಅವನ ಬಾಯಿಂದಲೇ ಹೇಳಿಸ್ತೀನಿ" ಎಂದಳು ಅಮ್ಮ.

ಈಗ ನನಗೆ ದಿಗಿಲಾಯಿತು. ಸತ್ಯ ಹೇಳಿದೆ. "ಡ್ಯಾಡಿ ಕೊಟ್ರು ಹಣ"

"ನೀನಾಗಿ ಕೇಳಿದ್ಯೋ? ಅವರಾಗಿ ಕೊಟ್ರೋ?" ಅಮ್ಮನಿಗೆ ಭಯಂಕರವಾದ ಕೋಪ ಬಂದಿದ್ದುದು ಅರ್ಥವಾಗುವಂತೆಯೇ ಇತ್ತು.

"ಅವರಾಗಿ ಕೊಟ್ರು"

ಅಮ್ಮ ಮಾತಾಡದೆ ಹಣ ಎಲ್ಲಿದೆ ಎಂದು ಹುಡುಕತೊಡಗಿದಳು. ಅಲ್ಲಿ ನಿಜಕ್ಕೂ ಹಣ ಇರಲಿಲ್ಲ. ಇದ್ದರೂ ಕಳೆದ ಸಲ ಆದ ಅನುಭವದಿಂದ ಹಣ ಸಿಕ್ಕಿದ ತಕ್ಷಣ ಮರೆಯದೆ ಅದನ್ನು ಅಂಗಡಿ ಅಂಕಲ್ ಕೈಗೆ ಕೊಟ್ಟು ಬಂದಿರುತ್ತಿದ್ದೆ. ಎಲ್ಲವನ್ನೂ ಬಿಡದೆ ಅವಳು ಹುಡುಕುವಾಗ ಮನಸ್ಸಿನೊಳಗೆ ನಗುವೂ ಬರತೊಡಗಿತು. ನಿರಾಶಳಾದ ಅಮ್ಮ ಮಾತ್ರೆಗಳನ್ನು ಪರ್ಸಿನಲ್ಲಿಟ್ಟುಕೊಂಡಳು.

"ಇದೇ ಕೊನೆ. ಇನ್ನೊಂದ್ಸಲ ನಂಗೆ ಗೊತ್ತಾದ್ರೆ ಸೀಳಿ ಬಡ್ತೀನಿ; ಹುಶಾರ್, ನಾಳೆ ಪರೀಕ್ಷೆ ಇದೆ ನಿಂಗೆ ಅಂತ ಸುಮ್ಮನಾಗಿದೀನಿ. ಇಲ್ಲದೇ ಇದ್ರೆ ನಿಂಗೆ ಚೆನ್ನಾಗಿ ಬುದ್ಧಿ ಕಲಿಸ್ತಾ ಇದ್ದೆ" ಎಂದವಳೇ ಅಮ್ಮ ತಿರುಗಿಯೂ ನೋಡದೆ ನಡೆದಳು.

ತಂದಿಟ್ಟ ಮಾತ್ರೆಯನ್ನು ತೆಗೆದುಕೊಂಡು ಹೋಗುವಾಗ ಕೈಗೆ ಬಂದ ತುತ್ತು ಬಾಯಿಗಿಲ್ಲದೆ ಹತಾಶೆಯಿಂದ ನೋಡತೊಡಗಿದೆ.

●●●

ಎರಡು ಪರೀಕ್ಷೆಗೆ ಹೋದಾಗಲೇ ಅನಿಸಿತು ಈ ಸಲವೂ ನಾನು ಪಾಸಾಗುವುದಿಲ್ಲ! ಮತ್ತೇಕೆ ಉಳಿದ ಪರೀಕ್ಷೆಗಳಿಗೆ ಹೋಗಬೇಕು? ಎನಿಸಿತು. ಮಾತ್ರೆ ಇಲ್ಲದೆ ಏನನ್ನೋ ಕಳೆದುಕೊಂಡ ಸಂಕಟ ಹೇಳತೀರದ್ದಾಗಿತ್ತು. ಇದೆಲ್ಲಾ ಆಗಿದ್ದು ಅಮ್ಮನ ದೆಸೆಯಿಂದ! ಅವಳಂತೂ ಅದಕ್ಕೆಲ್ಲಾ ಹಣ ಕೊಡುವುದಿಲ್ಲ. ಅಪ್ಪ ಕೊಟ್ಟರೆ ಇವಳಿಗೇನು ಕಷ್ಟ? ಎಂದು ಅಮ್ಮನ ಮೇಲೆ ಇನ್ನಿಲ್ಲದಷ್ಟು ಕೋಪವೂ ಬರತೊಡಗಿತು. ಶಾಲೆಯ ದಿಕ್ಕಿಗೇ ತಲೆ ಹಾಕದೆ ಪಾರ್ಕಿನಲ್ಲಿ ಮಲಗಿ ನಿದ್ರೆ ಮಾಡಿ ಬರತೊಡಗಿದೆ. ಮಾತ್ರೆ ಇಲ್ಲದೆ ಜ್ವರ ಬಂದ ಹಾಗೆ ಆಗುತ್ತಿತ್ತು. ಯಾಕೋ ಅಪ್ಪ ಈ ಸಲ ಬಾರದೆ ಹಣವೂ ಖಾಲಿಯಾಗಿತ್ತು. ಯಾರಲ್ಲಿ ಹಣ ಕೇಳಲಿ, ಎಂದು ತಿಳಿಯುತ್ತಿರಲಿಲ್ಲ. ಕೊನೆಯ ಪರೀಕ್ಷೆ ದಿನ ಪರೀಕ್ಷೆಗೆ ಹೋಗದೆ ಸೀದಾ ಅಂಗಡಿ ಅಂಕಲ್ ಇರುವಲ್ಲಿಗೆ ಹೋದೆ. "ಇವೊತ್ತು ಹಣ ತರೋದಕ್ಕೆ ಮರ್ತು ಹೋಯ್ತು. ಮೂವತ್ತು ಮಾತ್ರೆ ಕೊಟ್ಬಿರಿ" ಎಂದೆ.

"ಮೊನ್ನೆ ತಾನೇ ತಗೊಂಡು ಹೋಗಿದ್ಯಲ್ಲಾ, ಅದೇನಾಯ್ತು?" ಎಂದರು. ಹೌದಲ್ಲ, ಈಗ ಏನು ಹೇಳುವುದು? ಎನಿಸಿ "ಅದನ್ನು ಯಾರೋ ಕದ್ದುಬಿಟ್ರು" ಎಂದೆ.

"ಸುಳ್ಳು ಹೇಳ್ತೀಯಾ? ಅದನ್ನು ನಿಮ್ಮಮ್ಮ ತಗೊಂಡು ಹೋದ್ರು ಅಲ್ವಾ? ಗೊತ್ತಾಯ್ತು ನಂಗೆ, ಇಲ್ಲಿಗೂ ಬಂದು ತುಂಬ ಗಲಾಟೆ ಮಾಡಿದ್ರು. ನಾನೇ ಕೊಟ್ಟಿದ್ದು ಅಂತ ಯಾಕೆ

ಹೇಳಿದ್ದು ನೀನು. ಇನ್ನು ಹಾಗೆ ಹೇಳ್ಬೇಡ. 'ನಾನು ಕೊಟ್ಟೇ ಇಲ್ಲ. ಬೇಕಾದ್ರೆ ಪೋಲೀಸಿಗೆ ಕಂಪ್ಲೇಂಟ್ ಕೊಡಿ' ಅಂತ ನಿನ್ನ ಅಮ್ಮಂಗೆ ದಬಾಯಿಸಿ ಕಳ್ಸಿದೆ" ಎಂದರು. ತಪ್ಪಿತಸ್ಥನಂತೆ ನಿಂತೆ. ಆದರೆ ಅಲ್ಲಿಂದ ಕದಲಲಿಲ್ಲ.

ಸ್ವಲ್ಪ ಹೊತ್ತು ನೋಡಿದ ಅವರು "ನೋಡು, ನೀನು ಯಾವಾಗಲೂ ಬರುವವನು ಅಂತ ಅರ್ಜೆಂಟಿಗೆ ಹತ್ತು ಮಾತ್ರೆ ಕೊಡ್ತೀನಿ. ಇನ್ನೊಂದ್ಸಲ ಬರುವಾಗ ಇದರದ್ದೂ ಸೇರಿಸಿ ಒಟ್ಟಿಗೇ ಹಣ ತರ್ಬೇಕು ಆಯ್ತಾ?" ಎನ್ನುತ್ತಾ ಎಲ್ಲಿಗೋ ಹೋಗಿ ಹತ್ತು ಮಾತ್ರೆಗಳನ್ನು ಕವರಿನಲ್ಲಿಟ್ಟು ಕೊಟ್ಟರು. ತಿರುಗಿಯೂ ನೋಡದೆ ಹಾಸ್ಟೆಲ್ ಕಡೆಗೆ ಓಡತೊಡಗಿದೆ.

ನನ್ನ ಮನಸ್ಸಿನಲ್ಲಿದ್ದುದೊಂದೇ 'ಯಾವಾಗ ಹಾಸ್ಟೆಲ್ಲಿಗೆ ಹೋಗಿ ಮಾತ್ರೆ ತಿಂದು ಮಲಗುವುದು?'

●●●

ಮರುದಿನವೇ ಅಮ್ಮ ಬಂದಳು. "ಇವೊತ್ತಿಂದ ನಿಂಗೆ ರಜ ಅಲ್ವಾ? ಅಂಕಲ್ಲಿಗೆ ಏನೇನೂ ಇಷ್ಟ ಇಲ್ಲದೇ ಇದ್ರೂ ನಿಂಗೆ ಒಬ್ಬನಿಗೇ ಇಲ್ಲಿ ಬೇಜಾರಾಗುತ್ತೆ ಅಂತ ನಿನ್ನ ಮನೆಗೆ ಕರ್ಕೊಂಡು ಹೋಗ್ತಾ ಇದೀನಿ. ಮತ್ತೆ ಅಲ್ಲಿ ಯಾವ ತಕರಾರೂ ತೆಗೀಬೇಡ. ನಂಗೆ ಕಷ್ಟ ಆಗುತ್ತೆ. ಹಣ ಬೇಕಾದ್ರೆ ಯಾಕೆ ಬೇಕು ಅಂತ ನನ್ನ ಕೇಳ್ಬೇಕು. ಬೀರುವಿಗೆ ಕೈ ಹಾಕ್ಬಾರ್ದು. ಹೊರಗಿನವರು ಕದಿಯೋದು ಬೇರೆ. ಮನೆಯವರೇ ಕದಿಯೋದಾದ್ರೆ ಎಲ್ಲಿ ಮುಚ್ಚಿಡೋದು?" ಎಚ್ಚರಿಸಿಯೇ ಅಮ್ಮ ಮನೆಗೆ ಕರೆದುಕೊಂಡು ಹೋದಳು.

ಮನೆಯಲ್ಲಿ ಅಂಕಲ್ ನನ್ನ ಮಾತಾಡಿಸಲೇ ಇಲ್ಲ. ಪಾಪು ನಡೆದಾಡಲು ಶುರು ಮಾಡಿದ್ದ. ಮನೆಯೊಳಗೆಲ್ಲಾ ಓಡಾಡುತ್ತಿದ್ದ. ಅಂಕಲ್ ಬಂದ ತಕ್ಷಣ ಅವನನ್ನು ಎತ್ತಿಕೊಳ್ಳುತ್ತಿದ್ದರು. ಆಗೆಲ್ಲಾ ಅಪ್ಪನ ನೆನಪಾಗುತ್ತದೆ. ನನ್ನನ್ನೂ ಚಿಕ್ಕಂದಿನಲ್ಲಿ ಹಾಗೇ ಎತ್ತಿಕೊಂಡು ಮುದ್ದಾಡುತ್ತಿದ್ದುದು ಎಲ್ಲೋ ಕನಸಿನಲ್ಲೆಂಬಂತೆ ಕಣ್ಣಿಗೆ ಕಟ್ಟುತ್ತದೆ. ಅವನು ಹತ್ತಿರ ಬಂದಾಗ ಅಮ್ಮನೂ ಅವನನ್ನೆತ್ತಿ ತೊಡೆ ಮೇಲೆ ಕೂರಿಸಿ ಮುದ್ದಾಡುತ್ತಿದ್ದಳು. ಆದರೆ ನನ್ನನ್ನು ಎಲ್ಲರೂ ಮಾತಾಡಿಸುವುದೇ ಅಪರೂಪ. ಅಮ್ಮ ಕೂಡ ಅಂಕಲ್ ಇಲ್ಲದಾಗ ಮಾತ್ರ ಬೇಕೋ ಬೇಡವೋ ಎಂಬಂತೆ ಒಂದೆರಡು ಮಾತಾಡುತ್ತಾಳೆ.

ಅಂದು ಅಮ್ಮನಿಗೆ ರಜ. ಮನೆಯಲ್ಲೇ ಇದ್ದಳು. ಮೊದಲೆಲ್ಲಾ ರಾತ್ರಿ ನಾನು ಮಲಗುವುದಕ್ಕೆ ಒಂದು ಗಂಟೆ ಮೊದಲು ಮಾತ್ರೆ ತಿನ್ನುತ್ತಿದ್ದೆ. ತಿನ್ನುವುದು ಅಮ್ಮನಿಗೆ ತಿಳಿಯದಂತೆ ತುಂಬಾ ಎಚ್ಚರಿಕೆ ವಹಿಸಿದ್ದೆ. ಸಾಲ ತಂದ ಹತ್ತು ಮಾತ್ರೆಗಳಲ್ಲಿ ಆರು ಖಾಲಿಯಾಗಿತ್ತು. ಇನ್ನು ನಾಲ್ಕೇ ಇರುವುದು. ಅಷ್ಟು ಮುಗಿದರೆ ಹಣಕ್ಕೇನು ಮಾಡುವುದು? ಎಂಬ ಚಿಂತೆ ಕಾಡಿ ಮಾತ್ರೆ ತೆಗೆದು ಬಾಯಿಗೆ ಹಾಕಬೇಕು. ಅದೆಲ್ಲಿಂದ ನೋಡುತ್ತಿದ್ದಳೋ, ಥಟ್ಟನೆ ಒಳಗೆ ಬಂದು ಕೈ ಹಿಡಿದುಕೊಂಡಳು ಅಮ್ಮ. ಅವಳ ಮುಖ ಕೆಂಪಾಗಿಹೋಗಿತ್ತು. ಸಿಟ್ಟಿನಿಂದ ಕುದಿಯುತ್ತಿದ್ದಳು. "ದರಿದ್ರದವನೇ ಬೇಡಾಂದ್ರೂ ಮತ್ತೆ ಮಾತ್ರೆ ತಗೊಳ್ತೀಯಾ? ಇದಕ್ಕೆಲ್ಲಾ ನಿಂಗೆ ಎಲ್ಲಿಂದ ಬರುತ್ತೆ ಹಣ? ಹೇಳು. ಎಲ್ಲಿಂದ ಕದ್ದೆ?" ಎಂದಳು.

112

"ನಾನು ಕದೀಲಿಲ್ಲ" ಎಂದೆ. ನನಗೇ ತಿಳಿಯದಂತೆ ಸ್ವರ ಸಣ್ಣದಾಯಿತು.

"ಮತ್ತೆ ಯಾರು ಕೊಟ್ರು?" ಗಡುಸಾಗಿತ್ತು ಅಮ್ಮನ ಸ್ವರ.

"ಅಂಗಡಿಯಿಂದ ಸಾಲ ತಂದೆ" ಸಿಕ್ಕಿ ಬಿದ್ದಾಗಿತ್ತು. ನಿಜ ಹೇಳಿದರೇ ವಾಸಿ ಎಂದು ನಿಜ ಹೇಳಿದೆ.

"ನಿಂಗೆ ಸಾಲ ಬೇರೆ ಕೊಡ್ತಾರಾ? ಎಲ್ಲೋ ಹಣ ಕದ್ದು, ಸಾಲ ತಂದೆ ಅಂತ ಸುಳ್ಳು ಬೇರೆ ಹೇಳ್ತೀಯಾ?" ಎಂದವಳೇ ಅಮ್ಮ ಮತ್ತೆ ಹೊಡೆಯತೊಡಗಿದಳು. ಹೊಡೆದೂ ಹೊಡೆದೂ ಸುಸ್ತಾಗಿ "ನಿನ್ನ ತಿದ್ದೋದಕ್ಕೆ ಆಗೋದಿಲ್ಲ ಬಿಡು. ನಿನ್ನ ಹಣೆಬರಹ ಹೇಗಿದೆಯೋ ಹಾಗಾಗುತ್ತೆ. ನಾನಾದ್ರೂ ಏನು ಮಾಡ್ಲೀ" ಎಂದು ಕಣ್ಣೀರಿಡುತ್ತಾ ಅಲ್ಲೇ ಕುಸಿದು ಕುಳಿತಳು. ಅಮ್ಮನನ್ನು ನೋಡುವಾಗ ಪಾಪ ಎನ್ನಿಸಿತು. ಆದರೆ ಅವಳು ಮಾತ್ರೆ ತಿನ್ನಬೇಡ ಎಂದು ಅದಕ್ಕೆ ಅಡ್ಡಿಪಡಿಸುವಾಗ ಮಾತ್ರ ಇನ್ನಿಲ್ಲದ ಕೋಪ ಬರತೊಡಗಿತು. ಯಾರಿಗೂ ನಾನು ಬೇಡ ಎಂದಾದ ಮೇಲೂ ನನಗೆ ಖುಷಿಕೊಡುವ ಮಾತ್ರೆ ತಿಂದರೆ ಇವಳಿಗಾಗುವ ತೊಂದರೆಯಾದರೂ ಏನು? ಎನ್ನುವ ಪ್ರಶ್ನೆಗೆ ಅಮ್ಮ ಉತ್ತರ ಕೊಡುತ್ತಾಳಾ? ಎನ್ನಿಸಿತು. ವಿಶೇಷವೆಂದರೆ ಅಮ್ಮ ನನ್ನ ಕೈಯಲ್ಲಿದ್ದ ಮಾತ್ರೆಯನ್ನು ಕಿತ್ತು ಬಿಸಾಡದಿದ್ದುದು! ಬಹುಶ: ಮರೆತಿರಬೇಕು. ಒಳ್ಳೆಯದೇ ಆಯಿತು, ಎಂದು ಅದನ್ನು ನುಂಗಿದೆ.

ಮರುದಿನ ಬೆಳಗ್ಗೆ ಒಂಭತ್ತು ಕಳೆದಿರಬಹುದು. ಅಂಕಲ್ ಆಚೆ ಹೋಗುತ್ತಿದ್ದಂತೆ ಅಮ್ಮ ಬಂದಳು. "ನಡಿ ಸ್ವಲ್ಪ. ನಿನ್ನ ಅಂಗಡಿ ಅಂಕಲ್ ಇರುವಲ್ಲಿಗೆ ಹೋಗಿ ಬರೋಣ" ಎಂದಳು. ನಾನು ಸುಮ್ಮನೆ ನಿಂತೆ.

"ಕೇಳ್ತಾ ಇದ್ಯಾ, ಬೇಗ ಹೊರಡು. ಹಾಗೇ ಇನ್ನೂ ಎಷ್ಟು ಮಾತ್ರೆ ಉಳ್ದಿದೆ, ಅದನ್ನೂ ಈಚೆ ಕೊಡು" ಎನ್ನುತ್ತಾ ತಾನೇ ಹುಡುಕಿ ಅದನ್ನು ತೆಗೆದು ಪರ್ಸಿನಲ್ಲಿಟ್ಟಳು. ನನ್ನನ್ನು ಅಂಗಡಿ ಅಂಕಲ್ ಇರುವಲ್ಲಿಗೆ ಹೊರಡಿಸಿದಳು.

ಅಮ್ಮನ ಜೊತೆ ನನ್ನನ್ನು ಕಾಣುತ್ತಲೇ ಅಂಗಡಿ ಅಂಕಲ್ ಅಲ್ಲಿಂದ ಎದ್ದು ಹೊರಡಲು ನೋಡಿದರು. ಆದರೆ ಅಮ್ಮ ಬಿಡಲಿಲ್ಲ. "ರೀ, ಸ್ವಲ್ಪ ಇರಿ. ನಿಮ್ಮತ್ರ ಮಾತಾಡ್ಬೇಕು" ಎನ್ನುತ್ತಾ ನನ್ನ ಕೈಹಿಡಿದೇ ಹತ್ತಿರ ಹೋದಳು. ಅವರೆದುರು ನನ್ನನ್ನು ನಿಲ್ಲಿಸಿ ಉಳಿದ ಮಾತ್ರೆಗಳನ್ನು ಪರ್ಸಿನಿಂದ ತೆಗೆಯುತ್ತಾ ಕೇಳಿದಳು "ಹೇಳು. ಈ ಮಾತ್ರೆ ಕೊಟ್ಟಿದ್ದು ಯಾರು?".

"ಯಾವ ಮಾತ್ರೆ ಮೇಡಂ?" ಎಂದರು ಅಂಗಡಿ ಅಂಕಲ್ ಏನೂ ತಿಳಿಯದವರಂತೆ.

"ಹೇಳು. ಈ ಮಾತ್ರೆ ಯಾರು ಕೊಟ್ಟಿದ್ದು?" ಈ ಸಲ ಅಮ್ಮನ ಸ್ವರ ಗಡುಸಾಗಿತ್ತು.

"ಈ ಅಂಕಲ್ಲೇ ಕೊಟ್ಟಿದ್ದು" ಎಂದೆ ಮೆತ್ತಗೆ.

"ನಾನೆಲ್ಲೋ ಕೊಟ್ಟೆ. ಸುಮ್ ಸುಮ್ಮನೆ ಹೇಳ್ತೀಯಾ?" ಅಂಕಲ್ ನನ್ನನ್ನೇ ದುರುಗುಟ್ಟಿ ನೋಡತೊಡಗಿದರು.

"ದರಿದ್ರದವನೇ. ಇಷ್ಟು ಚಿಕ್ಕ ಮಕ್ಕಳಿಗೆ ಡ್ರಗ್ಸ್ ಕೊಟ್ಟು, ಅವರ ಬದುಕನ್ನೇ ಹಾಳು ಮಾಡ್ತೀಯಾ? ನೀನು ಮಾಡುವ ಕೆಲಸಕ್ಕೆ ನಿನ್ನ ಕೊಂದ್ರೂ ಪಾಪ ಇಲ್ಲ" ಎನ್ನುತ್ತಾ ಅಮ್ಮ ಚಪ್ಪಲಿ ಬಿಚ್ಚಿದವಳೇ ಸುತ್ತಮುತ್ತಲಿನ ಜನರೆಲ್ಲಾ ನೋಡುತ್ತಿದ್ದಂತೆ ಅಂಕಲ್ಲಿನ ಮುಖ ಮೂತಿ ನೋಡದೆ ಚಪ್ಪಲಿಯಿಂದಲೇ ಬಾರಿಸತೊಡಗಿದಳು. "ಅವರನ್ಯಾಕೆ ಹೊಡೀತೀಯಾ ಬಿಡಮ್ಮ" ಎಂದರೂ ಕೇಳದೆ ನನ್ನನ್ನು ಅತ್ತ ನೂಕಿದರು. ಅಮ್ಮ ಈ ರೀತಿ ಕೋಪ, ಆವೇಶದಿಂದ ವರ್ತಿಸಿದ್ದನ್ನು ನಾನೆಂದೂ ನೋಡಿರಲಿಲ್ಲ. ನಿಮಿಷದಲ್ಲಿ ಜನ ಸೇರಿದರು. ಎಲ್ಲಿಂದಲೋ ಪೋಲೀಸರೂ ಬಂದರು. ಅಮ್ಮನನ್ನೇ ವಿಚಾರಿಸಿದರು. ಸುತ್ತಲಿದ್ದ ಜನರೂ ವಿವರಿಸಿದರು. ಎಲ್ಲರೂ ನನ್ನನ್ನೇ ನೋಡಿ ಮಾತಾಡಿಕೊಳ್ಳುತ್ತಿದ್ದರು. ಪೋಲೀಸರು ನನ್ನನ್ನೂ ಅಂಗಡಿ ಅಂಕಲ್ ಜೊತೆಗೆ ಕರೆದುಕೊಂಡು ಹೋಗಬಹುದು ಎಂಬ ಭಯದಿಂದ ನೋಡುತ್ತಿದ್ದರೆ "ಒಂದು ಕಂಪ್ಲೇಂಟ್ ಬರ್ಕೊಡಿ ಮೇಡಂ" ಎಂದ ಒಬ್ಬ ಪೋಲೀಸಿನವ. ಅವನನ್ನು ದುರುಗುಟ್ಟಿ ನೋಡಿದ ಅಮ್ಮ "ಕಂಪ್ಲೇಂಟ್ ನಿಮ್ಮ ಸ್ಟೇಷನ್ನಲ್ಲೇ ಬಿದ್ದಿದೆ ಹೋಗಿ ನೋಡ್ಕೊಳ್ಳಿ, ನಿಮ್ಮ ಕೈಯಲ್ಲಿ ಏನೂ ಆಗೋದಿಲ್ಲ ಅಂತಲೇ ಚಪ್ಪಲಿ ತಗೊಂಡು ಬಾರ್ಸಿದ್ದು" ಎಂದು ನುಡಿದು ನನ್ನತ್ತ ತಿರುಗಿ "ನಡಿ ಮನೆಗೆ" ಎಂದು ಕೈ ಹಿಡಿದು ಮನೆಯತ್ತ ಬಿರುಸಿನ ಹೆಜ್ಜೆ ಹಾಕತೊಡಗಿದಳು. ಒಂದೂ ಮಾತಾಡದೆ ಅಮ್ಮನನ್ನು ಹಿಂಬಾಲಿಸಿದೆ.

'ಪಾಪ, ಅಮ್ಮ ಹೊಡೆದ ಹಾಗೆ ಅಂಗಡಿ ಅಂಕಲ್ಲಿಗೆ ಪೋಲೀಸರೂ ಹೊಡೆಯುತ್ತಾರೇನೋ, ಈ ಅಮ್ಮನಿಗೆ ಇದೆಲ್ಲಾ ಯಾಕೆ ಬೇಕಿತ್ತು' ಎನಿಸಿದರೂ ಮೊದಲ ಬಾರಿಗೆ ಅಮ್ಮನನ್ನು ನೋಡುವಾಗ ಹೆದರಿಕೆಯಾಗತೊಡಗಿತು.

'ಅಕಸ್ಮಾತ್ ಪೋಲೀಸರು ಅಂಕಲ್ಲನ್ನು ಬಿಡದಿದ್ದರೆ ಮತ್ತೆ ನನಗೆ ಬೇಕಾದಾಗ ಮಾತ್ರೆ ಕೊಡುವುದು ಯಾರು?' ಎಂಬ ಪ್ರಶ್ನೆ ಮಾತ್ರ ಪ್ರಶ್ನೆಯಾಗಿಯೇ ಉಳಿಯಿತು.

●●●

ರಜದಲ್ಲಿ ಅಮ್ಮ ಮನೆಗೆ ಕರೆದುಕೊಂಡು ಹೋಗಲು ಬರುವ ಮೊದಲು ಶಾಲೆಯಲ್ಲಿ ನನಗೊಂದು ಚಿಕ್ಕ ಕಥೆಪುಸ್ತಕ ಕೊಟ್ಟಿದ್ದರು. ನಮ್ಮ ಕನ್ನಡ ಮಿಸ್ಸೇ ಎಲ್ಲಾ ಮಕ್ಕಳಿಗೆ ಕೊಡುವಾಗ ಓದಲೆಂದು ನನಗೂ ಆ ಪುಸ್ತಕ ಕೊಟ್ಟಿದ್ದು. "ಮಕ್ಕಳೆಲ್ಲಾ ಸಣ್ಣವರಾಗಿರುವಾಗ್ಲೇ ಕಥೆ ಓದುವ ಅಭ್ಯಾಸ ಬೆಳೆಸ್ಕೋಬೇಕು. ನಾನು ಕೊಟ್ಟಿರೋ ಪುಸ್ತಕ ಓದಿ ಅದರಲ್ಲಿರೋ ಯಾವುದಾದ್ರೂ ಒಂದು ಕಥೆ ಕ್ಲಾಸಲ್ಲಿ ಹೇಳ್ಬೇಕು' ಎಂದು ಅವರು ಹೇಳಿದ್ದರು. ನನಗೆ ಯಾರಾದರೂ ಕಥೆ ಹೇಳಿದರೆ ತುಂಬಾ ಖುಷಿಯಿಂದ ಕೇಳುತ್ತಿದ್ದೆ. ಆದರೆ ಓದಿದರೆ ಮಾತ್ರ ಸರಿಯಾಗಿ ಅರ್ಥವೇ ಆಗುತ್ತಿರಲಿಲ್ಲ. ನನಗೆ ಸಿಕ್ಕಿದ ಪುಸ್ತಕ 'ಮಹಾಭಾರತದಲ್ಲಿನ ಸಣ್ಣಕಥೆಗಳು' ಎಂದಾಗಿತ್ತು. ಅಂದು ನೆನಪಾಗಿ ಅಮ್ಮನ ಹತ್ತಿರ ಹೇಳಿಸಿಕೊಳ್ಳಬೇಕು ಎಂದುಕೊಂಡೆ. ಅಂದು ರಜದ ದಿನವಾದ್ದರಿಂದ ಅಮ್ಮ ಮನೆಯಲ್ಲೇ ಯಾವುದೋ ಒಂದು ಇಂಗ್ಲೀಷ್ ಪತ್ರಿಕೆ ಹಿಡಿದು ಕೂತಿದ್ದಳು. "ಮಮ್ಮೀ ಇದ್ರಲ್ಲಿ ಒಂದು ಕಥೆ ನಾನು ಸ್ಕೂಲಲ್ಲಿ ಹೇಳ್ಬೇಕು. ಓದಿ, ಹೇಳ್ಕೊಡ್ತೀಯಾ" ಎಂದೆ.

114

ಅನಾಥ ಹಕ್ಕಿಯ ಕೂಗು

"ಕತೆ ಹೇಳಿಕೊಡೋದೇನು ನೀನೇ ಓದ್ಕೋ" ಎಂದಳು ಅಮ್ಮ.

"ನಂಗೆ ಅರ್ಥ ಆಗೋದಿಲ್ಲ ನೀನೇ ಹೇಳ್ಕೊಡು" ಎಂದೆ.

"ಅಯ್ಯೋ, ನಂಗೆ ಕಥೆ ಹೇಳೋದಕ್ಕೇ ಬರೋದಿಲ್ಲ. ಇಲ್ಲಿ ಕೊಡು ಓದಿಹೇಳ್ತೀನಿ" ಎನ್ನುತ್ತಾ ಅದರಲ್ಲಿರುವ ಒಂದು ಕಥೆಯನ್ನು ಆರಿಸಿ ಓದಿ, ಕೊನೆಗೆ ಅದನ್ನೇ ಹೇಳತೊಡಗಿದಳು. ಅಮ್ಮನಿಗೆ ಕತೆ ಹೇಳಲು ಬರುತ್ತೆ ಎಂದು ಗೊತ್ತಾಗಿದ್ದು ಆಗಲೇ! ಅದು ಭೀಮ ಬಕಾಸುರನನ್ನು ಕೊಂದ ಕತೆ. ಅದರಲ್ಲಿ ಬರುವ ಒಂದು ಬ್ರಾಹ್ಮಣ ದಂಪತಿಗಳ ಪಾತ್ರವನ್ನೂ ವಿವರಿಸತೊಡಗಿದಳು. 'ಮನುಷ್ಯರನ್ನೇ ತಿನ್ನುವ ಬಕಾಸುರ ಊರಿಗೆ ನುಗ್ಗಿ ಎಲ್ಲರನ್ನೂ ತಿನ್ನುತ್ತಿದ್ದ. ಕೈಗೆ ಸಿಕ್ಕಿದವರನ್ನೆಲ್ಲಾ ಕೊಂದು ಎಲ್ಲರಿಗೂ ಹಿಂಸೆ ಕೊಡುತ್ತಿದ್ದ' ಕೇಳುವಾಗ ಕಣ್ಣಿನಲ್ಲಿ ನೀರೇ ಬರತೊಡಗಿತು. 'ಆಗ ಊರವರೆಲ್ಲಾ ಸೇರಿ ಮಾತಾಡಿಕೊಂಡು, ಎಲ್ಲರ ಮನೆಯಿಂದಲೂ ದಿನಕ್ಕೊಬ್ಬ ಮನುಷ್ಯನಂತೆ ಮತ್ತು ಒಂದು ಬಂಡಿ ತುಂಬ ಅನ್ನಾಹಾರಗಳನ್ನೂ ಕೊಡಲು ಅವನನ್ನು ಒಪ್ಪಿಸಿದರಂತೆ' ಕೇಳಿ ಮೈ ಝುಂ ಎಂದಿತು. ರಾಕ್ಷಸನ ಬಾಯಿಗೆ ಆಹಾರವಾಗಲು ಹೋಗುವಾಗ ಅವರಿಗೆಲ್ಲಾ ಎಷ್ಟು ಹೆದರಿಕೆಯಾಗಬಹುದು ಎಂದು ನೆನೆದಾಗ ಆ ರಾಕ್ಷಸನ ಮೇಲೆ ಇನ್ನಿಲ್ಲದ ಕೋಪ ಬರತೊಡಗಿತು. 'ಒಂದು ದಿನ ಮೂರು ಮಕ್ಕಳಿರುವ ಆ ಬಾಹ್ಮಣ ದಂಪತಿಗಳ ಸರದಿ ಬಂತು. ತಮ್ಮ ಮನೆಯಿಂದ ಒಬ್ಬರನ್ನು ಆಹಾರವಾಗಿ ಕಳಿಸಲೇಬೇಕಿತ್ತು. ಯಾರನ್ನು ಕಳಿಸುವುದು? ಎಂಬ ಚಿಂತೆ ಅವರಿಗೆ. 'ನಾನೇ ಹೋಗ್ತೀನಿ' ಎಂದನಂತೆ ಬಾಹ್ಮಣ. "ಅಯ್ಯೋ, ನೀವು ಹೋದ್ರೆ ಸಂಸಾರ ಸಾಕೋದು ಯಾರು? ಬೇಡ ನಾನೇ ಹೋಗ್ತೀನಿ" ಎಂದಳಂತೆ ಹೆಂಡತಿ. "ನೀನು ಹೋದರೆ ಈ ಮಕ್ಕಳಿಗೆ ಅಡಿಗೆ ಮಾಡೋರು ಯಾರು? ಅವರೆಲ್ಲಾ ಅನಾಥರಾಗ್ತಾರೆ" ಎಂದನಂತೆ ಬ್ರಾಹ್ಮಣ. ಹಾಗಾದರೆ ಮಾಡುವುದೇನು? ಮೂರು ಮಕ್ಕಳಲ್ಲೇ ಒಬ್ಬರನ್ನು ಕಳಿಸಬೇಕಷ್ಟೆ ಎಂದು ತೀರ್ಮಾನ ಮಾಡಿದರಂತೆ. "ಯಾರನ್ನು ಕಳಿಸೋದು?" ಎಂದನಂತೆ ಬ್ರಾಹ್ಮಣ. ತಕ್ಷಣ ಕೊನೆಯವನನ್ನು ತಬ್ಬಿಕೊಂಡ ಅವನ ಹೆಂಡತಿ "ಇವ್ನನ್ನ ಕಳಿಸೋದು ಬೇಡ, ಇವನು ಚಿಕ್ಕವನು. ನನ್ನ ಮುದ್ದಿನ ಮಗ" ಎಂದಳಂತೆ. "ಹಿರಿಯವನು ನನ್ನ ಮುದ್ದಿನ ಮಗ, ನಾಳೆ ಸಂಸಾರದ ಜವಾಬ್ದಾರಿ ಹೊರುವವನು. ಅವನೂ ಬೇಡ" ಎಂದು ಅವನ ಕೈ ಹಿಡಿದುಕೊಂಡನಂತೆ ಅವನಪ್ಪ. ಉಳಿದದ್ದು ತಂದೆ ತಾಯಿಯರಿಗೆ ಬೇಡವಾದ ಮಧ್ಯದವನು. ಪಾಪ, ಇತ್ತ ತಂದೆಗೂ ಬೇಡ, ಅತ್ತ ತಾಯಿಗೂ ಬೇಡ ಎಂದಾದಾಗ ಆಚೀಚೆ ನೋಡಿದ ಆ ಹುಡುಗ ಅಳತೊಡಗಿದನಂತೆ. "ನನ್ನನ್ನೇ ರಾಕ್ಷಸನ ಬಾಯಿಗೆ ಹೋಗು ಅಂತೀರಾ? ನಿಮ್ಮಿಬ್ಬರಿಗೂ ಬೇಡ ಅಂತ ಆದ ಮೇಲೆ ನಾನು ಬದುಕಿಯಾದರೂ ಏನು ಪ್ರಯೋಜನ? ನಾನೇ ಹೋಗಿ ಆ ರಾಕ್ಷಸನಿಗೆ ಆಹಾರವಾಗ್ತೀನಿ. ಅಪ್ಪ ಅಮ್ಮನಿಗೆ ಬೇಡವಾದ ಮಕ್ಕಳು ಬದುಕಿರ್ಬಾರ್ದು" ಎಂದು ದು:ಖದಿಂದ ನುಡಿದನಂತೆ ಮಧ್ಯದವನು. ಪಾಪ, ಅವನಿಗೆ ಎಷ್ಟು ಹೆದರಿಕೆ, ದು:ಖ, ಸಂಕಟ, ಆಯ್ತೋ ಏನೋ' ಅಮ್ಮ ಪುಸ್ತಕವನ್ನು ಮುಖದೆದುರು ಇಟ್ಟುಕೊಂಡು ಕತೆ ಹೇಳುತ್ತಿದ್ದರೆ ನನಗೆ ಮನೆ, ಶಾಲೆ, ಅಮ್ಮ, ಭೀಮ, ರಾಕ್ಷಸ, ಪಾಂಡವರು ಎಲ್ಲವೂ ಮರೆತುಹೋಯಿತು. ಅಪ್ಪ ಅಮ್ಮ ಆ ಕಡೆ ಈ ಕಡೆ ಒಬ್ಬೊಬ್ಬ ಮಗನನ್ನು "ಇವನು ನನಗೆ, ಇವನು ನನಗೆ" ಎಂದು

ಎಳೆದು ತಬ್ಬಿಕೊಳ್ಳುವುದೂ, ಮಧ್ಯದವನು ತನ್ನ ಪ್ರೀತಿಯ ಅಪ್ಪ ಅಮ್ಮನನ್ನು ನೋಡುತ್ತಾ, "ಅಪ್ಪ ಅಮ್ಮನಿಗೆ ಬೇಡವಾದ ನಾನು ಬದುಕಿದ್ದೂ ಏನು ಪ್ರಯೋಜನ, ಅದಕ್ಕಿಂತ ನಾನು ಸಾಯುವುದೇ ಒಳ್ಳೆಯದು, ನಾನೊಬ್ಬ ಅನಾಥ, ನಾನೊಬ್ಬ ಪೂರ್ ಬಾಯ್, ನಾನು ಯಾರಿಗೂ ಬೇಡ. ಅಪ್ಪನಿಗೂ ಬೇಡ, ಅಮ್ಮನಿಗೂ ಬೇಡ. ನಾನು ಸಾಯೋದೇ ಒಳ್ಳೇದು" ಎಂದು ದು:ಖ ಸಂಕಟಗಳಿಂದ ಹೇಳಿದ್ದನ್ನೇ ಹೇಳುತ್ತಾ ಅಳುವ ದೃಶ್ಯವೊಂದೇ ಕಣ್ಣೆದುರು ಕಟ್ಟಿದಂತಾಗಿ ಅವನ ದು:ಖ, ಸಂಕಟವೇ ಮನಸ್ಸಿಗೆ ತಟ್ಟಿ ಅಮ್ಮ ಎದುರಿಗೇ ಇರುವುದನ್ನೂ ಮರೆತು ಬಿಕ್ಕಳಿಸತೊಡಗಿದೆ.

"ಆಕಾಶ್, ಆಕಾಶ್, ಯಾಕೆ ಕಥೆ ಕೇಳ್ತಾ ಇಲ್ವಾ? ಅಳ್ತಾ ಇದೀಯಾ? ಯಾಕೆ? ಏನಾಯ್ತು?" ಎಂದು ಅಮ್ಮ ಆಶ್ಚರ್ಯದಿಂದ ಕೇಳಿದಾಗಲೇ ಎಚ್ಚರವಾಗಿದ್ದು.

"ಆ ಹುಡುಗನೂ ನನ್ನ ಹಾಗೆ ಅಪ್ಪ ಅಮ್ಮ ಇಬ್ರಿಗೂ ಬೇಡದ ಪೂರ್ ಬಾಯ್ ಅಲ್ವಾಮ್ಮಾ? ಅದಕ್ಕೇ ಅವನ್ನ ಇಬ್ರೂ ಸೇರಿ ರಾಕ್ಷಸನ ಬಾಯಿಗೆ ಆಹಾರವಾಗಿ ಕಳಿಸಿದ್ರು ಅಲ್ವಾ?" ಎಂದೆ. ನನಗೇ ತಿಳಿಯದಂತೆ ನನ್ನ ಗಂಟಲುಕಟ್ಟಿ ಮಾತು ತಡೆತಡೆದು ಬರುತ್ತಿತ್ತು.

ಪುಸ್ತಕ ನೋಡುತ್ತಾ ಖುಷಿಯಿಂದ ಕಥೆ ಹೇಳುತ್ತಿದ್ದ ಅಮ್ಮನ ಕೈಯಿಂದ ಪುಸ್ತಕ ಜಾರಿ ಕೆಳಗೆ ಬಿತ್ತು!

●●●

ಮಾತ್ರೆಯ ಹಗರಣದ ವಿಷಯ ಅಮ್ಮ ಅಂಕಲ್ಲಿಗೆ ಹೇಳಿ ಅವರೂ ಅಮ್ಮನಿಗಿಂತ ಜಾಸ್ತಿ ಹೊಡೆಯಬಹುದು ಎಂದು ಭಾವಿಸಿದ್ದೆ. ಆದರೆ ಅಮ್ಮ ಅವರಿಗೆ ಹೇಳಲೇ ಇಲ್ಲ ಎಂದು ಕಾಣುತ್ತದೆ. ಅಂಕಲ್ ಕೂಡ ಆ ವಿಷಯ ಕೇಳಲಿಲ್ಲ, ಹೊಡೆಯಲೂ ಇಲ್ಲ! ಒಂದು ದಿನ ಅಂಕಲ್ ಆಚೆ ಹೋಗುತ್ತಿದ್ದಂತೆ ಅಮ್ಮ ಹೇಳಿದಳು "ನಡಿ. ಒಂದ್ಸಲ ನಿನ್ನ ಡ್ಯಾಡಿ ಹತ್ರ ಹೋಗಿ ಬರೋಣ"

ನನಗೆ ಆಶ್ಚರ್ಯ, ಸಂತೋಷ, ಗಾಬರಿ ಎಲ್ಲವೂ ಒಟ್ಟಿಗೇ ಆಯಿತು. ಅಪ್ಪ, ಅಮ್ಮ ಬೇರೆ ಬೇರೆ ವಾಸ ಮಾಡತೊಡಗಿದ ಮೇಲೆ ಅಮ್ಮ ಮೊದಲ ಬಾರಿ ಅಪ್ಪನ ಮನೆಗೆ ಹೋಗುವ ಮಾತಾಡಿದ್ದಳು! ನಾನು ಅಲ್ಲಿಗೆ ಹೋಗದೆ ಒಂದೂವರೆ ಎರಡು ವರ್ಷಗಳೇ ಆಗಿರಬೇಕು ಎನಿಸಿತು. ಬೇರೇನೂ ಹೇಳದೆ ಕೂಡಲೇ ಹೊರಟೆ. ಅಮ್ಮ ಅಪ್ಪನ ಹತ್ತಿರ ಏನು ಹೇಳಬಹುದು? ನನ್ನ ವಿಷಯ ಹೇಳಬಹುದಾ? ಅಥವಾ ಪುನಃ ನಾವೆಲ್ಲಾ ಒಟ್ಟಿಗೇ ಇರುವ ಮಾತಾಡಬಹುದಾ? ಒಂದೂ ಗೊತ್ತಿಲ್ಲ. ನಿಜಕ್ಕೂ ಹಾಗಾದರೆ ಎಷ್ಟು ಚೆನ್ನಾಗಿತ್ತು?

ಮನೆ ತಲುಪಿದಾಗ ಅಪ್ಪ ಮನೆಯಲ್ಲೇ ಇದ್ದರು. "ಬನ್ನಿ" ಎಂದರು ಗಂಭೀರವಾಗಿ. ಆಂಟಿ ಒಳಗಿನಿಂದಲೇ ಮುಖ ತೋರಿಸಿ ಒಂದೂ ಮಾತಾಡದೆ ಪುನಃ ಒಳಗೆ ನಡೆದರು. ಅಪ್ಪನೇ "ಏನೋ ಹ್ಯಾಗಿದೀಯಾ?" ಎಂದು ನನ್ನ ಕೇಳಿ ಅಮ್ಮನಿಗೆ ಕೂರಲು ಕುರ್ಚಿ ತೋರಿಸಿದರು.

"ಏನೋ ಮಾತಾಡ್ಬೇಕು ಅಂತ ಫೋನ್ ಮಾಡಿದ್ದೆ, ಏನು ವಿಷಯ?" ಒಂದು ನಿಮಿಷ ಬಿಟ್ಟು ಅಪ್ಪನೇ ನೇರವಾಗಿ ಅಮ್ಮನನ್ನು ಕೇಳಿದರು.

"ನೋಡಿ, ಆಕಾಶನ ವಿಷಯ ನಿಮ್ಮ ಹತ್ರ ಮಾತಾಡೋಣ ಅಂತ ಬಂದೆ. ಅವನ ಬಗ್ಗೆ ಕೆಲವು ವಿಷಯ ನಿಮಗೆ ಗೊತ್ತಿರಬಹುದು. ಕೆಲವು ಗೊತ್ತಿಲ್ಲ ಅಂತ ಕಾಣುತ್ತೆ. ಆದರೆ ಜವಾಬ್ದಾರಿ ನಿಮಗೂ ಇದೆ ಅಂದ್ಕೊಳ್ತೀನಿ. ನೀವು ನನ್ನ ಕೇಳದೆ ಅವನ ಕೈಗೆ ಹಣ ಕೊಡೋದು ಯಾಕೆ?" ಎಂದಳು ಅಮ್ಮ ಆಕ್ಷೇಪದ ಧ್ವನಿಯಲ್ಲಿ.

"ಅದೇನು ಈಗ ಈ ಮಾತು? ನಾನು ಮೊದಲೂ ಹಣ ಕೊಡ್ತಿದ್ದೆ. ಮಧ್ಯ ಸ್ವಲ್ಪ ತರ್ಲೆ ಮಾಡಿದ. ಕೊಟ್ಟಿರ್ಲಿಲ್ಲ. ಈಗ ಅವನೇ ಕೇಳಿದ, ಕೊಟ್ಟೆ. ಏನೀಗ? ನಾನು ಹಣ ಕೊಡ್ಬಾರ್ದು ಅಂತಿದ್ಯಾ? ಅವನು ನಂಗೂ ಮಗ. ಅಲ್ಲದೆ ಅವನಿಗೆ ಹಾಸ್ಟೆಲ್ಲಿಗೆ, ಫೀಸಿಗೆ, ಬಟ್ಟೆಗೆ ಎಲ್ಲಾ ತೊಂದರೆ ಆಗಿತ್ತಂತೆ? ನಿನ್ನ ಹಸ್ಬೆಂಡ್ ನಿಂಗೆ ಹಣ ಕೊಡೋದಕ್ಕೆ ಬಿಡ್ತಿಲ್ವಂತೆ?" ನಿಧಾನವಾಗಿಯೇ ಹೇಳಿದರು ಅಪ್ಪ.

"ಯಾರು ಹೇಳಿದ್ದು ನಿಮಗೆ ಹಾಗೆಲ್ಲಾ?" ನನ್ನ ಮುಖವನ್ನೇ ನೋಡುತ್ತಾ ಕೇಳಿದಳು ಅಮ್ಮ.

"ಇವನೇ ಹೇಳಿದ್ದು. ಅವನಾಗಿ ಕೇಳಿದ್ದಕ್ಕೆ ಕೊಟ್ಟೆ" ಎಂದರು ಅಪ್ಪ.

"ನೀವು ಕೊಟ್ಟ ಹಣ ಅವನೇನು ಮಾಡ್ತಿದ್ದ ಗೊತ್ತಾ?"

ಏನು? ಎಂಬಂತೆ ನನ್ನ ಮುಖ ನೋಡಿ ತುಟಿ ಉಬ್ಬಿಸಿದರು ಅಪ್ಪ.

"ನೀವು ಕೊಡ್ತಾ ಇದ್ದ ಹಣದಿಂದ ಅವನು ಡ್ರಗ್ಸ್ ತಗೊಳ್ತಾ ಇದಾನೆ. ಅದು ನಂಗೆ ಗೊತ್ತಿರೋದಕ್ಕೇ ಹಣ ಕೊಟ್ರೆ ಅಡ್ಡದಾರಿ ಹಿಡೀತಾನೆ ಅಂತ ನಾನು ಅವನ ಕೈಗೆ ಹಣ ಕೊಡ್ತಿರ್ಲಿಲ್ಲ. ಹಾಸ್ಟೆಲ್ಲಿಗೆ, ಸ್ಕೂಲ್ ಫೀ ಎಲ್ಲಾ ಮೊದಲೇ ಕಟ್ಟಿ ಆಗಿದೆ. ಬಟ್ಟೆ ಅಗತ್ಯಕ್ಕಿಂತ ಹೆಚ್ಚಾಗಿಯೇ ಇದೆ. ಯಾವುದಕ್ಕೂ ಕಮ್ಮಿ ಮಾಡಿಲ್ಲ ನಾನು. ಬೇಕೂಂತ್ಲೆ ಹಣ ಕೈಗೆ ಕೊಡ್ಲಿಲ್ಲ. ಮೊದಲೇ ಅವನಿಗೆ ಬೇಡದ ಚಟ ಅಂಟಿಕೊಂಡಿದೆ. ಮತ್ತೂ ಹಾಳಾಗೋದು ಬೇಡ ಅಂತ ಅವನ ಕೈಗೆ ಹಣ ಕೊಡ್ತಿಲ್ಲ. ನೀವು ನನಗೆ ತಿಳಿದ ಹಾಗೆ ಹಣ ಕೊಟ್ಟು ಮತ್ತೆ ಅಡ್ಡ ದಾರಿ ಹಿಡಿಯೋ ಹಾಗೆ ಮಾಡಿದ್ರಿ" ಅಸಹನೆಯಿಂದ ಹೇಳಿದಳು ಅಮ್ಮ.

"ಸರಿಯಾಗಿ ನೋಡ್ಕೊಂಡಿದ್ರೆ ಯಾಕೆ ಅಡ್ಡದಾರಿ ಹಿಡೀತಿದ್ದ? ಡ್ರಗ್ಸ್ ತಗೊಳ್ಳೋ ಮಟ್ಟಕ್ಕೆ ಹೋಗುವವರೆಗೆ ನೀನು ಏನು ಮಾಡ್ತಾ ಇದ್ದೆ? ನಾನೇ ನೋಡಿಕೊಳ್ತೀನಿ ಅಂತ ದೊಡ್ಡದಾಗಿ ಹೇಳಿದ್ದೆ?" ತಪ್ಪನ್ನು ಅಮ್ಮನ ಮೇಲೆ ಹೊರಿಸುವ ಯತ್ನ ಮಾಡಿದರು ಅಪ್ಪ.

"ಇನ್ನೊಬ್ಬರ ಮೇಲೆ ತಪ್ಪು ಹೊರಿಸೋ ಮೊದ್ಲು ನೀವು ಮಾಡಿದ್ದು ನೆನಪು ಮಾಡ್ಕೊಳ್ಳಿ. ಅವನು ಡ್ರಗ್ಸ್ ಮಿಶ್ರ ಮಾಡಿದ ಚಾಕೋಲೇಟ್ ತಿಂತಾ ಇದ್ದ ಅಂತ ನಿಮಗೂ ಗೊತ್ತಿತ್ತಲ್ಲಾ? ಮತ್ತೂ ಯಾಕೆ ಕೇಳದೆ ಹಣ ಕೊಡಬೇಕಾಗಿತ್ತೂ? ಅವನೇನು ಮಾಡ್ತಾ ಇದಾನೆ ಅಂತ

ನೋಡೋದಕ್ಕೂ ಬರ್ಲಿಲ್ಲ. ಮಗ ಅನ್ನೋ ಪ್ರೀತಿಯಾದ್ರೂ ಬೇಡ್ವಾ? ಸೈಕಿಯಾಟ್ರಿಸ್ಟ್ ಹತ್ರ ಕರ್ಕೊಂಡು ಹೋಗಿದ್ದೆ. ಅವರೇನು ಹೇಳಿದ್ರು ಗೊತ್ತಾ? ಮೊದಲು ಇವನನ್ನ ತುಂಬ ಪ್ರೀತಿ ಮಾಡ್ತಿದ್ದ ಇವನ ಡ್ಯಾಡಿ ಈಗ ಹಾಗೆ ಮಾಡದೆ ಇರೋದ್ರಿಂದ್ಲೇ ಇವನು ಬೇಡದ ಕೆಲಸಗಳ್ನ ಮಾಡ್ತಾ ಇರೋದು ಅಂತ" ಮುಖ ಕಪ್ಪು ಮಾಡಿಕೊಂಡೇ ಹೇಳಿದಳು ಅಮ್ಮ.

"ಪೂರ್ತಿ ನಂಗೇ ಬಿಟ್ಟಿದ್ರೆ ನಾನೇ ನೋಡ್ಕೋತಿದ್ದೆ. ಇಬ್ರೂ ಯಾಕೆ ಮೂಗು ತೂರ್ಸೋದು ಅಂತ ಸುಮ್ಮನಾದೆ" ಸ್ವಲ್ಪ ಮೆತ್ತಗಾಗಿ ಹೇಳಿದರು ಅಪ್ಪ.

"ಹಾಗಿದ್ರೆ ಸುಮ್ಮನೇ ಇರ್ಬೇಕಾಗಿತ್ತು ಅಲ್ವಾ? ನೀವು ಹಣ ಕೊಡ್ತಾ ಇಲ್ಲ ಅಂತ ನಾನು ನಿಶ್ಚಿಂತೆಯಿಂದ ಇರೋವಾಗ ನನಗೆ ತಿಳೀದ ಹಾಗೆ ಹಣ ಕೊಟ್ಟು ಮತ್ತೆ ಅಡ್ಡದಾರಿ ಹಿಡಿಯೋ ಹಾಗೆ ಯಾಕೆ ಮಾಡ್ಬೇಕು?"

"ಸರಿ, ನಂದೇ ತಪ್ಪು. ಏನಾಗ್ಬೇಕು ಈಗ?" ಮತ್ತೆ ಗಡುಸಾಗಿ ಕೇಳಿದರು ಡ್ಯಾಡಿ.

"ಇನ್ನು ಅವನಿಗೆ ಹಣ ಕೊಡ್ಬೇಡಿ. ಇಲ್ಲ ಪೂರ್ತಿ ಜವಾಬ್ದಾರಿ ನೀವೇ ತಗೊಳ್ಳಿ"

"ಸರಿ. ಹಣ ಕೊಡೋದಿಲ್ಲ. ತುಂಬ ಮಾತು ಕಲ್ತಿದೀಯಾ" ಎಂದು ನುಡಿದು ಮಾತು ಮುಗಿಯಿತು ಎಂಬಂತೆ ನನ್ನ ಕಡೆ ನೋಡಿ ತಲೆ ಕೆಳಗೆ ಹಾಕಿದರು ಅಪ್ಪ.

ಎರಡು ಸಲ ಬಗ್ಗಿ ನೋಡಿ ಹೋದ ಆಂಟಿ ಹೊರಗೇ ಬರಲಿಲ್ಲ. ಅಷ್ಟು ಹೊತ್ತೂ ಅಮ್ಮ ಸೋಫದಲ್ಲೂ ಕೂರದೆ ನಿಂತೇ ಮಾತಾಡಿದ್ದಳು. ನನಗೂ ನಿಂತು ಕಾಲು ನೋಯುತ್ತಿತ್ತು.

"ಬಾ" ಎಂದು ನನ್ನ ಕೈ ಹಿಡಿದು ಹೆಜ್ಜೆ ಹೊರಗಿಟ್ಟಳು ಅಮ್ಮ.

"ಅವಳನ್ನು ಯಾಕೆ ಮನೆಗೆ ಕರೀಬೇಕಾಗಿತ್ತು? ಕರ್ದು ಹೀಗೆ ಅನ್ನಿಸಿಕೊಳ್ಬೇಕಾಗಿತ್ತಾ? ಹಣ ಹೆಚ್ಚಾಗಿದ್ರೆ ಬ್ಯಾಂಕಿರ್ಲಿಲ್ವಾ?" ಎಂದು ಆಂಟಿ ಜೋರಾಗಿ ಹೇಳುವುದನ್ನು ಕೇಳಿ ಒಮ್ಮೆ ತಿರುಗಿ ನೋಡಿದ ಅಮ್ಮ ನನ್ನನ್ನು ದರ ದರ ಎಳೆಯುತ್ತಾ ಬಿರುಸಾಗಿ ನಡೆದಳು.

ಇನ್ನು ಅಪ್ಪನೂ ಹಣ ಕೊಡುವುದಿಲ್ಲ; ಅಮ್ಮನೂ ಕೊಡುವುದಿಲ್ಲ; ಹಾಗಾದರೆ ಮಾತ್ರೇಗೇನು ಮಾಡುವುದು? ಎಂಬ ಯೋಚನೆಯಲ್ಲಿದ್ದ ನನಗೆ ಹೇಗೆ ಮನೆ ತಲುಪಿದೆವು ಎಂದೇ ತಿಳಿಯಲಿಲ್ಲ.

●●●

ಅಮ್ಮನ ದೆಸೆಯಿಂದ ಮತ್ತೆ ನನಗೆ ಹಣ ಸಿಗುವ ದಾರಿ ಬಂದ್ ಆಯಿತು. ಸಂಜೆಯಾಗುತ್ತಿದ್ದಂತೆ ಮಾತ್ರೆಗಳಿಲ್ಲದೆ, ಅದಕ್ಕೆ ತಾನೂ ಹಣ ಕೊಡದೆ, ಅಪ್ಪನಿಗೂ ಕೊಡಲು ಬಿಡದೆ ಅಡ್ಡಿಪಡಿಸಿದ ಅಮ್ಮನ ಮೇಲೆ ಕೋಪವೇ ಬರತೊಡಗಿತು. ಈಗೀಗ ಯಾವಾಗಲೂ ಉರಿಮುಖ ಹೊತ್ತೇ ನನ್ನನ್ನು ನೋಡುವ ಅಮ್ಮನ ಮುಖ ನೋಡಲೂ ಹೆದರಿಕೆ ಆಗುತ್ತಿತ್ತು.

ಪರೀಕ್ಷೆಯ ಫಲಿತಾಂಶ ಬಂತು. ಮತ್ತೆ ನಾನು ಫೈಲ್ ಆಗಿದ್ದೆ. ಅದಕ್ಕಿಂತ ಮುಖ್ಯವಾಗಿ ನಾನು ಪರೀಕ್ಷೆಗೇ ಹೋಗಲಿಲ್ಲ ಎಂಬ ವಿಷಯ ಅಮ್ಮನಿಗೆ ತಿಳಿದದ್ದೇ ಆಗ! ಈಗ ಅಮ್ಮನೂ ಹೊಡೆಯಲು ಅಭ್ಯಾಸ ಮಾಡಿಕೊಂಡಿದ್ದಳು. ಯಾಕೆ ಪರೀಕ್ಷೆಗೆ ಹೋಗಲಿಲ್ಲವೆಂದು ಕೇಳಿ ಚೆನ್ನಾಗಿ ಹೊಡೆದಳು.

"ಹೇಗೂ ನಾನು ಪಾಸಾಗ್ತಿರ್ಲಿಲ್ಲ. ಮತ್ಯಾಕೆ ಹೋಗೋದು ಅಂತ ಹೋಗ್ಲಿಲ್ಲ" ಎಂದೆ. ಅಮ್ಮ ಶಾಲೆಗೆ ಹೋಗಿ ಮರುಪರೀಕ್ಷೆ ಸಾಧ್ಯವಾ? ಎಂದೂ ವಿಚಾರಿಸಿದಳು. "ಬೇಡ. ಮಾಡಿ ಏನೂ ಪ್ರಯೋಜನವಿಲ್ಲ. ಅವನು ತೀರಾ ದಡ್ಡ. ಹೇಳಿದ್ದೊಂದೂ ಅವನಿಗೆ ಅರ್ಥ ಆಗೋದಿಲ್ಲ. ಪಾಠ ಸರಿಯಾಗಿ ಕೇಳೋದೂ ಇಲ್ಲ" ಎಂದರು ಲೇಡಿ ಪ್ರಿನ್ಸಿಪಾಲ್.

"ಇಲ್ಲ ಮೇಡಂ. ನನ್ನ ಮಗ ದಡ್ಡ ಅಲ್ಲ. ಮೊದಲಿದ್ದ ಸ್ಕೂಲಿನಲ್ಲಿ ಮೊದ ಮೊದಲೆಲ್ಲಾ ಅವನೇ ಇಡೀ ಕ್ಲಾಸಿಗೆ ಫಸ್ಟ್ ಬರ್ತಿದ್ದ. ಈಗ ಹೀಗಾಗಿದಾನೆ ಅಷ್ಟೆ" ಎಂದಳು ಅಮ್ಮ. ಅವಳಿಗೆ ಮಗ 'ದಡ್ಡ' ಎನ್ನುವ ಮಾತಿನಿಂದ ಆಘಾತವಾಗಿದ್ದುದು ಅವಳ ದುಗುಡ ಹೊತ್ತ ಮುಖ ನೋಡುವಾಗಲೇ ತಿಳಿಯುತ್ತಿತ್ತು.

"ಅದೇನೋ ನಂಗೊತ್ತಿಲ್ಲ. ನಾನು ಈ ಸ್ಕೂಲಿಗೆ ಬಂದಲ್ಲಿಂದ ಅವನನ್ನ ಗಮನಿಸ್ತಾನೇ ಇದೀನಿ. ಅವನಿಗೆ ಹೇಳಿದ್ದೊಂದೂ ತಲೆಗೆ ಹತ್ತೋದಿಲ್ಲ. ದಡ್ಡಾಂದ್ರೆ ದಡ್ಡ, ಯಾವಾಗ್ಲೂ ಮಂಕಾಗಿರ್ತಾನೆ. ಅವನೊಬ್ಬನೇ ಈ ಸಲ ಫೈಲ್ ಆಗಿದ್ದು. ಇವನಿಂದ ನಮ್ಮ ಶಾಲೆಗೂ ಕೆಟ್ಟ ಹೆಸರು. ಪುನ: ಅದೇ ಕ್ಲಾಸಿಗೆ ಹೋಗಲಿ, ಇಲ್ಲಾಂತಂದ್ರೆ ಬೇರೆ ಸ್ಕೂಲಿಗೆ ಸೇರ್ಸಿ" ಎಂದರು ಪ್ರಿನ್ಸಿಪಾಲ್. ಅಮ್ಮ ನಿರಾಸೆಯಿಂದ ಹಿಂದಿರುಗಬೇಕಾಯಿತು.

"ನೋಡು ಎಂಥಾ ಕೆಲಸ ಮಾಡ್ತಾ ಇದೀಯಾ? ನಿಂಗಾಗಿ ಎಷ್ಟೂಂತ ಮಾಡೋದು ಹೇಳು, ಯಾರಿಗೂ ನಿನ್ನ ಆಗೋದಿಲ್ಲ ಅಂತಾದ್ರೆ ನಾನಾದ್ರೂ ಏನು ಮಾಡ್ಲಿ? ಒಂದು ಕಡೆಯಾದ್ರೂ ಒಳ್ಳೇ ಹೆಸರಿಲ್ಲ ನಿಂಗೆ. ಕೆಲವು ಸಲ ನಿನ್ನ ಬಗ್ಗೆ ಯೋಚನೆ ಮಾಡ್ತಾ ಇದ್ರೆ ರಾತ್ರಿ ನಿದ್ರೇನೇ ಬರೋದಿಲ್ಲ. ಯಾಕೆ ಹೀಗಾಗ್ಬಿಟ್ಟೆ ಹೇಳು" ದಾರಿಯುದ್ದಕ್ಕೂ ಪಿರಿಪಿರಿ ಹೇಳುತ್ತಲೇ ಇದ್ದಳು ಅಮ್ಮ.

ಮಾತ್ರೆಗಳಿಲ್ಲದ ನನ್ನ ಸಂಕಟದ ಬಗ್ಗೆ ಅರ್ಥವೇ ಮಾಡಿಕೊಳ್ಳದ ಅಮ್ಮನ ಮಾತುಗಳಿಗೆ ಬೇಸರವೆನಿಸಿ 'ಅದೆಲ್ಲಾ ನನಗೆ ಹೇಳಿದ್ದೇ ಅಲ್ಲ' ಎಂಬಂತೆ ನನ್ನದೇ ಆದ ಯೋಚನೆಯೊಳಗೆ ಮುಳುಗಿದೆ.

ಅಪ್ಪ ಇನ್ನು ಹಣ ಕೊಡುವುದಿಲ್ಲ; ಕೊಡಲು ಅಮ್ಮ ಬಿಡುವುದೂ ಇಲ್ಲ; ಅಮ್ಮನನ್ನು ಕೇಳಲು ಸಾಧ್ಯವೇ ಇಲ್ಲ; ಬೇರೆಲ್ಲಿ ಸಿಗುತ್ತದೆ ನನಗೆ ಹಣ?

●●●

ಮತ್ತೆ ಹತ್ತು ದಿನ ಕಳೆಯಬೇಕಾದರೆ ಸಾಕು ಸಾಕಾಗಿಹೋಯಿತು. ಮಾತ್ರೆ ಇಲ್ಲದೆ ತುಂಬ ಕಷ್ಟವಾಗುತ್ತಿತ್ತು. ಸಂಜೆಯಾಗುತ್ತಿದ್ದಂತೆ ಎಲ್ಲಿಂದಲಾದರೂ ಒಂದು ಮಾತ್ರೆ

ಸಿಕ್ಕಿದ್ದರೆ ಎಂಬ ಯೋಚನೆಯಾಗುತ್ತಿತ್ತು. ರಾತ್ರಿ ಬಹಳ ಹೊತ್ತಿನವರೆಗೆ ನಿದ್ರೆ ಬರುತ್ತಿರಲಿಲ್ಲ. ಮೊದಲೆಲ್ಲಾ ಕೆಲಸದಿಂದ ಬಂದ ತಕ್ಷಣ ಅಮ್ಮ 'ಹೇಗಿದೀಯಾ? ಏನು ಮಾಡ್ತಾ ಇದೀಯಾ? ಕಾಫಿ ಕುಡಿದ್ಯಾ?' ಎಂದೆಲ್ಲಾ ಕೇಳುತ್ತಿದ್ದವಳು ಈಗ ಹೆಚ್ಚಿಗೆ ಮಾತೇ ಆಡುವುದಿಲ್ಲ. ನನ್ನ ಸಂಕಟವೇನು? ಎಂದು ಕೇಳಲು ಬರಲೇ ಇಲ್ಲ. ಬೆಳಗಿನಿಂದ ರಾತ್ರಿಯವರೆಗೆ ನಾನೊಬ್ಬನೇ ಮನೆಯಲ್ಲಿ ಕುಳಿತು ಮಾಡುವುದಾದರೂ ಏನು? ಟಿ.ವಿ. ನೋಡುತ್ತಿದ್ದೆ, ವೀಡಿಯೋ ಗೇಮ್ ಆಡುತ್ತಿದ್ದೆ. ಎಷ್ಟು ಹೊತ್ತು? ಅದನ್ನೇ ಇಡೀ ದಿನ ಮಾಡಲು ಸಾಧ್ಯವೇ? ಈ ವರ್ಷ ಕ್ರಿಕೆಟ್ ಆಡುವ ಹುಡುಗರು ಈ ಕಡೆ ತಲೆಯೇ ಹಾಕಲಿಲ್ಲ. ಕಳೆದ ವರ್ಷ ನಾವು ನಮ್ಮದೇ ಗ್ರೌಂಡ್ ಎಂದುಕೊಂಡು ಆಡುತ್ತಿದ್ದ ಜಾಗದಲ್ಲಿ ಒಂದು ದೊಡ್ಡ ಕಟ್ಟಡ ಮೇಲೇಳತೊಡಗಿತ್ತು. ಈಗ ಅಲ್ಲಿ ಆಟದ ಮೈದಾನ ಇತ್ತು ಎಂದು ಕೂಡಾ ಊಹಿಸಲು ಸಾಧ್ಯವಿರಲಿಲ್ಲ. ಹಾಗಾಗಿ ನಮಗೆ ಆಡಲು ಜಾಗವಿಲ್ಲ. ಮಾಡುವುದಾದರೂ ಏನು? ನನ್ನ ಸ್ನೇಹಿತರೆಲ್ಲಾ ಅವರವರ ಅಪ್ಪ ಅಮ್ಮನ ಜೊತೆ ಎಲ್ಲೆಲ್ಲಿಗೋ ಹೋಗಿರಬೇಕು. ನನ್ನನ್ನು ಮಾತ್ರ ಕೇಳುವವರೂ ಇಲ್ಲ. ಟೂರ್ ಹೋಗಲಿ, ಸರಿಯಾಗಿ ನನ್ನೊಂದಿಗೆ ಮಾತಾಡಲೂ ಜನವಿಲ್ಲ. ಮೊದಲು ಕೆಲಸದ ಆಂಟಿಯಾದರೂ ನನ್ನೊಂದಿಗೆ ಚೆನ್ನಾಗಿ ಮಾತಾಡುತ್ತಿದ್ದರು. ಈಗ ಅವರೂ ಮಾತಾಡುವುದಿಲ್ಲ. ಪಾಪುವಿನ ಹತ್ತಿರ ನಾನು ಮಾತಾಡಿದರೂ ಅವರಿಗೆ ಇಷ್ಟವಾಗುವುದಿಲ್ಲ. "ನೀನು ಅವನ ಹತ್ತಿರ ಮಾತಾಡಿದ್ರೆ ಯಜಮಾನ್ರು ಬೈತಾರೆ. ಬೇಡ, ನೀನು ಆಡ್ಕೋ ಹೋಗು" ಎಂದು ಗದರುತ್ತಾರೆ. ಎಲ್ಲಿ ಆಡುವುದು? ಯಾರೊಂದಿಗೆ ಆಡುವುದು? ಏನು ಮಾಡಲಿ? ಎಲ್ಲಿಗೆ ಹೋಗಲಿ? ತಿಳಿಯದೆ ಮನೆಯಿಂದ ಆಚೀಚೆ ಅಡ್ಡಾಡುತ್ತಿದ್ದೆ. ಒಮ್ಮೆ ಅಂಗಡಿ ಅಂಕಲ್ ಇರುವಲ್ಲಿಗೂ ಹೋಗಿ ಬಂದೆ. ಅಲ್ಲಿ ಅಂಗಡಿ ಇದ್ದರೂ ಅಂಕಲ್ ಇರಲಿಲ್ಲ. ಕೇಳಿದಾಗ 'ಬೇಕಾದರೆ ಹೇಳು ಸಂಜೆ ಸಿಗ್ತಾರೆ' ಎಂದರು ಅಲ್ಲಿದ್ದ ಆಂಟಿ. ಸಂಜೆ ಹೋಗಬಾರದು ಎಂದೇ ತೀರ್ಮಾನ ಮಾಡಿದ್ದೆ. ಆದರೆ ಸಂಜೆಯಾಗುತ್ತಿದ್ದಂತೆ ತಡೆಯಲಾರದೆ ಹೋದೆ. ಆಂಟಿ ಹೇಳಿದ್ದು ನಿಜವಾಗಿತ್ತು. ಅಂಗಡಿ ಅಂಕಲ್ ಅಂಗಡಿಯಿಂದಾಚೆ ಒಬ್ಬರೇ ನಿಂತಿದ್ದರು. ನನ್ನನ್ನು ಕಂಡಿದ್ದೇ ಬಾ ಎಂದು ಕರೆದರು. "ನೋಡು ನೀನು ಆವೊತ್ತು ದುಡ್ಡೇ ಕೊಡ್ಲಿಲ್ಲ. ಮಾತ್ರೆಗೂ ಬರ್ಲಿಲ್ಲ. ದುಡ್ಡು ತಗೊಂಡು ಬಾ. ಹಣ ತಂದ್ರೆ ಮಾತ್ರ ಇನ್ನು ಮಾತ್ರೆ. ಇಲ್ಲದಿದ್ದರೆ ಇಲ್ಲ" ಎಂದರು. ತಲೆಯಾಡಿಸಿ ಬಂದೆ. 'ಅವನನ್ನು ಪೋಲೀಸಿನವರು ಹಿಡ್ಕೊಂಡು ಹೋಗಿ ಜೈಲಿಗೆ ಹಾಕಿದಾರೆ. ಇನ್ನು ಅವನು ಯಾರಿಗೂ ಡ್ರಗ್ಸ್ ಮಾರೋದಿಲ್ಲ' ಎಂದಿದ್ದಳು ಅಮ್ಮ. ಆದರೆ ಇಲ್ಲಿ ನೋಡಿದರೆ ಅಂಕಲ್ ಮತ್ತೆ ಬಂದಿದ್ದರು. ಹಾಗಾದರೆ ಇಷ್ಟು ಬೇಗ ಅವರು ಜೈಲಿನಿಂದ ಬಂದಿದ್ದು ಹೇಗೆ? ತಿಳಿಯಲಿಲ್ಲ. ಅವರ ಹತ್ತಿರವೇ ಕೇಳುವಾ ಎಂದರೆ ಧೈರ್ಯ ಸಾಲಲಿಲ್ಲ. ಅಮ್ಮನನ್ನೇ ಕೇಳಿದರೆ ಹೇಗೆ ಎನ್ನಿಸಿದರೂ "ನೀನ್ಯಾಕೆ ಅಲ್ಲಿಗೆ ಹೋಗಿದ್ದು" ಎಂದು ತಿರುಗಿ ಕೇಳಿ ಮತ್ತೆ ಹೊಡೆಯಲು ಶುರು ಮಾಡಿದರೆ? ಎಂಬ ಯೋಚನೆಯಾಗಿ ತೆಪ್ಪಗಾದೆ.

ಮನೆಗೆ ಬಂದ ಮೇಲೆ ಹಣಕ್ಕೇನು ಮಾಡುವುದು? ಎಂದು ತುಂಬಾ ಯೋಚಿಸಿದೆ. ಯಾವ ದಾರಿಯೂ ಹೊಳೆಯದಾಯಿತು. ಇದೇ ಯೋಚನೆಯಲ್ಲಿರಬೇಕಾದರೆ ಪಾಪು ನಿದ್ರೆಯಲ್ಲಿ ಎದ್ದು ಅಳತೊಡಗಿದ. ಕೆಲಸದ ಆಂಟಿ ಬಂದು ಎತ್ತಿಕೊಂಡರು. ಹಾಗೆ

ಎತ್ತಿಕೊಳ್ಳುವಾಗ ಅವನ ಕುತ್ತಿಗೆಯಲ್ಲಿದ್ದ ಒಂದೆಳೆ ಚಿನ್ನದ ಚೈನು ಫಳಫಳ ಹೊಳೆದು ನೇತಾಡತೊಡಗಿತು. ಚಿನ್ನಕ್ಕೆ ತುಂಬ ಬೆಲೆ ಇದೆ ಎಂದು ಕೇಳಿದ್ದೆ. ಮಾತ್ರೆ ಇಲ್ಲದೆ ಆಗುವ ಸಂಕಟ ನೆನೆದಾಗ ಆ ಚಿನ್ನದ ಚೈನನ್ನೇ ಅವನ ಕುತ್ತಿಗೆಯಿಂದ ತೆಗೆದು ಅಂಗಡಿ ಅಂಕಲ್ಲಿಗೆ ಕೊಟ್ಟರೇನು ಎಂಬ ಯೋಚನೆಯೊಂದು ಸುಳಿದು ಹೋಯಿತು. ಆದರೆ ಅದಕ್ಕೆಷ್ಟು ಹಣ ಸಿಗುತ್ತದೆ ಎಂದೂ ತಿಳಿಯದು. ಅದನ್ನು ಅಂಗಡಿ ಅಂಕಲ್ಲಿಗೆ ಕೊಟ್ಟು ಅದಕ್ಕೆಷ್ಟು ಮಾತ್ರೆ ಬರುತ್ತದೋ ಅಷ್ಟನ್ನು ನೀವೇ ಕೊಡಿ ಎಂದರೆ? ಅಷ್ಟು ಮನಸ್ಸಿನೊಳಗೆ ಬಂದಿದ್ದೇ ನೀತೀಶನ ಕುತ್ತಿಗೆಯಿಂದ ಚೈನನ್ನು ತೆಗೆಯಲು ನಿರ್ಧಾರ ಮಾಡಿ ಅವಕಾಶಕ್ಕಾಗಿ ಕಾಯತೊಡಗಿದೆ. ಅಂದಿಡೀ ಅವನ ಹಿಂದೆಯೇ ತಿರುಗಿದರೂ ಅದು ಸಾಧ್ಯವಾಗಲಿಲ್ಲ. ಯಾವಾಗ ನೋಡಿದರೂ ಕೆಲಸದ ಆಂಟಿ ಜೊತೆಯಲ್ಲೇ ಇರುತ್ತಿದ್ದರು. ನಾನು ಮಗುವಿನ ಹಿಂದೆ ಹೋಗುವಷ್ಟರಲ್ಲಿ ಅಲ್ಲಿ ಹಾಜರಾಗಿಬಿಡುತ್ತಿದ್ದರು. ಆದರೆ ಮರುದಿನ ಮಧ್ಯಾಹ್ನ ಅವನು ನಿದ್ರೆ ಮಾಡಿದಾಗ ಕೆಲಸದ ಆಂಟಿ ಬಾತ್‌ರೂಮಿಗೆ ಹೋದರು. ಮನೆಯಲ್ಲಿ ಬೇರೆ ಯಾರೂ ಇಲ್ಲ! ಇದಕ್ಕಿಂತ ಒಳ್ಳೆಯ ಸಮಯ ಸಿಗಲಾರದು ಎನಿಸಿತು. ಮಗುವಿನ ಕುತ್ತಿಗೆಯಿಂದ ಮೆತ್ತಗೆ ಚೈನನ್ನು ಜಾರಿಸಿ ಜೇಬಿಗಿಳಿಸಿದೆ. ಮಗುವಿಗೆ ಎಚ್ಚರವಾಗುವ ಮೊದಲೇ "ಆಂಟೀ, ಬೇಜಾರಾಗುತ್ತೆ ಇಲ್ಲಿ, ಹೊರಗೆ ಹೋಗ್ಬರ್‍ತೀನಿ" ಎಂದು ಹೇಳಿ ಮನೆಯಿಂದ ಹೊರಬಿದ್ದೆ.

ಸೀದಾ ಅಂಗಡಿ ಅಂಕಲ್ ಇರುವಲ್ಲಿಗೆ ಧಾವಿಸಿದೆ. ಸಂಜೆಯವರೆಗೆ ಅಲ್ಲೇ ಅಡ್ಡಾಡುತ್ತಾ ಕಾಯಬೇಕಾಯಿತು. ಸಂಜೆ ಅವರು ಬಂದ ತಕ್ಷಣ ಚೈನನ್ನು ಅವರ ಕೈಗಿತ್ತು "ಆವೊತ್ತು ಕೊಡಬೇಕಾಗಿತ್ತಲ್ಲಾ ಹಣ, ಅದನ್ನು ತಗೊಂಡು ಇದ್ರಲ್ಲಿ ಎಷ್ಟು ಉಳಿಯೊತ್ತೋ, ಅಷ್ಟಕ್ಕೆ ಮಾತ್ರೆ ಕೊಡಿ" ಎಂದೆ.

"ಎಲ್ಲಿಂದ ತಂದ್ಯೋ?" ಎಂದರು ಅಂಗಡಿ ಅಂಕಲ್ ಅದನ್ನು ತಿರುಗಿಸಿ ನೋಡುತ್ತಾ. ಅವರ ಕಣ್ಣು ಚಿನ್ನಕ್ಕಿಂತ ಹೆಚ್ಚಿಗೆ ಫಳ ಫಳ ಎಂದು ಹೊಳೆಯತೊಡಗಿತು.

ಅವರು ಅದನ್ನು ತೆಗೆದುಕೊಳ್ಳುತ್ತಾರೋ ಇಲ್ಲವೋ ಎಂದು ಅನುಮಾನದಿಂದಲೇ ಬಂದಿದ್ದೆ "ನಂದೇ ನಮ್ಮ ಡ್ಯಾಡಿ ಕೊಟ್ಟಿದ್ದು" ಎಂದೆ ಖುಷಿಯಾಗಿ.

"ಮತ್ತೆ ನಂಗೆ ಕೊಟ್ಟೆ ಅಂತ ಯಾರ ಹತ್ರನೂ ಹೇಳ್ಬಾರ್ದು. ಚಿನ್ನದ್ದೇ ತಾನೇ?" ಎಂದರು ಆಚೀಚೆ ತಿರುಗಿಸುತ್ತಾ.

"ಹೌದು ಚಿನ್ನದ್ದೇ. ನನ್ನ ಬರ್ತ್‌ಡೇಗೆ ಕೊಟ್ಟಿದ್ದು ಅದು, ಯಾರಿಗೂ ಹೇಳೋದಿಲ್ಲ. ಕಳೆದು ಹೋಯ್ತು ಅಂತ ಹೇಳ್ತೀನಿ" ಎಂದೆ. ಮೊದಲೆಲ್ಲಾ ಒಂದು ಸುಳ್ಳು ಹೇಳಬೇಕಾದರೆ ಗಂಟಲು ಹಿಡಿಯುತ್ತಿತ್ತು. ಏನೋ ತಪ್ಪು ಮಾಡುತ್ತಿದ್ದೇನೆ; ಹೇಳಬಾರದು ಎಂದೆಲ್ಲಾ ಎನಿಸುತ್ತಿತ್ತು. ಆದರೆ ಈಗ ಹಾಗೇನೂ ಆಗದೆ ನನಗೇನೂ ತೊಂದರೆಯಾಗದಿದ್ದರೆ ಯಾವ ಸುಳ್ಳು ಬೇಕಾದರೂ ಹೇಳಲು ತಯಾರಿದ್ದೆ.

"ಇದಕ್ಕೆ ತುಂಬಾ ಮಾತ್ರೆ ಬರುತ್ತೆ ಕಣೋ. ಒಂದೇ ಸಲ ಬೇಡ. ಆಗಾಗ ಬಂದು

ತಗೊಂಡು ಹೋಗು. ಈಗ ಇಷ್ಟು ತಗೋ" ಎಂದು ಎಲ್ಲಿಗೋ ಹೋಗಿ ಮೂವತ್ತು ಮಾತ್ರೆಗಳನ್ನು ಕವರಿನಲ್ಲಿ ಹಾಕಿ ಕೊಟ್ಟರು. "ನಿನ್ನ ಮಮ್ಮಿಗೆ ಕಾಣದ ಹಾಗೆ ಇಟ್ಕೋ, ಕಂಡ್ರೆ ಮತ್ತೆ ನನ್ನ ಹುಡುಕ್ಕೊಂಡು ಬರ್ತ್ತಾರೆ" ಎಂದು ಎರಡೆರಡು ಸಲ ಎಚ್ಚರಿಸಿಯೇ ಕೊಟ್ಟರು.

ಆಗ ಮತ್ತೇನೂ ಯೋಚಿಸದೆ ಅಲ್ಲಿಂದ ಹೊರಟೆ. ಮನೆ ಹತ್ತಿರ ಬರುವಾಗ ಯೋಚನೆ ಶುರುವಾಯಿತು. ಮಾತ್ರೆಗಳನ್ನು ಎಲ್ಲಿಡುವುದು? ಸರ ಕಾಣದೆ ಅಮ್ಮ ಮನೆಯೆಲ್ಲಾ ಹುಡುಕಿ ನಾನೇನಾದರೂ ಸರ ತೆಗೆದೆನೇನೋ ಎಂದು ಕೋಣೆಯೊಳಗೂ ಹುಡುಕಿದರೆ? ಆಗ ಮಾತ್ರೆಗಳು ಅವರ ಕಣ್ಣಿಗೆ ಬಿದ್ದರೆ? ಕಳೆದ ಸಲ ಮಾತ್ರೆಗಳನ್ನು ಬೀರುವಿನಲ್ಲಿಟ್ಟಿದ್ದೆ. ಈ ಸಲ ಅಲ್ಲಿಡಬಾರದು ಎಂದು ಯೋಚಿಸಿ ಜ್ಯಾಮೆಟ್ರಿ ಇನ್ಸ್ಟ್ರುಮೆಂಟ್ ಬಾಕ್ಸಿನಿಂದ ಕಾಂಪಾಸ್ ತೆಗೆದು ಹಾಸಿಗೆಗೆ ತೂತು ಕೊರೆದು ಹಾಸಿಗೆಯ ಒಳಗೆ ಬಚ್ಚಿಟ್ಟೆ. ಕತ್ತಲಾಗುವ ಮೊದಲೇ ಮಾತ್ರೆಯೊಂದನ್ನು ನುಂಗಿ ಖುಷಿಯಿಂದ ಹಿಂದಿ ಹಾಡೊಂದನ್ನು ಹಾಡತೊಡಗಿದೆ.

ಏನೋ ಖುಷಿ, ಎಲ್ಲಿಯೋ ತೇಲಿದ ಅನುಭವ. ಅಮ್ಮ, ಅಪ್ಪ, ಯಾರೂ ಇಲ್ಲದಿದ್ದರೂ ತೊಂದರೆಯಿಲ್ಲ, ಯಾರ ಪ್ರೀತಿ ಇಲ್ಲದಿದ್ದರೂ ಪರವಾಗಿಲ್ಲ, ಮಾತ್ರೆಯ ಮುಂದೆ ಅದ್ಯಾವುದೂ ಬೇಡ ಎನಿಸಿತು.

ಬದುಕಿನ ಅತ್ಯಂತ ಖುಷಿ ಕೊಡುವ ಸಮಯವನ್ನು ಕೋಣೆಯ ಮಂಚದ ಮೇಲೆ ಮಲಗಿ ಸವಿಯತೊಡಗಿದೆ.

●●●

ಮರುದಿನ ಬೆಳಗ್ಗೆ ಅಮ್ಮ ನೀತೀಶನಿಗೆ ಕುಡಿಯಲು ಹಾಲು ಕೊಟ್ಟು, ಅವನು ಹಾಲನ್ನು ಅಂಗಿಯ ಮೇಲೆಲ್ಲಾ ಚೆಲ್ಲಿಕೊಂಡಾಗ "ಎಲ್ಲಾ ಚೆಲ್ಲಿಕೊಂಡ್ಯಾ ಮರೀ?" ಎನ್ನುತ್ತಾ ಬಗ್ಗಿದವಳು ತಕ್ಷಣ ಕೇಳಿದಳು "ಯಶೋದಮ್ಮಾ, ಮಗು ಚೈನ್ ಏನಾಯ್ತು? ತೆಗ್ದಿಟ್ಟಿದೀರಾ?"

ಗಾಬರಿಯಾದ ಕೆಲಸದ ಆಂಟಿ "ಇಲ್ವಲ್ಲಾ, ಮೇಡಂ, ಕಾಣ್ತಾ ಇಲ್ವಾ?" ಎಂದು ತಾನೂ ಬಗ್ಗಿ ನೋಡಿದರು. ಅರ್ಧಗಂಟೆ ಮನೆಯೆಲ್ಲಾ ಹುಡುಕಿದ್ದಾಯ್ತು. ನಾನು ಏನೂ ತಿಳಿಯದವನಂತೆ "ಏನು ಮಮ್ಮೀ, ಏನು ಹುಡುಕ್ತಾ ಇದೀರಿ, ನಾನು ಹುಡುಕಿ ಕೊಡ್ಲಾ?" ಎಂದು ಕೇಳಿ ಟಿ.ವಿ. ನೋಡತೊಡಗಿದೆ. ಅಂಕಲ್ಲೂ ಬಂದರು. ವಿಷಯ ತಿಳಿದು "ಯಾವಾಗ ಕಾಣೆಯಾಯ್ತು? ಎಂದೆಲ್ಲಾ ವಿಚಾರಿಸಿ "ಮನೆಯೊಳಗೆ ಬಂದು ಯಾರು ತೆಗೀತಾರೆ? ಯಾರಾದ್ರೂ ಬಂದಿದ್ರಾ?" ಎಂದೂ ವಿಚಾರಿಸಿದರು. ಇಲ್ಲ ಎಂದಾದಾಗ, ಅಂಕಲ್ ದೃಷ್ಟಿ ನನ್ನತ್ತ ಹೊರಳಿತು. ಅಳುಕಾದರೂ ಧೈರ್ಯ ತಂದುಕೊಂಡೆ. ಹೇಗಿದ್ದರೂ ಸರ ನನ್ನ ಹತ್ತಿರ ಇಲ್ಲ! ನನ್ನ ಕೋಣೆಯೆಲ್ಲಾ ಹುಡುಕಿದರೂ ಅದು ಸಿಗುವುದಿಲ್ಲ!

"ನೀನೇನಾದ್ರೂ ತಗೊಂಡ್ಯಾ?" ಕೇಳೀದರು ಅಂಕಲ್ ಗಡುಸಾಗಿ.

"ನಾನ್ಯಾಕೆ ತಗೊಳ್ಲಿ? ಅದನ್ನು ತಗೊಂಡು ನಾನೇನ್ಮಾಡ್ಲೀ?" ಎಂದೆ.

122

"ಹಣ ಆದ್ರೆ ಸರಿ. ಸರ ತಗೊಂಡು ಅವನೇನ್ಮಾಡ್ತಾನೆ?" ಎಂದಳು ಅಮ್ಮ.

"ನಂಬೋದಕ್ಕಾಗೋದಿಲ್ಲ. ಒಂದು ಸಲ ಕದ್ದು ಅಭ್ಯಾಸ ಆದವರು ಏನೂ ಮಾಡ್ತಾರೆ. ಒಂದ್ಸಲ ಅವನ ಬೀರು ಹುಡುಕಿಬಿಡು" ಎಂದರು ಅಂಕಲ್. ಅಮ್ಮ ಏಳಲಿಲ್ಲ. ಅಂಕಲ್ಲೇ ಎದ್ದು ಕೋಣೆಯನ್ನು ಶೋಧಿಸತೊಡಗಿದಾಗ ಮಾತ್ರ ಹಿಂದೆ ಬಂದು ನಿಂತುಕೊಂಡಳು. ಅಂಕಲ್ ಬೀರುವಿನ ಒಳಗೆಲ್ಲಾ ನೋಡಿ ಪುಸ್ತಕದ ಒಳಗೂ ತಡಕಾಡಿದರು. ಹಾಸಿಗೆಯನ್ನು ಎತ್ತಿ ಮೊಗಚಿದರು. ಹರಿದ ಹಾಸಿಗೆಯ ಎಡೆಯಲ್ಲಿದ್ದ ಮಾತ್ರೆಗಳ ಕವರು ಸಿಕ್ಕಿತೇ ಹೊರತು ಸರ ಸಿಗಲಿಲ್ಲ. "ಇಲ್ಲೆಲ್ಲೂ ಇಲ್ಲ, ಬೇರೆ ಯಾರು ಮನೆಯೊಳಗೆ ಬಂದು ತಗೊಂಡು ಹೋಗ್ತಾರೆ? ಇದ್ಯಾವ ಖಾಯಿಲೆಗೆ ಹೀಗೊಂದು ಮಾತ್ರೆ ತಿಂತಾನೆ? ಏನು ಕಾಯಿಲೆ ಇದೆ ಇವ್ನಿಗೆ?" ಎಂದು ತನಗೆ ತಾನೇ ಹೇಳಿಕೊಂಡು ಸರ ಕಾಣೆಯಾದ ತಲೆಬಿಸಿಯಲ್ಲಿ ಯಶೋದ ಆಂಟಿಯನ್ನು ವಿಚಾರಿಸಲು ನಡೆದರು. ಆದರೆ ಮಾತ್ರೆಗಳ ಕವರನ್ನು ಕೈಗೆ ತೆಗೆದುಕೊಂಡ ಅಮ್ಮನ ಮುಖ ಮಾತ್ರ ಕಪ್ಪು ಕರಕಲಾಗಿ ಹೋಯಿತು.

ಕೋಪ, ಉದ್ವೇಗ, ಸಂಕಟದ ಉರಿ ಮುಖ ಹೊತ್ತ ಅಮ್ಮ, ಆ ಕವರನ್ನೂ ನನ್ನ ಮುಖವನ್ನೂ ನೋಡಿದರೆ, ನಾನು ನೆಲ ನೋಡತೊಡಗಿದೆ.

●●●

ಅದರ ಮರುದಿನ ಅಮ್ಮ ಅರ್ಧ ದಿನ ರಜ ಹಾಕಿ ಬಂದಳು. ಅದೇ ಸಮಯಕ್ಕೆ ಅಂಕಲ್ ಕೂಡ ಕೆಲಸ ಮುಗಿಸಿ ಬಂದಿದ್ದರು. ಸರ ಕಾಣೆಯಾಗಿದ್ದು ನನ್ನ ತಲೆ ಮೇಲೆ ಬರಲಿಲ್ಲ ಎಂದು ನೆಮ್ಮದಿಯಾಗಿದ್ದೆ. ಆದರೆ ಸಂಜೆ ಯಾರೂ ಕೇಳದೇ ಅಮ್ಮನೇ ಅದರ ವಿಷಯ ಎತ್ತಿದಳು. "ನೀವಿನ್ನು ಆ ಸರ ಕಾಣೆಯಾಗಿದೆ ಅಂತ ಹುಡುಕೋದು ಬೇಡ. ಕೆಲಸದವಳ ಮೇಲೆ ಗೂಬೆ ಕೂರಿಸೋದೂ ಬೇಡ. ಅದು ಎಲ್ಲಿ ಹೋಗಿದೆ ಅಂತ ನಂಗೆ ಗೊತ್ತಾಗಿದೆ" ಎಂದಳು ನನ್ನ ಮುಖ ನೋಡಿ.

"ಎಲ್ಲಿದೆ? ಹೇಗೆ ಗೊತ್ತಾಯ್ತು?" ಎಂದರು ಅಂಕಲ್.

"ಸರ ಆಕಾಶ್ ತೆಗ್ದಿದಾನೆ. ಒಂದೋ ಮಾರಿಗಾನೆ. ಇಲ್ಲದೇ ಹೋದರೆ ಆ ದರಿದ್ರ ಡ್ರಗ್ಸ್ ಸಪ್ಲೈ ಮಾಡೋ ಅಂಗಡಿಯವನಿಗೆ ಕೊಟ್ಟಿದಾನೆ, ಅಲ್ವಾ ಆಕಾಶ್" ಎಂದಳು ಅಮ್ಮ ನನ್ನ ನೋಡುತ್ತಾ.

ಮೊದಲ ಬಾರಿಗೆ ಅಂಕಲ್ ಎದುರಿಗೇ ತಪ್ಪನ್ನು ನನ್ನ ಮೇಲೆ ಹೊರಿಸಿದ್ದಳು ಅಮ್ಮ!

ಈಗ ಸರದ ವಿಷಯ ತೆಗೆಯುವ ಅಗತ್ಯ ಏನಿತ್ತು? ಎಂದು ಅವಳ ಮೇಲೆ ಇನ್ನಿಲ್ಲದಷ್ಟು ಕೋಪ ಬಂತು.

"ಏನದು ಡ್ರಗ್ಸ್? ಯಾರವನು?" ಅದರ ಬಗ್ಗೆ ಏನೂ ತಿಳಿಯದ ಅಂಕಲ್ ಕೇಳಿದರು. ಇಷ್ಟು ದಿನ ಅಮ್ಮ ಅದನ್ನು ಅಂಕಲ್ ಬಳಿ ಹೇಳಿಲ್ಲ ಎನ್ನುವುದು ತಿಳಿದಿದ್ದು ಈಗಲೇ.

"ಆಕಾಶನಿಗೆ ಇಷ್ಟು ಚಿಕ್ಕ ವಯಸ್ಸಲ್ಲೇ ಡ್ರಗ್ಸ್ ತಗೊಳೋದಕ್ಕೆ ಅಭ್ಯಾಸ ಮಾಡ್ಸಿದಾನೆ ದರಿದ್ರದವನು. ಅದನ್ನು ಸಪ್ಲೈ ಮಾಡೋದೇ ಅವನ ಕೆಲಸ ಅಂತ ಕಾಣುತ್ತೆ. ಪಕ್ಕದ ಬೀದೀಲಿ ಅಂಗಡಿ ಹಾಕ್ಕೊಂಡಿದ್ದ. ನಾನೇ ಅವನ್ನ ಹಿಡಿದು ಪೋಲೀಸಿಗೆ ಕೊಟ್ಟಿದ್ದೆ. ಆದರೂ ಹೇಗೋ ಅವರಿಗೆ ಲಂಚಕೊಟ್ಟು ವಾಪಾಸು ಬಂದು ಮತ್ತೆ ಬೇರೆ ಕಡೆ ಅಂಗಡಿ ಹಾಕಿ ಅದೇ ಕೆಲಸ ಮುಂದುವರ್ಸಿದಾನೆ. ಬೆಳಗ್ಗೆ ನೀವು ಮಾತ್ರೆ ಕವರ್ ಅಂತ ಕೊಟ್ರಲ್ಲಾ, ಅದು ಮಾತ್ರೆ ಅಲ್ಲ. ಅದರಲ್ಲಿ ಸಣ್ಣ ಪ್ರಮಾಣದ ಡ್ರಗ್ಸ್ ಇದೆ. ಮಕ್ಕಳಿಗೆ ಮೊದಲು ಡ್ರಗ್ಸ್ ಇರುವ ಚಾಕೊಲೇಟ್ ಅಭ್ಯಾಸ ಮಾಡ್ಸಿ ಮತ್ತೆ ಮಾತ್ರೆಗಳ್ನ ಕೊಡ್ತಾನೆ. ಇವನು ಆವೊತ್ತು ಹಣ ಕದ್ದಿದ್ದು ಇದಕ್ಕೇ, ಈಗ ಸರ ಕದ್ದು ಒಂದೋ ಅವನಿಗೆ ಕೊಟ್ಟಿರ್ಬೇಕು. ಇಲ್ಲದೆ ಇದ್ರೆ ಅದನ್ನು ಯಾರಿಗೋ ಮಾರಿ ಹಣ ಮಾಡಿ ಅದರಲ್ಲಿ ಮಾತ್ರೆ ತಂದಿರಬೇಕು" ಕುಳಿತಲ್ಲಿಯೇ ಶಾಂತವಾಗಿ ಕಣ್ಮುಚ್ಚಿ ಹೇಳಿದಳು ಅಮ್ಮ.

ಬೆತ್ತಲಾದಂತೆ ಅನಿಸಿತು. ಅಮ್ಮ ಅಂಕಲ್ ಎದುರು ಈ ವಿಷಯ ಹೇಳುವುದಿಲ್ಲ ಎಂಬ ನನ್ನ ನಂಬಿಕೆ ಸುಳ್ಳಾಯಿತು. ಮಾತಾಡದೆ ತಲೆ ಕೆಳಗೆ ಹಾಕಿ ಕುಳಿತೆ. ಕೆನ್ನೆಗೆ ರಪ್ಪೆಂದು ಬಿದ್ದಾಗಲೇ ಎಚ್ಚರವಾಗಿದ್ದು. ಅಂಕಲ್ ಕಣ್ಣುಗಳಲ್ಲಿ ಕೆಂಡ ಉಗುಳುತ್ತಾ ನಿಂತಿದ್ದರು. "ಹೇಳು. ಯಾವಾಗ ಅದನ್ನೆಲ್ಲ ಅಭ್ಯಾಸ ಮಾಡ್ದೆ? ಅದಕ್ಕೆಲ್ಲಾ ಹಣ ಎಲ್ಲಿತ್ತು? ಸರ ಯಾರಿಗೆ ಮಾರ್ದೆ?" ಉತ್ತರ ಕೊಡದೆ ಕುಳಿತಾಗೆಲ್ಲಾ ಕೆನ್ನೆ ಚುರುಗುಟ್ಟುತ್ತಿತ್ತು. ಮೂಲೆಯಲ್ಲಿದ್ದ ವೆಂಟಿಲೇಟರ್ ತೆಗೆಯುವ ಕೋಲೂ ಬಂತು. ಎಲ್ಲಾ ವಿಷಯವನ್ನೂ ಬಿಡಿಬಿಡಿಯಾಗಿ ಹೇಳುವವರೆಗೂ ಅಂಕಲ್ ಬಿಡಲಿಲ್ಲ. ನನಗೆ ಅವರು ಅಷ್ಟೊಂದು ಹೊಡೆದರೂ ಅವರ ಮೇಲೆ ಕೋಪ ಬರಲಿಲ್ಲ. ಆದರೆ ಅಮ್ಮ ಅವರಿಗೆ ಅದನ್ನೆಲ್ಲಾ ಹೇಳಿ ಅವರು ನನ್ನ ಹೊಡೆಯೋದಕ್ಕೆ ಅವಕಾಶ ಮಾಡಿಕೊಟ್ಟಳಲ್ಲಾ, ಮತ್ತೆ ಈಗ ಅಂಕಲ್ ಹಾಗೊಂದು ಹೊಡೆಯುತ್ತಿರುವಾಗ ಕೂಡಾ ಒಂದೂ ಮಾತಾಡದೆ ಅದನ್ನೇ ನೋಡುತ್ತಾ ಕುಳಿತಿದ್ದಳಲ್ಲಾ, ಅವಳ ಮೇಲೆ ಇನ್ನಿಲ್ಲದಂತೆ ಕೋಪ ಬಂದುಬಿಟ್ಟಿತು.

"ನೀನ್ಯಾಕೆ ಇದನ್ನೆಲ್ಲಾ ಮೊದಲೇ ಹೇಳ್ಲಿಲ್ಲಾ?" ಅಂಕಲ್ ಕೋಪ ಅಮ್ಮನ ಕಡೆ ತಿರುಗಿತು.

"ಹಾಗೇ ಸರಿ ಮಾಡಬಹುದು ಅಂದ್ಕೊಂಡೆ. ಮೊದಲು ಆ ಅಂಗಡಿಯವನ ಮೇಲೆ ಕಂಪ್ಲೇಂಟ್ ಕೊಟ್ಟಿದ್ದೆ. ಮತ್ತೆ ಕಳೆದ ಸಲ ನಾನೇ ಹೋಗಿ ಅವನಿಗೆ ಚಪ್ಪಲಿಸೇವೆ ಮಾಡಿ ಪೋಲೀಸಿಗೊಪ್ಪಿಸಿ ಬಂದಿದ್ದೆ. ಈಗ ಮತ್ತೆ ಅಲ್ಲೇ ಎಲ್ಲೋ ಪಕ್ಕದಲ್ಲಿ ಮಾರ್ತಾನೆ. ಇಂಥಾ ಎಳೇ ಮಕ್ಕಳಿಗೆ ಡ್ರಗ್ಸ್ ಮಾರೋದೂಂತಂದ್ರೆ ಏನು? ಅವರ ಬದುಕೇ ಹಾಳಾಗೋದಿಲ್ವಾ?" ಎಂದಳು ಅಮ್ಮ ಉದ್ವೇಗದಿಂದ.

"ಹಾಗಾದ್ರೆ ಇನ್ನು ಸರದ ಆಸೆ ಬಿಡೋದು ಒಳ್ಳೇದು. ಅವರ ಮೇಲೆ ಕಂಪ್ಲೇಂಟ್ ಕೊಟ್ರೂ ಪ್ರಯೋಜನ ಇಲ್ಲ. ಅದಕ್ಕೆಲ್ಲಾ ದಾಖಲೆ ಇರೋದಿಲ್ಲ. ಅದರ ಹಿಂದೆ ದೊಡ್ಡ ಗ್ಯಾಂಗೇ ಕೆಲಸ ಮಾಡುತ್ತೆ. ಪೋಲೀಸರೂ ಶಾಮೀಲಾಗಿರ್ತಾರೆ. ಅವರ ಸಹವಾಸವೇ ಕಷ್ಟ.

ಮುಖ್ಯ ಇವನಿಗೆ ಬುದ್ಧಿ ಕಲಿಸ್ಬೇಕು ಅಷ್ಟೆ. ಈಗಲೇ ಇಂಥಾ ಕೆಲಸ ಮಾಡೋದೂ ಅಂದ್ರೆ ಹಾಳಾದ ಅಂತಲೇ ಲೆಕ್ಕ. ಇವನ್ನ ಮನೇಲಿಟ್ಕೊಳ್ಳೋದು ಒಳ್ಳೇದಲ್ಲ. ದೂರ ಎಲ್ಲಾದ್ರೂ ರಿಮ್ಯಾಂಡ್‌ಹೋಮಿಗೆ ಸೇರಿಸಿದ್ರೆ ಒಳ್ಳೇದು" ತಾತ್ಸಾರದಿಂದ ಹೇಳಿದರು ಅಂಕಲ್.

ರಿಮ್ಯಾಂಡ್‌ಹೋಮ್ ಎಂದರೇನು? ಅಲ್ಲಿಗೇಕೆ ನನ್ನನ್ನು ಸೇರಿಸಬೇಕು? ತಿಳಿಯಲಿಲ್ಲ. ಈಗ ಅಮ್ಮನ ಬಳಿ ಅದನ್ನೇನಾದರೂ ಕೇಳಿದರೆ ಅಷ್ಟೆ; ಮತ್ತೂ ಒಂದೆರಡು ಬೀಳಬಹುದು ಎನ್ನಿಸಿ ಸುಮ್ಮನಾದೆ. ಅಂಕಲ್ ಹೇಳಿದ್ದಕ್ಕೆ ಏನೂ ಉತ್ತರಿಸದ ಅಮ್ಮ ಎಲ್ಲೋ ನೋಡುತ್ತಾ ಕುಳಿತಳು. ಅವಳ ಕಣ್ಣುಗಳಿಂದ ನಿಧಾನವಾಗಿ ಜಾರಿದ ಹನಿಯೊಂದು ಅವಳ ಕೆನ್ನೆಯ ಮೇಲಿಂದ ಉರುಳುತ್ತಾ ಅವಳು ಹಿಡಿದ ಪುಸ್ತಕದ ಮೇಲೆ ಬಿತ್ತು.

ಆದರೆ ಅದರಿಂದ ನನಗೇನೂ ಅನ್ನಿಸಲೇ ಇಲ್ಲ. ಅವಳು ಇನ್ನೂ ಜೋರಾಗಿ ಅಳಬೇಕು, ಅಳುತ್ತಲೇ ಇರಬೇಕು, ಎನಿಸಿತು.

●●●

ನರ್ಸರಿ ಶಾಲೆ ಬಿಟ್ಟ ಮೇಲೆ ನನ್ನ ಬರ್ತ್‌ಡೇ ಮಾಡಿದ ನೆನಪಿಲ್ಲ. ಅದುವರೆಗೆ ಎರಡು ಸಲ ಮಾಡಿದ ನೆನಪೂ ಇದೆ. ನಂತರ ಅದು ನನಗೂ ಮರೆತೇಹೋಗಿದೆ. ಈಗ ನೀತೀಶನ ಬರ್ತ್‌ಡೇಯನ್ನು ಅದ್ದೂರಿಯಾಗಿ ಮಾಡಬೇಕು ಎಂದು ಅಂಕಲ್ ಹೇಳಿದಾಗ ತಟಕ್ಕನೆ ನನಗೆ ನನ್ನ ಬರ್ತ್‌ಡೇ ನೆನಪಾಯಿತು. ನಿತೀಶನ ಬರ್ತ್‌ಡೇಯ ಹಿಂದಿನ ದಿನವೇ ನನ್ನ ಬರ್ತ್‌ಡೇ! ಯಾಕೆ ಅದೂ ನನಗೆ ನೆನಪಾಗಲಿಲ್ಲ ಎಂದು ಆಶ್ಚರ್ಯವಾಗಿ ತಕ್ಷಣ ಅಮ್ಮನ ಬಳಿಗೆ ಓಡಿದೆ. "ಮಮ್ಮೀ ನನ್ನ ಬರ್ತ್‌ಡೇಯೂ ನಾಳೇನೇ ಮಮ್ಮೀ" ಎಂದೆ. ಅಮ್ಮನ ಮುಖ ಒಮ್ಮೆಲೇ ಮಂಕಾಯಿತು. "ಗೊತ್ತುಂಟು ಪುಟ್ಟಾ, ಆದ್ರೆ ನೀನು ದೊಡ್ಡವನಲ್ವಾ? ನಿತೀಶ್ ಬರ್ತ್‌ಡೇ ಮಾಡಿದ ಹಾಗೆ ನಿನ್ನ ಬರ್ತ್‌ಡೇ ದೊಡ್ಡದಾಗಿ ಮಾಡೋದಿಲ್ಲ, ಅದರ ಬದ್ಲು ನಿಂಗೆ ಹೊಸಾ ಬಟ್ಟೆ ತೆಕ್ಕೊಡ್ತೀನಿ, ನಂದು ಮಾಡ್ತಾ ಇಲ್ಲ ಅಂತ ಬೇಜಾರು ಮಾಡ್ಕೋಬಾರ್ದು ಆಯ್ತಾ?" ಎಂದಳು.

ತಟಕ್ಕನೆ ಸಿಟ್ಟು ಬಂದು ಹೇಳಿದೆ "ಅದ್ಯಾಕೆ ನಂದು ಬರ್ತ್‌ಡೇ ಮಾಡ್ಬಾರ್ದೂ? ನನ್ನ ಬರ್ತ್‌ಡೇನೂ ಮಾಡ್ಬೇಕು"

"ಹಾಗಲ್ಲ ಪುಟ್ಟಾ, ಇಬ್ರುದ್ದೂ ಒಟ್ಟೊಟ್ಟಿಗೇ ಮಾಡೋದು ಕಷ್ಟ ಅಲ್ವಾ? ಅವನು ಸಣ್ಣವ್ನು ಅದಕ್ಕೇ...."

"ಅದೆಲ್ಲಾ ಆಗೋದಿಲ್ಲ, ಮಾಡೋದಾದ್ರೆ ಇಬ್ರುದ್ದೂ ಮಾಡು, ಇಲ್ಲದೆ ಇದ್ರೆ ಮಾಡೋದೇ ಬೇಡ" ಅವಳ ಮಾತು ಪೂರೈಸುವ ಮೊದಲೇ ಹೇಳಿದೆ.

"ನನ್ನ ಮಗನ ಬರ್ತ್‌ಡೇ ಗ್ರ್ಯಾಂಡ್ ಆಗಿ ಮಾಡ್ಬೇಕು ಅಂತ ಅವನ ಡ್ಯಾಡಿ ತೀರ್ಮಾನ ಮಾಡಿದ್ದು" ಉಗುಳು ನುಂಗುತ್ತಾ ಹೇಳಿದಳು ಅಮ್ಮ.

125

"ನನ್ನ ಮಗನ ಬರ್ತ್‌ಡೇ ಮಾಡ್ಬೇಕೂ ಅಂತ ನೀನೂ ಹಠ ಹಿಡಿ" ಸೋಲಲು ಮನಸ್ಸಿಲ್ಲದೆ ಹೇಳಿದೆ.

"ಹಾಗೆಲ್ಲಾ ಸಣ್ಣ ವಿಷಯಕ್ಕೆ ಮಕ್ಕಳು ಜಗಳಾಡಿದ ಹಾಗೆ ನಾವು ಜಗಳಾಡೋದಕ್ಕೆ ಆಗುತ್ತಾ? ನಿಂಗೆ ಬಟ್ಟೆ ಜೊತೆಗೆ ಬೇರೇನಾದ್ರೂ ಆಟದ ಸಾಮಾನು ಗಿಫ್ಟ್ ಕೊಡ್ತೀನಿ, ಹಠ ಹಿಡೀಬೇಡ ಆಯ್ತಾ?" ಎಂದಳು ಸಮಾಧಾನ ಪಡಿಸುವ ಧ್ವನಿಯಲ್ಲಿ.

ಏಕೋ ನನ್ನಲ್ಲೂ ಹಠ ಮೂಡತೊಡಗಿತು. ಅದೇನು? ಅವನ ಬರ್ತ್‌ಡೇ ಮಾಡಬಹುದಂತೆ; ನನ್ನ ಬರ್ತ್‌ಡೇ ಯಾಕೆ ಮಾಡಬಾರದೂ, ಎನ್ನಿಸಿ "ಅದೆಲ್ಲಾ ಬೇಡ, ಮಾಡೋದಾದ್ರೆ ಇಬ್ರುದೂ ಮಾಡು, ಇಲ್ಲದೇ ಇದ್ರೆ ಇಬ್ರುದೂ ಬೇಡ" ಎಂದೆ ಹಠದಿಂದ.

"ಅದೆಲ್ಲಾ ನೀನು ಹೇಳಿದ್ರೆ ಆಗುತ್ತಾ? ಅವನ ಡ್ಯಾಡಿ ಮಾಡೋದು ಅಲ್ವಾ? ಸುಮ್ಮನೆ ಹಠ ಹಿಡೀಬೇಡ" ಎಂದಳು ಅಸಮಾಧಾನದಿಂದ.

ನನಗೆ ಅಮ್ಮನ ಮೇಲೆ ಬಂದ ಕೋಪ ಅಷ್ಟಿಷ್ಟಲ್ಲ, "ಮತ್ಯಾಕೆ ನೀನು ಡ್ಯಾಡಿ ಜೊತೆ ಜಗಳಾಡಿ ಡಿವೋರ್ಸ್ ತಗೊಂಡಿದ್ದೂ? ಯಾಕೆ ಈ ಅಂಕಲ್ಲನ್ನು ಮದುವೆಯಾಗಿದ್ದು? ಅವರು ಹೇಳಿದ ಹಾಗೆ ನೀನ್ಯಾಕೆ ಕೇಳ್ಬೇಕು? ಈಗ ನಾನು ನನ್ನ ಬರ್ತ್‌ಡೇ ಮಾಡ್ಬೇಕಾದ್ರೆ ಯಾರನ್ನ ಕೇಳೋದೂ? ನಂಗೆ ಯಾರೂ ಇಲ್ಲದ ಹಾಗೆ ಯಾಕೆ ಮಾಡ್ಬೇಕಿತ್ತೂ? ಬೇಡಾಂತಂದ್ರೆ ಆಗ್ಲೇ ನನ್ನ ಸಾಯಿಸ್ಬೇಕಾಗಿತ್ತು, ನಿಂಗೆ, ಡ್ಯಾಡಿಗೆ ಇಬ್ರಿಗೂ ನಾನು ಬೇಕಿಲ್ಲ, ಇನ್ಯಾರಿದಾರೆ ನಂಗೆ? ನಾನು ಮನೆಬಿಟ್ಟು ಹೋಗ್ತೀನಿ, ಎಲ್ಲಾದ್ರೂ ಹಾಳಾಗಿ ಹೋಗ್ತೀನಿ, ನಮ್ಮ ಶಾಲೆಗೆ ಹೋಗೋ ದಾರಿಲಿರೋ ಬ್ರಿಡ್ಜ್ ಮೇಲಿಂದ ಹಾರಿ ಸತ್ತೇ ಹೋಗ್ತೀನಿ" ಹೇಳುತ್ತಾ ನನಗೆ ನಿಜಕ್ಕೂ ಕೋಪ, ದುಃಖ, ಸಂಕಟ ಎಲ್ಲವೂ ಬರತೊಡಗಿತು.

"ಹಾಗಲ್ಲ ಪುಟ್ಟಾ" ಎಂದು ಅಮ್ಮ ಹೇಳುತ್ತಿದ್ದಂತೆ "ಏನು ಹಾಗಲ್ಲ ಪುಟ್ಟಾ, ಯಾವಾಗ್ಲೂ ಏನಾದ್ರೂ ಒಂದು ಕಾರಣ ಹೇಳಿ ನಂಗೆ ಬೇಕಾದ ಹಾಗೆ ಯಾರೂ ಮಾಡೋದಿಲ್ಲ. ಮಾಡ್ತೀರಾ, ನಂದೂ ಬರ್ತ್‌ಡೇ ಮಾಡಿ, ಇಲ್ಲಾಂತಂದ್ರೆ ಹಾಳಾಗ್ಹೋಗಿ" ನಾನೇನು ಹೇಳುತ್ತಿದ್ದೇನೆ ಎಂದೇ ತಿಳಿಯದೆ ಹೇಳತೊಡಗಿದೆ.

"ನೀನು ಹಾಗೆಲ್ಲಾ ಹಠ ಮಾಡೋದಕ್ಕೇ ಮತ್ತೆ ನಿಂಗೆ ಬೇಕಾದ್ದು ಸಿಗೋದಿಲ್ಲ" ಅಮ್ಮ ಹೇಳುತ್ತಿದ್ದಂತೆ ನನಗೆ ಎಲ್ಲಿಲ್ಲದ ಕೋಪ, ಆವೇಶ ಬರತೊಡಗಿತು.

"ಹಠ ಮಾಡ್ದೇ ಇದ್ರೆ ನಂಗೆ ಬೇಕಾದ್ದೆಲ್ಲ ಕೊಡ್ತಿದ್ರಾ? ನಂಗೆ ಮಮ್ಮಿ ಡ್ಯಾಡಿ ಇಬ್ರೂ ಇಲ್ಲದ ಹಾಗೆ ಹಠ ಮಾಡಿದ್ದು ನಾನಾ? ಹಾಸ್ಟೆಲ್ಲಿಗೆ ಹಾಕಿ ಅಂತ ನಾನು ಹಠ ಮಾಡಿದ್ನಾ? ನೀವಿಬ್ರೂ ನನ್ನ ಪಾಲಿಗೆ ಇಲ್ಲದ ಹಾಗಾಗ್ಲಿ ಅಂತ ನಾನೇ ಹಠ ಹಿಡ್ದಿದ್ನಾ?" ನನ್ನ ಕೋಪ, ಆವೇಶ ಏರತೊಡಗಿತು.

"ನೋಡು ಸುಮ್ಮನಿದೀನಿ ಅಂತ ಬಾಯಿಗೆ ಬಂದ ಹಾಗೆ ಮಾತಾಡ್ಬೇಡ, ಹೇಳಿದ ಹಾಗೆ ಕೇಳು ಅಷ್ಟೇ; ನನ್ನನ್ನೂ ಸ್ವಲ್ಪ ಅರ್ಥ ಮಾಡ್ಕೋ" ಅಮ್ಮ ಹೇಳುತ್ತಿದ್ದಂತೆ ನನ್ನ ಆವೇಶ

ಮತ್ತೂ ಏರತೊಡಗಿತು. ಅಮ್ಮ ಹೀಗೆ ಹೇಳೀ ಹೇಳೀ ನನಗೆ ಏನೂ ಇಲ್ಲದ ಹಾಗೆ ಮಾಡಿದಳು ಎನಿಸತೊಡಗಿತು. "ಎಲ್ಲಾ ನಿನ್ನಿಂದ್ಲೇ" ಎನ್ನುತ್ತಾ ಅಮ್ಮನಿಗೆ ಗುದ್ದತೊಡಗಿದೆ.

"ಹೊಡೀ, ಬೇರೆಲ್ಲಾ ಆಯ್ತು, ಅದೊಂದು ಬಾಕಿ ಇತ್ತು. ಅದನ್ನೂ ಮಾಡು" ಎಂದ ಅಮ್ಮ ಸುಮ್ಮನೆ ಹೊಡೆಸಿಕೊಳ್ಳತೊಡಗಿದಳು. ಈಗ ನನಗೆ ಬಂದ ಕೋಪ ಎಷ್ಟೆಂದರೆ ಅಂದು ಶೀತಲ್ ಮತ್ತೆ ತನುಶ್ರೀಯ ತಮ್ಮನಿಗೆ ಹೊಡೆದಿದ್ದೆನಲ್ಲಾ ಅದೇ ಕೋಪ, ಆವೇಶ ಬರತೊಡಗಿತು. ಕೈಯಲ್ಲಿ ಹೊಡೆಯುವುದು ಏನೇನೂ ಸಾಲದು ಎನ್ನಿಸಿ, ಅಂದು ಅಂಕಲ್ ವೆಂಟಿಲೇಟರ್ ಮೇಲೆ ಕೆಳಗೆ ಮಾಡುವ ಕೋಲಲ್ಲಿ ಹೊಡೆದಿದ್ದರಲ್ಲಾ, ಅದೇ ಕೋಲನ್ನು ತೆಗೆದುಕೊಂಡು ಅಮ್ಮನಿಗೆ ಬಾರಿಸತೊಡಗಿದೆ. ಆದರೆ ಅಮ್ಮ ಒಂದೇ ಒಂದು ಮಾತಾಡದೆ ನನ್ನ ಕೈಯಿಂದ ಕೋಲನ್ನೂ ಕಿತ್ತುಕೊಳ್ಳದೆ ಹೊಡೆತ ತಿನ್ನತೊಡಗಿದಳು. ಅವಳು ಹಾಗೆ ಸುಮ್ಮನೆ ಇದ್ದಷ್ಟೂ ನನ್ನ ಆವೇಶ ಹೆಚ್ಚತೊಡಗಿ ಮತ್ತೂ ಜೋರಾಗಿ ಹೊಡೆಯತೊಡಗಿದೆ. ಕೈ ಸೋಲುತ್ತಾ ಬಂದು ಇನ್ನೇನು ಕೋಲನ್ನು ಬಿಸಾಡಬೇಕು ಎನ್ನುವಷ್ಟರಲ್ಲಿ ಅಂಕಲ್ ಒಳಗೆ ಬಂದಿದ್ದರು!

"ಏಯ್, ರ್‍ಯಾಸ್ಕಲ್, ಏನು ಮಾಡ್ತಾ ಇದೀಯಾ?" ಎನ್ನುತ್ತಾ ನನ್ನ ಕೈಯಲ್ಲಿದ್ದ ಕೋಲನ್ನು ಕಿತ್ತು ನನಗೇ ತಿರುಗಿ ಬಾರಿಸುತ್ತಾ "ನಿಂಗೇನಾಗಿದೆ ಇವನ ಕೈಯಿಂದ ಏಟು ತಿಂತಾ ಸುಮ್ಮನಿದೀಯಲ್ಲಾ? ನಾಲ್ಕು ಬಾರಿಸಿ ಬುದ್ಧಿ ಕಲಿಸಬಾರ್‍ದಾ?" ಎಂದು ಅಂಕಲ್ ಅಮ್ಮನಿಗೆ ಅನ್ನುತ್ತಿದ್ದರೆ "ಹೊಡೀಲಿ ಬಿಡಿ, ಅವ್ನಿಗೆ ಎಷ್ಟು ಹೊಡೀಬೇಕೂಂತ ಆಸೆ ಇದ್ಯೋ ಅಷ್ಟೂ ಹೊಡೀಲಿ, ನಾನು ಮಾಡಿದ ತಪ್ಪಿಗೆ ಪ್ರಾಯಶ್ಚಿತ್ತ ಆಯ್ತು ಅಂತ ತಿಳ್ಕೋತೀನಿ, ಕೊಡಿ ಅವನಿಗೆ ಕೋಲು; ಅವನ ಸಂಕಟ ನಿಮಗೂ ಅರ್ಥ ಆಗೋದಿಲ್ಲ" ಎಂದಳು ಅಮ್ಮ ಹಲ್ಲುಕಚ್ಚಿ.

ನನ್ನ ಆವೇಶ ಒಮ್ಮೆಗೇ ಇಳಿದುಹೋಯಿತು. ಅಮ್ಮನ ಕೈಗೆ ಬಿದ್ದ ಏಟಿನಿಂದ ಬಳೆಗಳು ಒಡೆದುಹೋಗಿದ್ದವು. ಬಳೆ ಚುಚ್ಚಿ ಆದ ಗಾಯದಿಂದ ರಕ್ತ ಸುರಿಯತೊಡಗಿತ್ತು. ಏನು ಮಾಡಲೂ ತೋಚದೆ "ಮಮ್ಮೀ ರಕ್ತ" ಎನ್ನುತ್ತಾ ಗಾಬರಿಯಿಂದ ಅವಳನ್ನು ಬಿಗಿಯಾಗಿ ತಬ್ಬಿಕೊಂಡೆ. ಅಮ್ಮನ ಕಣ್ಣಿನಿಂದ ಇಳಿದ ನೀರು ನನ್ನ ತಲೆಯ ಮೇಲೂ ಗಾಯವಾದ ಅವಳ ಕೈ ಮೇಲೂ ಸುರಿಯುತ್ತಿದ್ದರೆ ಕಣ್ಣೀರಿನ ಜೊತೆ ಸೇರಿದ ರಕ್ತ ಕೆಳಗೆ ತೊಟ್ಟಿಕ್ಕತೊಡಗಿತು.

"ನಂಗೆ ಬರ್ತ್‌ಡೇ ಬೇಡ ಮಮ್ಮೀ" ಎಂದೆ ಅವಳ ಹೊಟ್ಟೆಯೊಳಗೆ ಮುಖ ಹುದುಗಿಸಿಕೊಂಡು ಅವಳನ್ನು ಇನ್ನೂ ಬಿಗಿಯಾಗಿ ತಬ್ಬಿಕೊಳ್ಳುತ್ತಾ. ದು:ಖ ಉಕ್ಕಿ ಉಕ್ಕಿ ಬರತೊಡಗಿತು.

ಅಮ್ಮ ನನ್ನನ್ನು ತಬ್ಬಿಕೊಂಡು ತಲೆಕೂದಲಿನ ಮೇಲೆ ಬೆರಳಾಡಿಸತೊಡಗಿದಳು. ಅವಳ ಬೆಚ್ಚಗಿನ ಹೊಟ್ಟೆಯಲ್ಲಿ ಹಾಗೇ ಬಹಳ ಹೊತ್ತು ಬಿಕ್ಕುತ್ತಿದ್ದೆ.

●●●

'ಶಾಲೆಯಲ್ಲಿ ಎಲ್ಲರೂ ದಡ್ಡ ಎಂದು ಕರೆಯುತ್ತಾರೆ... ಎಲ್ಲರೂ ನನ್ನನ್ನು ತಮಾಷೆ ಮಾಡುತ್ತಾರೆ... ಟೀಚರ್ಸ್ ಕೂಡಾ ಕಾರಣವಿಲ್ಲದೇ ಹೊಡೆಯುತ್ತಾರೆ... ಅಪ್ಪನಿಗಂತೂ ನಾನಿನ್ನು ಬೇಡ; ಆಂಟಿಗೆ ನನ್ನ ಕಂಡರೇ ಆಗುವುದಿಲ್ಲ... ಇಲ್ಲಿ ಅಂಕಲ್ ನನಗೆ ಹೊಡೆಯಲು ಒಂದು ಕಾರಣ ಸಿಕ್ಕಿದರೆ ಸಾಕು, ಕಾದು ಹೊಡೆಯುತ್ತಾರೆ... ಇನ್ನು ಅಮ್ಮ; ಮೊನ್ನೆ ಮೊನ್ನೆಯವರೆಗೆ "ಪುಟ್ಟಾ, ನಿಂಗೆ ನಾನಿದೀನಿ" ಎನ್ನುತ್ತಿದ್ದಳು... ಈಗ ಅಂಕಲ್ ನನಗೆ ಮೂಳೆ ಮುರಿಯುವಂತೆ ಹೊಡೆದರೂ ಏನೂ ಅನ್ನುವುದಿಲ್ಲ... ಅಲ್ಲದೆ ಅವಳೂ ನನಗೆ ಹೊಡೆಯಲು ಶುರು ಮಾಡಿದ್ದಾಳೆ... ಒಮ್ಮೆ ನನ್ನನ್ನು ತಬ್ಬಿಕೊಂಡು ಅಳುತ್ತಾಳೆ... ಮತ್ತೆ ಹೊಡೆಯುತ್ತಾಳೆ... ನಿತೀಶನ ಬರ್ತ್‌ಡೇ ಮಾಡಬಹುದಂತೆ; ನನ್ನ ಬರ್ತ್‌ಡೇ ಮಾಡಬಾರದಂತೆ... ನನ್ನಿಂದಾಗಿ ಅವಳಿಗೂ ಕಷ್ಟ... ನನಗೆ ಹಣವೂ ಕೊಡುವುದಿಲ್ಲ... ಅಪ್ಪನಿಗೂ ಹಣ ಕೊಡಲು ಬಿಡುವುದಿಲ್ಲ... ನಾನೇ ಹೇಗಾದರೂ ಸಂಪಾದನೆ ಮಾಡಿದರೆ ಅದನ್ನೂ ನನ್ನ ಕೈಯಲ್ಲಿ ಉಳಿಯಲು ಬಿಡುವುದಿಲ್ಲ... ಮಾತ್ರೆ ತಿಂದರೆ ಎಲ್ಲವೂ ಮರೆಯುತ್ತದೆ... ಅದಕ್ಕೂ ಅಮ್ಮನೇ ಕಲ್ಲು ಹಾಕುತ್ತಾಳೆ... ನಾನು ಮಾತ್ರೆ ತಿಂದರೆ ಇವರಿಗೆಲ್ಲಾ ಆಗುವ ತೊಂದರೆ ಏನು? ಇವರಿಗೆ ನಾನು ಬೇಡ, ನನ್ನ ಮೇಲೆ ಪ್ರೀತಿ ಇಲ್ಲ ಎಂದಾದ ಮೇಲೂ ನನಗೆ ಖುಷಿಕೊಡುವ ಮಾತ್ರೆಯನ್ನೂ ತಿನ್ನಬಾರದು ಎಂದರೆ? ಎಲ್ಲಾ ಪೇರೆಂಟ್ಸ್ ಶಾಲೆಗೆ ಬರುತ್ತಾರೆ... ಅವರವರ ಮಕ್ಕಳ ಕೈ ಹಿಡಿದು ನಗುತ್ತಾ ಕರೆದುಕೊಂಡು ಹೋಗುತ್ತಾರೆ... ನನ್ನ ಅಪ್ಪ ಅಮ್ಮ ಬರುವುದಿಲ್ಲ... ಕೈ ಹಿಡಿದು ನಗುವುದಿಲ್ಲ... ಹಣ ಕೊಡುವುದಿಲ್ಲ... ಕೊನೆಗೆ ಹೇಗಿದೀಯಾ ಎಂದು ಕೂಡಾ ಕೇಳುವುದಿಲ್ಲ... ನನಗೆ ಪ್ರೀತಿ ತೋರಿಸುವವರು ಯಾರೂ ಇಲ್ಲ... ನಾನು ಯಾರಿಗೂ ಬೇಡ... ನಾನೊಬ್ಬ ಪೂರ್‌ಬಾಯ್, ಅನಾಥ ನಾನು... ಎಲ್ಲರಿಗಿರುವಂತಹಾ ತಂದೆ ತಾಯಿ ನನಗಿಲ್ಲ... ನನ್ನ ಕೈ ಹಿಡಿದು ನಗುತ್ತಾ ಮಾತಾಡುವ ಅಪ್ಪ ಅಮ್ಮ ನನಗೂ ಬೇಕಿತ್ತು... ನನಗೆ ಬಹುಮಾನ ಬಂದಾಗ ಹೆಮ್ಮೆಯಿಂದ ಬೀಗುವ ಅಮ್ಮ ಅಪ್ಪ ಬೇಕಿತ್ತು... ಆವೊತ್ತು ಗಗನಳ ಮನೆಗೆ ಹೋಗಿದ್ದಾಗ ಅವಳ ಡ್ಯಾಡಿ ಅವಳನ್ನು ತೊಡೆಯ ಮೇಲೆ ಕೂರಿಸಿಕೊಂಡು ಅಕ್ಬರ್ ಬೀರಬಲ್ ಕತೆ ಹೇಳುತ್ತಿದ್ದಾಗ ಎಷ್ಟು ಖುಷಿಯಿಂದ ಕೇಳುತ್ತಿದ್ದಳು? ನನ್ನ ಹತ್ತಿರ ಕೂಡಾ ಮಾತಾಡದೆ ಕತೆ ಕೇಳಿದಳು... ಹಾಗೆ ಒಂದು ದಿನ ಕೂಡಾ ನನ್ನ ಅಪ್ಪ ನನಗೆ ಕತೆ ಹೇಳಲಿಲ್ಲ... ಅವಳ ಅಮ್ಮ, ಅವಳ ಹೋಮ್‌ವರ್ಕ್‌ನ್ನೆಲ್ಲಾ ಅವಳ ಜೊತೆಗೇ ಕುಳಿತು ಹೇಳಿಕೊಡುತ್ತಾರೆ... ಒಂದು ದಿನ, ಕೇವಲ ಒಂದೇ ಒಂದು ದಿನ ನನಗೆ ನನ್ನ ಅಮ್ಮನಾಗಲೀ ಅಪ್ಪನಾಗಲೀ ಪಾಠ ಹೇಳಿಕೊಟ್ಟಿದಾರಾ? ಯಾವಾಗಲೋ ಕೆ.ಜಿ. ಕ್ಲಾಸಲ್ಲಿ ಅಮ್ಮ ಹೇಳಿಕೊಡುತ್ತಿದ್ದ ನೆನಪು... ಪಕ್ಕದಲ್ಲಿ ಕೂರಿಸಿ ಕತೆ ಹೇಳುವ, ಜೊತೆಯಲ್ಲೇ ಕೂರಿಸಿ ಪಾಠ ಹೇಳಿ ಕೊಡುವ, ನನಗೆ ಬೇಕಾದ ತಿಂಡಿ ಮಾಡಿಕೊಡುವ ಅಮ್ಮ ಬೇಕಾಗಿತ್ತು... ನಾನು ಬಿದ್ದಾಗ 'ನೋವಾಯ್ತಾ ಪುಟ್ಟಾ?' ಎಂದು ಕೇಳುವ, ನನಗೆ ಜ್ವರ ಬಂದಾಗ ನನ್ನ ಜೊತೆಗೇ ಮಲಗುವ ಅಮ್ಮ ನನಗೆ ಬೇಕಾಗಿತ್ತು. ನನ್ನ ಜೊತೆ ಓದುವ ಸುಹಾಸ್ ಮತ್ತು ಪಾವನಿಯರನ್ನು ಮೂರು ದಿನಕ್ಕೊಂದು ಸಲ ಅವರ ಡ್ಯಾಡಿ ಕೈ ಹಿಡಿದು ವಾಕಿಂಗ್ ಕರೆದುಕೊಂಡು ಹೋಗುತ್ತಾರೆ... ಶೀತಲ್‌ಗೆ ಅಪ್ಪ ಅಮ್ಮ ಇದ್ದಾರೆ. ಇಲ್ಲಿ ಪಾಪು ನಿತೀಶನಿಗೂ ಅಪ್ಪ ಅಮ್ಮ ಇದ್ದಾರೆ... ನನಗೆ ಮಾತ್ರ ಅಪ್ಪ ಅಮ್ಮ ಇದ್ದರೂ ಯಾರೂ ಇಲ್ಲ...

128

ಇಂಥಾ ಅಪ್ಪ ಅಮ್ಮ ನನಗೇಕೆ ಬೇಕು? ನನಗೆ ಯಾರೂ ಬೇಡ... ಇವರ್‍ಯಾರಿಗೂ ನಾನು ಬೇಡ ಎಂದ ಮೇಲೆ ಇವರು ನನಗೇಕೆ ಬೇಕು? ಎಲ್ಲಿಗಾದರೂ ದೂರ ಹೋಗಬೇಕು... ಇವರನ್ನೆಲ್ಲಾ ಬಿಟ್ಟು ಹೋಗಬೇಕು... ಎಲ್ಲಿಗೆ ಹೋಗುವುದು? ಹೋಟೆಲ್ಲುಗಳಲ್ಲಿ ಹಣ ಕೊಟ್ಟರೆ ಊಟ ಕೊಡುತ್ತಾರಂತೆ... ರೂಮೂ ಕೊಡುತ್ತಾರಂತೆ... ಆದರೆ ಹಣ? ಒಂದಿಷ್ಟು ಹಣ ಮಾಡಬೇಕು... ಈ ಊರನ್ನೇ ಬಿಟ್ಟು ಎಲ್ಲಿಗಾದರೂ ದೂರ ಹೋಗಬೇಕು... ನಾನು ಪೂರ್‌ಬಾಯ್, ಎಲ್ಲಿದ್ದರೇನು? ನಾನಿಲ್ಲಿದ್ದರೆ ಅಮ್ಮನಿಗೆ ಕಷ್ಟ; ಅಂಕಲ್ಲಿಗೆ ನಾನು ಬೇಡ... ಅಪ್ಪನಿಗೆ ನಾನು ಅಲ್ಲಿಗೆ ಹೋಗುವುದೇ ಇಷ್ಟವಿಲ್ಲ... ಆಂಟಿಗೆ ನನ್ನ ಮುಖ ಕಂಡರಾಗದು... ಇವರಿಗೆಲ್ಲಾ ನಾನು ಹೊರೆ... ಹಾಗಿರುವಾಗ ನಾನೇಕೆ ಇಲ್ಲಿರಬೇಕು? ಇಲ್ಲೇ ಇದ್ದರೆ ಮತ್ತೆ ಅದೇ ಶಾಲೆಗೆ ಹೋಗಬೇಕು... ನನಗಿಂತ ಸಣ್ಣ ಮಕ್ಕಳ ಜೊತೆ ಕುಳಿತು ಪಾಠ ಕೇಳಬೇಕು... ದಡ್ಡ ಎಂದು ಎಲ್ಲರಿಂದಲೂ ಅನ್ನಿಸಿಕೊಳ್ಳಬೇಕು... ಯಾವುದೂ ಬೇಡ; ಎಲ್ಲಿಗಾದರೂ ದೂರ ಹೋಗಬೇಕು... ದೂರ ಹೋಗಲೇ ಬೇಕು... ನನ್ನಷ್ಟಕ್ಕೆ ನಾನು ಮಾತ್ರೆ ತಿನ್ನುತ್ತಾ ಸಿನೆಮಾ ನೋಡುತ್ತಾ ಕಳೆಯಬೇಕು; ಯಾರ ಹೆದರಿಕೆಯೂ ಇಲ್ಲದಲ್ಲಿಗೆ ಹೋಗಬೇಕು... ಆದರೆ ಎಲ್ಲಿಗೆ? ಹಣ? ಹಣಕ್ಕೇನು ಮಾಡುವುದು? ಎಲ್ಲಿ ಸಿಗಬಹುದು ಅದು...?'

●●●

ಹಾದು, ನನಗೀಗ ನಿಜಕ್ಕೂ ಹಣ ಬೇಕಾಗಿತ್ತು. ಹಣವಿಲ್ಲದೆ ಮಾತ್ರೆ ಇಲ್ಲ. ಮಾತ್ರೆ ಇಲ್ಲದೇ ಬದುಕೇ ಇಲ್ಲ ಎಂಬಂತಾಗಿದೆ. ಈಗ ನಿದ್ರೆಯೂ ಸರಿಯಾಗಿ ಬರುವುದಿಲ್ಲ. ಯಾವ ಯೋಚನೆ ಮಾಡಿದರೂ ಮತ್ತೆ ಮನಸ್ಸು ಮಾತ್ರೆ ಕೊಳ್ಳುವ ದಾರಿ ಹುಡುಕುತ್ತದೆ. ಅದಕ್ಕಾಗಿ ಹಣ ಬೇಕು. ಜೇಬು ಭರ್ತಿ ಹಣ ತುಂಬಿಕೊಂಡು ಅದರಲ್ಲಿ ಮಾತ್ರೆ ಕೊಂಡು ದಿನಕ್ಕೊಂದರಂತೆ ನುಂಗಬೇಕು. ನನಗೆ ಖುಷಿ ಕೊಡುವುದು ಅದೊಂದೇ. ಅದೂ ಇಲ್ಲದೇ ಹೋದರೆ ಇನ್ನೇನಿದೆ ಬದುಕಿನಲ್ಲಿ? ಹೋದಲ್ಲಿ ಬಂದಲ್ಲಿ ಅದೊಂದೇ ನೆನಪು. ಆದರೆ ನನಗೆ ಅಮ್ಮ ಬಿಟ್ಟರೆ ಹಣ ಸಿಗುವ ಜಾಗವಾದರೂ ಎಲ್ಲಿ? ಈಗ ಅಮ್ಮ ಬೀರುವಿನ ಕೀಯನ್ನು ಮೊದಲಿಡುವ ಜಾಗದಲ್ಲಿ ಇಡುವುದಿಲ್ಲ. ಎಲ್ಲಿ ಇಡುತ್ತಾಳೆ ಎನ್ನುವುದೂ ತಿಳಿಯುವುದಿಲ್ಲ. ಯಾರೂ ಇಲ್ಲದೆ ಆದಾಗ ಎಲ್ಲಾ ಕಡೆ ಹುಡುಕಿ ನೋಡಿದೆ. ಸಿಗಲಿಲ್ಲ. ರಾತ್ರೀ ಹಗಲೂ ಯೋಚಿಸಿದರೂ ಪರಿಹಾರ ಕಾಣಲಿಲ್ಲ. ಈಗಾಗಲೇ ರಜವೂ ಕಳೆಯುತ್ತಾ ಬಂದಿತ್ತು. ಇನ್ನು ಪುನ: ಹೋದ ತರಗತಿಗೇ ಹೋಗಬೇಕು. ಓದಿ ಆಗಬೇಕಾದ್ದಾದರೂ ಏನು? ಯಾರಿಗಾಗಿ ಓದಬೇಕು? ಒಂದಿಷ್ಟು ಹಣ ಬೇಕು. ಆ ಹಣದಿಂದ ಬೇಕಾದ್ದು ತಿನ್ನಬೇಕು. ಮಾತ್ರೆ ತಗೋಬೇಕು. ಸಾಕು ಅಷ್ಟೆ. ಇದೇ ಯೋಚನೆ ನನಗೆ. ಪ್ರತಿಘಳಿಗೆ, ಪ್ರತಿದಿನ!

ಆಸೆಪಟ್ಟಾಗ ಅವಕಾಶವೂ ಕೂಡಿ ಬರುತ್ತದಂತೆ. ನನಗೂ ಹಾಗೇ ಆಯಿತು. ಅಮ್ಮ, ಅಂಕಲ್ ಇರುವುದು ಬಾಡಿಗೆ ಮನೆ. ಒಂದು ಸ್ವಂತ ಮನೆ ಕೊಂಡುಕೊಳ್ಳಬೇಕು ಎಂದು ಅಂಕಲ್ ಮತ್ತು ಅಮ್ಮ ಎರಡು ತಿಂಗಳಿಂದ ಮಾತಾಡಿಕೊಳ್ಳುತ್ತಿದ್ದರು. ಒಂದು ಮನೆಯನ್ನು ಮೂರು ನಾಲ್ಕು ಸಲ ಹೋಗಿ ನೋಡಿಯೂ ಬಂದಿದ್ದರು. ಅಂದು ಬೆಳಗ್ಗೆಯೇ ಅಂಕಲ್

129

ಹೇಳಿದರು. "ನಾವು ನೋಡಿದ ಮನೆ ಅಗ್ರಿಮೆಂಟ್ ಮಾಡ್ಕೊಳ್ಳೋದಾ? ಅರ್ಧ ನಿನ್ನ ಹಣ, ಅರ್ಧ ನನ್ನ ಹಣ ಹಾಕಿ ಅಡ್ವಾನ್ಸ್ ಕೊಡೋಣ. ನಾನೊಂದು ಲಕ್ಷ, ನೀನೊಂದು ಲಕ್ಷ ಹಾಕೋಣ. ನಾಳೆ ರಜ. ಬ್ಯಾಂಕ್ ಇರೋದಿಲ್ಲ. ನೀನು ಒಂದು ಲಕ್ಷ ಡ್ರಾ ಮಾಡಿ ಇವೊತ್ತೇ ತಂದು ಬಿಡು. ನಾಡಿದ್ದು ಬೆಳಗ್ಗೆ ಅಗ್ರಿಮೆಂಟ್ ಮಾಡ್ಕೊಂಡು ಬಿಡೋಣ"

ಅಮ್ಮ "ಹೂಂ" ಎಂದು ತಲೆಯಾಡಿಸಿದಳು. ನನ್ನ ಕಿವಿ ನೆಟ್ಟಗಾಯಿತು. ಹೇಳಿದ ಮೇಲೆ ಅಮ್ಮ ಹಣ ತರುವುದು ಗ್ಯಾರಂಟಿ. ಒಂದು ಲಕ್ಷ ಹಣ ಎಂದರೆ ತುಂಬ ಇರಬಹುದು. ನನಗೆ ಅದರಲ್ಲಿ ಅರ್ಧ ಸಿಕ್ಕಿದರೂ ಸಾಕು! ಎಲ್ಲಿಯಾದರೂ ಹೋಗಿ ಸುಖವಾಗಿ ಬದುಕಬಹುದು. ಯಾರಿಗೂ ಬೇಡವಾದಲ್ಲಿ ಇರುವುದಕ್ಕಿಂತ ನನ್ನಷ್ಟಕ್ಕೆ ಮಾತ್ರೆ ತಿನ್ನುತ್ತಾ, ಸಿನೆಮಾ ನೋಡುತ್ತಾ ಕಳೆಯಬಹುದು. ಆದರೆ ಹಣ ಪಡೆಯುವುದು ಹೇಗೆ? ಅದೇ ಯೋಚನೆ. ಅಮ್ಮ ಬರುವುದು ರಾತ್ರಿ ಹತ್ತು ಗಂಟೆಗೆ. ಯಾವಾಗಲೂ ಅಷ್ಟು ಹೊತ್ತಿಗೆ ನಾನು ಮಲಗಿರುತ್ತೇನೆ. ಆದರೆ ಇಂದು ಮಲಗಿದರೂ ನಿದ್ರೆ ಬರಲಿಲ್ಲ. ಅಮ್ಮ ಇಂದು ಹಣ ತಂದೇ ತರುತ್ತಾಳೆ. ತಂದು ಅದನ್ನು ಬೀರುವಿನಲ್ಲಿಡುತ್ತಾಳೆ. ಕೀ ಎಲ್ಲಿ ಇಡುತ್ತಾಳೆ? ತಿಳಿಯುವುದು ಹೇಗೆ?

ಅಮ್ಮ ಬಂದು ಊಟ ಮುಗಿಸಿ ಕೋಣೆಗೆ ಹೋಗಿದ್ದೂ ತಿಳಿಯಿತು. ಹೋದ ತಕ್ಷಣ ಬಾಗಿಲೂ ಹಾಕಿಕೊಂಡಳು. ಈಗ ಹಣ ಬೀರುವಿನಲ್ಲಿಡುತ್ತಾಳೆ. ಕೀ?

ಎದ್ದೆ. ಅಂಕಲ್ ಆಗಲೇ ಮಲಗಿದ್ದರು. ಮೆತ್ತಗೆ ಕೋಣೆಯ ಬಾಗಿಲಿನತ್ತ ನಡೆದು ಒಳಗೇನಾದರೂ ಕಾಣುತ್ತದೇನೋ ಎಂದು ಸಂದಿಯಿಂದ ನೋಡಿದೆ. ಏನೂ ಕಾಣಲಿಲ್ಲ. ಕೀ ಹಾಕುವ ತೂತುವಿನಿಂದ ಒಳಗೆ ನೋಡಿದರೂ ಹೆಚ್ಚಿಗೇನೂ ಕಾಣಿಸಲಿಲ್ಲ. ಆದರೆ ಅಮ್ಮ ಬೀರು ಬಾಗಿಲು ತೆಗೆದು ಹಣ ಇಡುವುದು ಹಾಕಿ ತೆಗೆದು ಮಾಡುವ ಶಬ್ಧದಿಂದ ಗೊತ್ತಾಗುತ್ತಿತ್ತು. "ಹಣ ತಂದ್ಯಾ? ನಾಳೆ ರಜ ಅಲ್ವಾ, ನಾಡಿದ್ದು ಅಗ್ರಿಮೆಂಟ್ ಮಾಡಿಕೊಂಡು ಬಿಡೋಣ" ಮಲಗಿದಲ್ಲಿಂದಲೆ ಅಂಕಲ್ ಹೇಳಿದ್ದೂ ಕೇಳಿಸಿತು.

"ಮನೆ ನನ್ನ ಹೆಸರಿಗೆ ಮಾಡೋದಾ, ನಿಮ್ಮ ಹೆಸರಿಗೆ ಮಾಡೋದಾ? ನಾನೂ ಅರ್ಧ ಹಣ ಹಾಕ್ತೀನಲ್ಲಾ?" ಎಂದಳು ಅಮ್ಮ.

"ಇಬ್ಬರ ಹೆಸರಲ್ಲೂ ಪರ್ಚೇಸ್ ಮಾಡೋಣ, ಆಗೋದಿಲ್ವಾ?" ಎಂದರು ಅಂಕಲ್. ನನ್ನ ಯೋಚನೆ, ಗಮನ ಎಲ್ಲಾ ಅಮ್ಮ ಕೀ ಎಲ್ಲಿಡಬಹುದು ಎನ್ನುವುದರ ಸುತ್ತೇ. ಅಂಕಲ್ಲಿನ ಬೀರುವಿನ ಮೇಲೆ ಹಿಂಭಾಗದಲ್ಲಿ ಠಣ್ ಎಂಬ ಶಬ್ಧವಾಯಿತು. ಅಂದರೇ? ಅಮ್ಮ ಕೀಯನ್ನು ಅಂಕಲ್ಲಿನ ಬೀರುವಿನ ಮೇಲ್ಭಾಗದ ಹಿಂಬದಿಯಲ್ಲಿ ಹಾಕಿದಳಾ? ಹೌದು ಎಂದು ತೋರುತ್ತದೆ. ಅದೇ ಜಾಗದಲ್ಲಿ ಸದ್ದಾಗಿದ್ದು! ನಾಳೆ ಅಲ್ಲಿ ಹುಡುಕಿದರೆ ಸಿಕ್ಕಿದರೂ ಸಿಗಬಹುದು! ಸುಲಭದಲ್ಲಿ ಕೀ ಇಡುವ ಜಾಗ ಸಿಗಬಹುದೇನೋ ಎಂಬಂತಾಗಿ ಅತೀವ ಸಂತೋಷದಿಂದ ನಿಶ್ಚಿಂತೆಯಾಗಿ ಮಲಗಿದೆ.

ಮರುದಿನ ಬೆಳಗಿನಿಂದಲೇ ಮುಂದೇನು ಮಾಡಬಹುದು ಎಂದು ಲೆಕ್ಕ ಹಾಕಿದೆ. ಎಲ್ಲವೂ ಕೂಡಿ ಬರತೊಡಗಿತು. ರಜದ ದಿನ ಅಮ್ಮ ಮನೆಯಲ್ಲಿರುವಾಗ ಕೆಲಸದ ಆಂಟಿ

ಬರುವುದಿಲ್ಲ. ಅಂಕಲ್ ಹೊಸಮನೆಯನ್ನು ನೋಡಿಬರುತ್ತೇನೆ ಎಂದು ಹೇಳಿ ಕಾರು ತೆಗೆದು ಎಲ್ಲಿಗೋ ಹೊರಟರು. ನಾನು, ಅಮ್ಮ, ಪಾಪು ಮಾತ್ರ ಉಳಿದೆವು. ಅಮ್ಮ ಮನೆಯಲ್ಲಿರುವಾಗ ಸ್ನಾನ ಮಾಡುವುದು ತಡ. ಹನ್ನೆರಡು ಗಂಟೆ ಆಗಬಹುದು. ಆ ಸಮಯಕ್ಕಾಗಿ ಕಾಯುತ್ತಾ ಕುಳಿತೆ. ಹಾಲಿನಲ್ಲಿ ಕುಳಿತು ವೀಡಿಯೋಗೇಮ್ ಆಡುತ್ತಿದ್ದರೂ ನನ್ನ ಗಮನವೆಲ್ಲಾ ಅಮ್ಮನತ್ತವೇ. ಆ ಸಮಯವೂ ಬಂತು. ನಿತೀಶ್ ಮಲಗಿ ನಿದ್ರೆ ಮಾಡಿದ್ದೇ ಅಮ್ಮ ನನ್ನತ್ತ ಗಮನವನ್ನೇ ನೀಡದೆ ಸ್ನಾನಕ್ಕೆ ಹೊರಟಳು. ಬಾಗಿಲು ಹಾಕಿ ಬೋಲ್ಟ್ ಹಾಕಿದ ಶಬ್ಧವೂ ಕೇಳಿಸಿತು. ಬಕೆಟ್ಟಿಗೆ ನೀರು ಬೀಳುವ ಸದ್ದು ಕೇಳತೊಡಗಿದ್ದೇ ಕುಳಿತಲ್ಲಿಂದ ಎದ್ದೆ. ಭಾನುವಾರದ ಸ್ನಾನ ಮುಗಿಸಿ ಅಮ್ಮ ಇನ್ನು ಹೊರಬರಲು ಏನಿದ್ದರೂ ಎರಡು ಗಂಟೆ ಬೇಕು! ಬೆಕ್ಕಿನ ಹೆಜ್ಜೆ ಹಾಕುತ್ತಾ ಕೋಣೆಗೆ ಹೋಗಿ ಸ್ಟೂಲಿಟ್ಟು, ಅಂಕಲ್ ಬೀರುವಿನ ಮೇಲೆ ಬಗ್ಗಿ ನೋಡಿದೆ. ಹೌದು, ಅಮ್ಮ ಕೀಯನ್ನು ಅದರ ಮೇಲಿಟ್ಟಿದ್ದಳು. ಕಷ್ಟಪಟ್ಟು ಅದನ್ನು ಕೈಗೆಟುಕಿಸಿಕೊಂಡೆ. ಕೆಳಗಿಳಿದು ಕಳೆದ ಸಲದಂತೆಯೇ ಸದ್ದಾಗದಂತೆ ಅಮ್ಮನ ಬೀರುವಿನ ಬಾಗಿಲು ತೆರೆದೆ. ಐನೂರರ ನೋಟಿನ ಕಂತೆಗಳು! ಎಷ್ಟು ತೆಗೆಯುವುದು? ಅರ್ಧ? ಅಷ್ಟೊಂದು ಹಣ ತೆಗೆದುಕೊಂಡು ಮಾಡುವುದೇನು ಎನಿಸಿ, ಅರ್ಧಕ್ಕಿಂತ ಸ್ವಲ್ಪ ಕಮ್ಮಿಯೇ ತೆಗೆದು ಎರಡೂ ಜೇಬಿಗೆ, ಶರ್ಟಿನೊಳಗೆಲ್ಲಾ ತುಂಬಿಕೊಂಡೆ. ಮೊದಲಿನಂತೆ ಲಾಕ್ ಮಾಡಿ ಮರೆಯದೆ ಕೀಯನ್ನು ಮೊದಲಿದ್ದ ಜಾಗದಲ್ಲೇ ಇಟ್ಟು, ಸ್ಟೂಲನ್ನೂ ಮೊದಲಿದ್ದ ಜಾಗದಲ್ಲೇ ಇರಿಸಿ ಡವಗುಟ್ಟುವ ಎದೆಯೊಡನೆ ಹೊರಗೆ ಬಂದೆ. ಬಾತ್‌ರೂಮಿನಲ್ಲಿ ಅಮ್ಮ ನೀರು ಹುಯ್ಯುದುಕೊಳ್ಳುವ ಸದ್ದು ಕೇಳಿಸುತ್ತಲೇ ಇತ್ತು.

ಲಗುಬಗನೆ ಸೂಟ್‌ಕೇಸಿಗೆ ಬಟ್ಟೆ ತುಂಬಿಕೊಂಡೆ. ನಾನು, ನನ್ನ ಅಪ್ಪ, ಅಮ್ಮ ಎಲ್ಲಾ ಒಟ್ಟಿಗೆ ಮೈಸೂರಿನ ಪಾರ್ಕಿಗೆ ಹೋದಾಗ ಅಲ್ಲಿ ತೆಗೆಸಿದ ಫೋಟೋ ಕಣ್ಣಿಗೆ ಬಿತ್ತು. ಎಲ್ಲಿಗೆ ಹೋಗುವುದು? ಬೆಂಗಳೂರು ಬಿಟ್ಟು ಹೊರಗೆ ಹೋಗಿದ್ದು ಎಂದರೆ ಮೈಸೂರಿಗೆ ಮಾತ್ರ ಎಂದು ನೆನಪಾಯಿತು. ಅದು ಬಿಟ್ಟು ಬೇರೆ ಊರಿನ ಬಗ್ಗೆ ತಿಳಿದಿದ್ದರೆ ತಾನೇ? ಸರಿ, ಅಲ್ಲಿಗೇ ಹೋಗುವುದು ಎಂದು ನಿರ್ಧರಿಸಿದೆ. ಬಹಳ ದಿನದಿಂದ ಅಪ್ಪ, ಅಮ್ಮ, ಒಟ್ಟಿಗೆ ತೆಗೆಸಿದ ಫೋಟೋವೊಂದನ್ನು ಸೂಟ್‌ಕೇಸಿನಲ್ಲಿ ಇಟ್ಟುಕೊಂಡಿದ್ದೆ. ಹಾಸ್ಟೆಲ್ಲಿನಲ್ಲಿ ಅವರ ನೆನಪಾದಾಗೆಲ್ಲಾ ಆ ಫೋಟೋವನ್ನು ಹಿಡಿದು ಕೂರುತ್ತಿದ್ದೆ. ಅಲ್ಲ; ಎಷ್ಟೋ ದಿನ ಅದನ್ನು ಹಿಡಿದುಕೊಂಡು ಅಳುತ್ತಿದ್ದೆ! ನೆನಪಾಗಿ ಅದರ ಮೇಲೆಯೇ ಕೋಪ ಉಕ್ಕಿ ಉಕ್ಕಿ ಬಂತು. ಯಾಕೆ ಬೇಕಾಗಿ ಈ ಫೋಟೋ ಇಟ್ಟುಕೊಳ್ಳಬೇಕು? ಚಿಂದಿ ಚಿಂದಿಯಾಗುವಂತೆ ಹರಿದು ಕೋಣೆಯ ತುಂಬಾ ಎಸೆದೆ. ಏನೋ ಸಮಾಧಾನ, ಯಾರ ಮೇಲೋ ಸೇಡು ತೀರಿಸಿಕೊಂಡ ತೃಪ್ತಿ!

ಸೂಟ್‌ಕೇಸನ್ನು ಕೈಯಲ್ಲಿ ಹಿಡಿದು ಮನೆಯಿಂದ ಹೊರಗೆ ಹೆಜ್ಜೆ ಹಾಕಿದೆ. ಅಮ್ಮನ ಭಾನುವಾರದ ತಲೆ ಸ್ನಾನ ನಿಧಾನವಾಗಿ ಸಾಗುತ್ತಿತ್ತು.

●●●

131

ಚಿನ್ನದ ಸರದ ಗಲಾಟೆ ಆದ ನಂತರ ಮತ್ತೆರಡು ಮೂರು ಸಲ ಹೋದರೂ ಅಂಗಡಿ ಅಂಕಲ್ ಸಿಕ್ಕಿರಲಿಲ್ಲ. ಸ್ವಲ್ಪ ಹೊತ್ತು ಕಾದರೆ ಸಿಗುತ್ತಾರೆ ಎಂದಿದ್ದರು ಅಂಗಡಿ ಆಂಟಿ. ಆದರೆ ಹಣವಿಲ್ಲದೆ ಹೋಗಿ ಮಾಡುವುದೇನು ಎಂದು ಹೋಗಿರಲಿಲ್ಲ. ಇವತ್ತು ಕಾಣಲೇಬೇಕು ಎಂದುಕೊಂಡೆ. ಅವರು ಸಿಗದೆ ಹೋದರೆ ಮತ್ತೆ ಮಾತ್ರೆ ಬೇರೆ ಎಲ್ಲಿ ಸಿಗುತ್ತದೆ ಎಂದು ನನಗೆ ಗೊತ್ತೇಇರಲಿಲ್ಲ. ಆದರೆ ಆ ವಿಷಯದಲ್ಲಿ ನನ್ನ ಅದೃಷ್ಟ ಚೆನ್ನಾಗಿತ್ತು. ಹೋಗುತ್ತಿದ್ದಂತೆ ಅವರ ದರ್ಶನವಾಯಿತು. "ನಿಂಗೆ ಎಚ್ಚರಿಕೆ ಇಲ್ಲ. ನಿನ್ನ ದೆಸೆಯಿಂದ ತುಂಬ ತೊಂದರೆ ಆಯ್ತು. ಸಾವಿರಾರು ರುಪಾಯಿ ಕೈಬಿಟ್ಟು ಹೋಯ್ತು. ಇನ್ನು ನೀನು ಈ ಕಡೆ ಬರ್ಬೇಡ, ಮುಖ ತೋರ್ಸೋದೂ ಬೇಡ, ನಿಂಗೆ ಇನ್ನು ಮಾತ್ರೆ ಕೊಡೋದೂ ಇಲ್ಲ" ಎಂದರು ಅಂಗಡಿ ಅಂಕಲ್ ಮುಖ ದಪ್ಪ ಮಾಡಿಕೊಂಡು.

"ನಾನೇನು ಮಾಡ್ದೆ?" ಎಂದೆ ಗಾಬರಿಯಿಂದ.

"ಆವೊತ್ತು ಸರ ನಂಗೆ ಕೊಟ್ಟೆ ಅಂತ ಮನೇಲಿ ಹೇಳ್ಬೇಡ ಅಂದಿದ್ದೆ, ಆದರೂ ಹೇಳಿದೀಯಾ, ನಿನ್ನ ಅಂಕಲ್ ಬಂದು ತುಂಬ ಬೈದುಹೋದ್ರು, ಮರ್ಯಾದೆಯಾಗಿ ಸರ ವಾಪಾಸ್ ಕೊಡ್ಲಿಲ್ಲಾಂತಂದ್ರೆ ಪೋಲೀಸಿಗೆ ಕಂಪ್ಲೇಂಟ್ ಮಾಡ್ತೀನಿ ಅಂತ ಹೆದರಿಸೋದಕ್ಕೆ ನೋಡಿದ್ರು. ನಂಗೆ ದೊಡ್ಡ ದೊಡ್ಡ ಜನಗಳ ಪರಿಚಯ ಇರೋದ್ರಿಂದ ದಬಾಯಿಸಿ ಕಳಿಸಿದೆ. ಆದ್ರೂ ಸ್ವಲ್ಪ ದಿನ ವ್ಯಾಪಾರ ನಿಲ್ಲಿಸಬೇಕಾಯ್ತು. ನಿನ್ನಂಥಾ ಬುದ್ಧಿ ಇಲ್ಲದ ದಡ್ಡನಿಗೆ ಕೊಡಬಾರ್ದಾಗಿತ್ತು. ಇನ್ನು ಮಾತ್ರ ಬರ್ಬೇಡ" ಎಂದರು ಕೋಪದಿಂದಲೇ.

"ಇಲ್ಲ. ಇನ್ನು ಯಾವತ್ತೂ ಬರೋದಿಲ್ಲ, ಇವೊತ್ತೊಂದಿನ ಮಾತ್ರೆ ಕೊಡಿ ಸಾಕು. ಇನ್ನು ಇಲ್ಲಿ ಇರೋದೂ ಇಲ್ಲ" ಎಂದೆ.

"ಎಲ್ಲಿಗೆ ಹೋಗ್ತೀಯಾ?" ಎಂದರು ಕಣ್ಣರಳಿಸಿ.

"ಮೈಸೂರಿಗೆ ಹೋಗ್ತೀನಿ" ಎಂದೆ.

"ಹೋ, ಅಲ್ಲಿ ಹೋಗಿ ಏನು ಮಾಡ್ತೀಯಾ? ಅಲ್ಲಿ ಯಾರಿದಾರೆ?"

"ನನ್ನ ಚಿಕ್ಕಮ್ಮ ಇದಾರೆ, ನಾನಿನ್ನು ಅಲ್ಲೇ ಶಾಲೆಗೆ ಹೋಗೋದು" ಸುಳ್ಳು ಹೇಳಿದೆ.

"ಯಾರ ಜೊತೆ ಹೋಗ್ತಾ ಇದೀಯಾ? ಯಾವಾಗ ಹೋಗ್ತೀಯಾ?" ಕೇಳಿದರು.

"ಈಗ ಹೊರಟಿದೀನಿ, ಒಬ್ಬನೇ ಹೋಗೋದು, ಇದುವರೆಗೆ ಒಬ್ಬನೇ ಹೋಗಿಲ್ಲ, ಮೊದಲು ಮಮ್ಮಿ, ಡ್ಯಾಡಿ ಜೊತೆಗೆ ಹೋಗಿದ್ದೆ" ಎಂದೆ.

"ಇಷ್ಟು ಸಣ್ಣ ಹುಡುಗ ಒಬ್ಬನೇ ಹೋಗ್ತೀಯಾ? ಅಭ್ಯಾಸ ಇದೆಯಾ?" ಎನ್ನುತ್ತಾ "ಎಷ್ಟು ಮಾತ್ರೆ ಬೇಕು?" ಎಂದರು.

"ಐನೂರರ ನೋಟೊಂದನ್ನು ಕೊಟ್ಟು ಅಷ್ಟಕ್ಕೂ ಕೊಡಿ" ಎಂದೆ.

ಐದೇ ನಿಮಿಷದಲ್ಲಿ ಮಾತ್ರೆಗಳ ಪ್ಯಾಕೆಟ್ ಕೈಗೆ ಬಂತು. "ಅಂಕಲ್, ಮೈಸೂರಲ್ಲಿ ಮಾತ್ರೆ ಬೇಕು ಅಂದ್ರೆ ಎಲ್ಲಿ ಸಿಗುತ್ತೆ?" ಎಂದೆ ಅಳುಕುತ್ತಲೇ.

"ಹೋ, ಹೌದಲ್ಲಾ" ಎಂದ ಅಂಕಲ್ ಕ್ಷಣ ಯೋಚಿಸಿ "ನೋಡು ನಿಂಗೆ ಒಂದು ಫೋನ್ ನಂಬರ್ ಕೊಡ್ತೀನಿ, ಅಲ್ಲಿಗೆ ಹೋಗಿ ಈ ನಂಬರಿಗೆ ಫೋನ್ ಮಾಡಿದ್ರೆ ಅವರೇ ಬಂದು ನಿನ್ನ ಕಾಂಟಾಕ್ಟ್ ಮಾಡ್ತಾರೆ; ನಾನೂ ಅವರಿಗೆ ಹೇಳಿರ್ತೀನಿ" ಎಂದು ನಂಬರ್ ಕೊಟ್ಟರು.

ಮಾತ್ರೆಗಳು ಸೂಟ್‌ಕೇಸ್ ಸೇರಿದವು. ಹೆಜ್ಜೆಗಳು ಆಟೋ ಸ್ಟಾಂಡಿನ ಕಡೆಗೆ ಹಾಕತೊಡಗಿದವು. ಅದೇ ಗತ್ತಿನಲ್ಲೇ ಮೈಸೂರು ಬಸ್ಸು ವಿಚಾರಿಸಿ ಹತ್ತಿ ಕುಳಿತೆ.

ಮೈಸೂರು ತಲುಪುವರೆಗೆ ಬರೀ ಯೋಚನೆಗಳೇ. ಇದುವರೆಗೆ ಯಾವತ್ತೂ ಹೀಗೆ ಒಬ್ಬನೇ ಎಲ್ಲಿಗೂ ಹೋಗಿರಲಿಲ್ಲ. ಮೈಸೂರಿನಲ್ಲಿ ಉಳಿದುಕೊಳ್ಳುವುದೆಲ್ಲಿ? ಊಟಕ್ಕೇನು ಮಾಡುವುದು? ಇಂಥದ್ದೇ ಯೋಚನೆಗಳು. ಏನೋ ಉದ್ವೇಗ. ತಪ್ಪು ಮಾಡಿದೆನೇನೋ ಎಂಬ ಭಯ. ಪಾಪದ ಅಮ್ಮನನ್ನು ಬಿಟ್ಟು ಬರಬಾರದಾಗಿತ್ತೇನೋ, ಅಳುತ್ತಾಳೇನೋ ಎಂಬ ಸಂಕಟವೂ ಒಂದು ಕಡೆಯಾದರೆ, ಮತ್ತೆ ಅವಳೇಕೆ ನನಗೆ ಇಷ್ಟವಿಲ್ಲದ್ದನ್ನೆಲ್ಲಾ ಮಾಡುತ್ತಾಳೆ ಎಂದು ಅವಳ ತಪ್ಪುಗಳನ್ನೆಲ್ಲಾ ಪಟ್ಟಿ ಮಾಡಿಕೊಳ್ಳತೊಡಗಿದೆ. ಜಿ.ಆರ್.ಎಸ್. ಪಾರ್ಕಿಗೆ ಹೋಗಿದ್ದಾಗ ಉಳಿದುಕೊಂಡಿದ್ದ ಹೋಟೆಲ್ಲಲ್ಲೇ ಬಾಡಿಗೆಗೆ ರೂಮು ಸಿಗುತ್ತದೆ ಎಂದೂ ತಿಳಿದಿತ್ತು. ಮೊದಲು ಬಸ್ಟ್ಯಾಂಡಿನಲ್ಲಿ ಇಳಿದು ಒಂದು ಒಳ್ಳೆಯ ಹೋಟೆಲ್ಲಿಗೆ ಹೋಗಿ ಊಟ ತಿಂಡಿ ತಿನ್ನುವುದು ಮತ್ತೆ ಅಲ್ಲಿಯೇ ವಿಚಾರಿಸಿ ಒಂದು ಕೋಣೆ ಬಾಡಿಗೆ ಹಿಡಿಯುವುದು ಎಂದೂ ತೀರ್ಮಾನಿಸಿಕೊಂಡೆ. ಮೈಸೂರು ಬಸ್ಟ್ಯಾಂಡಿನಲ್ಲಿ ಇಳಿದಾಗ ಮತ್ತೂ ಹೆದರಿಕೆಯಾಯಿತು. ಗುರುತು ಪರಿಚಯ ಇಲ್ಲದ ಜನ! ಯಾವ ಕಡೆಗೂ ದಾರಿಯೂ ತಿಳಿಯದು! ಮನೆಯನ್ನು ಬಿಟ್ಟು ಬರಬಾರದಾಗಿತ್ತು ಎನಿಸತೊಡಗಿತು. ಅಮ್ಮ ಎಲ್ಲೆಲ್ಲಿ ಹುಡುಕುತ್ತಾಳೋ? ಹಣ ಕದ್ದ ವಿಷಯ ತಿಳಿದು ಅಂಕಲ್ ಪೋಲೀಸಿಗೇನಾದರೂ ತಿಳಿಸಿದರೇ? ಅದೆಲ್ಲಾ ಯೋಚನೆ ಆಗ ಯಾಕೆ ಬರಲಿಲ್ಲ? ವಾಪಾಸು ಹೋಗಿ ಬಿಡಲಾ ಎಂದು ನೂರು ಬಾರಿಯಾದರೂ ಯೋಚಿಸಿದೆ. ಆದರೆ ಹಾಗೆ ಮಾಡಿದರೆ ಹಣ ಕದ್ದ ವಿಷಯಕ್ಕೆ ಮತ್ತೆ ಅಂಕಲ್ ಕೈಯಿಂದ ಪೆಟ್ಟು ತಿನ್ನಬೇಕಾಗುತ್ತದೆ ಎಂದು ನೆನಪಾಗಿ ಹೋಗುವುದೇ ಬೇಡ ಎಂದು ನಿರ್ಧರಿಸಿದೆ. ಹಾಗೇ ಒಂದು ದೊಡ್ಡ ಹೋಟೆಲ್ಲಿಗೆ ಹೋಗಿ ಊಟಕ್ಕೆ ಹೇಳಿದೆ. ಎಂದೂ ಹೀಗೆ ಒಬ್ಬನೇ ಈ ರೀತಿ ಕುಳಿತು ಹೋಟೆಲ್ಲಿನಲ್ಲಿ ಊಟ ಮಾಡಿರಲಿಲ್ಲ. ಊಟ ಮಾಡಿದೆ. ಹೊರಡುವಾಗ ಇಲ್ಲಿಯೂ ವಿಚಾರಿಸುವಾ ಎಂದು ಕ್ಯಾಷ್ ಕೌಂಟರಿನಲ್ಲಿದ್ದವರನ್ನು ಕೇಳಿದೆ. "ನಂಗೆ ಬಾಡಿಗೆಗೆ ರೂಮು ಕೊಡ್ತೀರಾ?"

ಅವರು ನನ್ನನ್ನೇ ನೋಡಿದರು. "ನಿಂಜೊತೆ ಬೇರೆ ಯಾರಿದಾರೆ?" ಎಂದರು.

"ಬೇರೆ ಯಾರೂ ಇಲ್ಲ ನಾನೊಬ್ನೇ" ಎಂದೆ.

"ಯಾಕೆ ಒಬ್ಬನಿಗೇ, ಎಷ್ಟು ದಿನ ಉಳ್ಕೋತೀಯಾ?"

"ಒಂದು ವರ್ಷ" ಎಂದೆ. ಮತ್ತೆ ಅವರು ನನ್ನ ಮುಖವನ್ನೇ ನೋಡಿದರು.

133

"ಒಂದು ವರ್ಷಕ್ಕೆ ಈ ಹೋಟೆಲ್ಲಿಗೆ ಬಾಡಿಗೆ ಹಣ ಎಷ್ಟಾಗುತ್ತೆ ಗೊತ್ತಾ?" ಎಂದರು.

"ಹಣ ನನ್ನ ಹತ್ತಿರ ಇದೆ" ಎಂದೆ.

"ಎಲ್ಲಿ ತೋರ್ಸು" ಎಂದರು.

ಐನೂರರ ಕಟ್ಟುಗಳನ್ನು ಎತ್ತಿ ತೋರಿಸಿದೆ.

"ಸರಿ. ಯಾವೂರಿಂದ ಬಂದೆ?" ಎಂದರು.

"ಬೆಂಗಳೂರಿಂದ"

"ಇಲ್ಲೇನು ಮಾಡ್ತೀಯಾ?"

ತಟಕ್ಕನೆ ಏನು ಹೇಳಲೂ ತೋಚಲಿಲ್ಲ. ಕೊನೆಗೆ "ಶಾಲೆಗೆ ಸೇರ್ತೀನಿ" ಎಂದೆ.

"ಸರಿ, ಅಡ್ವಾನ್ಸ್ ಐನೂರು ಕೊಡು. ನಿನ್ನ ಅಡ್ರೆಸ್, ಮನೆ ಫೋನ್ ನಂಬರ್ ಇದರಲ್ಲಿ ಬರಿ" ಎಂದರು.

ಬರೆದೆ. ಕೊಟ್ಟಾದ ಮೇಲೆ 'ಅಡ್ರೆಸ್ ಕೊಡಬಾರದಿತ್ತೇನೋ? ಮನೆಗೆ ಅಮ್ಮನಿಗೆ ಫೋನ್ ಮಾಡಿ ಹೇಳಿದರೆ?' ಎನಿಸಿತು. ಮತ್ತೆ 'ಯಾಕೆ ಕೇಳ್ತಾರೆ? ಬಾಡಿಗೆ ಕೊಡೋದಿಲ್ವಾ?' ಎನಿಸಿತು. ಆದರೆ ಅವರು ಏನೂ ಹೇಳದೆ ಒಬ್ಬ ಹುಡುಗನನ್ನು ಕರೆದು "ಇವನಿಗೆ ಇಪ್ಪತ್ತಮೂರನೆ ನಂಬರ್ ಕೋಣೆ ತೋರಿಸು" ಎಂದಾಗ ಸಮಾಧಾನವಾಯಿತು. ಅದೇ ಹೋಟೆಲ್ಲಿನಲ್ಲಿ ನನಗೊಂದು ಕೋಣೆ ದೊರಕಿತು. ಕೋಣೆಯೊಳಗೆ ಕುಳಿತಾಗ ನೆನಪಾಯಿತು ಹಣ ಎಷ್ಟಿದೆ ಎಂದೇ ಲೆಕ್ಕ ಹಾಕಿಲ್ಲ! ಎಣಿಸತೊಡಗಿದೆ. ಎಷ್ಟು ಸಲ ಎಣಿಸಿದರೂ ಲೆಕ್ಕ ತಪ್ಪುತ್ತಿತ್ತು. ಕೊನೆಗೆ ಬರೀ ಐನೂರು ರುಪಾಯಿಗಳ ನೋಟು ಮಾತ್ರ ಎಷ್ಟಿದೆ ಎಂದು ಲೆಕ್ಕ ಹಾಕಿದೆ. ಒಟ್ಟು ಅರವತ್ತಮೂರು ಐನೂರರ ನೋಟುಗಳಿದ್ದವು! ಇಷ್ಟು ಹಣದಲ್ಲಿ ಎಷ್ಟು ದಿನ ಬೇಕಾದರೂ ಹೋಟೆಲ್ಲಿನಲ್ಲಿ ಕಳೆಯಬಹುದು ಎಂದುಕೊಂಡೆ. ಅಂದು ಸಂಜೆಯೇ ತಿಂಡಿ ತಿಂದು, ಮಾತ್ರೆ ನುಂಗಿ ಸುಖದ ಮತ್ತಿನಲ್ಲಿ ವಿಹರಿಸತೊಡಗಿದೆ.

ಅಂಕಲ್ಲಿನ ಭಯ ಇಲ್ಲ; ಅಮ್ಮನ ಕಾಟವಿಲ್ಲ; ಅಪ್ಪನ ತಾತ್ಸಾರದ ನೋಟವಿಲ್ಲ; ಆಂಟಿಗೆ ಹೆದರಬೇಕಿಲ್ಲ; ಶಾಲೆಗೆ ಹೋಗಿ ದಡ್ಡ ಎನಿಸಿಕೊಳ್ಳುವ ಮುಜಗರ ಇಲ್ಲ; ಅಷ್ಟೇಕೆ? ಯಾರ ಹೆದರಿಕೆಯೂ ಇಲ್ಲ! ಮಾತ್ರೆಗಳಿರುವಾಗ ಯಾವ ಹೆದರಿಕೆ? ಯಾರ ಹೆದರಿಕೆ?

●●●

ಎಚ್ಚರವಾಗುವಾಗ ಬೆಳಗೇ ಆಗಿಹೋಗಿತ್ತು. ಶಾಲೆಯ ಚಿಂತೆ ಇಲ್ಲ. ತಡವಾಗಿ ಎದ್ದರೂ ಕೇಳುವವರಿಲ್ಲ. ಕೈಯಲ್ಲಿ ಹಣ ಇದೆ. ಏನು ಬೇಕಾದರೂ ಮಾಡಬಹುದು. ತಡವಾಗಿಯೇ ಎದ್ದೆ. ಕೆಳಗೆ ಹೋಗಿ ತಿಂಡಿ ತಿಂದು ಬಂದು ಮತ್ತೆ ಮಲಗಿದೆ. ತಿಂಡಿ ತಿನ್ನುವಾಗ ಮಾತ್ರ ಮ್ಯಾನೇಜರ್ ಅಂಕಲ್ ಓರೆಕಣ್ಣಲ್ಲಿ ನನ್ನನ್ನೇ ನೋಡುತ್ತಿದ್ದಾರೆ ಎನಿಸಿತು. ಇಷ್ಟು ಸಣ್ಣ ಹುಡುಗ ಒಬ್ಬನೇ ಬಂದಿದ್ದಾನಲ್ಲಾ, ಎಂದು ನನ್ನನ್ನೇ ನೋಡುತ್ತಿರಬೇಕು ಎನ್ನಿಸಿ

134

ಎದೆಯುಬ್ಬಿಸಿ ತಿಂಡಿ ತಿಂದೆ. ಮುಂದೇನು ಮಾಡುವುದು ಎನಿಸಿತು. ಎದ್ದು ಆಚೀಚೆ ತಿರುಗಿದೆ. ಏನು ಮಾಡುವುದು ಎಂದು ಎಷ್ಟು ಯೋಚಿಸಿದರೂ ಹೊಳೆಯಲಿಲ್ಲ. ಮಧ್ಯಾಹ್ನದ ಮೇಲೆ ಜಿ.ಆರ್.ಎಸ್ ಪಾರ್ಕಿಗೆ ಹೋಗಿ ಬರುವುದು. ನಾಳೆ ಝೂ, ನಾಡಿದ್ದು ಅರಮನೆ. ಅಷ್ಟೇ ನನಗೆ ಗೊತ್ತಿರುವುದು. ಅರಮನೆ ಒಳಗಡೆ ಸಣ್ಣವನಾದ ನನ್ನನ್ನು ಬಿಡುತ್ತಾರೋ, ಇಲ್ಲವೋ? ಎಂಬ ಅನುಮಾನ ಕಾಡಿತು. ಮತ್ತೆ ಅಲ್ಲಿಗೆಲ್ಲಾ ಬಸ್ಸಿನಲ್ಲಿ ಹೋದರೆ ವಾಪಾಸು ಬರುವಾಗ ದಾರಿ ತಪ್ಪಿದರೇ ಎಂದೂ ಭಯವಾಯಿತು. ಅದಕ್ಕಿಂತ ಆಟೋ ಹತ್ತಿ ಹೋಗುವುದು ಉತ್ತಮ; ಹೋಟೆಲ್ಲಿನ ಅಡ್ರೆಸ್ ಕೇಳಿ ಬರೆದಿಟ್ಟುಕೊಳ್ಳಬೇಕು ಎನಿಸಿತು. ನಮ್ಮ ಮನೆ ಪಕ್ಕದ ಹುಡುಗನೊಬ್ಬ ಕಿವಿಗೆ ವಾಕ್‌ಮನ್ ಸಿಕ್ಕಿಸಿಕೊಂಡು ಹಾಡು ಕೇಳುತ್ತಿದ್ದುದು ನೆನಪಾಯಿತು. ಅಂಥದ್ದೇ ನಾನೂ ಒಂದು ಕೊಳ್ಳಬೇಕೆನಿಸಿತು. ಹಾಗೇ ಒಂದು ಮೊಬೈಲನ್ನೂ ಕೊಳ್ಳಬೇಕು ಎನಿಸಿತು. ಆದರೆ ಅವೆಲ್ಲಾ ಸಿಗುವುದೆಲ್ಲಿ ಎಂದು ತಿಳಿದಿರಲಿಲ್ಲ. ಯಾರನ್ನಾದರೂ ಕೇಳಿದರೆ ಹೇಳಬಹುದು ಎನಿಸಿತು. ಹೋಟೆಲ್ ಮ್ಯಾನೇಜರ್ ಅಂಕಲ್ಲನ್ನೇ ಕೇಳಿದರೆ ಹೇಳಬಹುದು ಎಂದು ಯೋಚಿಸುತ್ತಾ ಮಲಗಿದೆ. ಈಗಲೂ ಒಂದು ಮಾತ್ರೆ ತಿಂದರೆ ಏನು? ಇಲ್ಲಿ ಯಾರೂ ಕೇಳುವವರಿಲ್ಲ ಎನ್ನಿಸಿ ಎದ್ದು ಒಂದು ಮಾತ್ರೆ ನುಂಗಿದೆ. ಕೆಲವೇ ಹೊತ್ತಿನಲ್ಲಿ ಅಮ್ಮ, ಶಾಲೆ, ಅಂಕಲ್, ಅಪ್ಪ, ಆಂಟಿ, ಬಸ್ಸು, ಮೈಸೂರು, ಹೋಟೆಲ್ ಎಲ್ಲಾ ಎಲ್ಲೋ ಕನಸಿನಲ್ಲೆಂಬಂತೆ ನೆನಪಾಗುತ್ತಾ ಹಾಗೇ ಮಂಕು ಆವರಿಸಿತು. ಎಲ್ಲೋ ಆಕಾಶದಲ್ಲಿ ಹಕ್ಕಿಯಂತೆ ಹಾರುತ್ತಾ, ಮತ್ತಿನಲ್ಲಿ ತೇಲುತ್ತಾ ಬೆಳಗಿನ ಸುಖನಿದ್ರೆಯಲ್ಲಿ ಕಳೆದುಹೋದೆ.

ಎಷ್ಟು ಹೊತ್ತು ಕಳೆದಿದೆ ಎಂದು ತಿಳಿಯದು, ಯಾರೋ ಕಾಲಿಂಗ್‌ಬೆಲ್ ಮಾಡಿದರು. ಏಳಲು ಏನೇನೂ ಮನಸ್ಸಿರಲಿಲ್ಲ. ತಕ್ಷಣ ಇದು ಮನೆಯಲ್ಲ; ಹೋಟೆಲ್ ಎಂದು ನೆನಪಾಗಿ ಎದ್ದೆ. ನಡೆಯುವಾಗ ತೂರಾಡುವಂತಾಯಿತು. ಆದರೂ ಹೋಗಿ ಬಾಗಿಲು ತೆಗೆದೆ. ಅಷ್ಟೆ; ನೇರ ಎದುರಲ್ಲಿ ಅಂಕಲ್! ಅವರ ಹಿಂದೆ ಅಮ್ಮ! ಅವರ ಹಿಂದೆ ಹೋಟೆಲ್ ಮ್ಯಾನೇಜರ್! ಅವರ ಹಿಂದೆ ಪೋಲೀಸ್! ನಿದ್ರೆಯ ಮಂಕು ಹರಿಯಿತು. ಮುಖದಲ್ಲಿ ಬೆವರಿಳಿಯತೊಡಗಿತು. ಕಾಲುಗಳು ನಡುಗತೊಡಗಿದವು. ಎದೆ ಹೊಡೆದುಕೊಳ್ಳುವ ಸದ್ದು ಕೇಳತೊಡಗಿತು. ಅಮ್ಮನೂ ನನ್ನನ್ನೇ ನೋಡತೊಡಗಿದಳು.

"ಹಣ ಏನ್ಮಾಡಿದೀಯಾ?" ಕೇಳಿದರು ಅಂಕಲ್.

"ಯಾವ ಹಣ? ನಂಗೊತ್ತಿಲ್ಲ" ಎಂದೆ.

ಅಂಕಲ್ ಮಾತಾಡದೆ ನನ್ನ ಸೂಟ್‌ಕೇಸ್ ತೆರೆದು ಒಳಗಿದ್ದ ಐನೂರರ ನೋಟುಗಳನ್ನೂ ಜೊತೆಗೆ ಮಾತ್ರೆಗಳನ್ನೂ ಅದರಿಂದ ಹೊರಗೆ ತೆಗೆದರು. ಅಮ್ಮ ಎರಡೂ ಕೈಗಳನ್ನು ಕಿವಿ ಮುಚ್ಚುವಂತೆ ಕೆನ್ನೆ ಮೇಲೆ ಇಟ್ಟುಕೊಂಡು ಮಂಚದ ಮೇಲೆ ಕುಕ್ಕರಿಸಿದಳು. ಅವಳ ಕಣ್ಣುಗಳಲ್ಲಿ ಒಂದೇ ಸವನೆ ನೀರಿಳಿಯತೊಡಗಿತು.

"ನಡಿ ಮನೆಗೆ" ಎಂದಷ್ಟೇ ಹೇಳಿದರು ಅಂಕಲ್.

ಜೊತೆಗೆ ಬಂದ ಪೋಲೀಸಿನವರಿಗೆ ಅಂಕಲ್ ಒಂದಿಷ್ಟು ಹಣ ಕೊಡುವುದೂ ಕಾಣಿಸಿತು. ಮ್ಯಾನೇಜರ್ ಅಂಕಲ್ ಹತ್ತಿರವೂ ಏನೋ ಪಿಸು ಪಿಸು ಮಾತಾಡಿ ಬಂದರು. ಬಂದು ದಿನ ಕೂಡ ಕಳೆಯದೆ ಮತ್ತೆ ಅಂಕಲ್ಲಿನ ಕಾರು ಹತ್ತಬೇಕಾಯಿತು.

ಕಾರು ಬೆಂಗಳೂರಿನ ದಾರಿ ಹಿಡಿಯಿತು.

●●●

"ಯಾಕೆ ಹಣ ಕದ್ದೆ? ಮೈಸೂರಿಗೆ ಯಾಕೆ ಹೋದೆ? ಮಾತ್ರೆ ಎಲ್ಲಿ ಸಿಕ್ಕಿತು?" ಎಂದೆಲ್ಲಾ ನೂರು ಪ್ರಶ್ನೆ ಕೇಳಬಹುದು ಎಂಬ ನನ್ನ ಅನಿಸಿಕೆ ಸುಳ್ಳಾಗಿ ದಾರಿಯಲ್ಲಿ ಅಂಕಲ್ಲಾಗಲೀ ಅಮ್ಮನಾಗಲೀ ಒಂದೂ ಮಾತಾಡಲಿಲ್ಲ. ಅಂದು ರಾತ್ರಿ ಕೂಡಾ ಇಬ್ಬರೂ ಏನೂ ಕೇಳಲು ಬರಲಿಲ್ಲ. ಆದರೆ ರಾತ್ರಿ ಮಾತ್ರ ಬಹಳ ಹೊತ್ತಿನವರೆಗೆ ಅವರಿಬ್ಬರೇ ನನಗೆ ಕೇಳಿಸದಂತೆ ಮೆತ್ತಗೆ ಮಾತಾಡುತ್ತಿದ್ದುದು ತಿಳಿಯುತ್ತಿತ್ತು.

ಬೆಳಗ್ಗೆಯೇ ಕೆಲಸಕ್ಕೆ ಹೋಗುವ ಅಂಕಲ್ ಮರುದಿನ ಹೋಗಲಿಲ್ಲ. ಹತ್ತುಗಂಟೆಗೆ ಅಮ್ಮನೂ ಕೆಲಸಕ್ಕೆ ಹೋಗದೆ "ಆಕಾಶ್, ಸ್ವಲ್ಪ ಹೊರಗಡೆ ಹೋಗಿ ಬರೋಣ" ಎಂದಾಗ ಎಲ್ಲಿಗೆ ಎಂದೇ ತಿಳಿಯದೆ ಹೆಚ್ಚು ಮಾತಾಡಿದರೆ ಕೋಪ ಬರಬಹುದು ಎಂದುಕೊಂಡು ಹೊರಟೆ. ಕಾರು ಸೀದಾ ಪೋಲೀಸ್ ಸ್ಟೇಷನ್ ಎಂಬ ಬೋರ್ಡಿನ ಮುಂದೆ ನಿಂತಾಗ ಮಾತ್ರ ಭಯವಾಗತೊಡಗಿತು.

"ಇಲ್ಲಿಗೆ ಯಾಕೆ ಕರ್ಕೊಂಡು ಬಂದಿದ್ದು? ನನ್ನ ಪೋಲೀಸಿಗೆ ಕೊಡ್ತೀರಾ?" ಎಂದೆ ಗಾಬರಿಯಿಂದ.

"ಸ್ವಲ್ಪ ಕೆಲಸ ಇದೆ, ಇಳಿ" ಎಂದರು ಅಂಕಲ್. ಇಳಿದು ಅಲ್ಲಿಂದ ಓಡಿಬಿಡಲಾ, ಎನಿಸಿತು. ಅಂಕಲ್‌ಗೆ ಅದು ಗೊತ್ತಾಯಿತೋ ಏನೋ? ಕೈ ಹಿಡಿದುಕೊಂಡರು. ಅವರು ಭದ್ರವಾಗಿ ನನ್ನ ಕೈಹಿಡಿದು ಒಳಗೆ ಹೋಗುತ್ತಿದ್ದಂತೆ ನನ್ನ ಹೃದಯ ಬಾಯಿಗೇ ಬಂತು.

"ಯಾಕೆ, ನಾನು ಬರೋದಿಲ್ಲ" ಎಂದೆ. ಅಂಕಲ್ ನನ್ನತ್ತ ಕ್ರೂರ ನೋಟ ಬೀರಿದರು. ನೀನಾದರೂ ಹೇಳು ಎನ್ನುವಂತೆ "ಮಮ್ಮೀ" ಎಂದು ಅಮ್ಮನತ್ತ ಅಂಗಲಾಚಿ ನೋಡಿದೆ. ಅಮ್ಮ ಎತ್ತಲೋ ನೋಡುತ್ತಿದ್ದಳು!

ಕುರ್ಚಿಯಲ್ಲಿ ಖಾಕಿಬಟ್ಟೆ ಹಾಕಿದ ಇನ್‌ಸ್ಪೆಕ್ಟರ್ ಜಬರ್ದಸ್ತಿನಲ್ಲಿ ಕುಳಿತಿದ್ದರು. 'ಬನ್ನಿ' ಎನ್ನುವಂತೆ ತಲೆಯಾಡಿಸಿ, ಕೈ ತೋರಿಸಿದರು. ಅಂಕಲ್ ಅಮ್ಮ ಇಬ್ಬರೂ ಕುಳಿತುಕೊಂಡರು. ನಾನು ನಿಂತುಕೊಂಡೆ.

"ನಿನ್ನೆ ಹೇಳಿದ್ನಲ್ಲಾ ಅವನೇ ಈ ಹುಡುಗ" ಎಂದರು ಅಂಕಲ್.

"ನಿಮಗೇ?" ಎಂದರು ಇನ್ಸ್ಪೆಕ್ಟರ್.

136

"ಸರ್, ಇವನು ನಮ್ಮ ಹುಡುಗ. ಅಂದ್ರೆ ಇವಳ ಮಗ. ಡಿವೋರ್ಸ್ ಪಡೆಯೋದಕ್ಕೆ ಮೊದಲು ಹುಟ್ಟಿದವನು. ಇವಳಿಗೆ ಸೆಕೆಂಡ್ ಮ್ಯಾರೇಜ್. ಈ ಹುಡುಗನ್ನ ನಾವೇ ಸಾಕ್ತಾ ಇದ್ದಿದ್ದು. ಆದ್ರೆ ಇವ್ನು ಪೂರ್ತಿ ಅಡ್ಡದಾರಿ ಹಿಡಿದುಬಿಟ್ಟ. ಕದಿಯೋದು, ಡ್ರಗ್ಸ್ ತಗೊಳ್ಳೋದು, ಹೊಡೆದಾಟ ಮಾಡೋದು ಎಲ್ಲಾ ಮಾಡ್ತಿದಾನೆ. ರೌಡಿ ತರಾ ಆಡ್ತಾನೆ. ಯಾವ ಶಾಲೆಯಲ್ಲೂ ಇವನನ್ನ ಹೆಚ್ಚು ದಿನ ಇಟ್ಕೊಳ್ತಾ ಇಲ್ಲ. ಕಳೆದ ವಾರ ಇವನಮ್ಮನಿಗೇ ಕೋಲು ತಗೊಂಡು ಹೊಡ್ದಿದಾನೆ. ನಿನ್ನೆ ಮನೆ ತಗೊಳ್ಳೋದಕ್ಕೆ ಅಂತ ಇಟ್ಟ ಹಣದಲ್ಲಿ ಮೂವತ್ತುಸಾವಿರ ಚಿಲ್ಲರೆ ಹಣ ತಗೊಂಡು ಒಬ್ಬನೇ ಮೈಸೂರಿಗೆ ಹೋಗಿ ರೂಮು ಮಾಡಿದಾನೆ. ನೋಡಿ, ಈ ಪಿಲ್ಸ್‌ಗಳನ್ನೂ ತಗೊಳ್ತಿದಾನೆ. ಇದರಲ್ಲಿ ಡ್ರಗ್ಸ್ ಇದೆಯಂತೆ. ಇವನು ಚೆನ್ನಾಗಿ ಆಗ಼್ಿ ಅಂತ ಒಳ್ಳೆ ಶಾಲೆಗೆ ಸೇರ್ಸಿ, ಏನೆಲ್ಲಾ ಮಾಡಿದ್ರೂ ಇವನು ಹೀಗಾದ. ಶಾಲೆಯಲ್ಲಿ ಡಿಬಾರ್ ಮಾಡಿದ್ರು. ಬೇರೆ ಶಾಲೆಗೆ ಸೇರ್ಸಿದೀವಿ. ಅಲ್ಲೂ ಬೇಡಾಂತಿದಾರೆ. ಇವ್ನನ್ನ ರಿಮ್ಯಾಂಡ್ ಹೋಮಿಗೆ ಸೇರ್ಸೋದು ಒಳ್ಳೇದು ಅಂತ ತೀರ್ಮಾನ ಮಾಡಿದೀವಿ. ನೀವು ಸ್ವಲ್ಪ ಹೆಲ್ಪ್ ಮಾಡ್ಬೇಕು. ಹೇಗೆ ಮಾಡೋದು ಅಂತ ನೀವೇ ಹೇಳ್ಬೇಕು" ಎಂದರು.

ಇನ್‌ಸ್ಪೆಕ್ಟರ್ ಏನೇನೋ ಪ್ರಶ್ನೆಗಳನ್ನು ಕೇಳಿದರು. ಅಂಕಲ್ ನಡೆದ ವಿಷಯದ ಜೊತೆಗೆ ನಡೆಯದ ವಿಚಾರಗಳನ್ನೂ ಸೇರಿಸಿ ಹೇಳುವಾಗ ಮಾತ್ರ 'ಇಲ್ಲ ನಾನು ಹಾಗೆಲ್ಲಾ ಮಾಡಿಲ್ಲ, ಅಂಕಲ್ ಸುಳ್ಳು ಹೇಳ್ತಿದಾರೆ' ಎಂದು ಹೇಳಬೇಕೆನಿಸಿತು. ಆದರೆ ಧೈರ್ಯ ಸಾಲಲಿಲ್ಲ. ಅಮ್ಮನಾದರೂ ಸಹಾಯಕ್ಕೆ ಬರಬಹುದು ಎಂದು ನೋಡಿದರೆ ಅಮ್ಮ ಕೂಡಾ ಅದು ಸುಳ್ಳು ಎಂದು ಹೇಳದೆ ಸುಮ್ಮನೆ ಅವರ ಮುಖವನ್ನೇ ನೋಡುತ್ತಾ ಕುಳಿತಾಗ ಮಾತ್ರ ನನಗೆ ಆಘಾತವಾಯಿತು.

"ಎಲ್ಲವನ್ನೂ ಒಂದು ಕಂಪ್ಲೇಂಟ್ ಅರ್ಜಿಯಲ್ಲಿ ಬರೆದುಕೊಡಿ. ಹಾಗೇ ಇವನ ಶಾಲೆಯ ಪ್ರಿನ್ಸಿಪಾಲರಿಂದಲೂ ಒಂದು ಲೆಟರ್ ತನ್ನಿ" ಎಂದರು ಇನ್‌ಸ್ಪೆಕ್ಟರ್.

"ಸರಿ, ನೀವು ಹೋಗಿ ಕಾರಲ್ಲಿ ಕೂತಿರಿ" ಎಂದರು ಅಂಕಲ್ ಅಮ್ಮನ ಹತ್ತಿರ.

ನಾವಿಬ್ಬರೂ ಹೊರಟೆವು. ಹೊರಗೆ ಬಂದು ಅಂಕಲ್ ಏಕೆ ಅಲ್ಲೇ ಕುಳಿತರು ಎಂದು ತಿರುಗಿ ನೋಡಿದೆ. ಅಂಕಲ್ ಒಂದಿಷ್ಟು ನೋಟುಗಳನ್ನು ಇನ್‌ಸ್ಪೆಕ್ಟರ ಕೈಗೆ ಕೊಡುವುದು ಕಾಣಿಸಿತು. ಜೊತೆಗೇ "ಸರ್, ಅದಕ್ಕೆಲ್ಲಾ ಏನೇನು ವ್ಯವಸ್ಥೆ ಬೇಕೋ ಅದನ್ನೆಲ್ಲಾ ನೀವೇ ಮಾಡಿಬಿಡಿ, ಖರ್ಚು ನಂದು" ಎಂದು ಅಂಕಲ್ ಹೇಳುವುದೂ "ಆಯ್ತು ಬಿಡಿ. ಅಲ್ಲಿಗೆ ಸೇರ್ಸೋದಕ್ಕೆ ಬೇಕಾದ ವ್ಯವಸ್ಥೆ ಮಾಡ್ತೀನಿ, ನೀವೇನೂ ಯೋಚನೆ ಮಾಡ್ಬೇಡಿ" ಎಂದು ಹೇಳಿ ಅಂಕಲ್ ಕೊಟ್ಟ ಹಣವನ್ನು ಇನ್‌ಸ್ಪೆಕ್ಟರ್ ಜೇಬಿಗಿಳಿಸುವುದೂ ಕಾಣಿಸಿತು. ನನ್ನನ್ನು ಬೇರೆ ಶಾಲೆಗೆ ಸೇರಿಸುವುದಕ್ಕೆ ಪೋಲೀಸಿನವರಿಗೇಕೆ ಹಣ ಕೊಡಬೇಕು? ತಿಳಿಯಲಿಲ್ಲ. ಅಮ್ಮನನ್ನು ಕೇಳುವಾ ಎಂದರೆ ಅಮ್ಮ ಅಂಕಲ್ ಕಡೆ ಎನ್ನುವುದು ನೆನಪಾಗಿ ಸುಮ್ಮನಾದೆ. ಆದರೆ ಅಷ್ಟರಲ್ಲಿ ಅಮ್ಮ ನನ್ನ ಕೈ ಹಿಡಿದು ಎಳೆಯತೊಡಗಿದ್ದು ಕಂಡು ಅವಳ ಹಿಂದೆ ನಡೆದೆ.

ಅನಾಥ ಹಕ್ಕಿಯ ಕೂಗು

ರಾತ್ರಿ ಅಮ್ಮ ನನ್ನ ಕೋಣೆಗೆ ಬಂದಳು. "ಯಾಕೋ ಮಗನೇ ಹೀಗೆಲ್ಲಾ ಮಾಡ್ದೆ? ನಿನಗೆ ತೊಂದರೆ ಆಗ್ಬಾರ್ದು ಅಂತ ನಾನು ಅಷ್ಟೆಲ್ಲಾ ಕಷ್ಟಪಟ್ಟು ಏನೇನೋ ಮಾಡ್ದೆ. ಆದ್ರೂ ನೀನು ಸರಿದಾರಿಗೆ ಬರ್ಲಿಲ್ಲ. ಈಗ ನೋಡು. ನಿನ್ನ ರಿಮ್ಯಾಂಡ್‌ಹೋಮಿಗೆ ಸೇರಿಸ್ಬೇಕಲ್ಲಪ್ಪಾ. ತಂದೆ ತಾಯಿ ಇದ್ದೂ ಪರದೇಶಿ ಆಗಿಬಿಟ್ಟೆ. ಅಲ್ಲಾದ್ರೂ ಒಳ್ಳೆ ಬುದ್ಧಿ ಕಲಿ. ಪೂರ್‌ಬಾಯ್" ಎಂದು ತಲೆ ಸವರಿದಳು ಅಮ್ಮ.

ಅಮ್ಮ ನನ್ನನ್ನು 'ಪೂರ್‌ಬಾಯ್' ಎಂದು ಯಾವಾಗಲೂ ಕರೆದಿರಲಿಲ್ಲ. ಅಮ್ಮ ಹಾಗೆ ಕರೆಯುವುದಿಲ್ಲ ಎಂದೇ ತಿಳಿದಿದ್ದೆ. ಖುಷಿ ಎಂದರೆ ಹಣ ಕದ್ದಿದ್ದಕ್ಕೆ ಪೋಲೀಸ್ ಸ್ಟೇಶನ್‌ನಲ್ಲಿ ನನಗೆ ಹೊಡೆಯಬಹುದು ಎಂದು ಬಹಳ ಹೆದರಿದ್ದೆ. ಅಷ್ಟಷ್ಟೆತ್ತರದ, ಖಾಕಿ ಡ್ರೆಸ್ ಧರಿಸಿದ, ಥಬ್ ಥಬ್ ಎಂದು ಸದ್ದು ಮಾಡುತ್ತಾ ನಡೆಯುವ ಅವರನ್ನು ನೋಡುವಾಗಲೇ ಚೆಡ್ಡಿ ಒದ್ದೆಯಾಗುತ್ತಿದೆ ಎನಿಸುತ್ತಿತ್ತು. ಆದರೆ ಹಾಗೇನೂ ಆಗದೆ ಆದ ಸಂತೋಷದಲ್ಲಿ ಅಮ್ಮ ಹೇಳುವುದೊಂದೂ ನನಗೆ ವಿಶೇಷವೆನಿಸಲಿಲ್ಲ. ಆದರೆ ಪುನಃ ರಿಮ್ಯಾಂಡ್‌ಹೋಮ್ ಅನ್ನೋ ಬೇರೊಂದು ಶಾಲೆಗೆ ನನ್ನನ್ನು ಸೇರಿಸುತ್ತಾರೆ ಎನ್ನುವುದು ಮಾತ್ರ ತೀರಾ ಬೋರು ಹೊಡೆಸುವ ವಿಚಾರವಾಯಿತು. ಮತ್ತೆ ಶಾಲೆ, ಪಾಠ, ಪರೀಕ್ಷೆ, ಥೂ, ಯಾವುದೂ ಬೇಡಾಗಿತ್ತು, ಮೈಸೂರಿನಲ್ಲೇ ಇದ್ದಿದ್ದರೆ ಯಾವ ರಗಳೆಯೂ ಇರುತ್ತಿರಲಿಲ್ಲ ಎನಿಸಿತು.

"ಮಮ್ಮೀ, ಮತ್ತೆ ನಾನು ಶಾಲೆಗೆ ಹೋಗ್ಲೇಬೇಕಾ?" ಎಂದೆ.

ಒಮ್ಮೆಲೇ ನನ್ನನ್ನು ತಬ್ಬಿಕೊಂಡ ಅಮ್ಮ ಬಿಕ್ಕಿ ಬಿಕ್ಕಿ ಅಳತೊಡಗಿದಳು. ಘಳಿಗೆ ಮೊದಲು ಅಂಕಲ್ ಪರವಾಗಿದ್ದವಳು ಈಗ ಹಾಗೊಂದು ನನ್ನನ್ನು ತಬ್ಬಿಕೊಂಡು ಅಳುವಾಗ ನನಗೂ ಅಳು ಬರತೊಡಗಿತು.

'ಈ ಅಮ್ಮ ಯಾಕೆ ಒಂದು ಸಲ ನನ್ನ ಕಡೆ; ಮತ್ತೊಂದು ಸಲ ಅಂಕಲ್ ಕಡೆ' ಎಂದೇ ತಿಳಿಯಲಿಲ್ಲ!

●●●

ಅಮ್ಮ ಪುನಃ ನನ್ನನ್ನು ಸೈಕಿಯಾಟ್ರಿಸ್ಟ್ ವೇದವ್ಯಾಸ್ ಅಂಕಲ್ ಬಳಿಗೆ ಕರೆದುಕೊಂಡು ಹೋದಳು. ಇಲ್ಲಿ ಮಾತ್ರ ಅಂಕಲ್ ಹೇಳಿದಂತೆ ಸುಳ್ಳು ಹೇಳದೆ ಎಲ್ಲವನ್ನೂ ವಿವರಿಸಿ ಹೇಳಿದ ಅಮ್ಮ "ಸರ್ ಇವನು ಹೀಗೆ ಅಂತ ಸರ್ಟಿಫಿಕೇಟ್ ಕೊಡೋದಕ್ಕೆ ಆಗುತ್ತಾ? ಇವನನ್ನು ರಿಮ್ಯಾಂಡ್‌ಹೋಮಿಗೆ ಸೇರಿಸೋದೇ ಒಳ್ಳೇದು ಅಂತ ನನ್ನ ಹಸ್ಬೆಂಡ್ ಒಂದೇ ಸಮ ಹಠ ಮಾಡ್ತಿದಾರೆ. ಆದ್ರೆ ಇವನು ಬೇಕೂಂತ ಅಪರಾಧ ಮಾಡಿಲ್ಲ. ತಿಳಿಯದೆ ಮಾಡ್ತಾ ಇದಾನೆ. ಏನು ಮಾಡೋದು" ಎಂದಳು.

"ರಿಮ್ಯಾಂಡ್‌ಹೋಮಿಗೆ ಸೇರಿಸುವಂಥಾ ದೊಡ್ಡ ತಪ್ಪೇನು ಅವನು ಮಾಡಿಲ್ಲ. ಅದ್ಯಾಕೆ ನೀವಾಗಿ ಅಲ್ಲಿಗೆ ಸೇರ್ಸೋ ಯೋಚನೆ ಮಾಡ್ತಿದೀರಿ?" ಡಾಕ್ಟರ್ ಕೇಳಿದಾಗ ಅಮ್ಮ ತಲೆ ತಗ್ಗಿಸಿದಳು.

138

"ವೆರಿ ಸ್ಯಾಡ್, ಚೆನ್ನಾಗಿ ನೋಡ್ಕೊಂಡಿದ್ರೆ ಈ ಹುಡುಗ ನಿಜಕ್ಕೂ ಅಂತಹಾ ಕೆಲಸ ಮಾಡ್ತಿರ್ಲಿಲ್ಲ; ಅವನ ಪೇರೆಂಟ್ಸ್ ಪ್ರೀತಿ, ವಿಶ್ವಾಸ ಅವನಿಗೆ ದಕ್ಕಿದ್ರೆ ಖಂಡಿತಾ ಅವನು ದಾರಿತಪ್ತಾ ಇರ್ಲಿಲ್ಲ. ಈಗಲೂ ಅವನನ್ನು ತಿದ್ದೋದಕ್ಕೆ ಸಾಧ್ಯ ಇಲ್ಲ ಅಂತೇನಿಲ್ಲ, ಅದೆಲ್ಲಾ ನೀವು ಮಾಡಿಕೊಳ್ಳುವ ವ್ಯವಸ್ಥೆ ಮೇಲೆ ಹೊಂದಿಕೊಳ್ಳುತ್ತೆ ಅಷ್ಟೆ. ಅವನಿಗೆ ಪೂರ್ತಿ ಅನ್ಯಾಯ ಆಗೋ ಹಾಗೆ ಮಾಡ್ಬೇಡಿ. ನಿಮ್ಮ ತಪ್ಪಿಗೆ ಅವನ ಬದುಕಲ್ಲಿ ಕಪ್ಪು ಚುಕ್ಕೆ ಆಗ್ತಾ ಇದೆ. ವೆರಿ ವೆರಿ ಸ್ಯಾಡ್" ಎಂದರು ಡಾಕ್ಟರ್ ವೇದವ್ಯಾಸ್.

"ಹೌದು ಡಾಕ್ಟ್ರೇ, ನಮ್ಮಿಂದ ಇವನ ಬದುಕು ಹಾಳಾಗ್ತಾ ಇದೆ ಅನ್ನೋದು ನಂಗೂ ಈಗ ಅರ್ಥ ಆಗಿದೆ. ನಮ್ಮ ಸಂಶಯ, ನಮ್ಮ ಈಗೋ, ನಮ್ಮ ಅಹಂಕಾರಕ್ಕೆ ಇವನು ಬಲಿಯಾದ. ವ್ಯಥೆ ಆಗುತ್ತೆ; ಆದ್ರೆ ಈಗ ನಾನು ಏನೂ ಮಾಡಲಾಗದ ಪರಿಸ್ಥಿತಿಗೆ ಬಂದಿದೀನಿ" ಎಂದಳು ಅಮ್ಮ ತಲೆತಗ್ಗಿಸಿ.

"ನಾನು ಹೀಗೆ ಕೇಳ್ತಾ ಇದೀನಿ ಅಂತ ತಪ್ಪು ತಿಳೀಬೇಡಿ, ನಿಮಗೆ ಮತ್ತು ನಿಮ್ಮ ಹಸ್ಬೆಂಡಿಗೆ ಬರೀ ಸಂಶಯ ಮಾತ್ರ ಇತ್ತಾ ಅಥವಾ...? ಯಾಕೆ ಕೇಳಿದೆ ಅಂದ್ರೆ ಇಂಥಾ ಸಮಸ್ಯೆಗಳು ಈಗ ಹೆಚ್ಚಾಗ್ತಾ ಇದೆ. ದಾಂಪತ್ಯ ಅನ್ನೋದರ ಅರ್ಥವೇ ವಿದ್ಯಾವಂತರಿಗೆ ಗೊತ್ತಾಗ್ತಾ ಇಲ್ಲ. ಅದಕ್ಕೋಸ್ಕರ ಸತ್ಯ ತಿಳ್ಕೊಳ್ಳೋದಕ್ಕೆ ಅಷ್ಟೆ. ಇಷ್ಟ ಇದ್ರೆ ಹೇಳಿ" ಮೆಲುದನಿಯಲ್ಲಿ ಹೇಳಿ ಗಂಭೀರವಾಗಿ ಅಮ್ಮನ ಮುಖ ನೋಡಿದರು ಡಾಕ್ಟರ್ ವೇದವ್ಯಾಸ್.

ಕ್ಷಣ ಹೊತ್ತು ಮಾತಾಡದೆ ಕುಳಿತ ಅಮ್ಮ ಮುಖ ಕೆಂಪು ಮಾಡಿಕೊಂಡು ತಲೆತಗ್ಗಿಸಿ ನಿಧಾನವಾಗಿ ಹೇಳಿದಳು. "ನಿಮ್ಮ ಹತ್ರ ಹೇಳೋದಕ್ಕೇನು ಸರ್, ನನ್ನ ಮೊದಲ ಹಸ್ಬೆಂಡಿಗೆ ಬೇರೆ ಅಫೇರ್ ಇತ್ತು ಅನ್ನೋದು ಗ್ಯಾರಂಟಿಯಾಗಿತ್ತು. ಅದು ನಂಗೆ ಗೊತ್ತಾಗಿ ಅವರ ಜೊತೆ ಜಗಳ ಆಡ್ದೆ. ನಂತರ ಅವರು 'ತಪ್ಪಾಯ್ತು' ಅಂದ್ರೂ ಅವರು ಆ ಚಾಳಿ ಬಿಡ್ಲಿಲ್ಲ ಅನ್ನೋ ಅನುಮಾನ ನಂಗೂ ಜೋರಾಗಿತ್ತು. ಯಾವತ್ತೂ ಅವಳ ಜೊತೆ ಕಾಣಿಸ್ಬಾರ್ದು ಅಂತ ಮಾತು ತಗೊಂಡಿದ್ದೆ. ಆದ್ರೂ ಒಂದಿನ ಒಟ್ಟಿಗೆ ಓಡಾಡಿದ ವಿಷಯ ತಿಳೀತು. ಅದು ಸತ್ಯವಾ ಅಂತ ತಿಳ್ಕೊಳ್ಳೋವಷ್ಟು ತಾಳ್ಮೆ ನಂಗೂ ಇರ್ಲಿಲ್ಲ. ಅವರು ಬುದ್ಧಿ ಕಲೀಲಿ ಅಂತ ನಾನೂ ನಂಗೆ ಇಷ್ಟವಾದವರ ಜೊತೆ ಹಾಗೇ ಮಾಡ್ದೆ. ಅವರಿಗೆ ಒಂದು ಅವಕಾಶ ಕೊಟ್ಟು ನೋಡಬಹುದಾಗಿತ್ತು ಅಂತ ಈಗ ಅನ್ನಿಸ್ತಾ ಇದೆ. ಸಂದರ್ಭ ಮತ್ತು ಅವಕಾಶಗಳೂ ಹಾಗಾಗೋದಿಕ್ಕೆ ಕಾರಣ ಆಗಿರ್ಬಹುದು. ಏನೇ ಆದ್ರೂ ಮತ್ತೆ ನಮ್ಮ ಬುದ್ಧಿ ನಮ್ಮ ಕೈಯಲ್ಲಿ ಇರ್ಲಿಲ್ಲ ಅನ್ನೋದೇ ಸತ್ಯ. ಮಾಡೋ ತಪ್ಪನ್ನ ಮುಚ್ಚಿ ಹಾಕೋದಕ್ಕೆ ಆಗ ಅವರದು ತಪ್ಪು ಅಂತ ನಾನೂ, ನಂದು ತಪ್ಪು ಅಂತ ಅವರೂ ಹೋರಾಟ ಮಾಡಿದ್ವಿ, ನಮ್ಮ ತಪ್ಪನ್ನ ನಾವು ತಿದ್ಕೋಬೇಕು ಅಂತ ನಮಗಿಬ್ರಿಗೂ ಅನ್ನಿಸ್ಲೇ ಇಲ್ಲ. ಒಬ್ಬರ ಮೇಲೆ ಒಬ್ರು ಗೌರವ ಬೆಳೆಸಿಕೊಳ್ಳೋ ಬದ್ಲು ಒಬ್ಬರ ಮೇಲೆ ಒಬ್ರು ಜಲಸಿ ಬೆಳೆಸಿ ಕೊಂಡ್ವಿ. ಅದೇ ದುರಂತ ನೋಡಿ. ನಮ್ಮ ಆಫೀಸಿನ ಕೊಲೀಗ್ಸಿಗೂ ಬಹಳ ಜನಕ್ಕೆ ಈ ರೀತಿ ಅಫೇರ್ ಇತ್ತು. ಅದೆಲ್ಲಾ ಕಾಮನ್ ಅಂತ ತಿಳ್ಕೊಂಡ್ವಿ, ಈಗ ನೋಡಿದ್ರೆ ಹೀಗೆಲ್ಲಾ ಆಯ್ತು. ಡಿವೋರ್ಸ್ ಆದ್ರೆ ಇಷ್ಟೆಲ್ಲಾ ಪ್ರಾಬ್ಲಮ್ ಬರುತ್ತೆ ಅಂತ ಗೊತ್ತಾಗಿದ್ದೇ ಈಗ. ಮತ್ತೆ ಮದುವೆಯಾದ್ರೂ

139

ಅಲ್ಲಾದ್ರೂ ಸುಖ ಇದ್ಯಾ? ಯಾಕಾದ್ರೂ ಆದೆ ಅಂತಾಗಿದೆ. ಅದೇ ಮತ್ತೊಂದು ಕತೆ. ಬೇಡ ಬಿಡಿ ಅದರ ವಿಷಯ"

"ಮಕ್ಕಳಾದ ಮೇಲೆ ನೀವು ಮಾಡೋ ತಪ್ಪುಗಳು ಮಕ್ಕಳ ಮೇಲೆ ಎಂಥಾ ಪರಿಣಾಮ ಬೀರುತ್ತೆ ನೋಡಿ; ಇನ್ನಾದ್ರೂ ಇವನ ವಿಷಯದಲ್ಲಿ ಆದ ತಪ್ಪನ್ನ ಸರಿಪಡಿಸೋ ಪ್ರಯತ್ನಮಾಡಿ" ಅಮ್ಮನ ಮುಖವನ್ನೇ ನೋಡುತ್ತಾ ಹೇಳಿದರು ಆ ಅಂಕಲ್.

"ಸಾರಿ ಸರ್, ನಮ್ಮ ತಪ್ಪಿಂದ ಈ ಹುಡುಗ ಅನಾಥ ಆಗಿಬಿಟ್ಟ ಅನ್ನೋದು ಮನಸ್ಸಿಗೆ ತುಂಬ ಹಿಂಸೆ ಆಗುತ್ತೆ. ಆದ್ರೆ ಸರಿಪಡಿಸೋದು ಹೇಗೆ ಅಂತನೇ ಗೊತ್ತಾಗ್ತಿಲ್ಲ. ಸ್ಕೂಲಿನಲ್ಲಿ ಫರ್ಸ್ಟ್ ಬರ್ತಿದ್ದವನು ದಡ್ಡ ಅನ್ನೋ ಪಟ್ಟ ಹೊತ್ಕೊಂಡ. ಪಟ್ಟ ಹೊತ್ತಿದ್ದಷ್ಟೇ ಅಲ್ಲ; ನಿಜಕ್ಕೂ ದಡ್ಡ ಆಗಿದಾನೆ. ಅವನಿಗೆ ಮೊದಲಿನ ಬುದ್ಧಿ ಇದ್ದಿದ್ರೆ ಹೀಗೆ ಕಳ್ಳತನ ಮಾಡ್ತಿರ್ಲೂ ಇಲ್ಲ. ಮಾಡಿದ್ರೂ ಇಷ್ಟು ಸುಲಭದಲ್ಲಿ ಸಿಕ್ಕಿಹಾಕಿಕೊಳ್ತಾ ಇರ್ಲಿಲ್ಲ" ನನ್ನ ಕಡೆ ನೋಡುತ್ತಾ ಹೇಳಿದಳು ಅಮ್ಮ.

"ಹಾಗಾಗೋದಕ್ಕೆ ಡ್ರಗ್ಸಿನ ಪ್ರಭಾವ ಕಾರಣ ಆಗುತ್ತೆ. ಅದ್ರಿಂದ ಬುದ್ಧಿ ಮಂದ ಆಗುತ್ತೆ. ಅದನ್ನ ಹೇಗೆ ಪಡೀಬೇಕು ಅನ್ನೋದರ ಹೊರತು ಬೇರೆ ಯೋಚನೆಯೂ ಬರೋದಿಲ್ಲ"

"ಇಷ್ಟು ಚಿಕ್ಕವಯಸ್ಸಿಗೇ ಡ್ರಗ್ಸ್ ತಗೊಳ್ಳೋದಕ್ಕೆ ನಾವೇ ಕಾರಣ ಆದ್ವಿ. ಸುಳ್ಳು ಹೇಳೋದಕ್ಕೆ, ಕದಿಯೋದಕ್ಕೆ ಎಲ್ಲಾ ಅಭ್ಯಾಸ ಮಾಡ್ಕೊಂಡ. ಇವನು ನನ್ನ ಮಗ ಹೌದೋ ಅಲ್ವೋ ಅನ್ನೋ ಹಾಗೆ ದುರ್ಬುದ್ಧಿ ಕಲಿತ. ಮಗು ಅಂತಲೂ ನೋಡದೆ ತಂಗಿಗೆ ಹಾಗೊಂದು ಹೊಡೀತಾರಾ? ನಾವು ಗಂಡ ಹೆಂಡತಿ ಡಿವೋರ್ಸ್ ತಗೊಳ್ಳೋದಕ್ಕೆ ಮೊದಲು ಸಾವಿರ ಸಲ ಯೋಚನೆ ಮಾಡ್ಬೇಕಾಗಿತ್ತು. ಒಂದು ಮಗು ಇದೆ, ಅದರ ಬದುಕು ಹಾಳಾಗುತ್ತೆ, ಅನ್ನೋದನ್ನ ನಾವು ಅರ್ಥಮಾಡಿಕೊಳ್ಬೇಕಿತ್ತು. ಪ್ರೀತಿಗಾಗಿ ಕಾಯುವ ಹುಡುಗನ ಬದುಕನ್ನು ನಾವೇ ಕೈಯಾರೆ ಹಾಳು ಮಾಡಿದ ಹಾಗಾಯ್ತು. ತುಂಬ ಸಂಕಟ ಆಗುತ್ತೆ. ರಾತ್ರಿ ನಿದ್ರೆ ಬರೋದಿಲ್ಲ. ಇತ್ತೀಚೆಗೆ ಬಿ.ಪಿ. ಬೇರೆ ಶುರುವಾಗಿದೆ. ತಪ್ಪು ನಂದು ಮಾತ್ರ ಅಲ್ಲ; ಇವನ ಡ್ಯಾಡಿದು ಅದಕ್ಕಿಂತ ಹೆಚ್ಚು ಇದೆ. ಆದರೆ ನೋಡಿ, ಅವರಿಗೆ ಜವಾಬ್ದಾರಿಯಿಂದ ನುಣುಚಿಕೊಳ್ಳೋದು ಎಷ್ಟು ಸುಲಭ ಆಯ್ತು? ನಂದು ಹೆತ್ತ ಕರುಳು, ಸಹಿಸೋದಕ್ಕೆ ಆಗೋದಿಲ್ಲ. ಇನ್ನು ಇದನ್ನೆಲ್ಲಾ ಸರಿಪಡಿಸೋದಕ್ಕೆ ಸಾಧ್ಯವೇ ಇಲ್ವಾ ಸರ್? ಹೀಗೇ ಆದ್ರೆ ಮುಂದೆ ಕತೆ ಏನು ಸರ್"

"ಇಂಥಾ ವಿಷಯದಲ್ಲಿ ಮಕ್ಕಳ ಸುಪ್ತಮನಸ್ಸಲ್ಲಿ ಅವರ ಮೇಲೆ ದ್ವೇಷ ಬೆಳೆದಿರುತ್ತೆ ಮ್ಯಾಡಂ. ನನ್ನ ಮೇಲೆ ಅಪ್ಪನಿಗೆ ಪ್ರೀತಿ ಇಲ್ಲದೆ ಇರೋದಿಕ್ಕೆ ಆ ಮಗುವೇ ಕಾರಣ ಅಂತ ಆದಾಗ್ಲೇ ಅವರು ಹಾಗೆ ವರ್ತಿಸೋದು. ಅವರಿಗೆ ಅರ್ಥ ಆಗೋ ಹಾಗೆ ಹೇಳಿ ಪ್ರೀತಿ ಕೊಟ್ರೆ ಅದು ಬದಲಾಗುತ್ತೆ. ಪರಿಸ್ಥಿತಿ ಅವನಿಂದ ಹಾಗೆ ಮಾಡ್ಸಿದ್ದು ಅಷ್ಟೆ. ನೀವೇನೂ ವರಿ ಮಾಡ್ಬೇಡಿ; ಅವನು ಒಳ್ಳೇ ಹುಡುಗ" ಹೇಳುವಾಗ ಆ ಅಂಕಲ್ಲಿಗೆ ನಿಜಕ್ಕೂ ನನ್ನ ಮೇಲೆ ಪ್ರೀತಿ ಇರುವ ಹಾಗೆ ಭಾಸವಾಯಿತು.

“ಆಗಿದ್ದು ಆಗಿಹೋಯ್ತು; ಈಗ ನಾನು ಏನು ಮಾಡ್ಬಹುದು ಅಂತ ಹೇಳಿ ಸರ್, ನೀವೇ ನಂಗೆ ದಾರಿ ತೋರಿಸ್ಬೇಕು. ಈಗ ಯೋಚನೆ ಮಾಡುವಾಗ ನಂಗೆ ಸ್ವಲ್ಪ ತಾಳ್ಮೆ ಇದ್ದಿದ್ರೆ, ನಾನೂ ಸಂಪಾದನೆ ಮಾಡ್ತೀನಿ ಅನ್ನೋ ಗರ್ವ ಬಿಟ್ಟಿದ್ರೆ ಹೀಗಾಗ್ತಿರ್ಲಿಲ್ಲ. ಇವನ ಡ್ಯಾಡಿ ನನ್ನ ಜೊತೆಗೆ ಹೊಂದಿಕೊಳ್ಳೋದಕ್ಕೆ ಸಾಧ್ಯ ಆಗದಷ್ಟು ಕೆಟ್ಟವರಾಗಿರ್ಲಿಲ್ಲ ಅಂತನ್ಸುತ್ತೆ. ಖಂಡಿತಾ ಈಗಿರುವ ಹಸ್ಬೆಂಡಿಗಿಂತ ಒಳ್ಳೆಯವರಾಗಿದ್ರು. ಹಾಗೇ ನನ್ನ ಜೊತೆಗೆ ಅವರಿಗೂ ಹೊಂದಿಕೊಳ್ಳಬಹುದಾಗಿತ್ತು. ಇಬ್ರೂ ದುಡುಕಿದ್ದು ನಿಜ. ಈಗ ಅವರೂ ಸುಖವಾಗಿದಾರೆ ಅಂತ ನಾನು ಭಾವಿಸೋದಿಲ್ಲ. ನಮಗಿಬ್ರಿಗೂ ಸ್ನೇಹಿತರಾಗಿದ್ದ ಒಬ್ಬರ ಹತ್ರ ನಾವು ಡಿವೋರ್ಸ್ ಮಾಡ್ಕೊಂಡು ತಪ್ಪು ಮಾಡಿದ್ವಿ ಅಂತ ಅವರೂ ಹೇಳ್ತಿದ್ರಂತೆ. ಆದರೆ ಚೆನ್ನಾಗೇ ಇದೀವಿ ಅಂತ ಇಬ್ರೂ ನಾಟಕ ಮಾಡ್ತಾ ಇದೀವಿ. ಆಗ ಇಬ್ರೂ ಮುಂದಾಲೋಚನೆ ಮಾಡದೆ ಈಗೋ ಸಮರ್ಥನೆಗೆ ಕಾರಣ ಹುಡುಕಿ ಜಗಳ ಆಡಿದ್ವಿ, ಪರಿಣಾಮ ಹೀಗಾಯ್ತು. ಇವನು ಹೀಗೆಲ್ಲಾ ಆಗಬಹುದು ಅಂತ ಆಗ ಕನಸಲ್ಲೂ ಯೋಚಿಸಿರ್ಲಿಲ್ಲ. ಇವನ ಅಜ್ಜ ಕೈ ಮುಗಿದು ಬುದ್ಧಿ ಹೇಳಿದಾಗಲೂ ನಮಗೆ ಅದು ಅರ್ಥ ಆಗ್ಲಿಲ್ಲ. ಅವನ ಡ್ಯಾಡಿಗೆ ಅವನು ಬೇಡವಾದ್ರೂ ನಾನಂತೂ ಅವನ ತಾಯಿ. ಈಗ ಇವನ್ನ ಮನೇಲಿಟ್ಟುಕೊಳ್ಳೋ ಹಾಗೂ ಇಲ್ಲ. ಇವನ ತಲೆ ಕಂಡ್ರೆ ಇವನ ಅಂಕಲ್ಲಿಗೆ ಆಗೋದಿಲ್ಲ. ಇವನು ಮನೇಲಿದ್ರೆ ನಾನೇ ಮನೆಬಿಟ್ಟು ಹೋಗ್ತೀನಿ ಅಂತ ಹಾರಾಡ್ತಾರೆ. ಇವನಿಗಾಗಿ ನಾನು ಮನೆ ಬಿಟ್ಟು ಬರೋ ಹಾಗೂ ಇಲ್ಲ. ಅಲ್ಲೂ ಒಂದು ಸಣ್ಣ ಮಗು ಇದೆ. ಈಗ ಯಾವ ಸ್ಕೂಲಲ್ಲೂ ಇವ್ನನ್ನ ಸೇರಿಸ್ಕೊಳ್ಳೋದು ಅನುಮಾನ. ಇವನ ಸ್ಥಿತಿಗೆ ಇವನನ್ನೂ ಬೈಯೋಹಾಗಿಲ್ಲ. ನನ್ನ ಮಗನ್ನ ರಿಮ್ಯಾಂಡ್‌ಹೋಮಿಗೆ ಸೇರಿಸ್ಬೇಕು ಅನ್ನೋದನ್ನು ನೆನೆಸಿಕೊಳ್ಳೋದಕ್ಕೂ ಕಷ್ಟ ಆಗುತ್ತೆ. ಆದರೆ ಮನೇಲಿಟ್ಟುಕೊಳ್ಳದೆ ಬೇರೆ ಎಲ್ಲಿ ಕಳಿಸಿದ್ರೂ ಇವನು ಡ್ರಗ್ಸ್ ಅಭ್ಯಾಸ ಬೆಳೆಸಿಕೊಂಡ್ರೆ ನಾನಾದ್ರೂ ಏನು ಮಾಡ್ಲೀ? ನಾನು ಮಾಡೋ ಪ್ರಯತ್ನ ಎಲ್ಲಾ ಮಾಡ್ತನೇ ಇದೀನಿ. ರಾತ್ರೀ ಹಗಲೂ ಇವಂದೇ ಯೋಚನೆ ಆಗಿಬಿಟ್ಟಿದೆ ನಂಗೆ” ಹೇಳುತ್ತಾ ಅಮ್ಮ ಟೇಬಲ್ಲಿಗೆ ತಲೆ ಇಟ್ಟು ಬಿಕ್ಕಿ ಬಿಕ್ಕಿ ಅಳುತ್ತಾ ಮೆಲ್ಲಗೆ ತಲೆಯನ್ನೇ ಚಚ್ಚಿಕೊಳ್ಳತೊಡಗಿದಳು.

‘ನನ್ನನ್ನು ಮನೆಯಲ್ಲೂ ಇಟ್ಟುಕೊಳ್ಳುವುದಿಲ್ಲ; ನನಗೆ ಬೇಕಾದ್ದನ್ನು ಕೊಡುವುದೂ ಇಲ್ಲ; ನನಗಿಷ್ಟವಾದ ಮಾತ್ರೆ ತೆಗೆದುಕೊಳ್ಳಲೂ ಬಿಡುವುದಿಲ್ಲ; ಆದರೂ ನನಗಾಗಿ ಅಮ್ಮ ಹೀಗೇಕೆ ತಲೆ ಚಚ್ಚಿಕೊಂಡು ಅಳ್ಬೇಕು? ಹಾಗೊಂದು ಬಿಕ್ಕಿ ಬಿಕ್ಕಿ ಅಳಲು ಈಗ ನನಗೆ ಅಂತಹಾ ತೊಂದರೆ ಆಗಿದ್ದಾದರೂ ಏನು?’ ಎಂದು ನನಗೂ ತಿಳಿಯದಾಯಿತು.

“ಅಷ್ಟೊಂದು ಬೇಜಾರು ಮಾಡ್ಕೋಬೇಡಿ, ಈಗಲೂ ಏನೂ ಕಾಲ ಮಿಂಚಿಹೋಗಿಲ್ಲ ಬಿಡಿ, ಅವನಿಗೆ ಕೌನ್ಸಿಲಿಂಗ್ ಮಾಡಿದ್ರೆ ಅವನು ಸರಿ ಹೋಗ್ತಾನೆ. ಈಗ ಅದನ್ನೇ ಮಾಡ್ತೀನಿ; ಹೇಳಿದ್ರೆ ಅರ್ಥ ಮಾಡಿಕೊಳ್ಳುವ ವಯಸ್ಸಾಗಿದೆ ಅವನಿಗೆ. ಆದ್ರೆ ಮುಂದೆ ಅವನ್ನ ಈಗಿರೋ ಪರಿಸ್ಥಿತಿಲೇ ಮುಂದುವರೆಸಿದ್ರೆ ಕಷ್ಟ ಆಗುತ್ತೆ. ಅದಕ್ಕೆ ಬೇರೇನಾದ್ರೂ ವ್ಯವಸ್ಥೆ ಮಾಡ್ಲೇಬೇಕು. ನೀವು ಇಲ್ಲೇ ಕೂತಿರಿ. ಅವನ ಮನಸ್ಸಲ್ಲಿ ಏನೇನು ಸಂಕಟ ಇದೆ ಎಂದು ತಿಳಿದು ಅದಕ್ಕೆ ಪರಿಹಾರ ಹುಡುಕೋಣ. ಕನಿಷ್ಠ ನಿಮ್ಮ ಸಹಕಾರ ಇದ್ರೆ ಅವನನ್ನ ಸರಿ ಮಾಡಬಹುದು” ಹೇಳಿದ ಆ ಡಾಕ್ಟರ್ ಅಂಕಲ್ “ಬಾ ಮರಿ ನಿನ್ನ ಹತ್ರ ಸ್ವಲ್ಪ ಮಾತಾಡ್ಬೇಕು” ಎನ್ನುತ್ತಾ

ನನ್ನ ಕೈ ಹಿಡಿದು ಒಳಗೆ ಕರೆದುಕೊಂಡು ಹೊರಟರು. ಜೊತೆಗೆ ಅಮ್ಮನೂ ಬಂದಿದ್ದರೆ ಚೆನ್ನಾಗಿತ್ತು ಎನಿಸಿತು.

'ನೀನೂ ನನ್ನ ಜೊತೆಗೆ ಬಾಮ್ಮಾ' ಎಂದು ಕರೆಯಲು ಅಮ್ಮನತ್ತ ನೋಡಿದರೆ ಅಮ್ಮ ಟೇಬಲ್ಲಿನಿಂದ ತಲೆಯನ್ನೇ ಎತ್ತಲಿಲ್ಲ. ಅವಳಿನ್ನೂ ಬಿಕ್ಕುತ್ತಲೇ ಇದ್ದಾಳೆ ಎನ್ನುವುದು ಅವಳ ಏರಿಳಿಯುವ ಶರೀರ ನೋಡಿದಾಗಲೇ ತಿಳಿಯುತ್ತಿತ್ತು.

'ಈ ಅಫೇರ್ ಎಂದರೇನು? ಇಬ್ಬರೂ ಅದನ್ಯಾಕೆ ಇಟ್ಕೋಬೇಕಾಗಿತ್ತು? ಅಮ್ಮ ಇದುವರೆಗೂ ಅದರ ಬಗ್ಗೆ ಹೇಳೇ ಇಲ್ಲ' ಎನ್ನಿಸಿ ಅಮ್ಮನ ಮೇಲೆ ಕೋಪವೂ ಬಂತು. ಆದರೆ ಈಗಿರುವ ಸ್ಥಿತಿಯಲ್ಲಿ ಅಮ್ಮನನ್ನು ನೋಡುವಾಗ ಯಾಕೋ ಮತ್ತೆ 'ಪಾಪ' ಎನ್ನಿಸಿ ಸುಮ್ಮನಾದೆ.

ಒಂದು ಸಣ್ಣ ಕೋಣೆ. ಡಾಕ್ಟರ್ ಅಂಕಲ್ ನನ್ನ ಕೈ ಹಿಡಿದೇ ಅದರೊಳಗೆ ಕರೆದುಕೊಂಡು ಹೋದರು. ಅವರೇ ಅಲ್ಲಿದ್ದ ಬಾಟಲಿಯಿಂದ ಎರಡು ಗ್ಲಾಸ್‌ಗಳಿಗೆ ಜ್ಯೂಸನ್ನು ಬಗ್ಗಿಸಿ ತಾವೂ ಒಂದು ಗ್ಲಾಸ್ ಹಿಡಿದು "ತಗೋ ಕುಡಿ" ಎನ್ನುತ್ತಾ ತಾವೂ ಮೆಲ್ಲಗೆ ಅದನ್ನು ಹೀರತೊಡಗಿದರು.

ಜ್ಯೂಸ್ ತುಂಬ ರುಚಿಯಾಗಿತ್ತು "ಆಕಾಶ್, ನೀನು ಮೊದಲು ಸ್ಕೂಲಲ್ಲಿ ತುಂಬಾ ಚೆನ್ನಾಗಿ ಓದ್ತಿದ್ಯಂತೆ, ಹೌದಾ?" ಎಂದರು ಜ್ಯೂಸನ್ನು ಕುಡಿಯುತ್ತಲೇ. 'ಹೌದು' ಎನ್ನುವಂತೆ ತಲೆಯಾಡಿಸಿದೆ.

"ಆಗ ನಿನ್ನ ಡ್ಯಾಡಿ, ಮಮ್ಮಿ ಬೇರೆ ಬೇರೆಯಾಗಿರ್ಲಿಲ್ಲ ಅಲ್ವಾ?" ಎಂದರು. ಅದಕ್ಕೂ 'ಹೌದು' ಎನ್ನುವಂತೆ ತಲೆಯಾಡಿಸಿದೆ.

"ಆದ್ರೆ ಈಗ ಫೈಲಾಗಿದೀಯಂತೇ" ಎಂದರು ನಗುತ್ತಾ. ಅದಕ್ಕೂ 'ಹೌದು' ಎನ್ನುವಂತೆ ತಲೆಯಾಡಿಸಿದೆ.

"ನಿನ್ನ ಡ್ಯಾಡಿ ಮಮ್ಮಿ ಬೇರೆ ಬೇರೆ ಇರೋದು ನಿಂಗೆ ಇಷ್ಟ ಇರ್ಲಿಲ್ಲ ಅಲ್ವಾ? ಆದ್ರೂ ಅವರು ಬೇರೆ ಬೇರೆಯಾದ್ರು, ಅಲ್ವಾ?" ಎಂದರು. ಅದಕ್ಕೂ ತಲೆಯಾಡಿಸಿದೆ.

"ಅದ್ರಿಂದ ನಿಂಗೆ ತುಂಬ ಬೇಸರ ಆಗಿದೆ. ಅವರ ಮೇಲೆ ಕೋಪವೂ ಇದೆ; ಸರಿ, ಅವರಿಬ್ರೂ ಬೇರೆ ಬೇರೆ ಆದ್ರು. ಆದರೆ ನೀನ್ಯಾಕೆ ಓದೋದನ್ನು ಕಮ್ಮಿ ಮಾಡ್ದೆ?" ಎಂದರು ಮುಖ ನೋಡುತ್ತಾ.

"ನಂಗೆ ಅವರು ಬೇರೆ ಇರೋದು ಇಷ್ಟ ಇರ್ಲಿಲ್ಲ" ಎಂದೆ.

"ಹೌದಪ್ಪಾ, ನಿಂಗೆ ಇಷ್ಟ ಇರ್ಲಿಲ್ಲ, ಆಗ್ಬಾರ್ದಾಗಿತ್ತು. ಆದರೆ ಅವರವರಿಗೆ ಹೊಂದಾಣಿಕೆ ಆಗ್ಲಿಲ್ಲ. ಬೇರೆ ಆಗಿಬಿಟ್ರು. ನಿಂಗೆ ಓದೋದಕ್ಕೆ, ಬೇಕಾದ್ದಕ್ಕೆಲ್ಲಾ ಅಮ್ಮ ಕೊಡ್ತಾ ಇದಾರೆ ಅಲ್ವಾ? ಡ್ಯಾಡಿಯೂ ನಿಂಗೆ ಬೇಕಾದಾಗ ಹಣ ಕೊಡ್ತಾರೆ ಅಲ್ವಾ? ಇಬ್ರೂ ನಿನ್ನ ಚೆನ್ನಾಗಿ ನೋಡ್ತಾ ಇದಾರೆ ಅಲ್ವಾ?" ಎಂದರು.

"ಇಲ್ಲ, ಡ್ಯಾಡಿ ಅವರ ಮಗಳನ್ನ ಪ್ರೀತಿ ಮಾಡೋ ಹಾಗೆ ನನ್ನ ಮಾಡೋದಿಲ್ಲ. ಅಮ್ಮನೂ ಅಷ್ಟೆ; ಅವ್ರಿಗೆ ನಂಗಿಂತ ನಿತೀಶ್ ಮೇಲೇ ಪ್ರೀತಿ ಜಾಸ್ತಿ, ಅಂಕಲ್ ಮೇಲೂ ನಂಗಿಂತ ಜಾಸ್ತಿ ಪ್ರೀತಿ ಇದೆ. ನಮ್ಮ ಸ್ಕೂಲಿಗೆ ಬಂದ್ರೂ ಡ್ಯಾಡಿ ನನ್ನ ಮಾತಾಡ್ಸೋದಿಕ್ಕೆ ಬರೋದಿಲ್ಲ. ನಂಗೆ ಯಾರೂ ಇಲ್ಲ, ನಾನು ಅವರ‍್ಯಾರಿಗೂ ಬೇಡ" ಎಂದೆ ನೆಲ ನೋಡುತ್ತಾ. ನೆನೆದಾಗ ನನಗೆ ಅವರಿಬ್ಬರ ಮೇಲೆ ಕೋಪವೂ ಬರತೊಡಗಿತು.

"ನಿನ್ನ ಡ್ಯಾಡಿ ನಿನ್ನ ಹತ್ರ ಹೆಚ್ಚಿಗೆ ಮಾತಾಡೋದಿಲ್ಲ ನಿಜ; ಅದಕ್ಕೆ ಕಾರಣವೂ ಇರಬಹುದು. ನಿನ್ನ ಆ ಆಂಟಿ ಗಲಾಟೆ ಮಾಡ್ತಾರೆ ಅಂತ ಹೆದರಿಕೆಯೂ ಇರಬಹುದು. ಆದ್ರೆ ನಿನ್ನ ಮಮ್ಮಿ ನಿನ್ನ ಪ್ರೀತಿ ಮಾಡ್ತಾರಲ್ಲಾ ಆಕಾಶ್, ಎಷ್ಟೋ ಮಕ್ಕಳಿಗೆ ಅಮ್ಮಂದಿರೇ ಇರೋದಿಲ್ಲ; ಎಷ್ಟೋ ಮಕ್ಕಳಿಗೆ ಅವರ ಅಮ್ಮಂದಿರ ಪ್ರೀತಿನೇ ಸಿಗೋದಿಲ್ಲ ಗೊತ್ತಾ? ಅಮ್ಮನಿಗೆ ನಿನ್ನ ಅಂಕಲ್ ಕಿರಿಕಿರಿ ಮಾಡಿದ್ರೂ ನಿನ್ನನ್ನ ಬಿಡೋದಿಕ್ಕೆ ಮನಸ್ಸಿಲ್ಲ ನೋಡು, ಆದ್ರೂ ನಿಂಗೆ ಯಾಕೆ ಬೇಜಾರು?" ಎಂದರು.

"ಇಲ್ಲ, ಅವಳಿಗೂ ಪ್ರೀತಿ ಇಲ್ಲ. ನಿತೀಶ್ ಮೇಲೇ ಪ್ರೀತಿ ಜಾಸ್ತಿ, ನಂಗೊತ್ತು" ಎಂದೆ. ನನಗೆ ತನುಶ್ರೀ ನೆನಪು ಬಂತು. ಅವಳಿಗೆ ಅಮ್ಮನೇ ಇರಲಿಲ್ಲ. ಅಷ್ಟೊಂದು ಏಟು ತಿಂದರೂ ಅವಳ ಚಿಕ್ಕಮ್ಮನ ಮೇಲೆ ಕೋಪ ಮಾಡಿಕೊಳ್ಳುತ್ತಿರಲಿಲ್ಲ ಎನ್ನುವುದು ನೆನಪಾಯಿತು.

"ನೋಡು ನೀನು ತಪ್ಪು ತಿಳ್ಕೊಂಡಿದೀಯ, ನಿನ್ನ ಡ್ಯಾಡಿಗೆ ನಿನ್ನ ಮೇಲೆ ಎಷ್ಟು ಪ್ರೀತಿ ಇದೆ ಅಂತ ನಂಗೊತ್ತಿಲ್ಲ. ಆದರೆ ನಿನ್ನ ಮಮ್ಮಿಗಂತೂ ನಿನ್ನ ಮೇಲೆ ಎಲ್ಲರಿಗಿಂತ್ಲೂ ಹೆಚ್ಚಿಗೆ ಪ್ರೀತಿ ಇದೆ. ಇಲ್ಲದೆ ಇದ್ರೆ ನಿನ್ನ ಅವರ‍್ಯಾಕೆ ನನ್ನ ಹತ್ರ ಕರ್ಕೊಂಡು ಬರ್ತಾರೆ? ನೀನು ಚೆನ್ನಾಗಿ ಆಗ್ಲಿ ಅಂತಲ್ವಾ? ಯಾಕೆ ನೀನು ಸರಿಯಾಗಿ ಓದ್ತಾ ಇಲ್ಲ ಅಂತ ಬೇಜಾರು ಮಾಡ್ಕೋತಾರೆ? ಯಾಕೆ ನಂಗೆ ಸರಿಯಾಗಿ ನೋಡ್ಕೊಳ್ಳೋದಕ್ಕೆ ಆಗ್ತಾ ಇಲ್ಲ ಅಂತ ನನ್ನ ಹತ್ರ ಹೇಳಿ, ಟೇಬಲ್ಲಿಗೆ ತಲೆ ಚಚ್ಚಿಕೊಂಡು ಅಳ್ತಾರೇ? ಅವರಿರೋ ಪರಿಸ್ಥಿತೀಲಿ ಅದಕ್ಕಿಂತ ಚೆನ್ನಾಗಿ ನೋಡ್ಕೊಳ್ಳೋದು ಕಷ್ಟ ಆಕಾಶ್. ಅಂಕಲ್ಲಿಗೆ ನಿನ್ನ ಕಂಡ್ರೆ ಆಗದಿರಬಹುದು. ನಿಂಗೆ ಹೇಳಿದ್ರೆ ಈಗ ಅರ್ಥ ಆಗುತ್ತೆ. ನೀನು ಅವರ ಮಗ ಅಲ್ಲ ಅಲ್ವಾ? ಆದ್ರಿಂದ ಅವರಿಗೆ ಅವರ ಮಗನ ಮೇಲೆ ಇರುವಷ್ಟು ಪ್ರೀತಿ ನಿನ್ನ ಮೇಲೆ ಇರೋದಿಲ್ಲ. ಅದನ್ನ ಹೌದು ಅಂತ ಒಪ್ಕೋ. ಆದ್ರೆ ನಿನ್ನ ಮಮ್ಮಿಗೆ ಖಂಡಿತಾ ನಿನ್ನ ಮೇಲೆ ಪ್ರೀತಿ ಇದೆ. ನೀನು ನಿಜಕ್ಕೂ ತುಂಬಾ ಸ್ಮಾರ್ಟ್ ಇದೀಯ. ನಿನ್ನ ಈಗ ಬೇರೊಂದು ಸ್ಕೂಲಿಗೆ ಸೇರಿಸ್ಬೇಕು ಅಂತ ಮಾಡಿದಾರೆ. ಸೇರು; ನಿಂಗೇನಾದ್ರೂ ಬೇಜಾರಾದ್ರೆ ನನ್ನತ್ರ ಹೇಳು. ಮಾತಾಡು, ನಿಂಗೇನಾದ್ರೂ ಸಂದೇಹ ಇದ್ರೆ ನನ್ನ ಹತ್ರ ಹೇಳು. ನಾನು ನಿನ್ನ ಮಮ್ಮಿಗೆ ಹೇಳಿ ಸರಿಮಾಡ್ತೀನಿ" ತುಂಬ ಮೆತ್ತಗೆ ಭರವಸೆ ತುಂಬುವಂತೆ ಹೇಳಿದರು.

"ನಾನು ಮಾತ್ರೆ ತಗೊಂಡ್ರೆ ಅದ್ರಿಂದ ನಂಗೆ ಖುಷಿಯಾಗ್ತಿತ್ತು ಅದನ್ಯಾಕೆ ಬೇಡ ಅಂದ್ರು?" ನನಗೂ ಇವರ ಹತ್ತಿರ ಕೇಳಿದರೆ ಸರಿಯಾಗಿಯೇ ಹೇಳಬಹುದು ಎನ್ನಿಸಿತು.

"ಅದಾ, ಅದು ನಿನ್ನ ತಪ್ಪಲ್ಲ; ಸಮಯ ನೋಡಿ ಕಷ್ಟದಲ್ಲಿರುವ ಹುಡುಗರ ದಾರಿ ತಪ್ಪಿಸುವ ಆ ಅಂಗಡಿ ಅಂಕಲ್ ತಪ್ಪು. ಅವ್ರೆಲ್ಲಾ ಎಂಥವರು ಗೊತ್ತಾ? ಮೊದಲು ಚೆನ್ನಾಗಿ

143

ಮಾತಾಡಿ ನಿನ್ನ ಹಾಗಿರೋ ಹುಡುಗರಿಗೆ ಡ್ರಗ್ಸ್ ತಗೊಳ್ಳೋದಕ್ಕೆ ಅಭ್ಯಾಸ ಮಾಡ್ಸೋದು; ಮತ್ತೆ ನೀವಾಗಿ ಅವರ ಹತ್ರ ಬರೋ ಹಾಗೆ ಮಾಡಿ ಅವರ ವ್ಯಾಪಾರ ಹೆಚ್ಚಿಸಿಕೊಳ್ಳೋದು. ಅದೇ ಅವರ ಕೆಲಸ. ಅದೆಲ್ಲಾ ಹೇಗೆ ಮಾಡೋದು ಅಂತ ಅವರಿಗೆ ಚೆನ್ನಾಗಿ ಗೊತ್ತು. ಅದನ್ನ ತಗೊಳ್ಳೋದಕ್ಕೆ ಶುರು ಮಾಡಿದ್ರಿಂದ್ಲೇ ನೀನು ಪರೀಕ್ಷೇಲಿ ಫೈಲ್ ಆಗಿದ್ದು. ಅದು ಬುದ್ಧಿವಂತಿಕೇನ ಕಮ್ಮಿ ಮಾಡಿ ದಡ್ಡ ಆಗೋ ಹಾಗೆ ಮಾಡುತ್ತೆ. ಅದ್ರಿಂದೆಲ್ಲಾ ಯಾವ್ಯಾವ ತೊಂದರೆ ಇದೆ ಅಂತ ಒಂದಿನ ನಾನೇ ವಿವರಿಸಿ ಹೇಳ್ತೀನಿ. ಮೊದಲು ಅದರಿಂದ ದೂರ ಇರು. ಯಾವತ್ತೂ ಅಂಥವ್ರನ್ನ ಹತ್ತಿರ ಸೇರಿಸ್ಬೇಡ. ಈ ವರ್ಷ ನೀನು ಮತ್ತೆ ಮೊದಲಿನ ಹಾಗೆ ಓದ್ಬೇಕು. ಅಷ್ಟೇ ಅಲ್ಲ; ನೀನು ಮುಂದೆ ನನ್ನ ಹಾಗೆ ಸೈಕಿಯಾಟ್ರಿಸ್ಟ್ ಆಗ್ಬೇಕು. ಯಾಕೇಂತಂದ್ರೆ ನಿನ್ನ ಮನಸ್ಸು ತುಂಬ ಸೂಕ್ಷ್ಮ. ಸೂಕ್ಷ್ಮ ಮನಸ್ಸಿನವರಿಗೆ ಮನಸ್ಸಿನ ಬಗ್ಗೆ ಅರ್ಥ ಮಾಡಿಕೊಳ್ಳೋದು ಸುಲಭ. ಮಾಡ್ತೀಯಾ? ನಂಗೂ ಮಕ್ಕಳಿಲ್ಲ, ನಿನ್ನ ಕಂಡ್ರೆ ನಂಗಂತೂ ತುಂಬಾ ಇಷ್ಟ" ಎಂದರು ನನ್ನ ಕೈ ಮೇಲೆ ಕೈ ಇಟ್ಟು.

ಯಾಕೋ ಅವರು ತುಂಬಾ ಒಳ್ಳೆಯವರು ಎನ್ನಿಸಿತು. ನನ್ನನ್ನು ಅರ್ಥಮಾಡಿಕೊಳ್ಳುತ್ತಾರೆ ಎನ್ನಿಸಿ ನನಗಾಗುವ ಸಂಕಟವನ್ನೆಲ್ಲಾ ಅವರ ಹತ್ತಿರ ಹೇಳಿಕೊಂಡೆ. ನಿತೀಶ್‌ನನ್ನು ಕಂಡಾಗ ಯಾಕೆ ಹಾಗಾಗುತ್ತೆ, ಶೀತಲ್ ಮೇಲೆ ಕೋಪ ಯಾವಾಗ ಬರುತ್ತೆ? ಎಂದೆಲ್ಲಾ ಬಹಳ ಹೊತ್ತು ಪ್ರಶ್ನೆ ಕೇಳಿದರು. ಎಲ್ಲದಕ್ಕೂ ಅವರ ಹತ್ತಿರ ಸರಿಯಾದ ಉತ್ತರವಿತ್ತು. ಶೀತಲ್ ಮತ್ತು ನಿತೀಶ್ ಬಗ್ಗೆಯೂ 'ಅವರು ಏನೂ ತಿಳಿಯದ ಮಕ್ಕಳು, ಅವರಿಗೆ ಹೊಡೆದು ಯಾವ ಪ್ರಯೋಜನವೂ ಇಲ್ಲ, ಡ್ಯಾಡಿಗೆ ನಿಧಾನವಾಗಿ ಅವರು ಮಾಡಿದ ತಪ್ಪು ಗೊತ್ತಾಗುತ್ತೆ' ಎಂದೆಲ್ಲಾ ವಿವರಿಸಿ ಹೇಳಿದರು. ಶಾಲೆಯ ಬಗ್ಗೆ, ಆಟದ ಬಗ್ಗೆ, ಡ್ಯಾಡಿ, ಮಮ್ಮಿ, ಅಂಕಲ್, ಆಂಟಿ ಎಲ್ಲರ ಬಗ್ಗೆಯೂ ಕೇಳಿದರು. ಮುಂದೆ ನಾನು ಏನೇನು ಮಾಡಬಹುದು? ಎನ್ನುವುದನ್ನೂ ಹೇಳಿಕೊಟ್ಟರು. ಅವರು ಹೇಳಿದ ಪ್ರಕಾರ ಅಮ್ಮ ನನ್ನನ್ನು ತುಂಬಾ ತುಂಬಾ ಪ್ರೀತಿಸುತ್ತಾಳೆ, ನನಗಾಗಿ ರಾತ್ರಿ ನಿದ್ರೆ ಇಲ್ಲದೆ ಕೊರಗುತ್ತಾಳೆ, ನನ್ನನ್ನು ಚೆನ್ನಾಗಿ ಓದಿಸಿ ಒಬ್ಬ ಡಾಕ್ಟರನ್ನಾಗಿ ಮಾಡಬೇಕೆಂದು ತುಂಬ ಆಸೆ ಇದೆಯಂತೆ ಅವಳಿಗೆ. ಇದೆಲ್ಲಾ ಅಮ್ಮ ಯಾವಾಗ ಅವರ ಹತ್ತಿರ ಹೇಳಿದಳೋ? ಆದರೆ ಅಲ್ಲಿಂದ ಅವರ ಕೈ ಹಿಡಿದುಕೊಂಡು ಹೊರಬರುವಾಗ ಮಾತ್ರ 'ನನಗೂ ಈ ಡಾಕ್ಟರಂಥಾ ಡ್ಯಾಡಿ ಇರಬಾರದಾಗಿತ್ತಾ' ಎನಿಸಿದ್ದು ನಿಜ. ಹೊರ ಬರುವಾಗ ಅಳುವುದನ್ನು ನಿಲ್ಲಿಸಿದ್ದ ಅಮ್ಮ ಕಣ್ಣೊರೆಸಿಕೊಳ್ಳುತ್ತಾ ಸಣ್ಣಗೆ ನಕ್ಕು ನನ್ನನ್ನೇ ನೋಡತೊಡಗಿದಳು. ಯಾಕೋ ಅವಳನ್ನು ತಬ್ಬಿಕೊಳ್ಳಬೇಕು ಎನಿಸಿತು. ನಾನೂ ನಗುತ್ತಾ ಅವಳ ಮುಖ ನೋಡಿದೆ.

"ಈಗಲೇ ಇವನನ್ನು ರಿಮ್ಯಾಂಡ್ ಹೋಮಿಗೆಲ್ಲಾ ಸೇರಿಸುವ ತಪ್ಪು ಮಾಡ್ಬೇಡಿ. ಯಾವುದಕ್ಕೂ ನೀವಿಬ್ರೂ ಇನ್ನೊಂದು ವಾರ ಬಿಟ್ಟು ಬನ್ನಿ. ಬೇರೆ ಏನು ದಾರಿ ಇದೆ ಅಂತ ಯೋಚನೆ ಮಾಡೋಣ" ಎಂದರು ಆ ಡಾಕ್ಟರ್ ಅಂಕಲ್.

ಅಮ್ಮನ ಮುಖದಲ್ಲಿ ನಗು ಮೂಡಿತು. 'ಅರೆ, ಮೂಗು ಕೆಂಪಾಗಿ ಅಮ್ಮ ಈಗ ಎಷ್ಟು ಚೆನ್ನಾಗಿ ಕಾಣುತ್ತಾಳೆ!'

●●●

ನನ್ನನ್ನು ರಿಮ್ಯಾಂಡ್‌ಹೋಮಿಗೆ ಸೇರಿಸಬೇಕು ಎಂದು ಅಂಕಲ್ ಎಷ್ಟು ಹಠ ಹಿಡಿದರೂ ಅಮ್ಮನಿಗೆ ಅದು ಒಪ್ಪಿಗೆಯಾಗಲಿಲ್ಲ. ಅದಕ್ಕಾಗಿ ಯಾರ‍್ಯಾರಿಗೋ ಹಣ ಕೊಟ್ಟು ಸರ್ಟಿಫಿಕೇಟ್ ಮಾಡಿಸಿದೀನಿ ಅಂತ ಕೂಡಾ ಅವರು ಹೇಳಿದ್ದರು. ಆದರೆ ಅವನು ಅಂತಹಾ ಅಪರಾಧ ಮಾಡಿಲ್ಲ ಎಂದೇ ಅಮ್ಮ ಅವರ ಜೊತೆ ವಾದ ಮಾಡಿದಳು.

ವಾರ ಬಿಟ್ಟು ಮತ್ತೆ ಅದೇ ಸೈಕಿಯಾಟ್ರಿಸ್ಟ್ ಅಂಕಲ್ ಇರುವಲ್ಲಿಗೆ ಅಮ್ಮನೊಡನೆ ನಾನೂ ಹೋಗಬೇಕಾಯಿತು. “ಸರ್, ಇವನ್ನ ರಿಮ್ಯಾಂಡ್‌ಹೋಮ್ ಬದಲು ಬೇರೆಲ್ಲಾದ್ರೂ ಸೇರಿಸೋದಕ್ಕೆ ಸಾಧ್ಯ ಇಲ್ವಾ” ಎಂದು ಅವರನ್ನೇ ಕೇಳಿದಳು.

“ನಾನೂ ಅದರ ಬಗ್ಗೆ ಹೇಳೋದಕ್ಕೇ ನಿಮ್ಮನ್ನು ಪುನಃ ಬನ್ನಿ ಎಂದಿದ್ದು. ನಿಜ ಹೇಳೋದಾದ್ರೆ ರಿಮ್ಯಾಂಡ್‌ಹೋಮಿಗೆ ಸೇರಿಸ್ಬೇಕಾದ್ರೆ ಅಪರಾಧ ಮಾಡಿರ್ಬೇಕು. ನೀವು ಯಾವುದೋ ರೀತಿಯಲ್ಲಿ ಅವನನ್ನು ಅಲ್ಲಿಗೆ ಸೇರಿಸಿದ್ರೆ ತೊಂದರೆಯೇ ಹೆಚ್ಚು. ನಿಮ್ಮ ತಪ್ಪಿಗೆ ಅವನನ್ನ ಬಲಿಪಶು ಮಾಡಿದ ಹಾಗಾಗುತ್ತೆ. ಅದರಿಂದ ಮುಂದೆ ಅವನ ಭವಿಷ್ಯಕ್ಕೂ ತೊಂದರೆ ಇದೆ. ಇವನದು ಮಾನಸಿಕ ಸಮಸ್ಯೆಯೇ ಹೊರತು ಅಪರಾಧ ಅಲ್ಲ. ಅಪರಾಧ ಅಂತ ಆಗ್ಬೇಕಾದ್ರೆ ಉದ್ದೇಶಪೂರ್ವಕವಾಗಿ ಮಾಡ್ಬೇಕು. ಮಕ್ಕಳು ಅಪ್ಪ ಅಮ್ಮನ ಹತ್ರ ಅವರ ಪ್ರೀತಿಯಲ್ಲಿ ಬೆಳೆಯೋದರಷ್ಟು ಉತ್ತಮ ಯಾವುದೂ ಇಲ್ಲ. ಅದರಿಂದ ಅವರಿಗೆ ಮಾನಸಿಕ ಭದ್ರತೆಯ ಭಾವ ಬರುತ್ತೆ. ಎಲ್ಲಾ ತರದಲ್ಲೂ ಅದು ಉತ್ತಮ. ಆದ್ರೆ ಇಲ್ಲಿ ಅಪ್ಪ ಅಮ್ಮ ಇಬ್ಬರೂ ಇದ್ದೂ ಅವನಿಗೆ ಅದು ಸಾಧ್ಯವಾಗ್ತಿಲ್ಲ. ಹಾಗಾಗಿ ಅದು ಅವನ ಮನಸ್ಸಿನ ಮೇಲೆ ವ್ಯತಿರಿಕ್ತ ಪರಿಣಾಮ ಬೀರಿದೆ. ಅಪ್ಪ ಅಮ್ಮ ಮಕ್ಕಳೆದುರು ಜಗಳಾಡಿದಾಗಲೇ ಅದನ್ನ ತಡ್ಕೊಳ್ಳೋದಿಕ್ಕೆ ಅವರಿಗೆ ಆಗೋದಿಲ್ಲ. ಇಬ್ಬರೂ ನನ್ನವರು ಅನ್ನೋ ಭಾವನೆ ಅವರಲ್ಲಿರುತ್ತೆ. ಹಾಗೇ ಇರ್ಬೇಕು ಕೂಡಾ! ಅವರಲ್ಲಿ ಒಬ್ರು ಬೇರೆ ಆದ್ರೂ ಅವರ ಮನಸ್ಸಿಗೆ ಹೇಳಿಕೊಳ್ಳಲಾಗದ ದು:ಖ ಆಗುತ್ತೆ. ಅಂಥಾದ್ರಲ್ಲಿ ಇಬ್ರೂ ಈ ರೀತಿ ಮಾಡ್ಕೊಂಡು ಅವನನ್ನ ದೂರಿ ಯಾವ ಪ್ರಯೋಜನವೂ ಇಲ್ಲ. ಇಂಥಾ ಸಂದರ್ಭದಲ್ಲಿ ಒಳ ಮನಸ್ಸಲ್ಲಿ ಪ್ರೀತಿ ಮತ್ತು ದ್ವೇಷಗಳ ದ್ವಂದ್ವ ಕಾಡುತ್ತೆ. ಅವನ ಸಂಕಟ ಬೇಗ ಯಾರಿಗೂ ಅರ್ಥ ಆಗೋದೂ ಇಲ್ಲ. ಯಾರಿಗೂ ಅರ್ಥ ಆಗೋದಿಲ್ಲ ಅಂತಾದಾಗ, ಅದು ಮತ್ತೂ ಅವನ ಮೇಲೆ ಕೆಟ್ಟ ಪರಿಣಾಮ ಬೀರುತ್ತೆ. ಅಂಥಾ ಪರಿಸ್ಥಿತಿಲೇ ಇದ್ರೆ ಈ ಹುಡುಗನಿಗೆ ಕಷ್ಟ. ಈಗ ಇರುವ ಪರಿಸ್ಥಿತಿಯಲ್ಲಿ ಉತ್ತಮವಾದ್ದನ್ನ ಆರಿಸ್ಕೋಬೇಕು ಅಷ್ಟೆ. ನನ್ನ ಕೇಳಿದ್ರೆ ಅವನನ್ನು ಎಲ್ಲಿಯಾದ್ರೂ ದೂರ ಸ್ಕೂಲಿಗೆ ಸೇರಿಸೋದು ಒಳ್ಳೇದು” ಎಂದರು ಆ ಡಾ। ಅಂಕಲ್. ದೂರ ಶಾಲೆಗೆ ಸೇರಿಸೋದು ಒಳ್ಳೇದು ಎಂದಿದ್ದು ಮಾತ್ರ ಅಷ್ಟು ಖುಷಿಯಾಗಲಿಲ್ಲ.

“ದೂರ ಅಂದ್ರೆ ಯಾವ ಸ್ಕೂಲಿಗೆ ಡಾಕ್ಟ್ರೇ, ಅದ್ರಿಂದೇನೂ ತೊಂದರೆ ಇಲ್ವಾ? ಈಗ ಫಾರಿನ್ನಲ್ಲೆಲ್ಲಾ ಗಂಡ ಹೆಂಡತಿ ಬೇರೆಯಾಗಿ ಅವರಿಗೂ ಮಕ್ಕಳಿರುತ್ತಲ್ಲಾ, ಅಲ್ಲೇಕೆ ಇಂಥಾ ಸಮಸ್ಯೆ ಇಲ್ಲಾ?” ನನ್ನ ಕೂದಲ ಮೇಲೆ ಕೈಯಾಡಿಸುತ್ತಲೇ ಕೇಳಿದಳು ಅಮ್ಮ.

“ಅಪ್ಪ ಅಮ್ಮ ಇದ್ದೂ ಅದರ ಪ್ರಯೋಜನ ಸಿಕ್ಕದೆ, ಅದರಿಂದಾಗಿ ನೋವು ತಿನ್ನೋದೇ ಹೆಚ್ಚು ಅಂತಾದ್ರೆ ಅದಕ್ಕಿಂತ ಇಲ್ಲಿಂದ ದೂರ ಇದ್ದು ತನ್ನ ಬದುಕನ್ನ ರೂಪಿಸಿಕೊಳ್ಳಲಿ.

ನಿಮಗೆ ಇಷ್ಟ ಇದ್ರೆ, ನಾನು ಹೇಳೋದನ್ನ ಕೇಳ್ತೀರಿ ಅಂತಾದ್ರೆ ನಂಗೆ ತಿಳಿದಿರುವ ಒಂದು ಒಳ್ಳೆಯ ಶಾಲೆ ಇದೆ. ಆದ್ರೆ ಆ ಶಾಲೆಯಲ್ಲಿ ಪಾಠ ಮಾಡೋ ಕ್ರಮವೇ ಬೇರೆ. ಇಲ್ಲಿಂದ ಐವತ್ತು ಕಿ.ಮೀ. ದೂರದಲ್ಲಿ 'ಗುರುಕುಲ' ಅಂತ ಒಂದು ಆಶ್ರಮದ ಶಾಲೆ ಅದು. ಅಲ್ಲಿಗೆ ಸೇರಿಸ್ಬಹುದು. ಅಲ್ಲಿ ಪ್ರೀತಿ ಸಿಗುತ್ತೆ. ಬದುಕು ಅಂದ್ರೇನು ಅನ್ನೋದು ಗೊತ್ತಾಗುತ್ತೆ. ಪ್ರಕೃತಿ ಜೊತೆಗೆ ಮನುಷ್ಯ ಯಾವ ರೀತಿ ಬಾಳ್ಬೇಕು ಅಂತೆಲ್ಲಾ ಅಲ್ಲಿ ಕಲಿಸಿಕೊಡ್ತಾರೆ. ಎಲ್ಲಾ ಮಕ್ಕಳನ್ನೂ ಅಲ್ಲಿ ಸೇರಿಸಿಕೊಳ್ಳೋದಿಲ್ಲ. ಅಂತಹಾ ಓದಿನ ಆಸಕ್ತಿ ಇರುವವರು ಮಾತ್ರ ಅಲ್ಲಿಗೆ ಮಕ್ಕಳನ್ನ ಕಳಿಸ್ತಾರೆ. ಅಲ್ಲಿಂದ ಹೊರಗೆ ಹೋಗೋದಿಕ್ಕೆ ಅವಕಾಶ ಇಲ್ಲ. ನೀವೇ ಹೋಗಿ ಕೇಳಿದ್ರೆ ಸೇರಿಸಿಕೊಳ್ಳೋದು ಅನುಮಾನ. ನಂಗೆ ಪರಿಚಯ ಇದೆ. ಆಸಕ್ತಿ ಇರೋ ಕೆಲವು ಮಕ್ಕಳನ್ನ ನಾನೇ ಅಲ್ಲಿಗೆ ಕಳ್ಸಿದೀನಿ. ಬೇಕಾದ್ರೆ ನಾನು ಲೆಟರ್ ಕೊಡ್ತೀನಿ; ಇಲ್ಲಾ ನಾನೇ ಬರ್ತೀನಿ. ಅವರ ಹತ್ರ ಮಾತಾಡಿ, ಅಲ್ಲೇ ಓದೋದಿಕ್ಕೆ ವ್ಯವಸ್ಥೆ ಮಾಡಬಹುದು. ನೀವೂ ಆಗಾಗ ಹೋಗಿ ನೋಡಿ ಬರಬಹುದು. ಇವನು ತುಂಬಾ ಸೂಕ್ಷ್ಮ ಮನಸ್ಸಿನ ಹುಡುಗ; ಬುದ್ಧಿವಂತ. ಒಳ್ಳೇ ಎಜ್ಯುಕೇಷನ್ ಸಿಕ್ಕಿದ್ರೆ ಖಂಡಿತಾ ಮೇಲೆ ಬರ್ತಾನೆ. ಮತ್ತೆ ಫಾರಿನ್ ಬಗ್ಗೆ ಕೇಳಿದ್ರಿ. ಅಲ್ಲೂ ಸಮಸ್ಯೆ ಇದೆ. ಆದರೆ ಅದು ಬೇರೆ ಥರಾ. ಎಲ್ಲಾ ಮಕ್ಕಳೂ ಒಂದೇ ರೀತಿ ಇದ್ರೆ ಅವರಿಗೆ ಹೆಚ್ಚು ಸಮಸ್ಯೆ ಅಂತಾಗೋದಿಲ್ಲ. ನಮ್ಮಲ್ಲಿ ಸಂಸಾರ ವ್ಯವಸ್ಥೆ ಗಟ್ಟಿ ಇದ್ದು ಅಲ್ಲಿ ಇಲ್ಲಿ ಹೀಗಾದಾಗ 'ಎಲ್ಲರಿಗೂ ಅಪ್ಪ ಅಮ್ಮನ ಪ್ರೀತಿ ಸಿಗುತ್ತೆ; ನಂಗೆ ಇಲ್ಲ ಅಂತ ಮನಸ್ಸಿಗಾದಾಗ ಅದು ಹೆಚ್ಚಾಗುತ್ತೆ" ಎಂದರು.

"ಪ್ಲೀಸ್, ಸರ್, ಅಷ್ಟು ಮಾಡಿ. ಆ ಆಶ್ರಮಕ್ಕೆ ನನ್ನಿಂದಾದಷ್ಟು ಹಣವನ್ನೂ ಕೊಡ್ತೀನಿ. ಮುಂದೆ ಹೈಯರ್ ಎಜ್ಯುಕೇಷನ್ನಿಗೂ ಬೇಕಾದಷ್ಟು ಹಣ ನಾನೇ ಕೊಡ್ತೀನಿ. ಇವನಿಗೆ ಯಾವ ತೊಂದರೆಯೂ ಆಗದೆ ಒಳ್ಳೆ ವಿದ್ಯೆ ಸಿಕ್ಕಿದ್ರೆ ಸಾಕು; ಹಾಗಾದ್ರೂ ನಾನು ಮಾಡಿದ ತಪ್ಪಿಗೆ ಪರಿಹಾರ ಸಿಗ್ಲಿ" ಅಮ್ಮನ ಕಣ್ಣಲ್ಲಿ ಹೊಳಪು ಮೂಡಿತು.

●●●

ಅಮ್ಮನ ಜೊತೆ ವೇದವ್ಯಾಸ ಅಂಕಲ್ ಹೇಳಿದ ಶಾಲೆಗೆ ಹೋದಾಗ ನಮಗಿಂತ ಮೊದಲೇ ಅವರು ಅಲ್ಲಿಗೆ ಬಂದಿದ್ದರು. ಮೊದಲು ನಾನು ಓದುತ್ತಿದ್ದ ಶಾಲೆಗೂ ಇದಕ್ಕೂ ಸಂಬಂಧವೇ ಇಲ್ಲ ಎಂದು ನೋಡುವಾಗಲೇ ನನಗಾಯಿತು. ಸ್ಕೂಲ್ ಸುತ್ತ ಕಾಂಪೌಂಡ್ ಇಲ್ಲ, ಕಾವಲು ಕಾಯೋದಕ್ಕೆ ಗಾರ್ಡ್ ಇಲ್ಲ. ಸ್ಕೂಲ್ ಬಸ್, ಪ್ರಿನ್ಸಿಪಾಲ್, ಯಾರೂ ಇಲ್ಲ. ಒಂದು ಮರಕ್ಕೆ 'ಗುರುಕುಲ' ಎನ್ನುವ ಬೋರ್ಡ್ ಅಂಟಿಸಿದ್ದರು. ಒಂದಿಷ್ಟು ಮಕ್ಕಳು ಮೈದಾನದಲ್ಲಿ ಏನೋ ಮಾಡುತ್ತಿದ್ದರು. ಬಿಳಿ ಬಟ್ಟೆ ಉಟ್ಟ ಮಿಸ್‌ನಂತೆ ಕಾಣುವ ಒಬ್ಬರು ಮಕ್ಕಳ ಮಧ್ಯೆ ನಿಂತು ಏನೋ ಹೇಳುತ್ತಿದ್ದರು. ಬಣ್ಣ ಬಣ್ಣದ ಯೂನಿಫಾರಂ ಬದಲಿಗೆ ಟೈ ಇಲ್ಲದ ಬಿಳಿ ಬಣ್ಣದ ಯೂನಿಫಾರಂ ಇತ್ತು. ನನಗೆ ಅದನ್ನೆಲ್ಲಾ ನೋಡಿ ಅದೊಂದು ಶಾಲೆ ಎಂದೇ ಅನಿಸಲಿಲ್ಲ. ಅಮ್ಮ ನನಗೆ ಶಿಕ್ಷೆ ಕೊಡಲು ಇಲ್ಲಿ ತಂದು ಹಾಕುತ್ತಿದ್ದಾರೇನೋ ಎನಿಸಿ ಅಮ್ಮನ ಮೇಲೆ ಕೋಪವೇ ಬಂತು.

ಅಲ್ಲಿದ್ದ ಒಬ್ಬರು ಆಶ್ರಮದ ಗುರುಗಳಂತೆ. ಅವರು ಕೂಡಾ ಬಿಳೀಬಟ್ಟೆ ಉಟ್ಟಿದ್ದರು. ನಗುತ್ತಲೇ ಮಾತಾಡಿಸಿದರು. "ಈ ಹುಡುಗನ ಬಗ್ಗೆ ಎಲ್ಲಾ ಹೇಳಿದಾರೆ ತಾಯೀ,

ಅನಾಥ ಹಕ್ಕಿಯ ಕೂಗು

ನೀವೇನೂ ಚಿಂತೆ ಮಾಡಬೇಡಿ. ಇಲ್ಲಿರುವ ಮಕ್ಕಳೆಲ್ಲಾ ತುಂಬಾ ಒಳ್ಳೆಯವರು. ಇಲ್ಲಿ ನಿಮ್ಮ ಸ್ಕೂಲುಗಳಲ್ಲಿ ಮಾಡೋ ಹಾಗೆ ಬೇರೆ ಪರೀಕ್ಷೆಗಳಿಲ್ಲ. ಎಸ್.ಎಸ್.ಎಲ್.ಸಿ. ಪರೀಕ್ಷೆಗೆ ಮಾತ್ರ ಕೂತ್ಕೋಬಹುದು. ಮತ್ತೆ ಇಲ್ಲಿಂದ ಬೇರೆ ಕಡೆ ಸೇರಿಸ್ಬೇಕು. ಅಲ್ಲೀವರೆಗೆ ಮಾತ್ರ ಇಲ್ಲಿ ನೋಡ್ಕೊಳ್ಳೋದು. ಆಗ್ಬಹುದಾ?" ಎಂದರು ಅಲ್ಲಿನ ಗುರುಗಳು.

"ಅಷ್ಟಾದ್ರೆ ಸಾಕು ಗುರೂಜಿ, ಇಲ್ಲಿ ಹಣ ಕೇಳೋದಿಲ್ಲ ಅಂದ್ರು ವೇದವ್ಯಾಸ ಸರ್, ನನ್ನಿಂದಾದಷ್ಟು ಹಣ ಕೊಡ್ಬಹುದಾ? ನನ್ನ ಸಂತೋಷಕ್ಕೆ" ಎಂದಳು ಅಮ್ಮ.

"ಕೊಡ್ಲೇಬೇಕು ಅನ್ನೋ ಕಡ್ಡಾಯ ಇಲ್ಲ. ತಾವಾಗಿ ಎಷ್ಟು ಕೊಟ್ರೂ ಬೇಡ ಅನ್ನೋದಿಲ್ಲ. ಅದು ಮಕ್ಕಳ ಊಟಕ್ಕೆ, ಆಶ್ರಮದ ಖರ್ಚಿಗೆ ಉಪಯೋಗ ಆಗುತ್ತೆ; ನಾವಾಗಿ ಯಾರ ಹತ್ರವೂ ಕೇಳೋದಿಲ್ಲ ಅಷ್ಟೆ" ಎಂದರು ನಗುತ್ತಲೇ.

ಈ ಗುರುಗಳು, ಯಾವಾಗಲೂ ನಗುತ್ತಲೇ ಇರುತ್ತಾರೇನೋ ಎನ್ನಿಸಿತು.

ತಕ್ಷಣ ಅಮ್ಮ ಪರ್ಸಿನಿಂದ ಚೆಕ್‌ಬುಕ್ ತೆಗೆದು "ನಾಲ್ಕು ಲಕ್ಷಕ್ಕೆ ಚೆಕ್ ಕೊಟ್ಟಿರ್ತೀನಿ ಗುರೂಜಿ. ಇವನ ವಿದ್ಯಾಭ್ಯಾಸಕ್ಕೆ ಅಂತಲೇ ಇಟ್ಟ ಬೇರೆ ಹಣ ಇದೆ. ಮತ್ತೆ ಕೊಡ್ತೀನಿ" ಎಂದು ಒಂದು ಚೆಕ್ಕನ್ನು ಬರೆದು ಅವರ ಕೈಗೆ ಕೊಟ್ಟಳು.

ಅಮ್ಮ ನನ್ನ ವಿದ್ಯಾಭ್ಯಾಸಕ್ಕೆಂದು ಹಣ ಕಟ್ಟುತ್ತಿದ್ದಾರೆ ಎನ್ನುವ ವಿಷಯ ತಿಳಿದಿದ್ದು ಕೂಡ ಆಗಲೇ.

●●●

ಬದುಕಿನ ಮತ್ತೊಂದು ಅಧ್ಯಾಯ ಆ ಆಶ್ರಮದಲ್ಲಿ ಪ್ರಾರಂಭವಾಯಿತು. ಅಲ್ಲಿನ ಪಾಠದ ಕ್ರಮವೇ ಬೇರೆ. ಬೆಂಗಳೂರಿನ ಹೆಸರಾದ ಶಾಲೆಗೆ ಹೋಗುತ್ತಿದ್ದ ನನಗೆ ಇಲ್ಲಿ ಮೊದ ಮೊದಲು ತೀರ ವಿಚಿತ್ರ ಎನಿಸಿತು. ಆದರೆ ಮೂರೇ ದಿನಗಳಲ್ಲಿ ಇಲ್ಲೇ ಚೆನ್ನಾಗಿದೆ ಎನ್ನುವಂತಾಯಿತು. ಒಂದು ಕ್ಷಣ ಕೂಡಾ ಬೋರಾಗದಂತೆ ಪಾಠ ಮಾಡುತ್ತಿದ್ದರು. ಮಧ್ಯೆ ಮಧ್ಯೆ ಕತೆ ಹೇಳುತ್ತಿದ್ದರು. ಹಾಡು ಹೇಳಿಸುತ್ತಿದ್ದರು. ಮರ, ಗಿಡ, ಪ್ರಾಣಿ ಪಕ್ಷಿಗಳ ಬಗ್ಗೆ, ಜೀವ ಜಗತ್ತಿನ ಬಗ್ಗೆ ಹೇಳುತ್ತಿದ್ದರು. ಬೆಳಗ್ಗೆ ಎಲ್ಲರೂ ಸೇರಿ ಪ್ರಾರ್ಥನೆ ಮಾಡುತ್ತಿದ್ದೆವು. ಪ್ರತಿದಿನಾ ಪ್ರಾಣಾಯಾಮ ಮಾಡಿಸುತ್ತಿದ್ದರು. ಹೈಸ್ಕೂಲ್ ಹುಡುಗರಿಗೆ ಧ್ಯಾನ ಹೇಳಿ ಕೊಡುತ್ತಿದ್ದರು. ವ್ಯಾಯಾಮ ಮಾಡಿಸುತ್ತಿದ್ದರು. ದೇಹದ ಆರೋಗ್ಯದ ಜೊತೆಗೆ ಮನಸ್ಸೂ ಆರೋಗ್ಯವಾಗಿರಬೇಕು ಎಂದು ಯಾವಾಗಲೂ ಹೇಳುತ್ತಿದ್ದರು. ಆಟ ಆಡಿಸುತ್ತಿದ್ದರು. ಮರ ಹತ್ತಿಸುತ್ತಿದ್ದರು. ಆಗಾಗ ಎಲ್ಲರನ್ನೂ ಹೊರಗೆ ಕರೆದುಕೊಂಡು ಹೋಗಿ ಹೊಲಗಳಲ್ಲೂ ಕೆಲಸ ಮಾಡಿಸುತ್ತಿದ್ದರು. ಕಾಡಿಗೆ ಕರೆದುಕೊಂಡು ಹೋಗಿ ಪ್ರಕೃತಿ ದರ್ಶನ ಮಾಡಿಸಿ ಹಲಸು, ಮಾವು ಎಂದೆಲ್ಲಾ ಮರಗಳ ಪರಿಚಯ ಮಾಡಿಸಿ ಅವುಗಳಲ್ಲಿ ಹೂ, ಹಣ್ಣು ಬಿಡುವಲ್ಲಿಂದ ಹಿಡಿದು ಅದರ ಬಗ್ಗೆ ಎಲ್ಲಾ ವಿವರ ತಿಳಿಸುತ್ತಿದ್ದರು. ನದಿಗೆ ಕರೆದುಕೊಂಡು ಹೋಗಿ ಈಜು ಕಲಿಸುತ್ತಿದ್ದರು. ನೀರು ಮತ್ತು ಗಾಳಿ ಯಾವಾಗಲೂ ಶುದ್ಧವಾಗಿರಬೇಕು

ಎಂದು ಅವುಗಳನ್ನು ಶುದ್ಧ ಮಾಡುವ ಕ್ರಮ ತಿಳಿಸುತ್ತಿದ್ದರು. ವಯಸ್ಸಾದ ಅಜ್ಜ, ಅಜ್ಜಿಯರ ಹತ್ತಿರ ಕರೆದುಕೊಂಡು ಹೋಗಿ ಅವರ ಕಷ್ಟಗಳ ಬಗ್ಗೆ ತಿಳಿಸಿಕೊಡುತ್ತಿದ್ದರು. ರಾತ್ರಿ ತಿಂಗಳು ಬೆಳಕಿನಲ್ಲೂ ಹೊರಗೆ ಕರೆದುಕೊಂಡು ಹೋಗಿ ಚಂದ್ರ, ಗ್ರಹ-ನಕ್ಷತ್ರಗಳ ಪರಿಚಯ ಮಾಡಿಸುತ್ತಿದ್ದರು. ವೇದಮಂತ್ರಗಳ ಕಲಿಕೆಯೂ ಸಾಗುತ್ತಿತ್ತು. ಗುರೂಜಿ ಅದರ ಅರ್ಥ ವಿವರಿಸುತ್ತಿದ್ದರು. ಜಗತ್ತಿನಲ್ಲಿ ಅನಾಥರು ಎಂದು ಯಾರೂ ಇಲ್ಲ. ಆ ಭಗವಂತ ನಮ್ಮ ಹಿಂದೆ ಇರುವಾಗ ಯಾರೂ ಅನಾಥರಲ್ಲ ಎನ್ನುವಾಗ ನನಗೂ ಉತ್ಸಾಹ ಮೂಡುತ್ತದೆ. ಆಗೆಲ್ಲಾ ನಾನು ಕಂಡು ಕೇಳದ ಒಂದು ದೇಶದಲ್ಲಿದ್ದೇನೆ ಎನಿಸುತ್ತದೆ.

ಇಲ್ಲಿಗೆ ಬಂದ ಮೇಲೆ ಒಂದು ದಿನ ಕೂಡಾ ಮಾತ್ರೆಯ ನೆನಪಾಗಲಿಲ್ಲ. ಆಗೀಗ ಅಮ್ಮನ ನೆನಪಾಗುತ್ತದೆ ಎನ್ನುವಾಗ ತಿಂಗಳಿಗೊಮ್ಮೆ ಅಮ್ಮನೇ ಬಂದು ಬಿಡುತ್ತಿದ್ದಳು. ನಾನು ಇಲ್ಲಿ ಖುಷಿಯಾಗಿದ್ದೇನೆಂದು ಅವಳಿಗೂ ಗೊತ್ತಾಗಿ ಅವಳ ಮುಖವೂ ಅರಳುತ್ತಿತ್ತು.

ದಿನಗಳು, ತಿಂಗಳುಗಳು ಉರುಳಿದ್ದೇ ತಿಳಿಯಲಿಲ್ಲ. ನಾನು ಇಲ್ಲಿದ್ದಷ್ಟು ದಿನ ಆಶ್ರಮದ ಹುಡುಗರೊಂದಿಗೆ ಚೆನ್ನಾಗಿ ಹೊಂದಾಣಿಕೆ ಆಗಿದ್ದುದರಿಂದ ಮೊದಲಿನಂತೆ ನನಗೆ ಯಾರೂ ಇಲ್ಲ ಎಂದಾಗಲೇ ಇಲ್ಲ. ಎಲ್ಲಕ್ಕಿಂತ ಮುಖ್ಯವಾಗಿ ಶೀತಲ್ ಮತ್ತು ನಿತೀಶರನ್ನು ನನ್ನೆದುರೇ ಅಪ್ಪ ಮತ್ತು ಅಮ್ಮ ಆಡಿಸುವುದಾಗಲೀ ಎತ್ತಿಕೊಳ್ಳುವುದಾಗಲೀ ನನಗೆ ಕಾಣುತ್ತಿರಲಿಲ್ಲ. ಹಾಗಾಗಿ ನನಗೆ ಕೋಪ ಮಾಡಲು ಅವಕಾಶವೇ ಸಿಗಲಿಲ್ಲ. ವಿಶೇಷವೆಂದರೆ ವೇದವ್ಯಾಸ ಅಂಕಲ್ ಕೂಡಾ ಆಗಾಗ ಇಲ್ಲಿಗೆ ಬರುತ್ತಿದ್ದುದು. ಬಂದಾಗೆಲ್ಲಾ ನನ್ನನ್ನು ಕರೆದು ಮಾತಾಡಿಸುತ್ತಿದ್ದರು. 'ನಿನಗೇನಾದ್ರೂ ಬೇಸರ ಆಗುತ್ತಾ?' ಎಂದೂ ವಿಚಾರಿಸುತ್ತಿದ್ದರು. ಮತ್ತೂ ಒಂದು ವಿಶೇಷವೆಂದರೆ ಇಲ್ಲಿಗೆ ಬಂದ ಒಂದು ತಿಂಗಳಲ್ಲೇ ಯಾವಾಗ ಎಂದೇ ತಿಳಿಯದೆ ನನಗೆ ರಾತ್ರಿ ಹಾಸಿಗೆ ಒದ್ದೆಯಾಗುವುದು ನಿಂತು ಹೋಗಿತ್ತು.

ಎಸ್.ಎಸ್.ಎಲ್.ಸಿ. ಯಲ್ಲಿ ಮೊದಲ ಪರೀಕ್ಷೆ ಬರೆದೆ. ಈ ಸಲ ಆ ಶಾಲೆಗೂ ನಾನೇ ಮೊದಲಿಗನಾದೆ.

ಅಲ್ಲಿಂದ ಮುಂದೆ ಮತ್ತೆ ನನ್ನ ವಿದ್ಯಾಭ್ಯಾಸ ಬೆಂಗಳೂರಲ್ಲೇ ನಡೆಯಿತು. ಅಷ್ಟರಲ್ಲಾಗಲೇ ನನ್ನ ಮನಸ್ಸು ಒಂದು ಹದಕ್ಕೆ ಬಂದು ಎಲ್ಲವನ್ನೂ ಅರ್ಥಮಾಡಿಕೊಳ್ಳುವ ಶಕ್ತಿಯೂ ಬಂದಿತ್ತು. ಮಕ್ಕಳಿಲ್ಲದ ಡಾ||ವೇದವ್ಯಾಸ್ ಅಂಕಲ್ ನನ್ನ ಮುಂದಿನ ವಿದ್ಯಾಭ್ಯಾಸಕ್ಕೆ ಅಮ್ಮನಿಗೂ ಹಣ ಖರ್ಚುಮಾಡಲು ಬಿಡದೆ ತಾವೇ ನನ್ನನ್ನು ಓದಿಸತೊಡಗಿದರು. ದಿನಗಳು ಓಡತೊಡಗಿ ಅಲ್ಲಿಗೆ ಸೇರಿದ ನಂತರದ ವರ್ಷಗಳು ಅದು ಹೇಗೆ ಕಳೆದುವೋ ಗೊತ್ತಿಲ್ಲ. ಓದು, ವೇದವ್ಯಾಸ ಅಂಕಲ್, ಆಗಾಗ ಕಾಣುವ ಅಮ್ಮ, ಕಾಲೇಜು ಇಷ್ಟೇ ನನ್ನ ಪ್ರಪಂಚವಾದವು.

ಈಗ ಡಾ||ಆಕಾಶ್, ಸೈಕಿಯಾಟ್ರಿಸ್ಟ್ ಎಂಬ ಬೋರ್ಡೊಂದು ಡಾ||ವೇದವ್ಯಾಸ್ ಅವರ ನೇಮ್ ಪ್ಲೇಟಿನ ಕೆಳಗೆ ಅಂಟಿದಂತೆ ಕುಳಿತಿದೆ. ಮನುಷ್ಯರ ಮನಸ್ಸು ಮತ್ತು ಗುಣ ಸ್ವಭಾವಗಳ ಬಗ್ಗೆ ನಾನು ಆಗಾಗ ಅವರೊಂದಿಗೆ ಚರ್ಚಿಸುವುದಿದೆ. ಅವರ ಅಪಾರವಾದ

148

ಅನುಭವವೆಲ್ಲಾ ನನಗೆ ದಕ್ಕಿದೆ. ಅವರಿಗೆ ಮೊದಲಿನಷ್ಟು ಬೇಗ ನಡೆದಾಡಲು ಆಗುವುದಿಲ್ಲ. ಕಿವಿಯೂ ಸರಿಯಾಗಿ ಕೇಳಿಸುವುದಿಲ್ಲ. ಸ್ವಲ್ಪ ಹೊತ್ತು ಕೂತಿದ್ದು ಕೆಲವು ಪೇಷೆಂಟ್‌ಗಳನ್ನು ಮಾತ್ರ ನೋಡಿ ಬೇಗ ಮನೆಗೆ ಹೋಗುತ್ತಾರೆ. ಅವರಾಚೆ ಹೋಗುತ್ತಿದ್ದಂತೆ ಅದೇ ಕುರ್ಚಿಯಲ್ಲಿ ನಾನು ಕೂರುತ್ತೇನೆ. ಹ್ಲಾಂ, ಈಗ ಅವರ ಮನೆ ಬೇರೆ ಅಲ್ಲ; ನನ್ನ ಮನೆ ಬೇರೆ ಅಲ್ಲ! ಯಾರಾದರೂ ಬಂದವರ ಹತ್ತಿರ 'ನನ್ನ ಮಗ ಆಕಾಶ್' ಎಂದೇ ಪರಿಚಯಿಸುತ್ತಾರೆ. ಇತ್ತೀಚೆಗೆ "ಅಮ್ಮ ಅಪ್ಪನ ಬದುಕು ನೋಡಿ ಮದುವೆಯೇ ಬೇಡ ಅಂದ್ಕೋಬೇಡ. ಅಪ್ಪ ಅಮ್ಮ ಹಾಗಾದ್ರು ಅಂತ ಎಲ್ಲರೂ ಹಾಗಾಗೋದಿಲ್ಲ. ನಿನ್ನದೇ ಮನೋಭಾವದ ಹುಡುಗಿ ನೋಡಿ ಮದುವೆ ಮಾಡ್ಕೋ, ಮುಖ್ಯವಾಗಿ ನಿನಗೂ ಅವಳಿಗೂ ಒಪ್ಪಿಗೆಯಾಗ್ಬೇಕು, ಅಭಿರುಚಿ ಒಂದೇ ಇರ್ಬೇಕು" ಎನ್ನುತ್ತಾರೆ. ಆಗೆಲ್ಲಾ ತಲೆ ಆಡಿಸುತ್ತೇನೆ. ಅವರ ಯಾವ ಮಾತನ್ನೂ ತೆಗೆದುಹಾಕುವ ಧೈರ್ಯ ನನಗಿಲ್ಲ. ಅವರು ಹಾಗೆಂದಾಗೆಲ್ಲಾ ನನ್ನ ಮನಸ್ಸಿನಲ್ಲಿ ಒಂದು ರೂಪ ಬಂದು ನಿಂತಿರುತ್ತದೆ. ನಾನೀಗ ಅರ್ಥಮಾಡಿಕೊಳ್ಳಬಲ್ಲೆ. 'ಚಿಕ್ಕಂದಿನಲ್ಲಿ ಯಾರು ಯಾವ ಗುಣವನ್ನು ಪ್ರದರ್ಶಿಸುತ್ತಾರೋ ಅದು ಅವರ ಸಹಜ ಗುಣಸ್ವಭಾವಗಳು; ಅವು ಹುಟ್ಟುಗುಣಗಳ ರೂಪದಲ್ಲಿ ಅವರೊಳಗೇ ಸೇರಿಹೋಗಿರುತ್ತವೆ. ನಂತರದ್ದೆಲ್ಲಾ ಪರಿಸರ, ಶಿಕ್ಷಣ ನಮ್ಮ ಮೇಲೆ ಬೀರಿದ ಪ್ರಭಾವದಿಂದ ನಾವು ತಿದ್ದಿಕೊಳ್ಳುವಂಥದ್ದು' ಎಂದು. ನನ್ನ ಕಷ್ಟಕಾಲದಲ್ಲಿ ನನಗೆ ಧೈರ್ಯ ತುಂಬಿದ, ನನ್ನ ದು:ಖದಲ್ಲಿ ಭಾಗಿಯಾದ, ತನ್ನ ದು:ಖವನ್ನು ನನ್ನೊಡನೆ ಹಂಚಿಕೊಂಡ, ಬದುಕಿನಲ್ಲಿ ನನ್ನಂತೆಯೇ ನೊಂದ, ಆಗ ತೆಳ್ಳಗೆ ಇದ್ದರೂ ಈಗ ಮುಖ ತುಂಬಿಕೊಂಡು ಎಲ್ಲರಿಗಿಂತ ಒಳಗೂ ಹೊರಗೂ ಸುಂದರವಾಗಿ ಕಾಣುವ ಒಂದು ರೂಪ ಈಗಲೂ ನನ್ನ ಮುಂದಿದೆ. ಮದುವೆಯ ದಿನಾಂಕ ತಿಳಿಸುವುದಕ್ಕಾಗಿ ನನ್ನನ್ನು ಕಾಯುತ್ತಿರುವ ಆ ಜೀವ, ಆ ರೂಪ ತನುಶ್ರೀಯದಲ್ಲದೆ ಬೇರೆ ಯಾವುದು?

ಅಮ್ಮ ಈಗಲೂ ಬರುತ್ತಾಳೆ. ಅವಳ ಕೂದಲೆಲ್ಲಾ ಬೆಳ್ಳಗಾಗಿದೆ. ನಾನು ಸೈಕಿಯಾಟ್ರಿಸ್ಟ್ ಆಗಿ ಪ್ರಾಕ್ಟೀಸ್ ಶುರು ಮಾಡುವ ದಿನ ಕೂಡಾ ಬಂದಿದ್ದಳು. ಅಂದು ಖುಷಿಯಿಂದ ಅಮ್ಮನ ಮುಖ ಅರಳಬಹುದು ಎಂದುಕೊಂಡರೆ ನನ್ನನ್ನು ಕಂಡಿದ್ದೇ ತಬ್ಬಿಕೊಂಡು ಅಳತೊಡಗಿದಳು. ಅದು 'ಖುಷಿ ಜಾಸ್ತಿಯಾದಾಗ ಅಳು ತರಿಸುವ ಭಾವೋದ್ವೇಗ' ಎನ್ನುವುದು ತಕ್ಷಣ ಅರ್ಥವಾಗುತ್ತದೆ. ಅಂದು ಅಮ್ಮನ ಮುಖದಲ್ಲಿ ಕಂಡ ಕಳೆ, ಸಾರ್ಥಕ ಭಾವ ಮೊದಲೆಂದೂ ನಾನು ಕಂಡಿರಲಿಲ್ಲ!

"ಅಮ್ಮ ಆಗಿ ನನ್ನ ಕರ್ತವ್ಯ ನಾನು ಮಾಡದೆ, ನನ್ನ ಸ್ವಾರ್ಥಕ್ಕಾಗಿ ನಿನ್ನ ಬದುಕು ಹಾಳು ಮಾಡ್ದೆ ಅಂತ ತುಂಬ ಸಂಕಟ ಆಗ್ತಾ ಇತ್ತು. ಈಗ ನನ್ನಷ್ಟು ಸಂತೋಷ ಪಡುವವರು ಈ ಜಗತ್ತಲ್ಲಿ ಯಾರೂ ಇಲ್ಲ ಅನ್ಸುತ್ತೆ ಆಕಾಶ್. ದಯವಿಟ್ಟು ನನ್ನ ಕ್ಷಮಿಸು. ನಿಂಗೆ ಒಳ್ಳೇದಾಗ್ಲಿ" ಎಂದಿದ್ದಳು ಅಂದು.

ಈಗ ನನಗೆ ನೀತೀಶ್ ಮತ್ತು ಶೀತಲ್ ಬಗ್ಗೆಯೂ ಕೋಪ ಇಲ್ಲ. ಅವರೇ ಆಗಾಗ ಬಂದು ಮಾತಾಡಿಸಿಕೊಂಡು ಹೋಗುತ್ತಾರೆ.

ಮಾನಸಿಕವಾಗಿ ನೊಂದವರು, ಬೆಂದವರು ನನ್ನ ಬಳಿಗೆ ಬರುತ್ತಾರೆ. ಅವರಲ್ಲಿ ಮಾತೆತ್ತಿದರೆ ಡಿವೋರ್ಸ್ ಎಂದು ನುಡಿಯುವ ಆಧುನಿಕ ಮನೋಭಾವದವರೂ, ಮಕ್ಕಳಾದ ಮೇಲೆ ಕೂಡಾ ಡಿವೋರ್ಸ್ ಕೊಡಲು ತಯಾರಾಗಿ ಹಠ ತೊಟ್ಟು ತಲೆ ಕೆಟ್ಟಂತಾಗಿ ಬರುವವರೂ ಇರುತ್ತಾರೆ. ನನ್ನಂತೆ ಅನಾಥ ಭಾವದಿಂದ ಬಳಲಿ ವಿಚಿತ್ರವಾಗಿ ಆಡುವ ಡಿವೋರ್ಸೀ ಮಕ್ಕಳನ್ನೂ ಕರೆದುಕೊಂಡು ಬರುವವರಿರುತ್ತಾರೆ. ಅಂಥವರಿಗೆಲ್ಲಾ 'ಎಲ್ಲದಕ್ಕೂ ಕಾರಣವಾಗುವ ಮನಸ್ಸಿನ ಆಟಗಳೇನು? ಬದುಕಿನಲ್ಲಿ ಒಳ್ಳೆಯದಕ್ಕೂ ಕೆಟ್ಟದಕ್ಕೂ ಕಾರಣವಾಗುವ ಈ ಮನಸ್ಸನ್ನು ಹೇಗೆ ಹತೋಟಿಯಲ್ಲಿಟ್ಟುಕೊಳ್ಳಬಹುದು? ಪ್ರತಿಯೊಬ್ಬರಲ್ಲಿಯೂ ಇರುವ ಹುಟ್ಟುಗುಣಗಳು ಅವರ ದಾಂಪತ್ಯದ ಮೇಲೂ ಹೇಗೆ ಪರಿಣಾಮ ಬೀರುತ್ತದೆ? ಅವುಗಳ ಹೊಂದಾಣಿಕೆ ಹೇಗೆ? ಆಧುನಿಕ ಬದುಕು ದಾಂಪತ್ಯವನ್ನು ಎಂತಹಾ ಸಂಕಷ್ಟಕ್ಕೆ ನೂಕಿದೆ? ಸಮಯ ಮತ್ತು ಸಂದರ್ಭಗಳು ಅಕ್ರಮ ಸಂಬಂಧಕ್ಕೆ ಹೇಗೆ ಕಾರಣವಾಗುತ್ತದೆ? ತಪ್ಪು ಹೆಜ್ಜೆ ಇಡುವ ಮೊದಲು ಏನು ಯೋಚಿಸಬೇಕು? ನಂತರದ ಪರಿಣಾಮಗಳು ಏನಾಗುತ್ತವೆ? ಡಿವೋರ್ಸ್ ಎಂದು ಮಾತಿಗೆ ಮೊದಲೇ ಹೇಳುವಾಗ ಅದೆಷ್ಟು ಬಾರಿ ಅದರ ಬಗ್ಗೆ ಯೋಚಿಸಬೇಕು?' ಎಂದೆಲ್ಲಾ ನನ್ನ ಮಟ್ಟಕ್ಕೆ ಎಟುಕಿದಷ್ಟನ್ನು ಅವರಿಗೆ ವಿವರಿಸಲು ಯತ್ನಿಸುತ್ತೇನೆ. ಆಧುನಿಕ ಜಗತ್ತಿನ ಸೊಬಗನ್ನು ಮಾತ್ರ ಸವಿದು ಅದರಿಂದಾಗುವ ಕೆಡುಕನ್ನು ಹೇಗೆ ದೂರಮಾಡಿಕೊಳ್ಳಬಹುದು ಎನ್ನುವುದನ್ನೂ ತಿಳಿದಷ್ಟು ಹೇಳುತ್ತೇನೆ. 'ದಾಂಪತ್ಯ ಎಂದರೆ ಎರಡು ನದಿಗಳು ಒಂದಾಗಿ ಹರಿದಂತೆ. ಮತ್ತೆ ಅದನ್ನು ಬೇರ್ಪಡಿಸಲಾಗುವುದಿಲ್ಲ. ಬೇರ್ಪಡಿಸಿದರೂ ಒಂದಿಷ್ಟು ನೀರು ಮಿಶ್ರವಾಗಿಯೇ ಇರುತ್ತೆ ತಾನೇ?' ಎಂದು ಉದಾಹರಣೆ ಸಮೇತ ವಿವರಿಸುತ್ತೇನೆ. ನಾನು ಹೇಳಿದ ಮಾತುಗಳು ಕೆಲವರ ಮೇಲಾದರೂ ಪರಿಣಾಮ ಬೀರಿ ಬಹಳಷ್ಟು ದಾಂಪತ್ಯಗಳು ಮತ್ತೆ ಹಳಿಗೆ ಬರುವುದನ್ನು ಕಾಣುತ್ತೇನೆ. ಬದುಕು ಅರ್ಥವಾಗದವರಿಗೆ ನನ್ನ ಬದುಕನ್ನೇ ಉದಾಹರಣೆಯಾಗಿ ಕೊಡುತ್ತೇನೆ. ಆಗ ಅವರಲ್ಲೊಂದು ವಿಚಾರದ ಕಿಡಿ ಹತ್ತುವುದನ್ನು ಸೂಕ್ಷ್ಮವಾಗಿ ಗಮನಿಸುತ್ತೇನೆ. 'ಇನ್ನು ಈ ಸಂಬಂಧ ಬೇಡವೇ ಬೇಡ' ಎಂದು ಆವೇಶದಿಂದ ನುಡಿದವರು, ಸಂಬಂಧವನ್ನು ಕಡಿದುಕೊಳ್ಳಲು ತುದಿಗಾಲ ಮೇಲೆ ನಿಂತವರು "ನೀವು ಹೇಳಿದ ಹಾಗೆ ಸಂಬಂಧ ಉಳಿಸಿಕೊಳ್ಳೋದಕ್ಕೆ ಆಗುತ್ತಾ ಅಂತ ಸ್ವಲ್ಪ ದಿನ ನೋಡ್ತೀವಿ ಡಾಕ್ಟ್ರೇ" ಎನ್ನುವಲ್ಲಿಗೆ ಅವರ ಮನಃಪರಿವರ್ತನೆಯಾಗುವ ಲಕ್ಷಣಗಳನ್ನು ಗುರುತಿಸುತ್ತೇನೆ. ಅದೇ ನನಗೂ ಖುಷಿಕೊಡುವ ವಿಚಾರವಾಗುತ್ತದೆ. "ಅಕಸ್ಮಾತ್ ಅಂದು ನನ್ನನ್ನು ಅಮ್ಮ ಸೈಕಿಯಾಟ್ರಿಸ್ಟ್ ಹತ್ತಿರ ಕರೆದುಕೊಂಡು ಹೋಗದೆ ಇದ್ದಿದ್ದರೆ, ನಾನು ಈಗ ಸೈಕಿಯಾಟ್ರಿಸ್ಟ್ ಆಗಿ ನಿಮ್ಮ ಮುಂದೆ ಇರುತ್ತಿರಲಿಲ್ಲ. ಒಂದೋ ಕ್ರಿಮಿನಲ್ ಆಗುತ್ತಿದ್ದೆ. ಇಲ್ಲದೆ ಇದ್ದರೆ ಡ್ರಗ್ಸಿಗೆ ಆಡಿಕ್ಟ್ ಆಗಿ ಬುದ್ಧಿಮಾಂದ್ಯನಾಗಿ ಬೀದಿ ಬೀದಿ ಅಲೆಯುತ್ತಿದ್ದೆ. ಆದ್ದರಿಂದ ಇಂತಹಾ ಸಂದರ್ಭ ಬಂದಾಗ ಒಮ್ಮೆ ಯಾರಾದರೂ ಒಬ್ಬ ಒಳ್ಳೆಯ ಸೈಕಿಯಾಟ್ರಿಸ್ಟ್ ಅನ್ನು ಭೇಟಿಮಾಡಿ. ಒಂದು ಪಕ್ಷ ಡಾ॥ವೇದವ್ಯಾಸ ಅಂಕಲ್ ನನಗೆ ಸಿಕ್ಕದೆ ಹೋಗಿದ್ದಿದ್ದರೇ? ಎಲ್ಲರಿಗೂ ಹಾಗೆ ಅವರಂಥವರು ಸಿಗುವ ಸಾಧ್ಯತೆ ಇರುತ್ತದಾ?" ಎಂಬ ನನ್ನ ಪ್ರಶ್ನೆ, ಸಲಹೆ ಅವರಿಗೆ ಸರಿ ಎನಿಸುವುದೂ ನನ್ನ ಗಮನಕ್ಕೆ ಬರುತ್ತದೆ. "ಮಕ್ಕಳ ಭವಿಷ್ಯದ ಬಗ್ಗೆ ತುಂಬಾ ಯೋಚನೆ ಮಾಡಿಯೇ ನಿಮ್ಮ ನಿರ್ಧಾರ ತೆಗೆದುಕೊಳ್ಳಿ. ದುಡುಕಬೇಡಿ"

ಎನ್ನುವಾಗ ಅವರಲ್ಲಿ ಒಂದು ತರಹದ ತಳಮಳವಾಗುವುದೂ, ಅಪರಾಧಿಪ್ರಜ್ಞೆ ಜಾಗೃತವಾಗುವುದೂ ನನಗೆ ಗೋಚರಿಸುತ್ತದೆ. ಅಂತಹಾ ಒಂದು ಯೋಚನೆಗೆ ಹಚ್ಚುವ ವಿಚಾರ ಅವರೊಂದಿಗೆ ಮಾತಾಡಿದ ದಿನ ಏನೋ ಒಂದು ಸಮಾಧಾನ ನನ್ನನ್ನೂ ಆವರಿಸಿಕೊಳ್ಳುತ್ತದೆ. ಆಗೆಲ್ಲಾ ಬಾಲ್ಯದ ನೆನಪು ಕಾಡುತ್ತದೆ. ಎಲ್ಲಾ ಮಕ್ಕಳೂ ನಗುತ್ತಿರುವಾಗ ನಾನು ಅತ್ತಿದ್ದು ನೆನಪಾಗುತ್ತದೆ. ಯಾವಾಗಲೂ ಸಂಕಟದಿಂದಲೇ ಕಳೆದ ದಿನಗಳ ನೆನಪು ಕಾಡುತ್ತದೆ. ಮಕ್ಕಳ ಮನಸ್ಸಿನ ಮಟ್ಟ ಅರ್ಥವಾಗದ ಹೆತ್ತವರ ನೆನಪಾಗುತ್ತದೆ. ಸಮಾಜ, ಅಂತಹಾ ಮಕ್ಕಳನ್ನು ನಡೆಸಿಕೊಳ್ಳುವ ರೀತಿ ನೆನಪಾಗುತ್ತದೆ. ಬಾಲ್ಯದ ಬದುಕು ಮನಸ್ಸಿನ ಮೇಲೆ ಬೀರುವ ಪರಿಣಾಮಗಳ ಲೆಕ್ಕ ಹಾಕುತ್ತದೆ. ಡಾ॥ವೇದವ್ಯಾಸ್ ಅಂಕಲ್‌ರಂತೆ ನಾನೂ ಅಂತಹಾ ಮಕ್ಕಳಲ್ಲಿ ಬದುಕುವ ಉತ್ಸಾಹ ತುಂಬುತ್ತೇನೆ. ಅಂತಹಾ ಮಕ್ಕಳಿಗೆ “ನೋಡು ಮರೀ, ಯಾವ ತಾಯಿಗೂ ಮಕ್ಕಳ ಮೇಲೆ ಪ್ರೀತಿ ಇರೋದಿಲ್ಲ ಅಂತ ಆಗೋದೇ ಇಲ್ಲ, ಸಮಯ ಸಂದರ್ಭಗಳು, ತಿಳಿಯದೆ ತಪ್ಪಾಗಿ ನಡೆಯುವಂತೆ ಮಾಡಿಬಿಡುತ್ತೆ ಅಷ್ಟೆ. ನೀನು ತಪ್ಪು ತಿಳ್ದಿದೀಯಾ, ನೀನೂ ಅಷ್ಟೆ; ನನಗಿಂತ ಎತ್ತರಕ್ಕೆ ಬೆಳೀಬೇಕು” ಎಂದು ಮಕ್ಕಳನ್ನು ಹುರಿದುಂಬಿಸುತ್ತೇನೆ. ಅಂಥವರ ಮುಖದಲ್ಲಿ ಒಂದು ನಗು ಚಿಮ್ಮಿಸಲು ಸಾಧ್ಯವಾದರೆ ನನಗೆ ಬದುಕೇ ಸಾರ್ಥಕವಾಯಿತು ಎನಿಸುತ್ತದೆ.

ಕಹಿ ನೆನಪುಗಳಿಂದಾಚೆ ಎಲ್ಲೋ ಮಸಕು ಮಸಕಾಗಿ ಅಗೀಗ ಅಪ್ಪನ ಮುಖವೂ ನೆನಪಾಗುವುದಿದೆ. ಈಗ ಅವರ ಮೇಲೂ ನನಗೆ ಕೋಪ ಇಲ್ಲ. ನನಗೆ ಗೊತ್ತು; ಅಪ್ಪನಿಗೂ ಕೌನ್ಸಿಲಿಂಗಿನ ಅವಶ್ಯಕತೆ ಇತ್ತು ಮತ್ತು ಈಗಲೂ ಇದೆ. ನಾನೇ ಮಾಡುತ್ತಿದ್ದೆ. ಆದರೆ ಅವರು ಇಲ್ಲಿಗೆ ಬಂದರೆ ತಾನೇ? ಹೇಗೆ ಬರುತ್ತಾರೆ? ಪಾಪ; ಅವರಿಗೂ ಮುಜುಗರ. ‘ನಾನು ನನ್ನ ಮಗನನ್ನು ಸರಿಯಾಗಿ ನೋಡಿಕೊಳ್ಳಲಿಲ್ಲ’ ಎಂಬ ಪಾಪಪ್ರಜ್ಞೆಯಿಂದ ಮುಖ ನೋಡಲು ಹಿಂದೇಟು ಹೊಡೆಯುವಷ್ಟು ಮುಜುಗರ! ಗಂಡಸಿನ ಈಗೋ ಅವರಲ್ಲಿ ಹೆಚ್ಚೇ ಇದೆ. ಈಗ ನಾನೊಬ್ಬ ಸೈಕಿಯಾಟ್ರಿಸ್ಟ್. ನನಗೆ ಗೊತ್ತು; ಒಂದಲ್ಲಾ ಒಂದು ದಿನ ಅವರು ನನ್ನನ್ನು ನೋಡಲು ಬಂದೇ ಬರುತ್ತಾರೆ. ಬೆಳೆಸಿದ ಸಂಬಂಧಗಳು ಹಾಗೇ ಹೋಗಿಬಿಡುವುದಿಲ್ಲ. ಮಗನದೂ, ಮದುವೆಯಾದವಳದೂ! ಮದುವೆಯಾದವಳದು ಮುಜುಗರದಿಂದ ಮನಸ್ಸಿನಲ್ಲೇ ಉಳಿದಿರುತ್ತದೆ. ಮಗನನ್ನಾದರೆ ಬಹಿರಂಗದಲ್ಲಿ ಭೇಟಿಯಾಗಬಹುದಲ್ಲ! ಆದರೆ ಸದ್ಯಕ್ಕಂತೂ ಅವರು ಬರಲಾರರು. ಅವರಾಗಿ ಬಾರದಿದ್ದರೂ ನನ್ನ ಮದುವೆಗಾಗುವಾಗ ನಾನೇ ಹೋಗಿ ಕರೆಯುವ ಯೋಚನೆ ಇದೆ. ಆಗ “ಡ್ಯಾಡೀ, ಮದುವೆಯಾಗ್ತಾ ಇದೀನಿ ‘ನೀವಿಬ್ರೂ ಬದುಕು ಪೂರ್ತಿ ಒಟ್ಟಿಗೆ ಬಾಳಿ’ ಅಂತ ಆಶೀರ್ವಾದ ಮಾಡಿ” ಎಂದು ನಮಸ್ಕಾರ ಮಾಡಿ ಕೇಳಿಕೊಳ್ಳಬೇಕೆಂಬ ಆಸೆ ಇದೆ. ಆದರೂ ಒಮ್ಮೊಮ್ಮೆ ಯಾವುದಾದರೂ ಕೆಂಪು ಕಾರೊಂದು ಬಂದು ಹೊರಗೆ ನಿಂತಾಗ ಎಲ್ಲವನ್ನೂ ಮರೆತು ಧಿಗ್ಗನೆ ಎದ್ದು ನೋಡಿ ಬಿಡುತ್ತೇನೆ. ಅಪ್ಪನ ಕೆಂಪು ಕಾರೇ ಬಂತೇನೋ? ಅದರೊಳಗೆ ಗರಿ ಗರಿಯಾದ ಕೆಂಪು ಶರ್ಟ್ ಧರಿಸಿ, ಕನ್ನಡಕ ಹಾಕಿದ ನನ್ನ ಹ್ಯಾಂಡ್‌ಸಮ್ ಅಪ್ಪ ಕುಳಿತಿದ್ದಾರೇನೋ? ಎಂದು! ಹಾಳಾದ್ದು, ಚಿಕ್ಕಂದಿನಲ್ಲಿ ಬೆಳೆದ ಶಾಲೆಯಲ್ಲಿ ಕಾಯುತ್ತಿದ್ದಾಗಿನ ನೆನಪು! ಬೇಡವೆಂದರೂ ಬಿಡುವುದಿಲ್ಲ. ಆದರೆ ಅಪ್ಪ ಕಾಣಿಸುವುದಿಲ್ಲ. ಆದರೂ ಆಗಿನಷ್ಟೆಲ್ಲಾ ನಿರಾಸೆಯಾಗುವುದಿಲ್ಲ.

151

ಬಹುಶಃ ಅಪ್ಪನ ನೆನಪು ಹಾಗೇ ಕಹಿಯಾಗಿಯೇ ಇರುತ್ತಿತ್ತೇನೋ. ಹಾಗಾಗದೆ ಇರಲೂ ಕಾರಣ ಇದೆ. ಈಗ ನನಗೆ ಮನುಷ್ಯರ ಮನಸ್ಸುಗಳ ಹೊಯ್ದಾಟ ಅರ್ಥವಾಗುತ್ತದೆ. ಹುಟ್ಟುಗುಣಗಳ ಕಾಟ ತಿಳಿಯುತ್ತದೆ. ಮುಂದಾಲೋಚನೆ ಇಲ್ಲದೆ ಮಾಡುವವರು ಪಡುವ ಪಾಡು ಕಣ್ಣಿಗೆ ಕಟ್ಟಿದಂತೆ ಗೋಚರವಾಗುತ್ತದೆ. ಜೊತೆಗೆ ನಾನು ಎಮ್.ಬಿ.ಬಿ.ಎಸ್ಸಿಗೆ ಹೊರಡುವಾಗ ನನಗೆ ತಿಳಿಯದಂತೆ ಅಪ್ಪ ಡಾ||ವೇದವ್ಯಾಸ್ ಅಂಕಲ್ಲನ್ನು ಕಂಡು 'ಆಕಾಶನ ವಿದ್ಯಾಭ್ಯಾಸದ ಹಣ ನಾನು ಕೊಡ್ತೀನಿ, ದಯವಿಟ್ಟು ಅವಕಾಶ ಮಾಡಿಕೊಡಿ' ಎಂದು ಬೇಡಿಕೊಂಡಿದ್ದರಂತೆ. ಆದರೆ ಡಾ||ವೇದವ್ಯಾಸ್ ಅಂಕಲ್ 'ನಂಗೂ ಮಕ್ಕಳಿಲ್ಲ. ನನ್ನ ಹತ್ತಿರ ಇರುವ ಹಣ ಯಾರಿಗೆ ಕೊಡಲಿ? ಅವನ ವಿದ್ಯಾಭ್ಯಾಸಕ್ಕಾದರೂ ಆಗಲಿ. ಇನ್ನು ಮುಂದೆ ಅವನೇ ನನ್ನ ಮಗ; ನಿಮಗೆ ಬೇರೊಬ್ಬಳು ಮಗಳಿದ್ದಾಳಲ್ಲಾ, ಅವಳನ್ನ ಚೆನ್ನಾಗಿ ನೋಡಿಕೊಳ್ಳಿ' ಎಂದು ಹೇಳಿ ಕಳಿಸಿದ್ದರಂತೆ. ಎಷ್ಟೋ ವರ್ಷಗಳ ನಂತರ ವೇದವ್ಯಾಸ ಅಂಕಲ್ಲೇ ನನಗೆ ಆ ವಿಷಯ ಹೇಳಿದರು.

ಅಂದರೇನು? ಅಪ್ಪನಿಗೆ ನನ್ನ ಮೇಲೆ ಪ್ರೀತಿ ಇಲ್ಲದೆ ಅಲ್ಲ; ಪರಿಸ್ಥಿತಿ ಮತ್ತು ಯಾವುದೋ 'ಈಗೋ'ಗೆ ಬಲಿಯಾಗಿ ದೂರ ಇದ್ದಾರೆ ಅಷ್ಟೆ. 'ನಾನು ತಿಳಿಗೇಡಿತನದಿಂದ ದೂರ ಮಾಡಿದ ಮಗನ ಹತ್ತಿರ ನಾನಾಗಿ ಹೋಗಿ ಮಾತಾಡುವುದು ಹೇಗೆ?' ಎಂಬ ಅಹಂ ಕಾಡುತ್ತಿರಬಹುದು!

ಈಗಲೂ ನನಗನಿಸುವುದಿಷ್ಟೆ; ಮಕ್ಕಳಿಗೆ ಅಪ್ಪ ಅಮ್ಮ ಇಬ್ಬರ ಪ್ರೀತಿಯೂ ಬೇಕು. ಅದರ ಮುಂದೆ ಯಾವ ಹಣ, ಆಸ್ತಿಯೂ ಇಲ್ಲ. ಮಕ್ಕಳಿಗಾಗಿ ಆಸ್ತಿ ಕೂಡಿಡದಿದ್ದರೂ ಚಿಂತೆಯಿಲ್ಲ; ಮಕ್ಕಳಿಗೆ ಪ್ರೀತಿ ಕೊಟ್ಟು, ವಿದ್ಯೆ ನೀಡಿ, ಬದುಕಿನ ಅನುಭವ ಕಲಿಸಿ ಅವರನ್ನೇ ಆಸ್ತಿಯಾಗಿಸಬೇಕು. ಕಾರಣ ಯಾರೇ ಆಗಬಹುದು; ಯಾವುದೇ ಇರಬಹುದು; ಯಾರಿಗೂ ಬಾಲ್ಯ ಹಾಗೂ ಬಾಲ್ಯದ ನೆನಪುಗಳು ನನಗಾದ ರೀತಿ ಕಹಿ ಎನಿಸಬಾರದು! ಅದರ ಪರಿಣಾಮ ಬದುಕಿನುದ್ದಕ್ಕೂ ಘೋರವಾಗುತ್ತದೆ! ಅನುಭವಕ್ಕಿಂತ ದೊಡ್ಡದು ಯಾವುದಿದೆ?

●●●